தமிழ் இலக்கிய வரலாறு

முனைவர் கி. இராசா

மேனாள் பேராசிரியர், தமிழ்த்துறைத் தலைவர் (ஓய்வு)

பாரதிதாசன் பல்கலைக்கழகம்

NCBH

நியூ செஞ்சுரி புக் ஹவுஸ் (பி) லிட்.,

41-பி, சிட்கோ இண்டஸ்டிரியல் எஸ்டேட்,

அம்பத்தூர், சென்னை- 600 098.

☎: 044 - 26251968, 26258410, 48601884

Language: Tamil
Thamizh Ilakkiya Varalaru
Author: **Prof. K. Raja**
First Edition: August, 2016
Third Edition: May, 2018
Fourth Edition: May, 2019
Copyright: Publisher
No. of pages: vi + 326 = 332
Publisher :
New Century Book House Pvt. Ltd.,
41-B, SIDCO Industrial Estate,
Ambattur, Chennai - 600 098.
Tamilnadu State, India.
Email : info@ncbh.in
Online: www.ncbhpublisher.in

ISBN. 978-81-2343-248-9
Code No. A 3549

₹ 210/-

Branches

Ambattur (H.O.) 044 - 26359906 **Spenzer Plaza (Chennai)** 044-28490027
Trichy 0431-2700885 **Pudukkottai** 04322- 227773 **Tanjore** 04362-231371
Tirunelveli 0462-4210990, 2323990 **Madurai** 0452 2344106, 4374106
Dindigul 0451-2432172 **Coimbatore** 0422-2380554 **Erode** 0424-2256667
Salem 0427-2450817 **Hosur** 04344-245726 **Krishnagiri** 0434-3234387
Ooty 0423 2441743 **Vellore** 0416-2234495 **Villupuram** 04146-227800
Pondicherry 0413-2280101 **Thiruvannamalai** 04175-223449

தமிழ் இலக்கிய வரலாறு
ஆசிரியர்: **முனைவர் கி. இராசா**
முதல் பதிப்பு: ஆகஸ்ட், 2016
மூன்றாம் பதிப்பு: மே, 2018
நான்காம் பதிப்பு: மே, 2019

அச்சிட்டோர்: **பாவை பிரிண்டர்ஸ் (பி) லிட்.,**
16 (142), ஜானி ஜான் கான் சாலை, இராயப்பேட்டை, சென்னை - 14
☎: 044-28482441

All rights reserved. No part of this book may be reprinted or reproduced or utilised in any form or by any electronic, mechanical, or other means, now known or hereafter invented, including photocopying and recording, or in any information storage or retrieval system, without permission in writing from the publishers.

முன்னுரை

காலந்தோறும் தமிழ் இலக்கியம் மக்களை வாழ்வித்து வருவதோடு தன்னையும் வாழவைத்துக் கொண்டுள்ளது. வாழ்க்கைக்குத் தேவையான உயிர்ப்பும் உணர்வும் தமிழ் மொழியில் இருப்பதால்தான் இது சாத்தியமாகிறது! இத்தகு உயிர்ப்பையும் உணர்வையும் தன் இனத்திற்கு ஊட்டுகின்ற இலக்கியத்தின் வாழ்க்கைப் பாதையைத் 'தமிழ் இலக்கிய வரலாறு' என்னும் இந்நூல் விளக்கிக் காட்டுகிறது.

தமிழ் இலக்கிய வரலாற்றைச் சூழல் உணர்வுடன் - கால மாற்றம், அரசியல் மாற்றம், ஆட்சி மாற்றம் ஆகியவை தமிழர் இலக்கியத்தில் ஏற்படுத்திய விளைவுகளைப் பற்றிய செய்திகளும் - இந்நூலில் ஆங்காங்கே சுட்டிக் காட்டப்பட்டுள்ளன. கால உணர்வு வெளிப்படும் வண்ணம் இந்நூலில் தமிழ் இலக்கிய வரலாறு அவ்வக்காலத்தில் தலைமை பெற்ற சூழல்களின் அடிப்படையில் விளக்கி உரைக்கப் பட்டுள்ளது.

இவைதவிர அண்டை நாடுகளில் வாழும் தமிழர்களின் இலக்கிய ஆக்கம் 'புலம்பெயர் இலக்கியங்கள்' என்ற பகுதியில் விளக்கப் பட்டுள்ளது. இன்றைய தகவல் தொழில்நுட்ப யுகத்தில் கணனியில் தமிழ்மொழியின் பயன்பாடு குறித்தும் இணையத்தைப் பயன்படுத்தி இதுகாறும் செய்யப்பட்ட தமிழ் ஆய்வுகளும் இனி செய்ய வேண்டிய ஆய்வுகளும் குறித்த மதிப்பீடாகவும் 'இணையத்தமிழ்' என்ற பகுதி அமைந்துள்ளது.

நூலைக் கற்போர்க்குத் துணைசெய்யும் வகையில் ஆங்காங்கே அட்டவணைகள் தரப்பட்டுள்ளன. இந்நூலில் குறிப்பிட்டுள்ள சில நூல்களிலிருந்து அரிய செய்திகளும், விளக்க மேற்கோள்களும் படிப்போர் சுவைத்து மகிழும் வண்ணம் 'பெட்டிச் செய்திகளாகத் தரப்பட்டுள்ளன.

தமிழன்னையின் தாள்மலர்களுக்கு இந்நூலைக் காணிக்கை யாக்குகின்றேன்.

அன்புடன்
கி. இராசா

பொருளடக்கம்

1. சங்ககாலம் — 1
2. சங்க இலக்கியங்கள் — 9
3. பதினெண்கீழ்க்கணக்கு நூல்கள் — 43
4. காப்பியங்கள் — 59
5. இரட்டைக் காப்பியங்கள் — 65
6. பக்தி இலக்கியங்கள் — 73
7. இடைக்கால இலக்கிய இலக்கணங்கள் — 98
8. சிற்றிலக்கியங்கள் — 136
9. சைவத் திருமடங்களின் தமிழ்த் தொண்டு — 156
10. வைணவர்களின் தமிழ்த் தொண்டு — 159
11. சித்தர் இலக்கியம் — 164
12. தமிழகத்தில் வேற்றரசர் ஆட்சி — 174
13. இஸ்லாமியரின் தமிழ்த் தொண்டு — 193
14. மறுமலர்ச்சிக்கால இலக்கியம் — 198
15. ஐரோப்பியர்களின் தமிழ்ப்பணி — 208
16. கிறித்தவர்களின் தமிழ்ப்பணி — 213
17. இக்கால இலக்கியம் — 215
18. புலம்பெயர் இலக்கியம் — 301
19. இணையத் தமிழ் — 312
20. தமிழும் சாகித்ய அகாதெமி இலக்கிய விருதுகளும் — 320

1. சங்ககாலம்

'**சங்**கம்' என்ற அமைப்பின் வாயிலாகத் தமிழ் இலக்கியங்கள் எழுதப்பட்டும் தொகுக்கப்பட்டும் வந்த காலப்பரப்பினைப் பொதுவாக 'சங்ககாலம்' என்று அழைக்கின்றனர். இது சற்றேறக்குறைய கி.மு. 500 முதல் கி.பி. 100 வரையுள்ள காலப்பகுதி எனலாம். நமக்குக் கிடைத்துள்ள மிகப் பழமையான இலக்கியமாகிய சங்க இலக்கியத்தில் 'சங்கம்' என்ற சொல் காணப்படவில்லை. 'சங்கம்' என்ற பெயர் இல்லையென்றாலும் 'புலவர் அவை' போன்ற சான்றோர் அமைப்பு ஒன்று இருந்ததை மறுக்கவியலாது. இது பண்டைய கிரேக்கத்தில் நிலவிய Academy என்ற அமைப்புடன் ஒப்பு நோக்கத்தக்கதாகும். எந்த ஒரு சமுதாயமோ, இலக்கியமோ முறையான அமைப்பு இல்லாவிடில் தொடர்ந்த வளர்ச்சியைப் பெற இயலாது. இது வரலாற்று உண்மை. இதனால் புலவர்கள் தங்கள் பாடல்களை அரங்கேற்றுவதற்கும், கூடி மகிழ்வதற்கும், படைப்புக்களைப் பற்றிய விவாதங்கள் செய்வதற்கும் பண்டைக்காலத்தில் ஓர் அமைப்பு இருந்திருக்க வேண்டும். சங்க இலக்கியத்தில் 'சங்கம்' என்ற சொல் காணப்படவில்லையே தவிர 'புலவர் அவை', 'புலமை அமைப்பு' போன்றவற்றைப் பற்றிய குறிப்புகள் ஆங்காங்கே இடம்பெற்றுள்ளன.

'ஓங்கிய சிறப்பின் உயர்ந்த கேள்வி
மாங்குடி மருதன் தலைவ னாக' (புற: 73)

எனும் பாடலடிகள் வாயிலாகத் தலையாலங்கானத்துச் செருவென்ற பாண்டியன் நெடுஞ்செழியன் காலத்தில் மதுரைப் புலமை அமைப்பிற்கு மாங்குடி மருதனார் தலைவராக இருந்தார் என்று அறிகிறோம். சங்கம் மருவிய நூலான திருக்குறளும்,

'உவப்பத் தலைக்கூடி உள்ளப் பிரிதல்
அனைத்தே புலவர் தொழில்' (394)

என்று குறிப்பிடுகின்றது. இதனால் புலவர் பெருமக்கள் அவ்வப்பொழுது குறிப்பிட்ட இடத்தில் கூடி இலக்கிய விவாதங்கள் நிகழ்த்தினர் என்பதை அறிய முடிகிறது.

'சங்கம்' என்ற சொல் முதன்முதலாக கி.பி. 5ஆம் நூற்றாண்டில் இயற்றப்பட்ட மணிமேகலையில் இடம்பெறுகிறது. 'புலம்புரிச் சங்கம் பொருளொடு முழங்க' (மணி. துயிலெழுப்பிய, *114*) என்று அதில் குறிப்பிடப்படுகிறது. மணிமேகலை குறிப்பிடும் இச்சங்கம் பௌத்தத் துறவிகளின் அமைப்பாகும். இதற்குப் பிறகே தமிழ் இலக்கியங்களில் 'சங்கம்' என்ற பெயர் பெருவழக்கிற்கு வந்தது. பண்டைய புலவர் அமைப்புக்களும் இதனை அடியொற்றிச் 'சங்கம்' என்று பிற்காலத்தோரால் குறிப்பிடப்பட்டிருக்கக்கூடும்.

பண்டைக்காலத்தில் மூன்று சங்கங்கள் இருந்தன என்ற குறிப்பினை கி.பி. *9*ஆம் நூற்றாண்டில் வரிவடிவம் பெற்ற இறையனார் களவியல் உரை தருகின்றது. இதுவே இலக்கிய வரலாற்றில் தமிழ்ச் சங்கங்களைப் பற்றிக் காணப்படும் முதற்குறிப்பாகும். இறையனார் களவியல் உரையில் மூன்று சங்கங்கள் நிலை பெற்றிருந்த கால அளவும், புலவர் பெருமக்களின் எண்ணிக்கையும் அதற்குத் தலைமையேற்றவர்கள் பற்றிய குறிப்பும் சற்றே மிகைப்படுத்தப்பட்டதாகும் (அட்டவணை - *1*). ஆனாலும் சங்கம் போன்ற அமைப்பு இருந்த உண்மையை இக்குறிப்பு உறுதிப்படுத்துகிறது.

இக்குறிப்பின்படி இடைச்சங்க காலத்தில் இயற்றப்பட்டது தொல்காப்பியம் என்றும், கடைச்சங்க காலத்து நூல்கள் எட்டுத்தொகை, பத்துப்பாட்டு என்னும் சங்க இலக்கியங்கள் என்றும் அறிகிறோம்.

முதற்சங்கம் நிலவிய தமிழகத்தின் தென்பகுதி தற்போதுள்ள குமரிமுனையைக் காட்டிலும் பலநூறு காதம் நீண்டிருந்தது. அப்போது குமரிமலையும், பஃறுளியாறும் தென்கோடித் தமிழகத்தை வளம் செய்தன. அப்போதிருந்த மதுரை, தென்மதுரை என அழைக்கப் பட்டது. இத்தென்மதுரையில் தலைச்சங்கம் நிறுவப்பட்டது. பல்லாண்டுகளுக்குப் பின் கடல் கொந்தளிப்பில் தென்மதுரையும் சில நிலப்பகுதிகளும் அழியவே, கபாட புரம் எனும் இடத்தில் இடைச்சங்கம் உருவாக்கப் பட்டது. இந்தக் கடற் கொந்தளிப்பில் தலைச்சங்க காலத்து இலக்கியங்கள் யாவும் அழிந்தன. கபாடபுரத்தையும் கடல் விழுங்கியது. இதனால் மூன்றாம் முறையாக உத்தர மதுரையில் (தற்போதுள்ள மதுரை) கடைச்சங்கம் நிறுவப்பட்டது. இக்காலத்தில் பாடப்பட்ட வையே இன்று நாம் 'சங்க இலக்கியங்கள்' என்று அழைக்கின்ற

எட்டுத்தொகையும் பத்துப்பாட்டும். இவற்றிற்கு இலக்கணமாக இருந்தது தொல்காப்பியமாகும்.

அட்டவணை : 1

இறையனார் களவியலில் முதல் மூன்று சங்கங்கள் பற்றிய குறிப்புகள்

சங்கம்	தலைமைப் புலவர்கள்	புலவர்கள் எண் ணிக்கை	பாடப் பட்டவை	நிலைத் திருந்த ஆண்டுகள்	அரசர்கள்
தலைச் சங்கம் (தென் மதுரை)	சிவபெருமான், முருகவேள், முரஞ்சியூர் முடிநாகராயர்.	4449	பல பரிபாடலும் முதுநாரையும் முதுகுருகும் களரியா விரையும்	4440	காய்சினவழுதி முதல் கடுங்கோன் ஈறாக 89 பேர்
இடைச் சங்கம் (கபாட புரம்)	அகத்தியர், தொல்காப்பியர், இருந்தையூர்க் கிழார் உள்ளிட்ட பலர்	3370	கலி, குருகு, வெண்டாளி, வியாழமாலை அகவல்	3700	வெண்டேர்ச் செழியன் முதல் முடத் திருமாறன் வரை 59 பேர்
கடைச் சங்கம் (உத்தர மதுரை)	நல்லாந்துவனார், மதுரை மருதனிள நாகனார், நக்கீரனார் உள்ளிட்ட பலர்	49	நூற்றைம்பது கலி, எழுபது பரிபா, எட்டுத்தொகை பத்துப்பாட்டு	1850	முடத்திருமாறன் முதல் உக்கிரப் பெருவழுதி வரை 49 பேர்

தொல்காப்பியம்

இன்று நமக்குக் கிடைக்கின்ற மிகப் பழமையான நூல் தொல்காப்பியமே ஆகும். இது இலக்கணமாக இருந்தாலும்

இலக்கியமாகவும் கருதப்படக்கூடிய பெருமையை உடையது. எனவேதான் இதன் பழமையும், நூற்பொருளும் விளங்குமாறு இதற்குத் 'தொல்காப்பியம்' என்று பெயரிடப்பட்டுள்ளது. இந்நூலுக்குப் பிற்காலத்தில் பனம்பாரனார் என்பவர் எழுதிய பாயிரத்தின் வாயிலாக இந்நூலைப் பற்றிய சில வரலாற்றுக் குறிப்புக்களை அறிந்து கொள்ள முடிகிறது. இந்நூல் நிலந்தரு திருவிற்பாண்டியன் அவையில், அதங்கோட்டாசான் முன்னிலையில் அரங்கேறியது. இதனை இயற்றியவர் ஐந்திறம் அறிந்த தொல்காப்பியர். இவர் அகத்தியருக்கு மாணவர். இந்நூல் மொழிக்கு மட்டுமின்றி, வாழ்ககைக்கும் இலக்கணம் சொல்கிறது. எழுத்ததிகாரம், சொல்லதிகாரம் ஆகிய இரு பகுதிகளில் மொழிக்கு இலக்கணம் சொல்லப்பட்டுள்ளது. பொருளதிகாரம் என்ற பகுதியில் வாழ்க்கைக்கு (இலக்கியத்திற்கு) இலக்கணம் சொல்லப்பட்டுள்ளது. ஒவ்வொரு அதிகாரமும் (Books) 9 இயல்களாகப் (chapters) பிரிக்கப்பட்டுள்ளது. அவையாவன.

1. எழுத்ததிகாரம்:	நூன்மரபு	புணரியல்	உயிர்மயங்கியல்
	மொழிமரபு	தொகைமரபு	புள்ளிமயங்கியல்
	பிறப்பியல்	உருபியல்	குற்றியலுகரப்புணரியல்

இவ்வதிகாரம் 483 நூற்பாக்களை உடையது.

2. சொல்லதிகாரம்:	கிளவியாக்கம்	விளிமரபு	இடையியல்
	வேற்றுமையியல்	பெயரியல்	உரியியல்
	வேற்றுமை - மயங்கியல்	வினையியல்	எச்சவியல்

இவ்வதிகாரம் 462 நூற்பாக்களை உடையது

3. பொருளதிகாரம்:	அகத்திணையியல்	கற்பியல்	உவமையியல்
	புறத்திணையியல்	பொருளியல்	செய்யுளியல்
	களவியல்	மெய்ப்பாட்டியல்	மரபியல்

இவ்வதிகாரம் 445 நூற்பாக்களை உடையது.

பொருளதிகாரம்

தொல்காப்பியப் பொருளதிகாரம், வாழ்க்கையின் பொருளை, இலக்கியத்தின் பொருளை உணர்த்துகிறது. இது தமிழர்களின் இலக்கியத்திற்கும் பண்பாட்டிற்கும் வாழ்க்கை முறைக்கும் இலக்கணம் சொல்வதாக அமைந்துள்ளது. இப்பகுதியில்தான் தமிழர்கள் இயற்கையோடு இயைந்த வாழ்வினர் என்று நிறுவக்கூடிய நிலம்,

பொழுது, கருப்பொருள்கள் பற்றிய இலக்கணம் சொல்லப்படுகிறது. உலகத்துப் பொருட்களை முதற்பொருள் (நிலம், பொழுது), கருப்பொருள் (நிலத்தில் உள்ள பூ, பறவை, விலங்கு, மக்கள், அவர்கள் தொழில், இசை முதலியன) எனப் பகுத்துப் பார்க்கும் அறிவியல் பார்வை இப்பகுதியில் ஆட்சி செய்கிறது.

அகத்திணையியல்

பொருளதிகாரத்தில் முதலாவது இடம்பெற்றுள்ள அகத்திணையியல், உயிர்களின் வாழ்க்கைக்கு அகவாழ்க்கையே அடிப்படையாக அமைகிறது. என்ற உண்மையை எடுத்துச் சொல்கிறது. இந்த அகவாழ்க்கை முறையைத் தெரிந்து கொண்டவர்கள்தான் புறவாழ்க்கை (வீரம், போர், அறம், நீதி, அறிவுரை) முறையை அறிந்து கொள்ளமுடியும் என்பது இப்பகுதியில் உணர்த்தப்படுகிறது. ஏனென்றால் உலகத்து நிலப்பரப்பைக் குறிஞ்சி, முல்லை, மருதம், நெய்தல், பாலை என்ற ஐந்து பெரும்பிரிவுகளாகப் பிரித்துக் காட்டும் தொல்காப்பியர், இந்த நிலப்பிரப்புகளையே புறவாழ்க்கை இலக்கணத்தைச் சொல்வதற்கும் அடிப்படையாகக் கொள்கிறார் (அட்டவணை - 2).

அட்டவணை - 2

தொல்காப்பியத் திணைப் பாகுபாடு

நிலம்	நிலவியல்பு	ஒழுக்கம்
குறிஞ்சி	மலையும் மலை சார்ந்த இடமும்	புணர்தலும் புணர்தல் நிமித்தமும்
முல்லை	காடும் காடு சார்ந்த இடமும்	கற்பு (ஆற்றியிருத்தல்)
மருதம்	வயலும் வயல் சார்ந்த இடமும்	ஊடலும் ஊடல் நிமித்தமும்
நெய்தல்	கடலும் கடல் சார்ந்த இடமும்	இரங்கலும் இரங்கல் நிமித்தமும்
பாலை	வறண்ட நிலம் (முல்லையும் குறிஞ்சியும் கோடைக்காலத்தில் இயல்பு திரிவது)	பிரிவு

குறிஞ்சி, முல்லை, மருதம், நெய்தல், பாலை என்பன ஐந்திணைகள் என்று அழைக்கப்படுகின்றன (‘அன்பின் ஐந்திணை’). திணை என்பது ஒழுக்கம் எனப் பொருள்படுவதாகும். இது பின்னர் அவ்வொழுக்கம் நிகழ்கின்ற நிலத்தையும் குறித்தது.

'புணர்தலும் புணர்தல் நிமித்தமும்' என்பது தலைவனும் தலைவியும் தாமே எதிர்ப்பட்டுக் காதல் வயப்பட்டு ஒழுகுவது இது குறிஞ்சி எனப்படுகிறது. கற்பு என்பது திருமணத்தின் பின்னர் நிகழ்வது. வினையின் பொருட்டோ, பொருளீட்டுவதன் காரணமாகவோ தலைவன் பிரிந்து சென்றபோது அவன் வரும் வரையில் கற்போடு ஆற்றியிருப்பது முல்லை எனப்படுகிறது. சிலபோது களவு வாழ்க்கையின் போதும் முல்லை ஒழுக்கம் உண்டு. தன் மனம் நிறைந்த காதலனே ஏறு தழுவுதல் போட்டியில் வெற்றிபெற வேண்டும் என்று தலைவி நினைத்திருக்கும்போது அது முல்லை ஒழுக்கம் எனப்படுகிறது.

மருதம் என்பது கற்பிற்குரிய ஒழுக்கம். கற்புக் காலத்தில் பிற மகளிரை (பரத்தை, காமக்கிழத்தி போன்றோர்) நாடிச்சென்ற தலைவன் மீண்டும் மனையகத்து வரும்போது தலைவி அவன்மீது கோபம் கொண்டு ஊடலாயிருக்கும் ஒழுக்கம் மருதத்திற்குரியதாகும். பாலை என்பது பிரிவைச் சுட்டும். இது களவு வாழ்க்கைக்கும் கற்பு வாழ்க்கைக்கும் பொதுவானது. திருமணத்திற்கு முந்தைய களவு வாழ்க்கையின்போதும் தலைவன் வினைமேற் செல்லும்போதும் அப்பிரிவுத் துயரைத் தலைவனும் தலைவியும் நினைத்துப் பார்த்து வருந்துவர். இதுபோன்றே திருமணத்திற்குப் பிந்தைய கற்பு வாழ்க்கையின் போது பிரிய நேரும்போதும் வருந்திப் பாடுவதுண்டு. இவையே ஐந்திணை ஒழுக்கங்கள் எனப்பட்டன.

அந்தந்த நிலத்திற்கு உரிய ஒழுக்கங்களான இந்த 'உரிப்பொருள்'களைச் சிறப்பாகப் பாடுவதற்குப் புலவர்கள் அந்தந்த நிலங்களில் காணப்படும் சில பொருட்கள், மக்களின் பழக்கவழக்கங்கள் ஆகியவற்றைத் துணையாகக் கொண்டனர். இவறறைக் 'கருப்பொருள்கள்' என்று அழைத்தனர். இவ்வாறு தெய்வம், விலங்கு, மரம், பறவை, பூ, தொழில், இசை, யாழ் இன்னபிறவற்றைக் கருப்பொருட்களாகத் தொல்காப்பியர் குறிப்பிடுகிறார்.

இவ்வாறு சங்க அகப்பாடல்களில் குறிப்பிடப்படும் நிலம், பொழுது (முதற்பொருள்), நிலத்தில் காணப்படும் பொருட்கள் (கருப்பொருள்), நிலத்திற்குரிய ஒழுக்கம் (உரிப்பொருள்) ஆகியவற்றின் அடிப்படைகளை அகத்திணையியலில் தொல்காப்பியர் குறிப்பிட்டுள்ளார்.

அகத்திணை ஐந்து என்று அறிந்தோம். இவை 'அன்பின் ஐந்திணை' என்று தொல்காப்பியரால் சிறப்பிக்கப்பட்டன. தலைவன்-தலைவி இருவர் மனமும் பொருந்தி வாழ்வதுதான் அன்பின் ஐந்திணை. இருவர் மனமும் பொருந்தாமல் தலைவன் மட்டுமே தலைவிபாற் காதல் கொள்ளும் நிலை 'கைக்கிளை' எனப்பட்டது (கை - சிறுமை; கிளை -

உறவு). எனவே இது (ஐந்திணை போலப் பெருமையில்லாத) சிறுமையான ஒழுக்கம் என இகழப்பட்டது. இது போன்றே தலைவன் - தலைவியின் பெருமைக்கு இழுக்கு தேடித்தரும் பொருத்தமில்லாத உறவு - பொருந்தாக் காமம் - பெருந்திணை எனப்பட்டது. எனவே அன்பின் ஐந்திணையோடு கைக்கிளையும், பெருந்திணையும் சேர, அகத்திணைகள் மொத்தம் ஏழு ஆயின.

புறத்திணையியல்

புறத்திணைகளை விளக்குவதற்கு மேற்குறிப்பிட்ட ஏழு அகத் திணைகளையே தொல்காப்பியர்* அடிப்படைகளாகக் கொள்கிறார். ஒவ்வொரு புறத்திணையையும் ஒவ்வொரு அகத்திணைக்கு இணையாக அவர் காட்டியுள்ளார்:

அட்டவணை - 3
அகத்திணை - புறத்திணை இயைபு

புறத்திணை	அகத்திணை	நிலம்	போர்முறையும் பாடல் பொருளும்
வெட்சி	குறிஞ்சி	மலைப்பகுதி	ஆநிரை கவர்தலும் கவர்ந்த ஆநிரைகளை உரியவர்கள் மீட்டலும்
வஞ்சி	முல்லை	காட்டுப்பகுதி	போருக்குச் செல்லுதலும் அதை எதிர்த்து நிற்றலும்
உழிஞை	மருதம்	வயற்பகுதி	மதில் முற்றுகையும் அதைக் காத்தலும்
தும்பை	நெய்தல்	மணற்பகுதி	உச்சகட்டப்போர்
வாகை	பாலை	வறண்ட பயனற்ற பகுதி	போரில் அடையும் வெற்றியும் சமுதாயத்தின் ஒவ்வொரு பிரிவினரும் தம் தொழில்களில் அடையும் வெற்றியும்
காஞ்சி	கைக்கிளை	நிலம் இல்லை	நிலையாமை, அறம், ஒழுக்கம்
பாடாண்	பெருந்திணை	நிலம் இல்லை	பாடல் தலைவனின் புகழ்

அகத்திணையியலும் புறத்திணையியலும் முறையே தமிழர்தம் அகவாழ்க்கைக்கும் புறவாழ்க்கைக்கும் இலக்கணம் கூறுகின்றன. திருமணத்திற்கு முந்தைய நெறிபிறழாத காதல் ஒழுக்கத்தின்

இயல்பினைக் களவியல் கூறுகின்றது. திருமணத்திற்குப் பின் இல்லற வாழ்க்கைச் சிறப்பதற்குரிய நெறிகளைத் தலைவன், தலைவி இருவருக்கும் எடுத்துரைப்பதாகக் கற்பியல் அமைகிறது. இலக்கியத்தில் பொதுவாகப் பின்பற்ற வேண்டிய அகமரபுகளைப் பொருளியல் எடுத்துரைக்கிறது. இவைதவிர்ந்த மெய்ப்பாட்டியல், உவமையியல், செய்யுளியல், மரபியல் ஆகியவை இலக்கிய ஆக்கம் பற்றிய நெறிகளை எடுத்து மொழிகின்றன.

இவ்வாறு எழுத்துக்கும் மொழிக்கும் மட்டுமன்றி வாழ்க்கைக்கும் செய்யப்பட்ட இலக்கண நூலாகத் தொல்காப்பியம் காட்சியளிக்கிறது. இலக்கியத்தைப் பார்த்தே இலக்கணநூல் செய்ய முடியும். எனவே எழுத்து, சொல், பொருள் ஆகியவற்றிற்கு உரிய இலக்கணம் வகுத்தத் தொல்காப்பியத்திற்குப் பன்னெடும் ஆண்டுகளுக்கு முன்பே தமிழில் தெளிவான இலக்கியங்கள் தோன்றியிருத்தல் வேண்டும். அந்த இலக்கிய வழக்கின் விளைவாகவே தொல்காப்பியம் எழுதப்பெற்றது. நெடுங்கால இலக்கியப் பயிற்சியும் முயற்சியும் தமிழகத்தில் நிலவியது என்பதற்குச் சான்றாக 'என்ப, என்மனார், என்மனார் புலவர்' போன்ற தொடர்கள் தொல்காப்பியத்தில் காணப்படுகின்றன. தொல்காப்பியர் தம்முடைய கருத்துக்குத் துணையாகப் பிற புலவர்களின், சான்றோர்களின் கருத்துக்களையும் காட்ட முற்படுவதையே இதுபோன்ற தொடர்கள் குறிப்பிடுகின்றன எனலாம். தமிழகத்தில் நிலவிய நீண்டகால இலக்கியப் பயிற்சியின் விளைவாகச் செம்மையான சங்க இலக்கியங்கள் இயற்றப்பட்டன. இவ்வாறு தமிழ் இலக்கிய மரபிற்கு எடுத்துக்காட்டாகச் சங்க இலக்கியங்களும், இலக்கண மரபிற்குச் சான்றாகத் தொல்காப்பியமும் கருதப்படுகின்றன.

2. சங்க இலக்கியங்கள்

சங்ககாலத்தில் - குறிப்பாக இடைச்சங்க, கடைச்சங்க காலத்தில் தோன்றிய இலக்கியங்களையே சங்க இலக்கியங்கள் என்கிறோம். இந்த சங்க இலக்கியப் பாடல்களை அக்காலத்தில் வாழ்ந்த புலவர் பெருமக்கள் பாடியுள்ளனர். இவர்களில் பலர் அரசவைப் புலவர்களாக விளங்கியவர்கள் ஆவர். பலர் நாடுதோறும் சுற்றிவரும் பழுமரம் தேடும் பறவைகளாக விளங்கினர். பெண்டிர் பலர் புலவர்களாக இருந்துள்ளனர்; வணிகர்கள், மருத்துவர்கள் என்று பல தொழில் வல்லுநர்களும் புலவர்களாக விளங்கினர். அரசமகளிரும் பாடல் இயற்றும் திறம் பெற்றிருந்தனர். இவ்வாறு பண்டைத் தமிழ்ச் சமுதாயத்தில் பல பிரிவினரும் இலக்கியத்திறம் பெற்றவர்களாக விளங்கினர்.

சங்ககாலத்திற்குப் பன்னூறு ஆண்டுகட்கு முன்பே பாடல்கள் பலவற்றைப் பாணர்கள் வாய்மொழியாகப் பாடிவந்தனர். அரசர்களையும் வள்ளல்களையும் அவர்கள் நாடிச் சென்று இசைக்கருவிகளை மீட்டிப் பாடியும் ஆடியும் அவர்களை மகிழ்வித்தனர்; பரிசில்கள் பல பெற்றனர். பாணர், கூத்தர், விறலியர் போன்றோர் இக்கலைக் குழுவில் இருந்தனர். பாணர்களின் வாய்மொழிப் பாடல்கள் காலப்போக்கில் புலவர்களால் மெருகேற்றப்பெற்று, செவ்வியல் தன்மைகள் ஊட்டப்பெற்று இலக்கணச் செறிவடைந்து சங்க இலக்கியம் எனும் தகுதியைப் பெற்றன. காலந்தோறும் பயிலப்பெற்று வந்த பாடுபொருட்களை சங்கப் புலவர்கள் தம் கவித்திறம் குழைத்து சங்க இலக்கியப் பாக்களாகப் புனைந்தனர். எனவே சங்க இலக்கியப் பாடல்கள் என்பவை புலவர்களுக்கு மட்டுமே உரியன என்று எண்ணுதல் கூடாது; அவற்றின் உருவாக்கத்தில் பாணர்களுக்கும் பங்குண்டு. மக்கள் இலக்கியத்திலிருந்து உருவானதே சங்க இலக்கியம் என்பதை இதன் வாயிலாக அறியலாம்.

இலக்கணச் செறிவும் இலக்கியத் தகுதியும் உடையவர்களாக சங்ககாலப் புலவர் பெருமக்களால் பாடப்பெற்றவையாக இன்று

நமக்குக் கிடைக்கும் பாடல்கள் மொத்தம் 2381 ஆகும். இவற்றை மட்டுமே சங்கப் புலவர்கள் பாடினர் எனக் கருதுதல் தவறு. சங்கப் புலவர்கள் தாம் சென்ற இடங்களிலெல்லாம் எத்தனையோ பாடல்களைப் பாடினர். அவற்றை ஓலைச் சுவடிகளில் அக்காலத்தவரோ, அவர்களுக்குப் பிற்பட்ட காலத்தவரோ எழுதி வைத்தனர். இவ்வாறு எழுதி வைக்கப்பட்ட பன்னூராயிரம் பாடல்களில் பல ஆயிரம் பாடல்கள் காலப்போக்கில் அழிந்தன. ஒரு காலகட்டத்தில் எஞ்சிய பாடல்களை யெல்லாம் தொகுத்துக் காப்பாற்ற வேண்டும் என்ற உணர்வு தோன்றியது. இதன் காரணமாகச் சங்ககாலத்தைச் சார்ந்த அரசர் பெருமக்களும் ஆர்வலர்களும் சங்கப் பாடல்களைத் தேடித் தொகுத்து முறைப்படுத்தும் பணியைத் தொடங்கினர். இந்தத் தேடுதல் பணியின் விளைவாகக் கிடைத்த பாடல்கள் எட்டுத்தொகை, பத்துப்பாட்டு என்ற இரு தொகுதிகளாகத் தொகுக்கப்பட்டன. எட்டுத்தொகை நூல்கள் பற்றிய விவரம் வருமாறு:

அட்டவணை - 4

எட்டுத்தொகை நூல்களைத் தொகுத்தோரும் தொகுப்பித்தவரும்

எட்டுத்தொகை நூல்கள்	தொகுத்தவர்	தொகுப்பித்தவர்	மொத்தப் பாடல்கள்
1. நற்றிணை	—	பன்னாடு தந்த மாறன்வழுதி	400
2. குறுந்தொகை	பூரிக்கோ	—	400
3. ஐங்குறுநூறு	புலத்துறை முற்றிய கூடலூர்கிழார்	யானைக்கட்சேய் மாந்தரஞ் சேரலிரும்பொறை	500
4. பதிற்றுப்பத்து	—	—	100 (கிடைப்பவை 80)
5. பரிபாடல்	—		(கிடைப்பவை 22) 150
6 கலித்தொகை	நல்லந்துவனார்	—	150
7. அகநானூறு	மதுரை உப்பூரிகிழார் மகனார் உருத்திர சன்மனார்	பாண்டியன் உக்கிரப்பெருவழுதி	400
8. புறநானூறு	—	—	400

எட்டுத்தொகை

எட்டுத்தொகை நூல்கள் இவை இவை எனக் குறிப்பிடும் பழைய நூற்பா வருமாறு:

'நற்றிணை நல்ல குறுந்தொகை ஐங்குறுநூறு
ஒத்த பதிற்றுப்பத்து ஓங்கு பரிபாடல்
கற்றறிந்தார் ஏத்தும் கலியோ டகம்புறமென்று
இத்திறந்த எட்டுத்தொகை'

எட்டு நூல்களுள் அகம் பற்றியவை ஐந்து. ஏனைய மூன்றும் புற நூல்களாகும். குறுந்தொகை, ஐங்குறுநூறு, நற்றிணை, அகநானூறு, கலித்தொகை என்பன அகப்பாடல்களாகும். புறநானூறு, பதிற்றுப்பத்து, பரிபாடல் ஆகியன புறப்பொருள் பற்றியன.

எட்டுத்தொகை நூல்கள் பல்வேறு அடிப்படைகளைக் கொண்டு உருவாக்கப் பெற்றுள்ளன. பாடல்கள் அனைத்தும் முதற்கண் அகப்பாடல்கள் என்றும் புறப்பாடல்கள் என்றும் பகுக்கப்பட்டன. அகப்பாடல்களில் குறுகிய அடிகளைக் கொண்ட (4-8 அடிகள்) சிறிய பாடல்கள் ஒன்றாகத் தொகுக்கப்பட்டு 'குறுந்தொகை' எனப் பெயரிடப்பட்டன. அகப்பொருளை நுவலும் நெடிய அடிகளைக் கொண்ட (13-31 அடிகள்) பாடல்கள் அகநானூறு எனும் தொகுதி யாக்கப்பட்டன. இதற்கு நெடுந்தொகை என்ற பழைய பெயரும் உண்டு. இவை இரண்டுக்கும் இடைநிகர்த்த அடியளவினைக் கொண்ட (9-12 அடிகள்) பாடல்கள் நற்றிணை என்று பெயரிடப்பட்டன.

இவற்றின் தொகுப்பில் இன்னொரு சிறப்பும் உண்டு. அக இலக்கியத்தின் முக்கிய மூன்று கூறுகளான முதற்பொருள், கருப்பொருள், உரிப்பொருள் ஆகியவற்றைப் பயன்படுத்திப் பாடிய முறையிலும் இவை தொகுக்கப் பெற்றிருக்கின்றன என்று கருதுவர். அகப்பாடல்களில் கட்டாயம் இருகக வேண்டியது உரிப்பொருளாகும். உரிப்பொருள் என்பது அவ்வத் திணைக்குரிய ஒழுக்கமாகும். எனவே பாடல் எதைப்பற்றியது என்பதைத் தெரிவிப்பது உரிப்பொருள். உரிப்பொருள் இல்லாமல் பாடல் கிடையாது. எனவே எந்தப் பாடலாயினும் அதில் உரிப்பொருள் கட்டாயம் இடம்பெற்றிருக்கும். குறுந்தொகைப் பாடல்கள் அளவில் மிகச் சிறிய பாடல்களாதலின் அவற்றில் உரிப்பொருள் சிறப்பாகப் பாடப்பெற்றிருக்கும்.

உரிப்பொருளுக்கு அடுத்த நிலையில் முக்கியத்துவம் பெறுவது கருப்பொருளாகும். உரிப்பொருள், கருப்பொருள் ஆகியவற்றோடு முதற்பொருளும் அகப்பாடல்களில் இடம் பெறுவதுண்டு. முதற்பொருள் என்பது பாடல் சுட்டுகின்ற நிலத்தைப் பற்றிய வருணனையும் பொழுதைப் பற்றிய வருணனையும் ஆகும். இந்த மூன்று பொருள்களும் தெளிவாகவும் விளக்கமாகவும் அகநானூற்றுப் பாடல்களில் பாடப் பெற்றிருக்கும். எனவே அவை நீண்ட அடியளவைக் கொண்டுள்ளன.

இதற்கு அடுத்த நிலையில் மூன்று பொருள்களும் தக்க அளவில் இடம் பெற்றிருந்த பாடல்கள் நற்றிணை என்ற பெயரில் தொகுக்கப் பெற்றன. இதற்கேற்றாற் போல் இப்பாடல்களின் அடியளவு குறுகியதாக இல்லாமலும் மிகவும் நீண்டதாக இல்லாமலும் அளவாக (9-12 அடிகள்) அமைந்திருந்தன. இதனடிப்படையில் பார்த்தால், உரிப்பொருள், கருப்பொருள், முதற்பொருள் ஆகியன விளக்கம் பெறும் நிலையிலும் சங்க அகப்பாடல்கள் தொகுக்கப்பட்டுள்ளன எனலாம்.

எட்டுத்தொகைப் பாடல்களில் முதலாவதாகத் தொகுக்கப்பட்டது குறுந்தொகை என்பர். இதற்குப் பின்னர் ஐங்குறுநூறு, நற்றிணை, அகநானூறு, பதிற்றுப்பத்து, புறநானூறு, பரிபாடல் ஆகியன தொகுக்கப்பட்டன. இறுதியாகத் தொகுக்கப்பட்டது கலித்தொகை ஆகும்.

குறுந்தொகை

எட்டுத்தொகை நூல்களிலேயே 'நல்ல' என்ற சிறப்பினைப் பெற்ற நூல் குறுந்தொகை. பிற்கால இலக்கண, இலக்கியங்களிலும் உரை நூல்களிலும் குறுந்தொகைப் பாடல்களே அதிகமாக எடுத்துக் காட்டப் பெற்றுள்ளன. 'புறத்தே தோன்றும் காட்சிகளைச் செய்யுட்களில் புனைந்து காட்டும் ஆற்றலினும் அகத்தே தோன்றும் கருத்துக்களை உணர்ச்சியின் மெய்ப்பாடும் புலப்பட உரைக்கும் ஆற்றல் மிகவும் சிறந்தது' என்று டாக்டர் உ.வே.சாமிநாதையர் இந்நூலைப் பற்றித் தம்முடைய குறுந்தொகைப் பதிப்பில் குறிப்பிடுகிறார். தலைவன் - தலைவியுமாக வாழும் அன்பு வாழ்க்கையின் இனிய காட்சிகள் புதுக்கவிதைகள் போன்றும், சிறுகதை போன்றும் நறுக்குத் தெறித்தாற் போல் கூறப்படுவது இப்பாடல்களின் சிறப்பாகும்.

'யாயும் ஞாயும் யாராகியரோ' என்று தொடங்கும் புகழ்மிகுப் பாடலைப் பலரும் அறிவர். தலைவன் - தலைவி இருவரும் கருத்தொருமிக்கின்றனர். தம் கருத்தொருமித்த இயல்பைத் தலைவன் பாடுகின்றான். 'என் பெற்றோரும் உன் பெற்றோரும் ஒருவரையொருவர் முன்பின் அறியாதவர்கள். ஆனால் நாம் இருவரும் செம்மண் நிலத்தில் பெய்தநீர் அந்நிலத்தின் நிறத்தை ஏற்று சிவந்த நீராக மாறுவது போல, ஒன்று கலந்து விட்டோம். இதுதான் காதலின் இயல்பு' என்று பாடுகின்றான். இத்தகுப் பொருள் பொதிந்த அப்பாடல் வருமாறு:

'யாயும் ஞாயும் யாரா கியரோ
எந்தையும் நுந்தையும் எம்முறைக் கேளிர்
யானும் நீயும் எவ்வழி யறிதும்
செம்புலப் பெயல்நீர் போல
அன்புடை நெஞ்சம் தாம்கலந் தனவே' (குறுந். 40)

இன்னொரு பாடல் காதலின் அளவைப் பற்றிக் கூறுகிறது. காதலின் உயரம் என்ன? அகலம் என்ன? நீளம் என்ன? என்பதற்கான விளக்கத்தைப் பின்வரும் குறுந்தொகைப் பாடல் தருகிறது:

'நிலத்தினும் பெரிதே வானினும் உயர்ந்தன்று
நீரினும் ஆரள வின்றே சாரல்
கருங்கோற் குறிஞ்சிப் பூக்கொண்டு
பெருந்தேன் இழைக்கும் நாடனொடு நட்பே' (குறுந். 3)

தலைவனோடு தான் கொண்ட நட்பு நிலத்தைக் காட்டிலும் பெரியது; வானத்தைக் காட்டிலும் உயர்ந்தது; கடலைக் காட்டிலும் ஆழமானது என்று தலைவி பாடுகின்றாள். காதலின் நீள - அகல - உயர - முப்பரிமாண உண்மையை இதைவிட வேறு எப்படி உணர்த்த முடியும்?

ஆடவர்களுக்கு உயிர் போன்றது எது? பெண்டிர்க்கு உயிர் போன்றது எது? என்பதற்கான வியக்கத்தக்க விளக்கத்தையும் குறுந்தொகை தருகிறது.

தலைவியின் பிரிவெண்ணி வருந்தியிருக்கும் தலைவியிடம் தோழி சொல்கிறாள்:

'வினையே ஆடவர்க்கு உயிரே வாணுதல்
மனையுறை மகளிர்க்கு ஆடவர் உயிர்' (குறுந் 135: 1-2)

ஆடவர்க்கு அவர்கள் மேற்கொண்ட கருமமே உயிராக அமைகிறது. ஆனால் இல்லத்திலிருக்கும் மகளிர்க்கு அவர்கள் கணவரே உயிராக அமைகின்றனர்.

இன்னொரு தலைவி, 'இந்தப் பிறவி மட்டுமல்ல; இனி வருகின்ற பிறவிகளிலெல்லாம் நீயே எனக்குக் கணவனாக வரவேண்டும்; நானே உனக்கு மனைவியாக வரவேண்டும்' என்று வேண்டுகிறாள்:

"....
...
இம்மை மாறி மறுமை யாயினும்
நீயா கியர்என் கணவனை
யானா கியர்நின் நெஞ்சுநேர் பவளே" (குறுந். 49)

புதுக்குடித்தனம் போன தம்பதியினரின் தனிக்குடித்தன வாழ்க்கையின் அழகையும் அருமையையும் சுவைபடக் காட்டுகிறது குறுந்தொகை. அவற்றுள் ஒரு பாடல் வருமாறு:

'முளிதயிர் பிசைந்த காந்தள் மெல்விரல்
கழுவுறு கலிங்கம் கழாஅது உடீஇக்
குவளை உண்கண் குய்ப்புகை கமழத்
தான்துழந்து அட்ட தீம்புளிப் பாகர்
இனிதெனக் கணவன் உண்டலின்
நுண்ணிதின் மகிழ்ந்தன்று ஒண்ணுதல் முகனே' (குறுந்.165)

முதன்முதலாகத் தலைவனுக்கு அன்றுதான் சமையல் செய்து படைக்கிறாள் தலைவி. தன்னுடைய காந்தள் பூவைப் போன்ற மெல்லிய விரல்களால் புதிய தயிரைப் பிசைந்து, நழுவிவிடாதபடி உடுத்தியிருக்கிற புதிய பட்டுச் சேலையில் ஈரமான கைகளைத் துடைத்துக் கொண்டே குவளை போன்ற தன் கண்களில் அடுப்பின் புகை படுதலால் கண்ணீர் வருவதையும் பொருட்படுத்தாது தன் அன்பையெல்லாம் குழைத்து மோர்க்குழம்பு செய்து கணவனுக்குப் படைக்கிறாள். புகையின் நாற்றம் அடிக்கும் அந்த இனிய புளிப்பான மோர்க்குழம்பை 'இனிது! இனிது!!' என்று கணவன் உண்கின்றான். இதைப் பார்த்து தலைவியின் முகம் மலர்கிறது. இவ்வாறு அன்பு வாழ்க்கையின் அழியாத காட்சிகள் பலவற்றை எடுத்துக்காட்டும் எழிலோவியமாகக் குறுந்தொகை காட்சியளிக்கிறது.

ஐங்குறுநூறு

ஐந்து திணைகளைப் பற்றியும் ஒவ்வொரு திணைக்கும் நூறு பாடல்களாக மொத்தம் ஐந்நூறு சிறிய பாடல்களைக் கொண்ட நூல் இது. ஒவ்வொரு நூறு பாடல்களையும் ஒரு புலவர் பாடியிருப்பது இதன் சிறப்பாகும்.

குறிஞ்சி - கபிலர்

முல்லை - பேயனார்

மருதம் - ஓரம்போகியார்

நெய்தல் - அம்மூவனார்

பாலை - ஓதலாந்தையார்

ஒவ்வொரு புலவருமே தாம் பாடிய நூறு பாடல்களையும் பத்துத் தலைப்புக்களைக் கொண்ட பத்துப்பத்துப் பாடல்களாகப் பாடியுள்ளது இதன் மற்றொரு சிறப்பாகும். இவை கிழவற்குரைத்த பத்து, செவிலி கூற்றுப்பத்து, வேழற்பத்து, வேட்கைப்பத்து, தோழிக்குரைத்த பத்து, அன்னாய் வாழிப்பத்து, அம்மவாழிப் பத்து, செலவழுங்குவித்த பத்து, இடைச்சுரத்துப்பத்து, பாசறைப்பத்து, பாணன் பத்து என்றின்னவாறு பெயர்களைக் கொண்டுள்ளன. 'ஒரே பொருளை வேறு வேறு முறைகளில் சுவைகுறையா வண்ணம் எப்படிச் சொல்ல முடியும் என்பதற்கு ஐங்குறுநூற்றுப்பாடல்கள் எடுத்துக்காட்டு இலக்கியமாக விளங்குகின்றன' என்று இரா. தண்டாயுதம் (ப. 281- 282) குறிப்பிடுவார். இன்னின்னார் இன்னின்ன பொருள்களில் பாடவேண்டும் என்ற நெறிமுறை சார்ந்த - அமைப்பில் பாடல்களை இயற்றும் பாங்கினை ஐங்குறுநூற்றில் காணமுடிகிறது. இதன் அமைப்புமுறை, சங்கம் என்றதொரு அமைப்பு இருந்ததை வலியுறுத்துகிறது. மிகச்சுருக்கமாக

இக்கால ஹைகூ கவிதைகள் போல சொல்ல வேண்டியதை மட்டும் சொல்லக்கூடிய திறம் பெற்ற பாடல்களாக இவை அமைந்துள்ளன:

'அவரோ வாரார்; தான்வந் தன்றே-
குயிற்பெடை இன்குரல் அகவ
அயிர்க் கேழ் நுண்அறல் நுடங்கும் பொழுதே'- *(ஐங். 341)*

தலைவி உணர்த்த விரும்புவது இதுதான். இளவேனிற் காலத்தில் வருவேன் என்று சொல்லித் தலைவன் பிரிந்து சென்றான். இளவேனிற் காலமும் வந்தது. ஆனால் தலைவன் இன்னும் வரவில்லை. இளவேனில் வந்ததைத் தெரிவிக்குஉம் அடையாளங்களாகக் குயிலின் குரலும், தென்றல் ஆற்று நீரை அலைத்ததால் வரிவரியாக ஏற்படுகின்ற வண்டல் மண் ஒழுங்கும் வந்துவிட்டன. ஆனால் தலைவன் வரும் சுவடு தெரியவில்லை. இவ்வாறே பத்துப்பாடல்களிலும் சொல்லாது சென்ற இளவேனில் வந்துவிட்டதையும், சொல்லிச்சென்ற தலைவன் வராததையும் எண்ணி தலைவி வருந்திப் பாடுவதான அமைப்பினைக் காணமுடியும். இதே போக்கில் அமைந்த ஒரு சில பாடல்கள் வருமாறு:

'அவரோ வாரார்; தான்வந் தன்றே
சுரும்பு களித்து ஆலும் இருஞ்சினைக்
கருங்கால் நுணவங் கமழும் பொழுதே' *(ஐங். 342)*

'அவரோ வாரார்; தான்வந் தன்றே
திணிநிலைக் கோங்கம் பயந்த
அணிமிகு கொழுமுகை உடையும் பொழுதே' *(ஐங். 343)*

இத்தகு அமைப்பிலேயே ஒவ்வொரு பத்தின் பாடல்களும் அமைந்துள்ளன.

நற்றிணை

நற்றிணையைப் பொறுத்தமட்டில் மிக முக்கியமான குறிப்பு, அது பல வரலாற்றுச் செய்திகளை உள்ளடக்கியது என்பதேயாகும். 'நற்றிணையில் வரலாற்றுக் குறிப்புகள்' என்பதுபற்றிப் பல ஆய்வுகள் நிகழ்ந்துள்ளன. இதற்கு நற்றிணை நானூறு என்ற பெயரும் உண்டு. முதற்பொருள், கருப்பொருள், உரிப்பொருள் ஆகிய மூன்றும் அளவாக அமைந்து இன்பத்தை நல்கும் திறமுடைய பாடல்களின் தொகுதியாதலால் இதற்கு நற்றிணை என்று பெயரிடப்பட்டது. பண்டைத் தமிழர்தம் வாழ்வியல் நெறிகளையும் பண்பாட்டினையும் எடுத்துக்காட்டுவதில் இந்நூல் முந்தி நிற்கிறது.

'முந்தை யிருந்து நட்டோர் கொடுப்பின்
நஞ்சும் உண்பர் நனிநாக ரிகர்'

என்ற பாடலடிகள், நண்பர்கள் நஞ்சைக் கொடுத்தாலும் அது அமிழ்து என்று மனமுவந்து அருந்தும் நயத்தக்க நட்புத் திறம் உடையவர்கள் தமிழர்கள் என்ற கருத்தினைப் புலப்படுத்துகின்றன.

'சாதல் அஞ்சேன் அஞ்சுவன் சாவில்
பிறப்புப்பிறி தாகுவது ஆயின்
மறக்குவேன் கொல்என் காதலன் எனவே'

தலைவனிடம் தலைவி சொல்கிறாள், 'நான் சாவதற்கு அஞ்சவில்லை; பிறிகெதற்கு அஞ்சுகின்றேன்? மறுபிறப்பு ஒன்று இருக்குமானால் அப்போது நான் வேறு ஒருவருக்கு மனைவியாகிவிட்டால்? உன்னை மறந்துவிட்டால்...? அதற்காகத்தான் அஞ்சுகின்றேன்!'

'நீரின்றி இந்த உலகம் அமையாது. அதுபோல நீயின்றி நான் இல்லை' என்ற பொருத்தமான உவமையைச் சொல்லித் தனக்கும் அவனுக்கும் உள்ள உறவின் மேன்மையைப் புலப்படுத்துகின்றாள் தலைவி:

'நீரின் றமையா வுலகம் போலத்
தம்மின் றமையா நந்நயந் தருளி

இத்தொகுதியில் உள்ள பாடல்கள் சிலவற்றிற்குப் பாடியவர் பெயர் தெரியவில்லை. எனவே அப்பாடல்களில் இடம்பெற்றுள்ள சிறந்த தொடர்களே அப்பாடல்களைப் பாடிய புலவர்களின் பெயர்களாக அமைகின்றன. தும்பிசேர் கீரனார், தேய்புரிப் பழங்கயிற்றினார், தனிமகனார் போன்ற பெயர்கள் இவ்வாறுஇடப்பட்டவையாகும். நற்றிணைக்குப் பின்னத்தூர் நாராயணசாமி ஐயர் எழுதிய உரை புகழ்பெற்றது.

அகநானூறு

எட்டுத்தொகையில் மிக நீண்ட அடிகளைக் கொண்டது அகநானூற்றுப் பாடல்களாகும். சங்ககால அகத்திணை ஒழுக்கத்தை அறிய விரும்புபவர்கள் அகநானூற்றுப் பாடல்களைப் படித்தால் போதும். அந்த அளவிற்குப் பண்டைத் தமிழர்தம் அக ஒழுகலாறுகள் மிக நேர்த்தியாக அகநானூற்றுப் பாடல்களில் பாடப்பெற்றுள்ளன. 'அகம்' என்ற அடைமொழியே இப்பாடல்களின் சிறப்பினைச் சுட்டுவதற்குப் போதுமானதாகும். இது களிற்றியானை நிரை (120 பாடல்கள்), மணிமிடை பவளம் (180 பாடல்கள்), நித்திலக்கோவை (100 பாடல்கள்) என்று மூன்று பகுதிகளாகப் பகுக்கப்பட்டுள்ளது. இதன் தொகுப்பு முறையிலும் பிற தொகை நூல்களில் காணப்படாத ஒரு ஒழுங்குமுறை பின்பற்றப்பட்டுள்ளது.

பாலைத்திணைப் பாடல்களுக்கு 1,3,5,7,9 என்று ஒற்றைப்படை எண்கள் இடப்பட்டன. குறிஞ்சித்திணைப் பாடல்களுக்கு 2,8 ஆகியவற்றில் முடியும் எண்கள் (2,8,12,18,22,28 ...) தரப்பட்டன. முல்லைத் திணைப்

பாடல்களுக்கு 4 எனும் முடிவெண்கள் (4,14,24,34, ...) தரப்பட்டன. மருதத்திணைப் பாடல்களுக்கு 6ல் முடியும் எண்கள் 6,16,26,36 ....) இடப்பட்டன. பாலைப் பாடல்களுக்கு பூஜ்ஜியத்தில் முடியும் எண்கள் (10,20,30) தரப்பட்டன. இவ்வாறு அகநானூற்றுப் பாடல்களின் வைப்பு முறையில் ஒர் ஒழுங்குமுறை பின்பற்றப்பட்டுள்ளது. இதனால் இப்பாடல்கள், பிற பாடல்களைத் தொகுத்ததினால் ஏற்பட்ட அனுபவத்தின் விளைவாகத் தொகுக்கப்பட்டிருக்கலாம் எனக்கருத இடமுண்டு. இம்முறையினால் அகநானூற்றுப் பாடல்களில் எண்களைக் கொண்டு பாடல்களின் திணையை அறிய புதியமுறை அறிமுகம் செய்யப்பட்டதை அறியலாம்.

பாடல் எண்	திணை	பாடல் எண்	திணை
1 ...	பாலை	6 ...	மருதம்
2 ...	குறிஞ்சி	7 ...	பாலை
3 ...	பாலை	8 ...	குறிஞ்சி
4 ...	முல்லை	9 ...	பாலை
5 ...	பாலை	10 ...	நெய்தல்

இவ்வாறு திணைவாரியாக அமைந்த அகநானூறுப் பாடல்களின் எண்ணிக்கை வருமாறு:

குறிஞ்சி	:	80 பாடல்கள்
முல்லை	:	40 பாடல்கள்
மருதம்	:	40 பாடல்கள்
நெய்தல்	:	40 பாடல்கள்
பாலை	:	200 பாடல்கள்

நற்றிணையைப் போன்றே அகநானூற்றிலும் வரலாற்றுக் குறிப்புகள் பல இடம்பெற்றுள்ளன. தித்தன், நன்னன், பிட்டன், பண்ணன், கோசர், மோரியர், பாரி, காரி, செழியன், அத்தி, கங்கன், கட்டி, புல்லி முதலிய மன்னர்களைப் பற்றிய வரலாற்றுக் குறிப்புகளை அகநானூறு நமக்குத் தருகிறது. பண்டைத் தமிழர்தம் வாழ்க்கை முறைகளையும் பண்பாட்டினையும் விளக்கும் கருவூலமாகவும் அகநானூறு திகழ்கிறது. சான்றாகப் பண்டைக்காலத்தில் திருமணம் எவ்வாறு நிகழ்ந்தது என்பதை 86ம் பாடல் சுவைபட விளக்குகிறது.

பண்டைத் தமிழர் திருமணமும்
கணவன் மனைவி முதல் சந்திப்பும்

'உழுந்து தலைப்பெய்த கொழுங்களி மிதவை
பெருஞ்சோற்று அமலை நிற்ப, நிரைகால்

தண்பெரும் பந்தர்த் தருமணல் ஞெமிரி
மனைவிளக் குறுத்து மாலை தொடரிக்
கனைஇருள் அகன்ற கவின்பெரு காலைக்
கோள்கால் நீங்கிய கொடுவெண் திங்கள்
கேடில் விழுப்புகழ் நீள்தலை வந்தென
உச்சிக் குடத்தர், புத்தகன் மண்டையர்
முன்னவும் பின்னவும் முறைமுறை தரத்தரப்
புதல்வற் பயந்த திதலைஅவ் வயிற்று
வால்இழை மகளிர் நால்வர் கூடிக்
'கற்பின் வழாஅ நற்பல உதவிப்
பெற்றோர் பெட்கும் பிணையை ஆக
நீரொடு சொரிந்த ஈர்இதழ் அலரி
பல்இருங் கதுப்பின் நெல்லொடு தயங்க
வதுவை நன்மணங் கழிந்த பின்றைக்
கல்லென் சும்மையர் ஞெரேரெனப் புகுதந்து
'பேர்இற் கிழத்தி ஆக' எனத் தமர்தர
ஓர்இற் கூடிய உடன்புணர் கங்குல்,
கொடும்புறம் வளைஇக் கோடிக் கலிங்கத்து
ஒடுங்கினன் கிடந்த ஓர்புறம் தழீஇ
முயங்கல் விருப்பொடு முகம்புதை திறப்ப,
அஞ்சினள் உயிர்த்த காலை, யாழநின்
நெஞ்சம் படர்ந்தது எஞ்சாது உரை' என
இன்நகை இருக்கை பின்யான் வினவலின்
செஞ்சூட்டு ஒண்குழை வண்காது துயல்வர
அகம்மலி உவகையள்ஆகி முகன் இருந்து,
ஒய்யென இறைஞ்சி யோளே மாவின்
மடம்கொள் மழைஇய நோக்கின்
ஒடுங்குஈர் ஓதி மாஅ யோளே - அக. 86

அகநானூற்றின் சிறப்பினை அறிஞர் ரா. ராகவையங்கார் பின்வருமாறு குறிப்பிடுகிறார்:

'நற்றிணை, குறுந்தொகை, ஐங்குறுநூறு, கலி, அகம் எனும் ஐந்து நூல்களும் இவ்வின்பப்பகுதியை விளக்கும் அகப்பொருள் பற்றியனவாகும். இவ்வைந்து நூல்களும் அகமேயாக முதல் நான்கற்கும் வேறுவேறு பெயர் கூறி இறுதியொன்றினையே அகம் என்றுபெயரிட்டாண்டது மற்றவற்றிலும் இதற்கு அகப்பொருள் பற்றிய சிறப்பு நோக்கியென்று ஆராயப்படும்:

புறநானூறு

பண்டைத் தமிழர்தம் புற ஒழுக்கம் பற்றிக் கூறும் நானூறு பாடல்கள் அடங்கிய தொகுப்பாதலின் இதற்குப் புறநானூறு என்று

பெயரிடப்பட்டுள்ளது. அகவாழ்க்கை தவிர்ந்த பிற வாழ்க்கை யொழுக்கங்கள் பற்றிக் கூறுவன புறப்பாடல்கள். அதில் போர் ஒழுக்கம் மட்டுமின்றி, அறம், நீதிமுறை, அரசு, அரசியல், ஆட்சியியல் மேலாண்மை, பண்பாடு ஆகிய அனைத்தும் சொல்லப்படுகின்றன. தொல்காப்பியப் புறத்திணை இலக்கணத்திற்கு இலக்கியமாகும் வண்ணம் இப்பாடல்கள் அமைந்துள்ளன. ஒவ்வொரு பாடலுக்கும் திணை, துறைகள் வகுக்கப்பட்டுள்ளன. (திணை என்பது பெரும் பிரிவு; துறை என்பது உட்பிரிவு).

பண்டைத்தமிழர்தம் வரலாற்றையும் பண்பாட்டையும் அறிய உதவும் இலக்கியச் சான்றாகப் புறநானூறு திகழ்கிறது. தமிழ் மன்னர்கள் புலவர்களிடம் கொண்டிருந்த மதிப்பும் நட்பும் இவற்றின் வழிப் புலனாகின்றன. இதற்குச் சான்றாகக் கபிலர் - பாரி, ஔவையார் - அதியமான், கோபப்பெருஞ்சோழன் - பிசிராந்தையார், குமணன் - பெருஞ்சித்திரனார் ஆகியோர் பாடல்களைக் கூறலாம். மன்னர்களிடம் தாம் கொண்டிருந்த நட்பின் ஆழத்தையும் அவர்களது ஆட்சித் திறத்தையும் புறநானூற்றுப் பாடல்களில் புலவர்கள் திறம்பட எடுத்துக் கூறியுள்ளனர். இத்தொகுதியில் உள்ள சில பாடல்கள் தங்களுக்குள் பொருள் இயைபு உடையனவாகவும், நிகழ்ச்சித் தொடர்பு உடையனவாகவும் உள்ளன. இவற்றை இணைத்துப் பார்த்தால் புறநானூற்றுப் பாடல்களுக்குள் பல குறுங்காப்பியங்கள் உள்ளதை அறியலாம். சான்றாகப் பாரி வரலாறு, கோப்பெருஞ்சோழன் வரலாறு, நலங்கிள்ளி - நெடுங்கிள்ளி மோதல்கள், ஔவையார் - அதியமான் உறவு ஆகியவற்றைக் கூறலாம்.

மன்னர்களிடம் தங்களுக்கு இருந்த நட்பின் உரிமையால் அவர்களை இடித்துரைத்து நல்வழிப்படுத்தும் பணியை இப்பாடல்களின் வழி புலவர் பெருமக்கள் செய்துள்ளனர்.

மன்னர்கள் இப்புலவர்களை உயர்வாகப் போற்றினர் என்பதற்குச் சான்றாக மோசிகீரனார் என்ற புலவர் பாடலைக் காட்டலாம். ஒருமுறை சேரமான் தகடூரெறிந்த பெருஞ்சேரல் இரும்பொறையிடம் மோசிகீரனார் பரிசில் பெற வந்தார். நெடுந்தூரம் நடந்து வந்த களைப்பால் அரச முரசம் வைக்கின்ற முரசுக் கட்டில் மீது அறியாது ஏறியப்படுத்து உறங்கிவிட்டார். வினைமேற் சென்றிருந்த மன்னன் திரும்பி வந்தான். அரச முரசம் வைக்கப்படும் புனிதமான கட்டிலில் யாரோ படுத்து உறங்குவதைக் கண்டான். சினம் பொங்க, வாளை உருவிக் கட்டிலின் அருகே வந்த மன்னன் துணுக்குற்றான். அது 'தமிழ் அறிந்த மோசிகீரனார்' என்பதை அறிந்தான். அவன் மனம் குளிர்ந்தது! வாளைப் பிடித்த கை, விசிறியைப் பிடித்தது! புலவர் இனிது உறங்குவதற்காக மன்னன் மயிலிறகால் வீசினான். விழித்துப் பார்த்த

புலவர் வியந்து போனார்: அறியாமல் தான் செய்த தவற்றுக்கு நாணினார். 'தமிழ் அறிந்ததால் அல்லவோ மன்னன் என்னை வாளால் போழாது. போற்றினான்' என்று மன்னனைப் போற்றிப் பாடினார்:

'அறியாது ஏறிய என்னைத் தெறுவர
இருபாற் படுக்கும்நின் வாள்வா யொழிந்ததை
அதூஉஞ் சாலும்நற் றமிழ்முழு தறிதல்' (புற.50)

போரின்போது அறமுறை பிறழாமல் போர்முறைகளைக் கைக்கொள்ளுமாறு புலவர்கள் துணிவுடன் எடுத்துக்கூறிய நிகழ்ச்சிகள் பலவற்றைப் புறநானூற்றுப் பாடல்கள் காட்டுகின்றன. சோழன் குளமுற்றத்துத் துஞ்சிய கிள்ளிவளவனுக்கும் அவன் பகைவன் மலையமானுக்கும் போர் மூண்டது. போரில் மலையமான் மாண்டான். ஆயினும் கிள்ளிவளவனின் சினம் தணியவில்லை. போரில் உயிர் பிழைத்த மலையமானின் சிறு பிள்ளைகள் இருவரை யானையின் காலால் இடற உத்தரவிட்டான். யானையும் வந்தது; சிறுவர்கள் அழுவதை மறந்து தமக்கு எதிரே நிற்கும் யானையைப் பார்த்து வியந்தனர்; மகிழ்ந்தனர்; சிரித்தனர். இந்நிகழ்ச்சி புலவர் கோவூர்கிழார் உள்ளத்தை உருக்கியது. இதன் வாயிலாக அவர் கிள்ளிவளவனுக்கு அறம் உணர்த்த முடிவு செய்தார். கிள்ளிவனவனின் முன்னோர் பெருமைகளை அறிவுறுத்தி, அதன் வாயிலாக இந்தப் பிள்ளைகளை விடுவிக்க எண்ணினார்:

"கிள்ளிவளவனே உன் முன்னோனாகிய சிபிச்சக்கரவர்த்தி ஒரு புறா தன்னைத் தஞ்சம் அடைந்தது என்ற காரணத்திற்காகத் தன்னையே தராகத் தட்டில் ஏற்றியவன். அப்படிப்பட்ட மரபில் வந்த நீ இந்தச் செயலைச் செய்யலாமா? இதோபார், இந்தச் சிறுவர்கள் அழுவதைக் கூட மறந்து யானையைப் பார்த்துச் சிரிக்கிறார்கள். இவர்களைக் கொல்லுவது அறமாகுமா? சொல்வதைச் சொன்னேன். நீ விரும்பியதைச் செய்வாயாக" என்று அவனே எண்ணித் திருத்தும் வண்ணம் அறிவுரை கூறினார். (புற. 46).

அரசர்களது புதல்வர்கள் ஆட்சியுரிமை வேண்டி தம் தந்தையை எதிர்த்து நின்றபோதும் (புற. 213), ஒரு குடியைச் சேர்ந்த இருவர் அரசுரிமைக்காகப் போரிட முனைந்தபோதும் (புற. 45), அண்ணன் அரசுரிமையைத் தம்பி பறித்துக் கொண்ட போதும் (புற. 158) இப்படிப் பல்வேறு சூழல்களில் புலவர் பெருமக்கள் நீதியினை எடுத்துக்கூறி அறத்தை நிலைநாட்டியுள்ளனர்.

புலவர் பெருமக்கள் மட்டுமல்லாது அரசர்களும் (கோப்பெருஞ் சோழன், தலையாலங்கானத்துச் செருவென்ற நெடுஞ்செழியன்), அரசமாதேவியரும் (பெருங்கோப்பெண்டு), அரசுரிமைக்கு உரிய

பெண்டிரும் (பாரி மகளிர்) வள்ளல்களும், படைத்தலைவர்களும் - என்றிவ்வாறு சமுதாயத்தின் பல தரப்பட்ட குடியினரும் பாடிய புறப்பாடல்கள் புறநானூற்றுத் தொகுதியில் இடம்பெற்றுள்ளன. இதனால் புறநானூற்றினை ஒரு சமுதாய இலக்கியம் என்பது முற்றிலும் பொருந்தும்.

உலக மக்களுக்குப் பொதுநிலையில் பல வாழ்க்கை உண்மைகளை எடுத்துக்கூறும் பாடல்கள் புறநானூற்றில் உள்ளன. சான்றாக, 'யாதும் ஊரே யாவரும் கேளிர்' என்று தொடங்கும் பாடலைக் கூறலாம். 'தீதும் நன்றும் பிறந்தர வாரா' என்று அறிவுறுத்துவதும் அந்தப் பாடலேயாகும், 'ஆட்சியாளர்கள் எப்படி இருப்பார்களோ, நில்மும் அவ்வாறே இருக்கும்' என்று 'பொருள்' பொதியப் பாடுகிறார் ஔவையார்!

'எவ்வழி நல்லவர் ஆடவர்
அவ்வழி நல்லை வாழிய நிலனே! (புற.187)

மேலை நாட்டிலிருந்து கிறித்தவ சமயத்தைப் பரப்ப வந்த தமிழறிஞராக மாறிய ஜி.யூ.போப் அவர்களின் நெஞ்சைக் கவர்ந்த இலக்கியங்களுள் புறநானூறும் ஒன்று. இதன் சில பாடல்களை அவர் ஆங்கிலத்தில் மொழிபெயர்ந்துள்ளார்.

புறநானூற்றில் சேர மன்னர்கள் 18 பேரும், சோழ மன்னர்கள் 20 பேரும், பாண்டியர்கள் 13 பேரும், சிற்றரசர்கள் 52 பேரும், பிற தலைவர்கள் 12 பேரும் பாடப்பட்டுள்ளதாக டாக்டர் மா. இராசமாணிக் கனார் குறிப்பிடுகிறார். கி.மு. 1000க்கும் கி.பி. 250க்கும் இடைப்பட்ட நீண்டகாலப் பரப்பில் பாடப்பட்ட இலக்கியமாகப் புறநானூற்றை அவர் கருதுகிறார். (புறநா னூற்றுச் சொற்பொழிவுகள், ப. 153)

பதிற்றுப்பத்து

புறநானூற்றைப் போன்றே பதிற்றுப்பத்தும் புறப்பாடல்களால் ஆன ஒரு தொகுப்பாகும். ஆனால் இது சேர மன்னர்களை மட்டும் பாடுகிறது. வரிசையாக அரசாண்ட பத்துச் சேர மன்னர்களைப் பற்றி ஒவ்வொருவருக்கும் பத்துப் பாடல்களாக நூறு பாடல்கள் கொண்டது இந்நூல். ஆனால் முதற்பத்தும் இறுதிப்பத்தும் போக தற்போது எண்பது பாடல்கள் மட்டுமே கிடைக்கின்றன. சங்க இலக்கியங்களுள் ஒரு குடியின் வரலாற்றை வரிசையாகச் சொல்லும் ஒரே நூல் என்ற பெருமை பதிற்றுப்பத்துக்கு உண்டு. இதன் வாயிலாகச் சேரர் குடியின் வரலாற்றை ஒருவாறு அறியமுடிகிறது. இதனைப் பாடிய புலவர்கள் பிற எட்டுத்தொகைப் பாடல்களில் சில பாடல்களையும் பாடியுள்ளதால் சங்ககால மன்னர் வரலாற்றையும் தமிழக வரலாற்றையும் அறிவதற்கு இந்நூல் பெருந்துணை புரிந்துள்ளது.

பதிற்றுப்பத்துப் பாடல்களுக்குப் பல சிறப்புக்கள் உள்ளன, தொடர்ச்சியாக அமைந்த சேரமன்னர் பரம்பரையைப் பற்றிய பாடல் தொகுப்பு இது என்பது. இதன் முதலாவது சிறப்பு இதன் ஒவ்வொரு பாடலும் அந்தப் பாடலில் இடம்பெற்று வரும் அரிய, சிறந்த தொடரைப் பெயராகப் பெற்றுள்ளது. சான்றாக, இரண்டாம் பத்திலுள்ள பாடல்கள் ஒவ்வொன்றிற்கும், புண்ணுமிழ் குருதி, மறம்வீங்கு பல்புகழ், பூத்தநெய்தல், சான்றோர் மெய்ம்மறை, நிரைய வெள்ளம், துயிலின் பாயல், வலம்படு வியன்பனை, வளனறு பைதிரம், அட்டுமலர் மார்பன் என்று பெயர்கள் தரப்பட்டுள்ளன. இவ்வாறே ஒவ்வொரு பத்திலுள்ள பாடல்களும் சிறப்புத் தொடர்களால் பெயர் பெற்றுள்ளன. பதிற்றுப்பத்தின் இன்னுமொரு சிறப்பு ஒவ்வொரு பாடலுக்கும் திணை, துறை ஆகிய குறிப்புகளோடு, வண்ணம், தூக்கு ஆகிய குறிப்புக்களும் வகுக்கப்பட்டுள்ளன. வண்ணம் என்பது 'எப்படிப்பட்ட எழுத்துக்களால் அப்பாடல் இயற்றப்பட்டுள்ளது' என்பதைக் குறிப்பதாகும். தூக்கு என்பது 'அப்பாடலைப் பாடுவதற்குரிய இசை'யைப் பற்றிய குறிப்பாகும்.

எ.டு:

வண்ணம் : ஒழுகுவண்ணம், சொற்சீர் வண்ணம்

தூக்கு : செந்தூக்கும் வஞ்சித்தூக்கும்

பதிற்றுப்பத்தின் மற்றொரு சிறப்பு, அரசரோடு அவர்தம் தேவியரும் இப்பாடல்களில் இணைத்துப் போற்றப்பட்டுள்ளதாகும். அரசரோடு அவர்தம் தேவியரும் இணைந்து காட்சிதரும் அழகைப் பதிற்றுப்பத்துப் புலவர்கள் பலபடப் புகழ்கின்றனர். அரசர்தம் புகழுக்கு அவர்தம் தேவியரே காரணமாகின்றனர் என்று பாடும் அளவிற்கு இப்பாடல்க்ளில் பெண்மை போற்றப்பட்டுள்ளது:

எ.டு:

"காமர் கடவுளும் ஆளும் கற்பில்
சேணாறு நறுநுதல் சேயிழை கணவ" - பதிற். 65

"பெண்மை சான்று பெருமடம் நிலைஇக்
கற்பிறை கொண்ட கமழுஞ் சுடர்நுதற்
புரையோற் கணவ' - பதிற்.70

இதனை நோக்குமிடத்து சேரர் அரசமைப்பில் தாய்வழி உரிமையே போற்றப்பட்டது எனலாம். இதனை அடிப்படையாகக் கொண்டு 'சேரர் தாய முறை' என்ற ஆய்வு நூலை நாவலர் சோமசுந்தர பாரதியார் எழுதியுள்ளார்.

ஒவ்வொரு பத்தின் இறுதியிலும் அப்பாட்டின் வரலாறு கூறும் பதிகம் காணப்படுகிறது. இதில் ஒவ்வொரு பத்தையும் பாடிய புலவர்

பெயர், பாடல் பெற்ற மன்னன், அம்மன்னனது பெற்றோர், அவன் சிறப்பு, பாடியதற்குப் புலவர் பெற்ற பரிசில், அவன் அரசாட்சி செய்த ஆண்டுக்காலம் ஆகியவை குறிப்பிடப்படுகின்றன.

அட்டவணை - 5
பதிற்றுப்பத்து பாடியோரும் பாடப்பெற்றோரும்

பத்து	பாடியோர்	பாடப்பெற்றோர்
முதற்பத்து	—	—
இரண்டாவது பத்து	குமட்டூர்க் கண்ணனார்	இமயவரம்பன் நெடுஞ்சேரலாதன்
மூன்றாம் பத்து	பாலைக் கௌதமனார்	பல்யானை செல்கெழு குட்டுவன்
நான்காம் பத்து	காப்பியாற்றுக் காப்பியனார்	களங்காய்க்கண்ணி நார் முடிச்சேரல்
ஐந்தாம் பத்து	பரணர்	கடற்பிறக்கோட்டிய செங்குட்டுவன்
ஆறாம் பத்து	காக்கைபாடினியார்	ஆடுகோட்பாட்டுச் சேரலாதன்
ஏழாம் பத்து	கபிலர்	செல்வக்கடுங்கோ வாழியாதன்
எட்டாம் பத்து	அரிசில்கிழார்	தகடூர்எறிந்த பெருஞ்சேரல் இரும்பொறை
ஒன்பதாம் பத்து	பெருங்குன்றூர்கிழார்	இளஞ்சேரல் இரும்பொறை
பத்தாம் பத்து	—	—

பரிபாடல்

பரிபாடல் என்பது இசையினால் பெயர்பெற்ற பாடல் தொகுதி. பழந்தமிழ்ப் பாடல்கள் ஆசிரியம், வஞ்சி, கலி, பரி ஆகிய யாப்புக்களால் ஆக்கப் பெற்றிருந்தன. பெரும்பாலான சங்கப்பாடல்கள் ஆசிரியம் என்ற பாவகையிலேயே பாடப்பட்டது. சில பாடல்களின் இடையிடையே வஞ்சிப்பா அடிகள் கலந்து வருவதுண்டு. கலித்தொகையும் பரிபாடலும் முறையே கலிப்பாவாலும், பரிபாவாலும் பாடப்பட்ட பாடல்கள் ஆகும். எட்டுத்தொகையில் மிக நீண்ட அடியளவுகொண்ட பாடல்கள் பரிபாடலில் உள்ளன. இதன் மிகக் குறைந்த அடியளவு 25 ஆகும்; மிக நீண்ட அடியளவு 140 ஆகும். இப்பாடல்கள் திருமால், செவ்வேள் (முருகன்) ஆகிய கடவுளரையும் வையை யாற்றையும் போற்றிப்பாடும் பாடல்களாக அமைந்துள்ளன. இவற்றின் இடையிடையே அகச்சுவை விரவிக் காணப்படுகிறது. இது 70 பாடல்களால் ஆக்கப்பட்ட ஒரு தொகுப்பாகும்.

திருமால் பற்றியவை	:	8 பாடல்கள்
செவ்வேள் பற்றியவை	:	31 பாடல்கள்
வையை பற்றியவை	:	26 பாடல்கள்

மதுரை பற்றியவை	:	4 பாடல்கள்
காளி பற்றியது	:	1 பாடல்
மொத்தம்	:	70 பாடல்கள்

தமிழர்தம் கவனக்குறைவால் அழிந்தவைபோக தற்போது 22 பாடல்களே எஞ்சியுள்ளன (திருமால்: 6, செவ்வேள்: 8, வையை: 8)

பதிற்றுப்பத்தைப் போன்றே இத்தொகுதியில் உள்ள பாடல்களுக்கும் சில சிறப்புக் குறிப்புகள் காணப்படுகின்றன. அவையாவன: பாடலாசிரியர் பெயர், பாடலுக்குப் பண் வகுத்தவர் பெயர், பாடலின் பண். இது சொற்சுவை, பொருட்சுவைகளில் சிறந்து பொருள்களின் இயற்கை அழகினை நன்கு தெரிவிப்பது. மதுரை, வையையாறு, திருமருதந்துறை, திருப்பரங்குன்றம், திருமாலிருஞ்சோலை மலை (அழகர் கோவில்) ஆகியவற்றின் பண்டைக்கால நிலைகளும், அக்கால நாகரிக முறைகளையும், வைதீக ஒழுக்கங்களையும், தெய்வ வழிபாட்டு முறை களையும், பிற பழக்க வழக்கங்களையும் தமிழ்நாட்டின் வரலாறுகள் சிலவற்றையும் செவ்வேன தெரிந்து கொள்வதற்குக் கருவியாக உள்ளது' என்று இந்நூலின் சிறப்பினை டாக்டர் உ.வே. சாமிநாதையர் வெளிப்படுத்தியுள்ளார். (பரி. பதிப்பு முன்னுரை ப. 8) இப்பாடல் 'ஓங்கு பரிபாடல்' என அழைக்கப்பட்ட சிறப்பு இதனால் புலனாகும்.

இந்நூல் முழுவதற்கும் பரிமேலழகரின் பழைய உரை ஒன்று உள்ளது. கடவுளைப் பற்றிய பாடற்பகுதிகள் பல, போற்றிப் பரவுதற்குரிய பனுவல் பகுதிகளாக விளங்குகின்றன. இதற்குச் சான்றாகத் திருமாலைப் போற்றிப் பரவும் பின்வரும் பகுதியைக் காட்டலாம்:

'விறல்மிகு விழுச்சீர் அந்தணர் காக்கும்
அறனும் ஆர்வலர்க்கு அருளும் நீ;
திறனியோர்த் திருத்திய தீதுதீர் கொள்கை
மறனும் மாற்றலர்க்கு அணங்கும் நீ;
அங்கண் வானத்து அணிநிலாத் திகழ்தரும்
திங்களும் தெறுகதிர்க் கனலியும் நீ;
ஐந்தலை உயரிய அணங்குடை அழுந்திறல்
மைந்துடை ஒருவனும் மடங்கலும் நீ;
ஐந்தலை உயரிய அணங்குடை அழுந்திறல்
மைந்துடை ஒருவனும் மடங்கலும் நீ;
நலம்முழுது அளைஇய புகரறு காட்சிப்
புலமும் பூவனும் நாற்றமும் நீ;
வலனுயர் எழிலியும் மாக விசும்பும்
நிலனும் நீடிய இமயமும் நீ' *(பரி.1: 40- 51)*

பரிபாடல் என்பது அகமும் புறமும் விரவிப் பாடப்பெற்ற இலக்கியவகை என்றும், இத்தகுப் பரிபாடல்கள் சங்க காலத்திலும் அதற்கு முன்பும் பல இருந்தன என்றும் முச்சங்கங்களின் வரலாற்றைக் குறிப்பிடும் இறையனார் களவியல் உரையின் வாயிலாக அறிகிறோம். தொன்மக் (புராணக்) குறிப்புகள் பல பரிபாடலில் காணப்படுகின்றன.

அகப்பொருளோடு பக்திப் பொருளைத் தொடர்புபடுத்திப் பாடுவது பரிபாடலின் மற்றுமொரு சிறப்பாகும். சான்றாக, பரி 14 ஆம் பாடலில் "பருவம் கண்டறிந்த தலைமகள் கேட்ப, முருகவேளைப் பரவுவாளாய், இப்பருவத்தே தலைமகன் வருமென்பதுபடத் தோழி வற்புறுத்தியது" என்ற துறைக்குறிப்பைக் காட்டலாம். 'அகப்பொருளை உணராதவர்கள், தமிழை உணராதவர்கள், தமிழை உணராதவர்கள் இறைவனை உணராதவர்கள்' என்று தமிழை அகமரபோடும், சமய மரபோடும் இணைத்துக்காணும் திறம் பரிபாடலில் காணப்படுகிறது:

'நான்மறை விரித்து நல்லிசை விளிக்கும்
வாய்மொழிப் புலவீர்! கேண்மின் சிறந்தது!
காதற் காமம் காமத்துச் சிறந்தது;
விருப்போர் ஒத்து மெய்யுறு புணர்ச்சி;
புலத்தலின் சிறந்தது கற்பே....
....
... . இத்
தள்ளாப் பொருள்இயல்பின் தண்தமிழ்ஆய் வந்திலார்
கொள்ளார்இக் குன்று பயன் (பரி: 9-12-26)

என்று தமிழர் வாழ்வியல் மரபுகளோடு சமயத்தை இணைத்துப் பாடுகிறது பரிபாடல்.

கலித்தொகை

பாவினால் பெயர் பெற்ற எட்டுத்தொகை நூல்களுள் கலித்தொகையும் ஒன்றாகும். கலித்தொகைப்பாடல்கள் கலிப்பாவினால் இயற்றப்பட்டவை. இப்பாடல்களுக்குக் 'கற்றோர் ஏத்தும் கலி' என்ற சிறப்பு உண்டு. அகப்பாடல்களைப் பாடுவதற்குக் கலிப்பாவே சிறந்தது என்பது தொல்காப்பியர் கருத்து. கலிப்பா என்பது உரையாடல் கலந்த நாடகப்பாடல் போல அமைவது. ஒருவர் வினாத் தொடுக்க, மற்றவர் பதிலிறுக்க, வினாவும் விடையுமாக அமைவது இப்பாடல்களின் இயல்பு. இப்பாடல்களில் ஒன்றற்கு மேற்பட்ட மாந்தர்கள் இடம்பெறுவதாலும், கூற்று முறையில் இவை அமைந்திருப்பதாலும் இவற்றை நாடகப் பண்புகளை மிகுதியாகக் கொண்ட பாடல்கள் என்பர். கிரேக்க இலக்கியத்தில் காணப்படும் குழுப்பாடல்களைப் (Choral song) போன்ற அமைப்புடையன இக்கலித்தொகை பாடல்கள்.

கலித்தொகையில் இடம்பெற்றுள்ள முல்லைக்கலியையும், பாலைக்கலியையும் மன்னர் இருவர் பாடியுள்ளனர். அகம் பற்றிய பாடலாயினும், கலித்தொகை வாழ்க்கை உண்மைகள் பலவற்றை எடுத்துச் சொல்வதில் பிற அகப்பாடல்களை விஞ்சி நிற்கிறது.

'ஆற்றுதல் என்பது ஒன்றுஅலந்தவர்க்கு உதவுதல்
போற்றுதல் என்பது புணர்ந்தாரைப் பிரியாமை
பண்பெனப் படுவது பாடறிந்து ஒழுகுதல்
அறிவெனப் படுவது பேதையர் சொல் நோன்றல்
செறிவெனப் படுவது கூறியது மறாஅமை
நிறையெனப் படுவது மறைபிறர் அறியாமை
முறையெனப் படுவது கண்ணாடாது ஊர்வெளவல்
பொறையெனப் படுவது போற்றாரைப் பொறுத்தல்' - *கலித். 133*

சரியான விளக்கம் தரமுடியாத நுண்ணிய பண்புகளுக்கு மேற்சுட்டிய பாடற்பகுதி விளக்கம் தருவதாக அமைந்துள்ளமை கவனிக்கத்தக்கது. இவ்வாறு நறுக்குத் தெறிந்தாற்போன்ற சொல் விளக்கங்களும், பண்பு விளக்கங்களும் கலித்தொகையில் இடம்பெற்றுள்ளன. சரியான வழியில் சேர்க்கப்படாத செல்வம் நிலைத்து நிற்காமல் இம்மைக்கும் மறுமைக்கும் பகையாகும் என்பதை,

'செம்மையின் இகந்து ஓரீஇப் பொருள்செய்வார்க்கு அப்பொருள்
இம்மையும் மறுமையும் பகையாவது அறியாயோ' - *கலித். 14*

என்ற அடிகள் உணர்த்துகின்றன.

தலைவனுக்குத் தலைவியும், தலைவிக்குத் தலைவனும் எவ்வளவு இன்றியமையாதவர்கள் என்பதையும், தலைவன் - தலைவி உறவு எப்படிப்பட்டது என்பதையும் சிறப்பான உவமைகள் வாயிலாகக் கலித்தொகைப் பாடல்கள் எடுத்துக்காட்டுகின்றன. "மலையில் சந்தனம் பிறக்கிறது; அதனால் சந்தனத்திற்கு என்ன பயன்? சந்தனம் யாரோ ஒருவருடைய மார்பில் அல்லவா கமழ்கிறது! முத்து கடலில் பிறக்கிறது; அதனால் கடலுக்கு என்ன பயன்? அது யாரோ ஒருவருடைய கழுத்தில் அல்லவா தவழ்கிறது! யாழில் இசை பிறக்கிறது; அதனால் யாருக்கு என்ன பயன்? அது இசைப்பவருக்கு அல்லவா இன்பத்தைத் தருகிறது! அதுபோலவே உன்னிடத்தில் பிறந்தவள்தான் உன் மகள். ஆனால் அவள் உனக்கு எந்த வகையில் பயனுடையவள் ஆவாள்? அவள் தலைவனுடன் இணையப் போவதுதான் இயற்கை. எனவே வருந்தாதே. அவள் தலைவனுடன் உடன்போக்கு மேற்கொண்டாள் என எண்ணிக் கலங்காதே" என்று தலைவனுடன் உடன்போக்கு மேற்கொண்ட தலைவியைத் தேடிச் செல்லும் தாய்க்கு வழியிடைச் செல்வோர் அறிவுரையும் ஆறுதல் மொழியும் தருகின்றனர்.

கலிப்பாவின் அமைப்பில் தரவு, தாழிசை, சுரிதகம் ஆகிய மூன்று பகுதிகளைக் காண்கிறோம். இவை சரணம், அனுபல்லவி, பல்லவி

என்ற பிற்காலப் பாடற்கூறுகளோடு ஒப்புநோக்கத்தக்கவையாகும். இவற்றை எடுப்பு, தொடுப்பு, முடிப்பு என்றும் கூறலாம். எடுப்பு என்ற தொடக்கப் பகுதியில் ஒரு சிக்கலுக்கான களம் உருவாக்கப்படுகிறது; தொடுப்பு என்ற மையப் பகுதியில் சிக்கல் விளக்கப்படுகிறது; முடிப்பு என்ற இறுதிப் பகுதியில் சிக்கல் தீர்கிறது.

கலித்தொகையில் உள்ள ஒவ்வொரு பாடலின் இறுதியிலும் துறைக் குறிப்புப்பகுதி அமைந்துள்ளது. இது தொல்காப்பிய அகத்துறைகளுக்கு விளக்கம் தரும் பகுதிகளாகவும், தொல்காப்பிய அக இலக்கணத்திற்குச் சான்று தரும் பகுதிகளாகவும் விரிவு பெற்றுள்ளன.

எ-டு:

> *'தமர் வரைவு மறுத்துழித் தோழி தாயர்க்கு அறத்தொடு நிற்ப, அவள் நற்றாய்க்கு அறத்தொடுநிற்ப, அவள் தன்னையர் முதலியோர்க்கு அறத்தொடு நிற்ப, அவரும் ஒருவாற்றான் உடன்பட்டமை தோழி தலைவனுக்குக் கூறித் தானும் அவளும் வரைவு கடிதின் முடிதற்பொருட்டு வரையுறை தெய்வத்திற்குக் குரவை யாட அவன் வரைய வருகின்றமை தலைவர்க்கு உரைத்தது.'*

என்று நீண்ட துறை விளக்கப்பகுதி கலித்தொகை 39ஆம் பாடலுக்கு எழுதப் பெற்றுள்ளது. இவ்வாறே பிற கலித்தொகைப் பாடல்களும் விரிவான துறை விளக்கங்களைப் பெற்றுள்ளன. பிற அகப்பாடல்களில் 'அறத்தொடு நிற்றல்' என்று மட்டுமே குறிப்பிடப்படும் இத்துறை, அதன் ஆழமும் அகலமும் புலப்படுமாறு கலித்தொகையில் விளக்கம் பெற்றுள்ளது.

இத்தொகுதியில் ஐந்து திணைகளும் பாடப்பெற்றுள்ளன. இந்த ஐந்து திணைகளையும் ஐந்து புலவர்கள் பாடியுள்ளனர். எனவே இத்தொகுதியின் பாடல்கள் வைப்பு முறையிலும் ஒரு ஒழுங்குமுறை காணப்படுவது கவனிக்கத்தக்கதாகும். கலித்தொகையில் மொத்தம் 150 பாடல்கள் பின்வருமாறு தொகுப்பட்டுள்ளன:

அட்டவணை 6

கலித்தொகை பாடியோரும் பாடல் எண்ணிக்கையும்

திணை	பாடிய புலவர்	பாடல் எண்ணிக்கை
குறிஞ்சி	கபிலர்	29
முல்லை	சோழன் நல்லுருத்திரன்	17
மருதம்	மருதளினநாகனார்	35
நெய்தல்	நல்லந்துவனார்	33
பாலை	பெருங்கடுங்கோன்	35

பத்துப்பாட்டு

எட்டுத்தொகையைப் போன்ற பிறிதொரு சங்க இலக்கியத் தொகுப்பு நூல் பத்துப்பாட்டு என்பதாகும். இது பத்து நீண்ட பாடல்களின் தொகுப்பாக அமைந்துள்ளது. இப்பாடல்களின் விவரம் வருமாறு:

அட்டவணை 7

பத்துப்பாட்டு பாடியோரும் பாடப்பெற்றோரும்

நூற்பெயர்	பாடியவர்	பாடப்பெற்றவர்	அடி எண்ணிக்கை
திருமுருகாற்றுப்படை (புலவராற்றுப்படை)	நக்கீரர்	முருகவேள்	317
சிறுபாணாற்றுப்படை	இடைக்கழிநாட்டு நல்லூர்நத்தத்தனார்	ஓய்மாநாட்டு நல்லியக்கோடன்	269
பெரும்பாணாற்றுப்படை	கடியலூர் உருத்திரங் கண்ணனார்	தொண்டைமான் இளந்திரையன்	500
பொருநராற்றுப்படை	முடத்தாமக் கண்ணியார்	கரிகாற் பெருவளத்தான்	248
கூத்தராற்றுப்படை (மலைபடுகடாம்)	இரணியமுட்டத்துப் பெருங்குன்றூர் பெருங்கௌசிகனார்	நன்னன் சேய் நன்னன்	583
குறிஞ்சிப்பாட்டு	கபிலர்	-	261
முல்லைப்பாட்டு	நப்பூதனார்	-	103
மதுரைக்காஞ்சி	மாங்குடி மருதனார்	பாண்டியன் தலையாலங் கானத்துச் செருவென்ற நெடுஞ்செழியன்	782
பட்டினப்பாலை	கடியலூர்உருத்திரங் கண்ணனார்	கரிகாற் பெருவளத்தான்	301
நெடுநல்வாடை	நக்கீரர்	பாண்டியன் தலையாலங் கானத்துச் செருவென்ற நெடுஞ்செழியன்	188

இவை தனித்தனி நீண்ட பாடல்களாக அமைந்திருந்தாலும், தம்மளவில் தனித்தனி நூல்களாகக் கருதத்தகும் தகுதியை உடையவையாகும். பாடல்களின் தொடக்கம், முடிவு, பாடலின் போக்கு, வருணனைகள், வரலாற்றுச் செய்திகள் பண்டைத் தமிழர்தம் பழக்கவழக்கங்கள், நில இயல்புகள், பொழுது வருணனைகள், ஆட்சிச்சிறப்பு, போர்த்திறம், அருட்சிறப்பு, கொடைப்பண்பு யாவற்றிலும் சிறந்து விளங்கும் பெற்றியதாக சுவைப்பார்க்கு இவை இன்பம் செய்கின்றன.

பாட்டு எனும் இலக்கிய வகைக்கு, இப்பத்துப்பாட்டினையே முன்மாதிரியாகக் கொண்டு இலக்கணம் வகுக்கப்பட்டது என்று அறிஞர் கூறுவர். 'பாவகையினால் பாட்டிற்குச் சிறப்பா, அல்லது பாடப்பட்ட முறையினால் பாவகைக்குச் சிறப்பா என்று பிரித்தறியமுடியாத நிலையில் பாவகையும் பொருளும் உணர்த்தும் முறையும் பத்துப்பாட்டுப் பாடல்களில் பின்னிப் பிணைந்திருப்பதனால் பிற்காலத்தில் இதற்கு இலக்கணம் வகுத்தோர் பத்துப்பாட்டையே முன்மாதிரியாக கொண்டு இலக்கணம் வகுத்து விட்டனர்' என்று அறிஞர் இரா.தண்டாயுதம் (பத்துப்பாட்டு, ப.13) குறிப்பிடுவார்.

மனோன்மணியம் நாடகத்தை எழுதிய பேராசிரியர் சுந்தரம் பிள்ளை,

> 'பத்துப்பாட் டாதிமனம் பற்றினார் பற்றுவரோ
> எத்துணையும் பொருட்கு இசையும் இலக்கணமில் கற்பனையே"
>
> -மனோண்.பாயி.10

என்று பத்துப்பாட்டின் சிறப்பினைப் பாராட்டியுள்ளார்.

பத்துப்பாட்டுத் தொகுதியில் உள்ள பாட்டுக்கள் எவை என்பதைத் தெரிவிக்கும் பழைய செய்யுள் வருமாறு:

> 'முருகு பொருநாறு பாணிரண்டு முல்லை
> பெருகு வளமதுரைக் காஞ்சி - மருவினிய
> கோலநெடு நல்வாடை கோல்குறிஞ்சிப் பட்டினப்
> பாலை கடாத்தொடும் பத்து'

பத்துப்பாட்டு, முல்லைப்பாட்டு, குறிஞ்சிப்பாட்டு, பட்டினப்பாலை என்பவை அகப்பொருள் பற்றியவை. மற்ற ஏழு பாட்டுக்களில் திருமுருகாற்றுப்படை, சிறுபாணாற்றுப்படை, பெரும்பாணாற்றுப்படை, பொருநராற்றுப்படை, மலைபடுகடாம் என்பன ஆற்றுப்படைப் பாட்டுக்களாகும். மதுரைக்காஞ்சி, நிலையாமையின் சிறப்பினை எடுத்துக்கூறி, வாழ்நாட்கள் வரையறுக்கப்பட்டுள்ளதால் அதனை வீணாள் ஆக்காமல், அறமும் இன்பமும் செய்து வாழ வேண்டும்'

என்று அறிவுறுத்துவதாக அமைந்துள்ளது. நெடுநல்வாடை; 'அகமா, புறமா?' என்ற ஐயத்திற்கு வழிகோலியுள்ளது.

திருமுருகாற்றுப்படை

பத்துப்பாட்டின் முதற்பாட்டாக இது அமைந்துள்ளது. பத்துப்பாட்டைத் தொகுத்தவர் இதனைக் கடவுள் வாழ்த்துப் போலக் கருதி நூலின் முதற்பாடலாக வைத்திருக்கக்கூடும். திருப்பரங்குன்றத்தில் வீற்றிருக்கும் முருகவேளை இப்பாடலில் நக்கீரர் போற்றிப் பாட்டியுள்ளார்.

> **'கூத்தரும் பாணரும் பொருநரும் விறலியும்**
> **ஆற்றிடைக் காட்சி உறழத் தோன்றி**
> **பெற்ற பெருவளம் பெறாஅர்க்கு அறிவுறீஇச்**
> **சென்ற பயனெதிரச் சொன்ன பக்கமும்'**

என்பது தொல்காப்பியம் கூறும் ஆற்றுப்படையின் இலக்கணமாகும். வள்ளல் ஒருவனிடம் பரிசில் பெற்றுத் திரும்புகின்ற கூத்தரோ, பாணரோ, பொருநரோ, விறலியோ தம்மை எதிர்ப்படுகின்ற வறிய நிலையில் உள்ள கூத்தருக்கோ, பாணருக்கோ, பொருநருக்கோ, விறலியருக்கோ தான் பெற்ற பரிசில் வளத்தை எடுத்துக்கூறி, 'இன்னவாறு சென்றால், வள்ளலிடம் நாங்கள் பெற்றது போல நீயும் விரும்பும் பரிசில் பெற்று வளமும் நலமும் அடையலாம்' என்று ஆற்றுப்படுத்துவது ஆற்றுப்படை இலக்கியம் எனப்படுகிறது. ஆறு என்பது வழி. எனவே ஆற்றுப்படுத்துவது என்பது 'வழிகாட்டுதல்' எனப் பொருள்படுகிறது.

இறைவனின் அருளைப் பெற்ற அடியவர் ஒருவர், அதைப் பெற விழையும் மற்றொரு அடியவரை இறைவனிடம் ஆற்றுப்படுத்திப் பாடுவதாக திருமுருகாற்றுப்படை அமைந்துள்ளது.

> **'சேவடி படரும் செம்மல் உள்ளமொடு**
> **நலம்புரிக் கொள்கை புலம்பிரிந்து உறையும்**
> **செலவுநீ நயந்தனை ஆயின் பலவுடன்**
> **நன்னர் நெஞ்சத்து இன்னசை வாய்ப்ப**
> **இன்னே பெறுதிநீ முன்னிய வினையே'** - திருமுரு. 62 - 66

என்று பாடலின் நோக்கம் புலப்படுத்தப்படுகிறது. "நீ இறைவனைத் தொழுது வணங்கி நின்றால், அவன் உன்முன் அன்போடு தோன்றிப் பெறலரும் பரிசில் நல்குவான்" என்று நக்கீரர் அடியவரை ஆற்றுப் படுத்துகிறார்:

> **'அஞ்சல் ஓம்புமதி அறிவல்நின் வரவு' என**
> **அன்புடை நன்மொழி அளைஇ, விளிவின்று**

இருநிற முந்நீர் வளைஇய உலகத்து
ஒருநீ ஆகித் தோன்ற விழுமிய
பெறலரும் பரிசில் நல்குமதி' - திருமுரு. 387 - 295

இப்பாடலில் முருகன் உறையும் ஆறு திருத்தலங்களின் சிறப்பு அழகுறப் பாடப்பட்டுள்ளது. திருப்பரங்குன்றத்தில் அவன் விருப்போடு வாழ்வதையும், திருச்சீரலைவாயில் அமர்ந்து அடியவர்க்கு அருள்புரிவதையும், திருவாவிநன்குடியில் அடியவர் பலர் அவனை வழிபடுவதையும், திருவேரகத்தில் அருமறை அந்தணர் அவனை வணங்குவதையும், குன்றுகள் தோறும் அவன் வழிபாடு நிகழ்வதையும், பழமுதிர்ச் சோலையில் பலருங்காண அவன் தலைவனாக வீற்றிருப் பதையும் திருமுருகாற்றுப்படை தெய்வ நலமும் இலக்கிய நலமும் கலந்து கனிந்து கமழ உயிரோவியங்களாகத் தீட்டிக் காட்டுகின்றது' என்பார் அறிஞர். இரா.தண்டாயுதம் (பத்துப்பாட்டு, பக்.44-45)

பொருநராற்றுப்படை

பொருநர் என்போர் ஏர்க்களம் பாடுவோர், போர்க்களம் பாடுவோர் என இருவகைப்படுவர். உழவுத் தொழில் தொடங்கும் போதும், பொன்னேர்பூட்டும் விழாவின்போதும், பிற உழுதொழில் சடங்குகளின் போதும் வாழ்த்திப் பாடுபவர்கள் ஏர்க்களம் பாடுநர் ஆவர். ஏர்க்களத் தொழிலோடு ஒப்ப வைத்துக் கருதப்படுகின்ற போர்க்களத்தில் மன்னனின் வெற்றியை வாழ்த்திப் பாடுவோர் போர்க்களப் பொருநராவர். இப்பாடலில் கரிகாற் பெருவளத்தானின் போர்க்கள வெற்றியை முடத்தாமக் கண்ணியார் சிறப்பித்துப் பாடியுள்ளார். இதற்கு ஆற்றுப்படை இலக்கிய மரபினை ஓர் உத்தியாக அவர் கையாண்டுள்ளார். 'வெற்றி தரும் சிறப்பினை உடைய கரிகால்வளவனைக் காணச் சென்றால், நான் பெற்றதுபோல் நீயும் வளமும் நலமும் பெறலாம்' என்று பொருநன் ஒருவனை மற்றொரு பொருநன் ஆற்றுப்படுத்துவதாக இப்பாடல் அமைந்துள்ளது. கரிகால்வளவன் தாயம் எய்திய வரலாறு, அவனது வெண்ணிப்போர் வெற்றி, கொடைச்சிறப்பு, நாட்டுச்சிறப்பு ஆகியன இப்பாடலில் சிறப்பித்துப் பாடப்படுகின்றன.

'உருவப் பஃறேர் இளையோன் சிறுவன்
முருகச் சீற்றத்து உருகெழு குரிசில்
தாய்வயிற் றிருந்து தாயம் எய்தி' - பொருந. 130 - 132

என்பது அவன் அரசாட்சி எய்திய சிறப்பினைச் சுட்டும் பகுதியாகும்.

'இருபெரும் வேந்தரும் ஒருகளத்து அவிய
வெண்ணித் தாக்கிய வெருவரு நோன்தாள்
கண்ணார் கண்ணிக் கரிகால் வளவன்' - பொருந. 146 - 148

என்பது அவனது வெண்ணிப் பறந்தலை வெற்றியைச் சிறப்பிக்கும் பகுதி.

'... முதியோர்
அவைபுகு பொழுதிற்றம் பகைமுரண் செலவும்'

- பொருந.187-188

என்பது அவன் முதியவனாக வேடமிட்டு வந்து நீதி சொன்ன ஆட்சிச் சிறப்பினைச் சுட்டுகிறது.

பொருநனுடன் வருகின்ற பாடினியின் முடி முதல் அடிவரையிலான கேசாதிபாத வருணனை மிக அழகாக இதில் சொல்லப்பட்டுள்ளது. யாழின் வருணனையும், யாழின் ஒவ்வொரு உறுப்புக்களைப் பற்றிய நுண்ணிய விளக்கமும் சங்கத்தமிழர் தம் இசையறிவுக்குச் சான்றுகளாய் விளங்குகின்றன. இப்படிப்பட்ட யாழிலிருந்து எழும் இசை, பாலை நிலத்தில் செல்வோரின் உயிரையும் கொல்லுகின்ற சினம் கொண்ட ஆறலைக் கள்வரும் தம் தொழிலை மறந்திருக்கச் செய்யும் திறம் வாய்ந்தது என்று போற்றப்படுகிறது:

'ஆறலைக் கள்வர் படைவிட அருளின்
மாறுதலை பெயர்க்கும் மருவுஇன் பாலை'

- பொருந.21-22

மன்னனாக இருந்தாலும் கரிகால்வளவன் விருந்தோம்பும் பண்பில் சிறந்து விளங்குபவன் என்பதை இப்பாடல் இனிதே காட்டுகிறது.

சிறுபாணாற்றுப்படை

பாணர்களில் சிறுபாணர், பெரும்பாணர் என்று இரு பிரிவினர் இருந்தனர். சிறிய யாழை, (சீறியாழ்) இசைப்பவர்கள் சிறுபாணர். பெரிய யாழை (பேரியாழ்) இசைப்பவர்கள் பெரும்பாணர். இவர்களுள் சிறிய யாழை மீட்டிப் பாடும் பாணர்களை ஆற்றுப்படுத்திப் பாடப் பட்டது சிறுபாணாற்றுப்படை. இந்நூலிலேயே இதற்கான குறிப்பைக் காணமுடிகிறது:

'இன்குரற் சீறியாழ் இடவயிற் றழீஇ' (சிறுபா.35)

இதன் பாடல் தலைவன் நல்லியக் கோடன் என்னும் குறுநில மன்னன். ஆனாலும் அவன் கொடைத்திறம் மூவேந்தர்களையும் கடையெழு வள்ளல்களையும் விஞ்சியது என்று இதன் ஆசிரியர் நத்தத்தனார் விரிவாகவும் செறிவாகவும் பாடியுள்ளார்:

'வருபுனல் வாயில் வஞ்சியும் வறிதே...' (சிறுபா.50)
'மகிழ்நனை மறுகின் மதுரையும் வறிதே' (சிறுபா.67)
'ஓடாப் பூட்கை உறந்தையும் வறிதே' (சிறுபா.83)

என்று சொல்லி,

'எழுவர் பூண்ட ஈகைச் செந்நுகம்'த (சிறுபா.11.3)

'இவன் ஒருவனே இப்போது தாங்குகின்றான்' என்று இவர் பாடும் பகுதிகள் மீண்டும் மீண்டும் படித்து இன்புறத் தக்கன. பூக்கள் மலரும் அழகை அவற்றின் பண்புகளுக்கேற்பச் சொல்லி இப்பாடலை உயிரோவியமாக ஆக்கியுள்ளார் புலவர்:

'அலைநீர்த் தாழை அன்னம் பூப்பவும்
தலைநாள் செருந்தி தமனியம் மருட்டவும்
கடுஞ்சூல் முண்டகம் கதிர்மணி கழாஅலவும்
நெடுகாற் புன்னை நித்திலம் வைப்பவும்' -சிறுபா.146-149

'பைந்தலை அவரை பவழம் கோப்பவும்
கருந்தினைக் காயா கணமயில் அவிழவும்
கொழுங்கொடி முசுண்டை கொட்பங் கொள்ளவும்
செழுங்குலைக் காந்தள் கைவிரல் பூப்பவும்' - சிறுபா. 164-169

எனவரும் பகுதி மலர்ச்சோலையில் நுழைந்த அனுபவத்தை நமக்குத் தருகிறது!

பொருநராற்றுப்படையில் காணப்படுவது போல இச்சிறுபாணாற்றுப் படையிலும் சிறந்த யாழ் வருணனை அமைந்துள்ளது. தேன்பெய்து, அமுதத்தில் தோய்த்தது போல யாழிலிருந்து வருகின்ற இசையோடு பல இசைக்கருவிகள் சேர்ந்து ஒலித்தன என்பது இன்றைய கூட்டிசை (orchestra) நிகழ்ச்சியை நினைவுபடுத்துவதாக உள்ளது:

... . தேம்பெய்து
அமிழ்து பொதிந்து இலிற்றும் அடங்குபுரி நரம்பின்
பாடுதுறை முற்றிய பயன்தெரி கேள்விக்
கூடுகொள் இன்னியம்...' -சிறுபா.226-229

சிறுபாணாற்றுப்படையை 'வரலாற்றுச் சமுதாயப் பாட்டு' என்பார் அறிஞர் தமிழண்ணல் (பத்துப்பாட்டுத்திறன்).

பெரும்பாணாற்றுப்படை

'இடனுடைப் பேரியாழ் முறையுளிக்கழிப்பி' எனவரும் பெரும்பாணாற்றுப்படை அடிகளின் வாயிலாகப் பேரியாழை இசைத்தவர்கள் பெரும்பாணர் என்றறிகிறோம். பெரும்பாணரை ஆற்றுப்படுத்திப் பாடியமையால் இது பெரும்பாணாற்றுப்படை எனப்பட்டது. பெயருக்கேற்றாற் போல் ஆற்றுப்படைப் பாடல்களில் இது மிக நீண்ட பாடலாக (மொத்தம் 400 அடிகள்) உள்ளது.

தன்னை எதிர்ப்படும் வறிய பாணனை, வளம் பெற்ற பாணன்,

பொழிமழை துறந்த புகைவேய் குன்றத்துப்
பழுமரம் தேரும் பறவை போலக்

கல்லென் சுற்றமொடு கால்கிளர்ந்து திரிதரும்
புல்லென் யாக்கைப் புலவுவாய்ப் பாண' (பெரும்.19-22)

என விளித்து வள்ளலை நாடிச் செல்லும் வழியைச் சமுதாய உணர்வோடு இப்பாடல் விரிவாகச் சொல்லியிருக்கிறது.

ஐந்நில மக்கள் வாழ்க்கையைப் பெரும்பாணாற்றுப்படை அழகுபடக் காட்டியுள்ளது. இம்மக்களின் உணவுமுறை, விருந்தோம்பல் பண்பு, தொழில் முறை, பொழுதுபோக்கு ஆகிய அனைத்தும் பழந்தமிழர் நாகரிகம் - பண்பாடு பற்றி ஆய்வோர்க்குப் பெருவிருந்தாக அமைவன.

'ஈத்திலை வேய்ந்த எய்ப்புறக் குரம்பை' (பெரும். 88)

என்று எயினர் (பாலை) குடியிருப்புக்களும்

'கருவை வேய்ந்த கவின்குடிச் சீறூர்' (பெரும்.191)

என்று உழவர் (மருதம்) குடியிருப்புக்களும்

'செழுங்கன்று யாத்த சிறுதாட் பந்தர்' (பெரும்.295)

என்று அந்தணர் இல்லங்களும்

'விண்தோய் மாடத்து விளங்குசுவர் உடுத்த நல்நகர்' (369-70)

என்று செல்வர் (நெய்தல்) மனைகளும் பெரும்பாணாற்றுப்படையில் விரிவாகப் பாடப்பட்டுள்ளன.

'வலம்புரியன்ன வசைநீங்கு சிறப்பின்
அல்லது கடிந்த அறம்புரி செங்கோல்
பல்வேல் திரையன்' (பெரும்.35-37)

என்று திரையனின் ஆட்சிச் சிறப்பை உருத்திரங்கண்ணனார் பாடுகின்றார்.

'முறைவேண்டு நர்க்கும் குறைவேண்டு நர்க்கும்
வேண்டுப வேண்டுப வேண்டுநர்க்கு அருளி
இடைதெரிந்து உணரும் இருள்தீர்க் காட்சிக்
கொடைக்கடன் இறுத்த கூம்பா உள்ளத்து
உடும்பில் சுற்றமொடு இருந்தான்' (பெரும்.443-447)

என்று அவனது கொடைச் சிறப்பைப் புலவர் பாராட்டுகிறார்.

இதனைப் பாடிய கடியலூர் உருத்திரங்கண்ணனார் பத்துப்பாட்டின் மற்றொரு பாடலாகிய பட்டினப்பாலையையும் பாடியுள்ளார். பெரும்பாணாற்றுப்படையின் தலைவன் தொண்டை நாட்டை (தற்போதைய காஞ்சிபுரம் பகுதி) ஆண்ட திரையன் என்பவனாவான். நிலவியல் உணர்வோடு இப்பாடலை உருத்திரங்கண்ணனார்

பாடியுள்ளார். தொண்டை நாட்டுக் கடற்கரைப் பட்டினத்துக்குச் செல்லும் பகுதி, அங்கிருந்து காஞ்சி நகருக்குச் செல்லும் வழி, இவ்வழிகளில் உள்ள நில அமைப்பு, வணிகர்கள் செல்லும் பெருவழிகளின் (Highway) இயல்பு ஆகியன நிலப்படம் போல வரையறுத்துச் சொல்லப்பட்டுள்ளன.

முல்லைப்பாட்டு

இது பத்துப்பாட்டிலேயே மிகக் குறைந்த அடிகளால் (103 அடிகள்) ஆனது. இதனை இயற்றியவர் நப்பூதனார். குறிப்பிட்ட எந்தத் தலைவனையும் நோக்கிப் பாடப்பெறாமல் சங்க அகப்பாடல்கள் போல பொதுப்படப் பாடப்பட்டுள்ளது.

முல்லைக்கு உரிய ஒழுக்கம் கற்பு. ‘கற்போடு ஆற்றியிருத்தல்’ என்று இந்த ஒழுக்கம் சிறப்பிக்கப்படுகிறது. ‘வினையின் பொருட்டுப் பிரிந்த தலைவன் மீண்டுவரும் வரையில் கற்போடு ஆற்றியிருத்தல்’ என்று இதனை விரித்துரைப்பர். கற்புக்குக் குறியீடாக அமைவது முல்லைப்பூ. எனவே இது பெரும்பாலும் முல்லை நிலத்தில் நிகழ்வது. இத்தகு முல்லை ஒழுக்கம் பற்றிய பாடலாதலின் இதனை ‘முல்லைப் பாட்டு’ என்றனர். ‘நெஞ்சாற்றுப்படுத்த’ என்ற தொடர் இப்பாடலில் இடம்பெற்றுள்ளதாலும் தலைவியின் நெஞ்சைப் பிற மகளிர் ஆற்றுப்படுத்தும் காட்சி காணப்படுவதாலும் இதனை ‘நெஞ்சாற்றுப்படை’ என்று கூறுவர்.

முல்லைப்பாட்டு ஒரு குறுநாடகம் போல அமைந்துள்ள சிறப்புடையது. தலைவன் வரவை எண்ணித் தலைவி காத்திருக்கிறாள்; இறைவனைத் தொழுது பாடும் மகளிர் ‘வருந்தாதே, உன் தலைவன் விரைந்து வருவான்’ என்ற அவனை ஆற்றுப்படுத்துகின்றனர் (1-23 அடிகள்). காட்சி மாறுகிறது. தலைவன் பாசறையில் இருக்கும் நிலை சுட்டப்படுகிறது. பாசறைச் சூழலும் விரிவாகப் பாடப்படுகிறது. (24-79 அடிகள்) மீண்டும் காட்சி மாறுகிறது. தலைவன் வினைமுடித்துத் திரும்பி வருகின்றான். தலைவன் திரும்பி வரும்போது ஒலிக்கும் குதிரையின் குளம்பொலி ‘தலைவியின் செவிகளில் தேனாகப் பாய்ந்தது என்று உணர்த்துகிறார் புலவர் (80-103 அடிகள்). நாடகம் முடிகிறது!

‘முல்லைத் திணையை வருணிக்கும் மற்றப் பாடல்கள் எல்லாவற்றிலும் இம்முல்லைப்பாட்டு நுட்ப மிகவுடையதாகக் காணப்படுகிறது’ என்பார் அறிஞர் சி.பாலசுப்பிரமணியம். இதனுடைய சிறப்பினைக் கருதி ‘முல்லைப்பாட்டு ஆராய்ச்சியுரை’ என்ற அரிய நூலை மறைமலையடிகள் எழுதியுள்ளார். தமிழ் மொழியறிஞர் பேராசிரியர் தெ.பொ.மீனாட்சி சுந்தரனார் ‘Mullaipattu’ என்ற பெயரில் என்ற சிறந்த ஆய்வு நூலை வெளியிட்டுள்ளார்.

'படுநீர்ப் புணரியின் பரந்தபாடி' (28) என்று கடல் போன்ற பாசறை சிறப்பிக்கப்படுகிறது. அங்கு யானைக்கு 'வடமொழி பயிற்றி' பாகர்கள் உணவு தருகின்றனர். ஆயுதங்கள் ஒருபுறம் அடுக்கி வைக்கப்பட்டுள்ளன. காவலர்கள் வாளேந்திக் காவல் புரிகின்றனர். மகளிர் விளக்குகளை ஏற்றுகின்றனர்; மெய்க்காப்பாளர்கள் காவலாக நிற்கின்றனர். இந்தச் சூழலில் அன்று நடந்த போரில் புண்பட்டு வருந்தும் யானைகளையும், போரிட்டு மடிந்த வீரர்களையும், அம்புகள் துளைத்ததால் துன்புறும் குதிரைகளையும் நினைத்து வருந்தியும், நாளை நடைபெற வேண்டிய போருக்குரிய திட்டத்தைத் தீட்டியும் உறக்கமில்லாது தலைவன் பாசறையில் பள்ளி கொண்டிருக்கிறான். 'தலைவன் வருவானா?' என்ற ஏக்கத்தோடு பாடல் தொடங்குகிறது. 'தலைவன் வந்துவிட்டான்' என்ற இனிய செய்தியோடு பாடல் முடிகிறது!

இந்நூலின் சிறப்பினைப் பேராசிரியர் இரா.தண்டாயுதம் பின்வருமாறு குறிப்பிடுகிறார்: 'சொற்களை ஓவியங்களாக மாற்றும் திறன், அளவான வருணனைகள், செறிந்த உவமைகள் முதலியவை அளவில் சிறிய இப்பாட்டிற்குப் பெருஞ்சிறப்பினைச் சேர்த்து விடுகின்றன' (ப.117).

மதுரைக்காஞ்சி

பத்துப்பாட்டுத் தொகுதியில் அடியளவில் மிக நீண்ட பாடல் இது (782 அடிகள்). இப்பாடல் தலையாலங்கானத்துச் செருவென்ற பாண்டியன் நெடுஞ்செழியனை மாங்குடி மருதனார் பாடியது. இப்பாண்டியன் சிறுவனாக இருந்தபோது தலையாலங்கானம் (திருவாரூர்-கும்பகோணம் நெடுஞ்சாலையில் கும்பகோணத்திலிருந்து 18 கி.மீ. தொலைவில் உள்ள தலையாலங்காடுதான் இது) என்னும் இடத்தில் ஐந்து குறுநில மன்னர்களும், சேரனும், சோழனும் ஒன்று கூடி இவனை எதிர்த்து வந்தபோது அவர்களை வென்று புகழ்பெற்றான். இச்சிறப்பினை இவனது அவைக்களத் தலைமைப் புலவராக இருந்த மாங்குடி மருதனார் வியந்து பாடியுள்ளார். இப்புலவர் மீது பாண்டியன் நெடுஞ்செழியன் பெருமதிப்புக் கொண்டிருந்தான். இதனை இவன் பாடிய புறநானூற்றுப்பாடல் வாயிலாக அறிய முடிகிறது. (புற.76)

காஞ்சித்திணை நிலையாமையைப் பற்றிக் கூறுவது. மதுரையில் ஆட்சி செய்த பாண்டியனுக்கு நிலையாமையை அறிவுறுத்திப் பாடியதால் இப்பாடல் மதுரைக்காஞ்சி எனப் பெயர் பெற்றது. இப்பாடல் சங்ககால மதுரை நகரின் அமைப்பினை நகரமைப்பு வல்லுநர்கள் (Town Planning Experts) பார்வை கொண்டு விளக்குகிறது.

மதுரையின் உயர்ந்த மதில், நெடிது அகன்ற வாயில், காலைக்கடைகள் (நாளங்காடி), அங்கே பலவகைப் பொருட்களைக் கூறி விற்போரின் ஆரவாரம், நகரைச் சுற்றிலும் நெடுந்தெருக்கள், இவற்றைச் சுற்றிப் பார்த்துவரும் போதே மாலைக்காலமாகி விடுகிறது. மாலையில் இரவுக் கடைகள் (அல்லங்காடி) திறக்கப்படுகின்றன. அப்போது கோயில்களில் இரவு வழிபாட்டிற்கான இசை முழக்கம் எழுகிறது. பௌத்தப் பள்ளிகளில் வாழ்த்தொலி ஒலிக்கிறது. சமணப் பள்ளிகளில் வழிபாடு நிகழ்கிறது. இரவுக் கடைகளில் பலவகைப் பொருட்கள் விற்கப்படுகின்றன. கடைகளில் விற்கப்படும் பொருட்களுக்கு அடையாளமாகப் பலவகைக் கொடிகள் ஏற்றப்பட்டுள்ளன. பல மொழிகளைப் பேசும் பன்னாட்டு வணிகர்கள் மதுரையில் தங்கள் பொருட்களை விற்பதற்கு ஆர்வம் காட்டுகின்றனர். கடைத்தெருக்களைச் சுற்றி வருவதற்குள் இரவு வந்துவிடுகிறது.

இல்லங்கள் தோறும் வழிபாடு நடைபெறுகிறது. நிலவு எழுகிறது. அந்நிலவின் கதிர்கள் மதுரை நகரை அழகு செய்கின்றன. மகளிர் தங்களை ஒப்பனை செய்து கொள்கின்றனர். மனைகளை அணி செய்கின்றனர். பரத்தையரின் இன்ப விளையாட்டு மனைகள் ஒருபுறம் அமைந்துள்ளன. கற்புடைய மகளிரின் மனைகளும் ஒருபுறம் உள்ளன. பாட்டும் கூத்தும் ஆங்காங்கே நிகழ்கின்றன. கோயிலுக்கு மகளிர் தம் குழந்தைகளோடு சென்று வருகின்றனர். தொடர்ந்து நள்ளிரவு நெருங்குகிறது. மனைக் கதவுகள் மூடப்படுகின்றன. வணிகர்கள் கடைகளைத் திறந்து வைத்துக்கொண்டே உறங்குவதும் விழிப்பதுமாக உள்ளனர். காவலர்கள் நகரைச் சுற்றி வருகின்றனர்.

நள்ளிரவு கடந்து வைகறைப் பொழுது புலர்கிறது. கோவில்களில் மணியோசையும் மறையோசையும் மாறிமாறி ஒலிக்கின்றன. வண்டுகள் மலர்களை ஊதுகின்றன. இசைக்கலைஞர்கள் யாழை மீட்டி மருதப்பண் இசைக்கின்றனர். யானைகளுக்கும் குதிரைகளுக்கும் தீனி வைக்கப்படுகிறது. மகளிர் தம் மனைக்கதவுகளைத் திறந்து வாயிலை அழகு செய்கின்றனர். அரண்மனையிலும் கோயில்களிலும் திருப்பள்ளி யெழுச்சிப் பாடப்படுகிறது. பறவைகள் ஒலி செய்கின்றன. தெருக்களில் குப்பைகள் அகற்றப்படுகின்றன. பொழுது விடிகிறது. தெருக்களில் மக்கள் நடமாடத் தொடங்குகின்றனர்.

இவ்வாறு மதுரை நகரைக் காலை முதல் மறுநாள் பொழுது புலரும் வரை ஒருவர் சுற்றிப் பார்ப்பதுபோல நகரின் அமைப்பையும் மக்கள் வாழ்க்கையையும் ஓவியக் காட்சிபோல 354 அடிகளில் விரிவாகக் காட்டியுள்ளார் மாங்குடி மருதனார். இன்ப உணர்வூட்டும் இந்த அழகுக் காட்சிகளின் பின்னணியில் நிலையாமைக் கருத்தைச் சொல்லத் தொடங்குகிறார் புலவர்:

'திரையிடும் மணலினும் பலரே, உரைசெல
மலர்தலை உலகம் ஆண்டு கழிந்தோரே! (236-237)

என்று வாழ்கையின் நிலையாமையை மாங்குடி மருதனார் உணர்த்துகிறார். உலகத்தின் நிலையாமைத் தன்மையை உணர்ந்து இன்பங்களை நெறிப்படத் துய்க்க வேண்டும் என்பதை அறிவுறுத்துவதே புலவரின் நோக்கமாகும். எனவே, 'வரையறுக்கப்பட்ட வாழ்நாளை வீண்நாள் ஆக்காமல் மகளிர் பொற்கிண்ணத்தில் தரும் மதுவை உண்டு எந்நாளும் இனிது வாழ்ந்திருப்பாயாக' என்ற பாண்டியனை நெஞ்சார வாழ்த்துகிறார் மாங்குடி மருதனார்:

"இலங்கிழை மகளிர் பொலங்கலத்து ஏந்திய
மணங்கமழ் தேறல் மடுப்ப நாளும்
மகிழ்ந்து இனிது உறைதி! பெரும
வரைந்துநீ பெற்ற நல்லூ ழியையே"

நெடுநல்வாடை

திருமுருகாற்றுப்படையைப் பாடிய நக்கீரரே நெடுநல்வாடையைப் பாடியுள்ளார். இருவரும் வேறு வேறானவர் என்ற கருத்தும் உண்டு. மதுரைக் காஞ்சியின் பாட்டுடைத் தலைவனான தலையாலங்கானத்துச் செருவென்ற பாண்டியன் நெடுஞ்செழியனே இதன் பாடல் தலைவன். 188 அடிகளைக் கொண்ட நெடுநல்வாடை நுணுக்கமான வேலைப் பாடுகள் மிகுந்த தந்தச் சிற்பம் போல அமைந்துள்ளது. பள்ளியறையில் தலைவனை நினைத்து வருந்தும் அரசமாதேவியின் நிலையும், பாசறையில் போரின் கொடுமைகளை நினைந்தும் பின்னர் புண்பட்டவர்க்கு ஆறுதல் சொல்லிப் போர்க்களத்தில் உலாவரும் தலைவன் நிலையும் அருகருகே அழகாக - அகமும் புறமுமாகச் சொல்லப்பட்டுள்ளன.

வாடைக்காலத்தில் மக்கள் மட்டுமன்றிப் பறவைகளும் விலங்குகளும் கூட இயக்கமின்றி இருக்கின்ற நிலையை இந்நூல் படம்பிடித்துக் காட்டுகிறது:

'மா மேயல் மறப்ப, மந்திகூர
பறவை படிவன வீழ, கறவை
கன்று கோள் ஒழியக் கடிய வீசிக்
குன்று குளிர்ப்பன்ன கூதிர்ப் பானாள்' - நெடுநல் : 9-12

'குன்றமே குளிரால் நடுங்குவது போன்ற வாடைக்காலம்' என்று வாடையின் கொடுமையை நக்கீரர் இதில் எடுத்துக்காட்டியுள்ளார். வாடைக்கால மாலைப் பொழுதில் மகளிர் இல்லங்களில் விளக்குகளை ஏற்றி வைத்துப் பூக்களைத் தூவி இறைவனை வழிபடுகின்றனர். அதே சமயத்தில் அரண்மனையில் தலைவியின் நிலை கூறப்படுகிறது.

அரண்மனையின் அமைப்பு, அரசமாதேவியின் அந்தப்புர அழகு, அவள் துயில் கொள்ளும் கலையழகு விளங்கும் கட்டில் ஆகியன மனங்கொள்ளுமாறு வருணிக்கப்பட்டுள்ளன. இவற்றுள் கட்டில் வருணனையும், பள்ளியறையின் மேல்விதானத்து ஓவியம் பற்றிய குறிப்பும் சிறந்து விளங்குகின்றன. அரசமாதேவி புனையா ஓவியம் போன்று தலைவனின் வரவை எண்ணி வருந்தியிருக்கின்றாள். பாசறையில் தலைவன் கடமையே கண்ணாக இருக்கின்றான். போரில் புண்பட்ட வீரர்களை வாடைக்காற்றடிக்கும் நள்ளிரவு நேரத்தில் தேடிவந்து ஆறுதல் கொல்கிறான். மழை தூறிக் கொண்டிருந்தபோதும் போர்க்களத்தை அவன் சுற்றி வருகின்றான். அவனுக்குத் துணையாக வேப்பந்தழையை நுனியில் சேர்த்துக் கட்டிய வேலை ஏற்திய வீரர்கள் உடன் வருகின்றனர். கடமையே கண்ணாகக் கருதும் தலைவனின் இந்த இயல்பினை,

'நள்ளென் யாமத்தும் பள்ளி கொள்ளான்
சிலரொடு திரிதரும் வேந்தன்' -நெடுநல் *186-187*

என்று நக்கீரர் குறிப்பிடுகிறார்.

இது அகப்பாட்டா? புறப்பாட்டா? என முடிவு செய்வதில் அறிஞர்களிடையே கருத்து வேறுபாடு நிலவுகிறது. அகத்திணைக்குரிய செய்திகளே இதில் அதிகமாகக் காணப்படுகின்றன. ஆயினும் 'வேம்புதலை யாத்த நோன்காழ் எஃகம்' என்ற தொடர் பாண்டியர்களின் அடையாளச் சின்னமான வேம்பினைச் சுட்டியதால் இது பாண்டியர்களைப் பற்றிய பாடல் என்று தெளிவாகிறது. இவ்வாறு பாடல் தலைவனின் பெயர் தெரியவருமாறு பாடப் பெற்றதால் இது புறப்பாடல் என்பர்.

குறிஞ்சிப்பாட்டு

இப்பாடல் தமிழரின் அக ஒழுக்கத்தை விளக்கும் ஐந்திணைகளுள் முதலாவது திணையாகிய குறிஞ்சி ஒழுக்கத்தை விளக்கிச் சொல்கிறது. காதலர் இருவர் தாமே தனியராக எதிர்ப்பட்டு உள்ளம் கலந்து களவு ஒழுக்கம் கொள்வர். இக்களவொழுக்கம் 'அறத்தொடுநிலை' வாயிலாகப் பிறருக்கு வெளிப்படும். அறத்தொடுநிலை என்பது தலைவி தன்னுடைய காதலை அறத்தின் வழிநின்று தோழிக்கு எடுத்துரைத்தலாகும்; தோழி தன்னடைய தாயாகிய செவிலிக்கு அதைத் தெரிவிப்பாள்; செவிலி தலைவியின் தாயாகிய நற்றாய்க்கு இந்தச் செய்தியைச் சொல்லுவாள்; நற்றாய் இதனைத் தலைவியின் தந்தையாகிய தன் கணவனுக்கும், தலைவியின் சகோதரர்க்கும் தெரிவிப்பாள். இவ்வாறு தலைவியின் காதற் செய்தி முறைப்படி வெளிப்படுவதே 'அறத்தொடு நிலை' எனப்படும். இந்த அகமரபை ஆரியவரசன் பிரகத்தனுக்கு

விளக்கிச் சொல்வதற்காகக் கபிலர் இப்பாடலைப் பாடினார் என்று பாடலின் அடிக்குறிப்புச் சொல்கிறது. இக்குறிப்பு வருமாறு: 'ஆரியவரசன் பிரகத்தனுக்குத் தமிழ் அறிவித்தற்குக் கபிலர் பாடியது.' இங்கு அகவொழுக்கமே 'தமிழ்' எனக் குறிப்பிடப்படுகிறது.

களவு வாழ்க்கை கற்பாக மாறுவதற்கு 'அறத்தொடு நிலை' திருப்புமுனையாக அமைகிறது. அகமரபின் உயிர்போன்ற இத்தகு அறத்தொடு நிலையே குறிஞ்சிப்பாட்டின் பாடுபொருளாகிறது. இப்பாடலில் தோழி செவிலிக்கு அறத்தொடு நிற்கிறாள்! தலைவியும் தோழியும் தினைப்புனம் காக்கச் சென்றது, அங்குத் தலைவன் எதிர்ப்பட்டது, தலைவியும் தலைவனும் உள்ளம் கலந்தது, அவர்களின் தொடர் சந்திப்புகள், தலைவியின் மனக்கலக்கம், தோழியின் ஆறுதல் மொழிகள், இதனை முறைப்படி செவிலிக்கு நயமாக எடுத்துரைத்து மணவினைக்கு வழிகோலுதல் ஆகிய செய்திகள் குறிஞ்சிப்பாட்டில் நாடகம் போல அழகுற சொல்லப்பட்டுள்ளன.

இப்பாடலில் தலைவியும் தோழியும் 99 வகை மலர்களைத் தொகுத்து ஒரு மாலையாகத் தொடுக்கின்றனர்! இந்தத் தொண்ணூற்றொன்பது மலர்களின் பெயர்களையும் கபிலர் நிரலாக அமைத்துச் சொல்வது இயற்கையின்பால் அவர்க்குள்ள ஈடுபாட்டினைச் சுட்டுவதாக அமைந்துள்ளது.

பட்டினப்பாலை

குறிஞ்சிப்பாட்டினை அடுத்து வருவது பாலைப் பாட்டாகும். பாலை என்பது பிரிவு ஒழுக்கம். 'உயர்ந்த சிறப்புக்களை உடைய காவிரிப்பூம்பட்டினத்தை எனக்குப் பரிசாகத் தந்தாலும் தலைவியை விட்டு நான் பிரியேன்' என்னும் பொருள் பொதிந்த,

> **'முட்டாச் சிறப்பின் பட்டினம் பெறினும்**
> **வார்இருங் கூந்தல் வயங்குஇழை ஒழிய**
> **வாரேன்; வாழிய நெஞ்சே'** -பட்டினப். 218-320

என்று தலைவன் தன் நெஞ்சுக்குக் கூறுவதாக அமைவதால் இது 'பட்டினப்பாலை' எனும் பெயர் பெற்றது. இங்குப் பட்டினம் எனக் குறிப்பிடப்படுவது பண்டைச் சோழரின் புகழ்மிகு கடற்கரைப் பட்டினமாகத் திகழ்ந்த காவிரிப்பூம்பட்டினமாகும். இப்பட்டினத்தின் சிறப்புக்களையும், இதனைக் கடற்கரைத் தலைநகராகக் கொண்டு ஆட்சிபுரிந்த கரிகால்வளவனின் பெருமைகளையும் சொல்வதற்காக இவ்வுத்தியைப் புலவர் கையாண்டுள்ள திறம் போற்றுதற்குரியது. பத்துப்பாட்டுத் தொகுதியுள் கரிகாலனின் சிறப்புக்களைச் சொல்லும் மற்றொரு பாடல் பொருநராற்றுப்படையாகும். 301 அடிகளால் ஆன இப்பாடலைப் பாடியவர் கடியலூர் உருத்திரங்கண்ணனார் ஆவார்.

பட்டினப்பாலையில் முதற்சுட்டிய மூன்று அடிகளே அகச் செய்தியைப் பேசுகின்றன. பிற பாடற்பகுதிகள் முழுவதும் புறச் செய்திகளைச் சொல்லுகின்றன. ஆனாலும் பாடலின் மையமாகவும் கருப்பொருளாகவும் அகச் செய்தியே அமைவதால் இஃது அகப்பாடலா கிறது. பட்டினப்பாலையில் குறிப்பிடப்பெறும் கரிகால்வளவன் பாட்டுடைத்தலைவன் அல்லன். அவன் கிளவித் தலைவனாகப் பேசப்படுகின்றான். இதில் வரும் அகச்செய்தி அவனைப் பற்றியது அன்று. பெயர் சுட்டப்பெறாத ஒரு தலைவன். பொதுவாக அக்காலத்தின் நிலவிய மரபினை அடியொற்றி இச்செய்தியைக் கூறுகின்றான். 'உயர்ந்த காவிரிப்பூம்பட்டினமே பரிசாகக் கிடைத்தலும் உன்னைவிட்டுப் பிரியமாட்டேன்' என்று அவன் கூறும் செய்தியின் பின்னணியில் கரிகாற்பெருவளத்தானின் வெற்றிச் சிறப்பையும், வீரப்புகழையும், ஆட்சித்திறத்தையும் புகழ்ந்து பாடுவதற்கு ஓர் உத்தியாக இதனைப் புலவர் அமைத்துக் கொண்டார்.

மதுரை மாநகரின் சிறப்பை மதுரைக்காஞ்சி விரிவாகப் பேசுவது போல, காவிரிப்பூம்பட்டினத்தின் அமைப்பையும், மக்கள் வாழ்க்கையையும், அந்நகரின் வணிகத் தலைமையையும் பட்டினப்பாலை மிக விரிவாகப் பேசுகிறது.

'கரிகாற்பெருவளத்தான் பகைவர்களை எதிர்த்துப் போர் செய்த வாளினும் கொடியது பாலைநிலம்; ஆனால் அவன் ஆட்சி செலுத்துகின்ற செங்கோலினும் குளிர்ந்தது தலைவியின் பெரிய மெல்லிய தோள்கள்' என்ற பொருளில்,

> **'திருமா வளவன் தெவ்வர்க்கு ஓக்கிய**
> **வேலினும் வெய்ய கானம்அவன்**
> **கோலினும் தண்ணிய தடமென் தோளே'** *(299-301)*

என்ற இறுதி மூன்று அடிகளும் தலைவன் கூற்றாக அமைந்துள்ளன. இவ்வாறு அகத்தையும் புறத்தையும் அருகருகே வைத்து இரண்டையும் தொடர்புபடுத்திப் பாடியிருக்கும் புலவரின் நுண்திறம் வியந்து போற்றுதற்குரியதாகும்.

மலைபடுகடாம்

கூத்தர்களை ஆற்றுப்படுத்துவதால் இதற்குக் கூத்தராற்றுப்படை என்ற மற்றொரு பெயரும் உண்டு. மலை வழியில் விலங்குகளின் ஓசை, அருவியின் ஓசை போன்ற பல்வேறு ஒலிகள் முழங்குவதால் இது 'மலைபடுகடாம்' எனப்பட்டது. ஆற்றுப்படைப் பாடல்களிலேயே மிக நீண்ட இப்பாடல் 583 அடிகளால் ஆனது. நன்னன் சேய் நன்னனிடத்துக் கூத்தரை ஆற்றுப்படுத்தி இரணியமுட்டத்துப் பெருங்குன்றூர் கௌசிகனார் இதனைப் பாடியுள்ளார். வள்ளலைக்

காணச் செல்லும் வழியின் தன்மை, ஆங்காங்கே கிடைக்கும் உணவு வகைகள், நன்னனது கொடைச் சிறப்பு, அவன் முன்னோர் பெருமை, நாட்டின் பெருமை, மலைவளம், காட்டின் அழகு ஆகியன இப்பாடலில் சிறப்பிக்கப்பட்டுள்ளன.

யானையை மலையாகவும் அங்கு எழும் பலவித ஒலிகளை அதன் மதமாகவும் புலவர் உருவகித்துப் பாடியுள்ளார். அருவியோசை, கானவர் செய்யும் ஓசை, கொடிச்சியர் பாட்டொலி, களிற்றின் பிளிறல், தேனெடுப்போர் ஆரவாரம், குரவையாடும் ஒலி, கிளியோட்டும் பெண்கள் எழுப்பும் ஒலி, காட்டெருதுகள் தம்முள் போர் செய்யும் ஓசை, கரும்பாலையின் ஓசை, தினை குற்றும் மகளிரின் பாட்டொலி, தினைப்புனம் காப்போர் பன்றிகளை விரட்டும் பறையொலி போன்றன இம்மலையில் எழும் பல்வகை ஒலிகளாகும். (அடிகள் 292-344) இவையனைத்திற்கும் சிகரம் வைத்ததுபோல மலையே ஒரு யானை போலக் காட்சியளித்து முழங்குவதாகப் புலவர் கற்பனை செய்துள்ளார். இதனை

"என்றுஇவ் வனைத்தும் இயைந்து ஒருங்கு ஈண்டி
அவலவும் மிசையவும் துவன்றிப் பலவுடன்
அலகைத் தவிர்த்த எண்ணரும் திறத்த
மலைபடு கடாஅம் மாதிரத்து இயம்ப" *(345-348)*

என்ற பாடலடிகளில் புலவர் குறிப்பிட்டுள்ளார். இச்சிறப்பினால் இப்பாடலுக்குப் புலவர் இட்ட கூத்தராற்றுப்படை என்ற பெயர் மறைந்து 'மலைபடுகடாம்' என்ற பாடல் தொடரே பெயராக அமையும் சிறப்பினைப் பெற்றது.

முழவு, ஆகுளி எனும் சிறுபறை, கஞ்சதாளம், பெருவங்கியம், காம்பு, குழல், கரடிகை, சல்லி, கிணைப்பறை ஆகிய இசைக்கருவிகளின் சிறப்பு இப்பாடலில் எடுத்துச் சொல்லப்பட்டுள்ளது. மலைச்சாரலில் வாழும் கானவர்கள் முல்லைநில ஆயர்கள், மருதநில உழவர்கள் ஆகியோரது வாழ்க்கை முறைகள் மலைபடுகடாத்தில் நன்கு விளக்கப்பெற்றுள்ளன. மலை வழியின் இன்பத்தை நுகராதவர்கள் மலைபடுகடாத்தை ஒருமுறை படித்தால் அந்த அனுபவத்தை அவர்கள் பெறுவது திண்ணம்!

○

3. பதினெண்கீழ்க்கணக்கு நூல்கள்

சங்கம் மருவிய காலம்

சங்ககாலம் உயரிய இலக்கிய மரபுகளைப் போற்றிய காலமாகும். முடியுடை வேந்தரின் வலிமைமிக்க ஆட்சியில் தமிழர் மரபு பேணிக் காக்கப்பட்டது. மூவேந்தர் ஆட்சியோடு ஆங்காங்கே குறுநில மன்னர்களின் ஆட்சியும், பொறையன், திரையன், எவ்வி, ஆய், வேளிர் போன்ற குடியினரின் ஆட்சியும் ஆங்காங்கே நிலவியது. சங்ககாலத்தின் இறுதியில் மூவேந்தர்களின் குடிகளுள் ஆட்சியுரிமை பற்றிய போராட்டங்கள் எழுந்தன. தந்தையையே மகன் எதிர்த்த நிலைகளும், மூத்தவனைக் காட்டிற்கு அனுப்பிவிட்டு இளையவன் அரசுக் கட்டில் ஏறிய சூழல்களும் காணப்பட்டன. இதனால் கடைச்சங்க காலத்தின் இறுதிப்பகுதியில் தமிழகத்தில் ஆட்சியின் வலிமை நெகிழ்ந்திருந்ததாக அறிகிறோம்.

இச்சூழலைப் பயன்படுத்தித் தமிழரல்லாத பிறமொழியினர் தமிழகத்தைக் கைப்பற்றிச் சற்றேறக்குறைய மூன்று நூற்றாண்டுக் காலம் ஆண்டனர். இவர்களைக் களப்பிரர்கள் என்று அழைப்பர். இது பொதுவாக கி.பி. மூன்றாம் நூற்றாண்டளவில் நிகழ்ந்தது என்பர். தமிழ் மொழியும், இலக்கியமும், மரபும் பேணப்படாத இக்காலத்தை இருண்டகாலம் என்று வரலாற்றாசிரியர்கள் குறிப்பிடுகின்றனர். இந்தக் களப்பிரர்கள் யார்? எங்கிருந்து வந்தார்கள்? என்பது இன்றும் ஆய்வுக்குரியதாக உள்ளது. இவர்களைக் 'களப்பிரர்கள்' என்று வேள்விக்குடிச் செப்பேடுகள் குறிப்பிடுகின்றன. 'களப்பாளர்கள்' என்று வரலாற்றாசிரியர்கள் கூறுகின்றனர். வேறு விதமான கருத்துக்களும் ஆய்வாளர்களால் சொல்லப்படுகின்றன. அவை வருமாறு:

1. இவர்கள் தமிழகத்தின் வடக்கில் வேங்கடமலைப் பகுதியில் வாழ்ந்த கள்வர்கள்.

2. கருநாடகக் கல்வெட்டுக்களில் கலிகுலன், கலிதேவன் என்று குறிப்பிடப்படும் 'களபேரா' இனத்தைச் சார்ந்தவர்கள்.

3. பொதுவாக இவர்கள் கருநாடகத்தைச் சார்ந்தவர்கள் என்ற கருத்து பலராலும் ஏற்றுக்கொள்ளப்படுகிறது.

இவர்களது ஆட்சி தமிழகத்தில் கி.பி.3ஆம் நூற்றாண்டு முதல் ஆறாம் நூற்றாண்டு வரை நிலவியது என்பர். (தி.வே.செல்வம், ப.12). இவர்களது ஆட்சிக் காலத்தில் பௌத்தம் செல்வாக்குப் பெற்று விளங்கியது. இலக்கிய ஆக்கமும் அரசியல் சூழலுக்கு ஏற்ப மடைமாற்றம் கண்டது. இக்காலத்தில் எழுதப்பட்டவைதாம் பதினெண் கீழ்க்கணக்கு நூல்கள்.

சங்ககால இலக்கியத்தில் தலைமையிடம் பெற்றிருந்த அகமும் புறமும் பின்னிடத்திற்குத் தள்ளப்பட்டன; அறக்கருத்துக்களே முன்னுரிமை பெற்றன. ஆயினும் சங்க இலக்கிய மரபினைச் சங்கம் மருவிய காலத்துப் புலவர்கள் முற்றிலுமாகப் புறக்கணித்துவிடவில்லை. சங்க மரபுகளைப் பின்பற்றி நெகிழ்ச்சியான கட்டமைப்புடைய வெண்பாக்கள் வாயிலாக அகக்கருத்துக்களை எடுத்து வைத்தனர். ஆயினும் சங்க அகப்பாடல்கள் போல அவை தனியிடம் பெறுவனவாகவோ தலைமையிடம் ஏற்பனவாகவோ அமையவில்லை. ஆசிரியப்பாவால் சங்க அகப்பாடல்களில் சொல்லப்பட்ட செய்திகளை வெண்பாவால் சொல்லிய அளவில் அவை நிறைவடைந்தன. சங்கம் மருவிய காலத்தின் இலக்கிய ஆக்கங்களுள் அற இலக்கியங்களின் செல்வாக்குக் குறிப்பிட்டுச் சொல்லக் கூடியதாகும். உலக அறஇலக்கியங்களுள் சிறப்பிடம் பெறவல்ல திருக்குறள் இக்காலத்தில்தான் தோன்றியது.

பதினெண்கீழ்க்கணக்கு நூல்கள்

சங்க இலக்கியங்கள் எட்டுத்தொகையும் பத்துப்பாட்டுமாக மொத்தம் பதினெட்டு நூல்களாகும். இவை மேற்கணக்கு நூல்கள் எனப்படுகின்றன. சங்க காலத்தை அடுத்து வந்த சங்கம் மருவிய காலத்தில் உருவான நூல்களும். பதினெட்டு இவை கீழ்க்கணக்கு நூல்கள் எனப்படுகின்றன. 'இந்நூல்களெல்லாம் எவ்வாண்டில் எழுதப் பெற்றன என்பதை அறிந்து கோடற்கு ஆதாரங்கள் கிடைக்கவில்லை. அன்றியும் அவை எந்த நூற்றாண்டில் தோன்றியிருந்தல் கூடும் என்பதும் உய்த்துணர்ந்து கூற வேண்டிய நிலையில்தான் உள்ளது' என்ற தமிழறிஞர் டி.பி.சதாசிவப் பண்டாரத்தின் குறிப்பு (த.இவ.ப.28) இந்நூல்கள் தோன்றிய காலத்தை அறிவதற்குரிய அருமைப்பாட்டினைச்

சுட்டுவதாகும். இக்கால இலக்கியத்தில் சங்க அகமரபும் புறமரபும் புறக்கணிக்கப்பட்டு அறக் கருத்துக்களுக்கு ஏற்றம் தரப்பட்டது. அதுபோலவே சங்கப்பா மரபுகள் மறைந்து வெண்பா தலைமை யேற்றது. பதினெட்டு நூல்களில் பதினோரு நூல்கள் அறநூல்களாயின; ஆறு நூல்களே அகநூல்களாயின; ஒரு நூல் மட்டும் புற நூலாயிற்று.

அட்டவணை - 8

பதினெண்கீழ்க்கணக்கு நூல்களும் பாடியோரும்

நூல்	பொருள்	ஆசிரியர்
திருக்குறள்	அறம்	திருவள்ளுவர்
நாலடியார்	அறம்	சமணமுனிவர்கள்
பழமொழி நானூறு	அறம்	முன்றுரையரையனார்
நான்மணிக்கடிகை	அறம்	விளம்பிநாகனார்
திரிகடுகம்	அறம்	நல்லாதனார்
சிறுபஞ்சமூலம்	அறம்	காரியாசான்
ஆசாரக்கோவை	அறம்	பெருவாயின் முள்ளியார்
ஏலாதி	அறம்	கணிமேதாவியார்
இன்னா நாற்பது	அறம்	கபிலர் (பிற்காலக்)
இனியவை நாற்பது	அறம்	பூதஞ்சேந்தனார்
முதுமொழிக்காஞ்சி	அறம்	கூடலூர்கிழார்
திணைமாலை	அகம்	கணிமேதாவியார்
நூற்றைம்பது		
ஐந்திணை எழுபது	அகம்	மூவாதியார்
ஐந்திணை ஐம்பது	அகம்	கண்ணன் சேந்தனார்
திணைமொழி ஐம்பது	அகம்	மாறன் பொறையனார்
(அ) கைந்நிலை	அகம்	புல்லங்காடனார்
(ஆ) இன்னிலை		பொய்கையார்
கார்நாற்பது	அகம்	மதுரை கண்ணங்கூத்தனார்
களவழி நாற்பது	புறம்	பொய்கையார்

1. திருக்குறள்

கிரேக்கம், இலத்தீன், சீனம், சமஸ்கிருதம் போன்ற உலகின் தொன்மையான மொழிகளில் தோன்றிய அறநூல்களுடன் ஒப்பிடக்கூடிய சிறப்பினைப் பெற்றது திருக்குறள். முதலடியில் நான்கு சீர்களும், இரண்டாமடியில் மூன்று சீர்களும் கொண்ட ஒன்றே முக்காலடிக் குறள் வெண்பாவால் ஆகிய பெருமைமிக்க நூல். உலகின் வேறெந்த மொழிகளிலும் காணமுடியாத மிகச் சிறிய அடியளவில் அரும்பெரும் கருத்துக்களைப் பொதிந்து வைத்த பேராசான் திருவள்ளுவர் ஆவார்.

133 அதிகாரங்கள், ஒவ்வொரு அதிகாரத்திற்கும் பத்துக் குறள்கள் என்றவாறு 1330 குறட்பாக்களைத் திட்டமிட்டுத் திருவள்ளுவர் நூல் செய்த திறம் போற்றத்தக்கதாகும். தாம் சொல்ல வந்த செய்திகளை அறத்துப்பால், பொருட்பால், காமத்துப்பால் என்று மூன்று பகுதிகளில் அடக்கி உரைத்துள்ளார். 'பால்' என்பது பிரிவு என்று பொருள்படும் (ஆண்பால் : ஆண் பிரிவினர்; பெண்பால் : பெண் பிரிவினர் என்பது போல) அறத்துப்பால் 38 அதிகாரங்களையும் பொருட்பால் 70 அதிகாரங்களையும் காமத்துப்பால் 25 அதிகாரங்களையும் கொண்டுள்ளது.

> **'வள்ளுவன் தன்னை உலகினுக்கே தந்து**
> **வான்புகழ் கொண்ட தமிழ்நாடு'**

என்று வள்ளுவர் புகழைப் பாரதியார் பாடுகிறார். திருவள்ளுவருக்குத் தெய்வப்புலவர், செந்நாப்போதார், நாயனார், மாதானுபங்கி, பெருநாவலர் போன்ற வேறு பெயர்களும் உள்ளன. திருக்குறளின் பெருமையை உணர்ந்து பிற்காலத்துப் புலவர்கள் பாடிய பாடல்களின் தொகுப்பு திருவள்ளுவமாலை எனப்படுகிறது. திருக்குறளைப் பற்றிய முதல் திறனாய்வு நூல் என்று இது போற்றப்படுகிறது.

> **'அணுவைத் துளைத்தேழ் கடலைப் புகட்டிக்**
> **குறுகத் தறித்த குறள்'**

என்று இதன் பெருமையைத் திருவள்ளுவமாலையில் பிற்கால ஔவையார் குறிப்பிடுகிறார். 'ஆதி' என்ற புலைத்திக்கும், 'பகவான்' என்ற பார்ப்பனருக்கும் பிறந்தவர் என்ற கதையைப் பிற்காலத்தோர் கட்டிவிட்டனர். இதில் உண்மை இல்லை. இவர் மயிலையில் பிறந்தார் என்பதும், குறி சொல்லும் வள்ளுவர் குலத்தில் அல்லது அரசுச் செய்தியைப் பறையறைந்து தெரிவிக்கும் வள்ளுவர் குடியில் பிறந்திருக்கலாம் என்பதும் அறிஞர் கருத்துக்களால் தெரிய வருகின்றன. வாசுகி என்பவர் இவரது மனைவியாக வாய்த்தார். கணவன் மனம் அறிந்து நடந்தவர் வாசுகி அம்மையார் என்று கூறுவர்.

திருக்குறள் பெருமைகள் பலவற்றைப் பெற்ற நூலாகும். இது எல்லாக் காலத்தவர்க்கும் எல்லாச் சமயத்தவர்க்கும் ஏற்ற நூலாகப் போற்றப்படுகிறது. பிற மொழிகளில் அதிகமாக மொழிபெயர்க்கப்பட்ட தமிழ் நூல் திருக்குறளேயாகும். பிற மொழியாளர்கள் அதிகமாக எடுத்துக்காட்டும் நூலும் திருக்குறளே. ஜெர்மானிய அறிஞர் ஆல்பர்ட் சுவைட்சர் கீழ்த்திசைத் தத்துவ நூல்களைப் பற்றிக் குறிப்பிடும்போது திருக்குறளை உயர்வாகப் பேசுகிறார். (Indian thought and its Development). கிரால் (Graul) என்பவர் மிகச் சிறந்த ஜெர்மானிய அறிஞர் ஆவார். இவர் திருக்குறளின் சிறப்பை உணர்ந்து அதனை மூல மொழியான தமிழிலேயே படிக்க வேண்டும் என்பதற்காகத் தமிழைக் கற்றதாகக் குறிப்பிடுகிறார். ஜீன் லாசரஸ் (Jean Lazarus) என்ற அகராதியியல் அறிஞர் திருக்குறளைப் பற்றி பின்வருமாறு எழுதுகிறார்.

'இவ்வளவு மகத்தான ஒரு மனிதனைப் படைத்த நாடு. இத்துணை தனித்தன்மை வாய்ந்த ஒரு நூலைத் தன்னகத்தே கொண்டுள்ள நாடு. பயனில்லாத ஒதுக்கத்தக்க மனிதர்களைக் கொண்ட நாடாக இருக்க முடியாது என்று எண்ணும்போது ஒரு புத்துணர்ச்சி ஏற்படுகிறது. அவர் போதித்த நல்லொழுக்கம், ஒழுக்கத்தைத் தன்னகத்தே கொண்ட மண்ணிலிருந்துதான் வளர்ந்திருக்க வேண்டும்.

பெர்சிவல் (Percival) எனும் பிறிதொரு அறிஞர் 'உலக மொழிகளில் சுருக்கமாகவும் திறம்படவும் அறிவுப்பூர்வமான பாடல்களை நமக்குச் சொல்வதற்குத் திருக்குறளுக்கு ஈடு இணை எம்மொழியிலும் இல்லை' என்று கூறுகிறார்.

திருக்குறள் பல ஐரோப்பிய மொழிகளில் 1730 முதலே மொழி பெயர்க்கப்பட்டு வந்தாலும், சீன மொழிபெயர்ப்பும், ரஷ்ய மொழிபெயர்ப்பும் குறிப்பிடத்தக்கது ஆகும். சீனமொழியிலும், ரஷ்ய மொழியிலும் 1967இல் திருக்குறள் வெளியிடப்பட்டது.

காலம்

திருக்குறளின் காலத்தை வரையறுப்பதில் அறிஞர்களிடையே பெருங் கருத்து வேறுபாடுகள் இருந்துவந்தன. வி. ஆர். ஆர். தீட்சிதர் திருக்குறளின் காலம் கி. மு. 100 முதல் கி. பி. 200 வரை இருக்கலாம் என்பார். பேராசிரியர் வையாபுரிப் பிள்ளை இதில் காணப்படும் வடமொழிச் சொற்களைக் கருத்திற் கொண்டு இதனை கி. பி. ஆறாம் நூற்றாண்டுக்குக் கொண்டு வருவார். திருவள்ளுவர் காலத்தை அமைவுடைய சான்றுகள் கொண்டு கி. மு. 100 முதல் 300க்கு உட்பட்டது என்று கருதுவார் மா. இராசமாணிக்கனார்.

தொல்காப்பிய இலக்கணத்தில் அறநூல்களுக்கான இலக்கணங்கள் சொல்லப்படுகின்றன. 'மந்திரம்' எனும் இலக்கிய வகையை விளக்கும் நூற்பாவை ஒட்டி 'மறைமொழி' என்பதற்குக் குறள் விளக்கம் தந்துள்ளார் திருவள்ளுவர்.

தொல்: **நிறைமொழி மாந்தர் ஆணையிற் கிளந்த**
மறைமொழி தானே மந்திரம் என்ப' *(தொல். 1434)*

குறள்: **நிறைமொழி மாந்தர் பெருமை நிலத்து**
மறைமொழி காட்டி விடும்' *(குறள் 25)*

திருக்குறள் தொடர்கள் பலவற்றை மணிமேகலையில் காணலாம்.

குறள்: **தெய்வந் தொழாஅள் கொழுநற் றொழு தெழுவாள்**
பெய்யெனப் பெய்யும் மழை

மணி: **தெய்வந் தொழாஅள் கொழுநற் றொழு தெழுவாள்**
பெய்யெனப் பெய்யும் பெருமழை என்றவப்
பொய்யில் புலவன் பொருளுரை தேராய்'

-மணி : சிறை. 52-61

'பொய்யில் புலவன் பொருளுரை தேராய்' என்பது திருக்குறளையே குறிக்கும். இக்காரணங்களால் திருக்குறள் தொல்காப்பியம் மற்றும் சங்க இலக்கியத்திற்குப் பிற்பட்டதென்றும், சிலம்பு மற்றும் மேகலைக்கு முற்பட்டதென்றும் அறியலாம்.

வாழ்க்கை ஒழுக்க நூல்

திருக்குறளை ஒரு வாழ்க்கை ஒழுக்க நூல் என்று கூறலாம். திருக்குறள் தோன்றும் வரையில் மனித வாழ்க்கையில் ஒழுக்கங்களை இன்றியமையாது பின்பற்ற வேண்டும் என்று வலியுறுத்திச் சொன்ன தனி நூல் தமிழகத்தில் தோன்றவில்லை. சங்க இலக்கியங்களில் ஆங்காங்கே அறக்கருத்துக்கள் உணர்த்தப்பட்டுள்ளனவேயன்றி அவற்றை வாழ்க்கையில் கட்டாயமாகப் பின்பற்ற வேண்டும் என்று அறுதியிட்டு உரைக்கும் போக்கு அவற்றில் இல்லை. வீரமும் காதலும் தலைமைக் கருத்துக்களாகப் போற்றப்பட்ட சங்க இலக்கியத்தில் தனிமனித வீரம், போர்க்களத்தில் உயிர் துறத்தல், விழுப்புண் படாமைக்கு வருந்துதல், கள்ளுண்ணல், மன்னனே வீரர்க்கு வரிசையறிந்து மது வழங்குதல், காதல் வாழ்க்கை, வாழ்க்கை இன்பங்களை இடையறாது துய்த்தல் ஆகியவை உயர்வாகக் கருதப்பட்டன. இதையே நாம் வீரநிலைக் காலப்பண்பாடு' என்கிறோம். தமிழகத்தில் மட்டுமின்றி உலகின் பல பகுதிகளிலும் குறிப்பாக கிரேக்கம், ரோம், நார்வே, ஜெர்மனி போன்ற நாடுகளிலும் இதே போன்ற பண்புகளைக் கொண்ட வீரநிலைக் காலம் நிலவியது.

அரசியல் மாற்றம், அரசுகள் மாற்றம், சமயநிலை மாற்றம், மக்கள் சிந்தனை மாற்றம் ஆகியவற்றின் காரணமாக வீரநிலைக்காலப் பண்பாடு வீழ்ச்சியடைந்து அற நெறிக்காலம் தலைதூக்கியது. இந்தக் காலகட்டத்து இலக்கியங்கள் அறத்தை வலியுறுத்துவதைத் தமது தலையாய நோக்கமாகக் கொண்டன. இவற்றுக்குத் தலைமையேற்றது திருக்குறள். எவையெல்லாம் வாழ்க்கை ஒழுங்குகளைச் சிதைக்கின்றனவோ அவற்றையெல்லாம் திருவள்ளுவர் கடிந்து ஒதுக்கினார். கள், கல்லாமை, பிறன்மனை நயத்தல், பரத்தமை, பொய், களவு, சூது, புறம் பேசுதல், உயிர்க்கொலை, பழிச்செயல், முயற்சியின்மை, அவா ஆகியவற்றை முற்றிலுமாக விலக்க வேண்டும் என்று வலியுறுத்தினார்.

எ-டு:

'முயற்சி திருவினை ஆக்கும் முயற்றின்மை
இன்மை புகுத்தி விடும்' *(616)*

'ஈன்றாள் பசிகாண்பாள் ஆயினும் செய்யற்க
சான்றோர் பழிக்கும் வினை' *(650)*

'மனத்துக்கண் மாசிலன் ஆதல் அனைத்தறன்
ஆகுல நீர பிற' *(34)*

வாழ்க்கையில் தவிர்க்க வேண்டிய தீய சிந்தனைகளையும், செயல்களையும் வலியுறுத்திச் சொன்னது போன்றே, பின்பற்ற வேண்டிய சில சிந்தனைகளையும் செயல்களையும் வள்ளுவர் அறிவுறுத்தியுள்ளார். அருளுடைமை, அழுக்காறாமை, அன்புடைமை, இடுக்கணழியாமை, இன்னா செய்யாமை, கள்ளுண்ணாமை, சான்றாண்மை, நாணுடைமை, பண்புடைமை, புறங்கூறாமை, பொறையுடைமை, மடியின்மை, வினைத்தூய்மை போன்றன அவற்றுள் சிலவாகும்.

அகழ்வாரைத் தாங்கும் நிலம்போலத் தம்மை
இகழ்வாரைப் பொறுத்தல் தலை *(51)*

புறங்கூறிப் பொய்த்துயிர் வாழ்தலிற் சாதல்
அறங்கூறும் ஆக்கம் தரும் *(183)*

தீயவை தீய பயத்தலால் தீயவை
தீயினும் அஞ்சப் படும் *(202)*

போன்ற குறள்கள் ஒவ்வொருவரும் வாழ்வில் பின்பற்ற வேண்டிய அறங்களையும் அவற்றின் நன்மையையும் எடுத்துரைக்கின்றன.

திருவள்ளுவர் அறத்துப்பாலில் தனிமனிதன் தன்னுடைய வாழ்க்கையில் பின்பற்ற வேண்டிய சமுதாய அறங்களையும், பொருட்பாலில் அரசன் தன்னுடைய ஆட்சியில் பின்பற்ற வேண்டிய

ஆட்சியியல் அறங்களையும், காமத்துப்பாலில் கருத்தொருமித்த காதலர் இருவர் அறத்தின் வழியே நுகரும் இன்பத்தையும் விளக்கி உரைத்துள்ளார். எனவே திருக்குறள் ஒரு வாழ்க்கை ஒழுக்க நூலாக விளங்குகிறது.

ஒப்பிலக்கிய அறிஞர்கள் உலகின் பிற அற இலக்கியங்களோடு திருக்குறளை ஒப்பவைத்துக் காண்பர். கிரேக்க மொழியில் அரிஸ்டாடில் எழுதியுள்ள சாக்ரடீஸ் உரையாடல்களோடும், சீனமொழியில் கன்பூசியஸ் தத்துவங்களோடும், வடமொழியில் பருத்ருஹரியின் சதகங்களுடனும் ஒப்பிட்டுக் காணலாகும் தகுதி திருக்குறளுக்கு நிரம்ப உள்ளது. உலக அற இலக்கியங்களுள் திருக்குறளின் சிறப்பிடத்தை டாக்டர் ஆ. கைலாசபதி பின்வருமாறு குறிப்பிடுவார்:

'உலக அற இலக்கியங்களில் சொல்லப்படும் கருத்துக்கள் திருக்குறளில் செறிவாகவும் விழுமிய வகையிலும் சொல்லப்பட்டுள்ளன. அந்த வகையில் திருக்குறள் உலகின் பிற இலக்கியங்களைக் காட்டிலும் விஞ்சியுள்ளது'

2. நாலடியார்

நான்கு அடிகளைக் கொண்ட நானூறு வெண்பாக்களால் ஆகிய நூல். எனவே இது 'நாலடி நானூறு' என்றும் அழைக்கப்படுகிறது. 'ஆலும் வேலும் பல்லுக்குறுதி; நாலும் இரண்டும் சொல்லுக்குறுதி' என்பது பழமொழி. இதில் நாலும் இரண்டும் என்பது முறையே நாலடியாரையும் திருக்குறளையும் குறிக்கிறது. திருக்குறளைப் போலவே இதனையும் டாக்டர் ஜி.யூ. போப் அவர்கள் ஆங்கிலத்தில் மொழிபெயர்த்துள்ளார். இதனைப் பாடிவர்கள் சமண முனிவர்கள் என்பர். இதனைத் தொகுத்தவர் பதுமனார் ஆவார். பரிமேலழகர், நச்சினார்க்கினியர், அடியார்க்கு நல்லார் போன்ற சிறந்த ஆசிரியர்கள் பலர் தங்கள் உரைகளில் நாலடியார் பாடல்களை மேற்கோள் காட்டியுள்ளனர்.

இது வச்சிரநந்தி என்ற சமணமுனிவர் புத்த சங்கத்தின் தலைவராக இருந்தபோது (கி.பி. 470) பாடப்பட்ட நூல் என்பர். முத்தரையர்களைப் பற்றி இந்நூல் குறிப்பிடுவதால் (பாடல் 200, 206) இது ஏழாம் நூற்றாண்டைச் சார்ந்தது என்று சொல்வர். இந்நூல் 40 அதிகாரங்களையும் அறத்துப்பால் (13 அதிகாரங்கள்), பொருட்பால் (24 அதிகாரங்கள்), காமத்துப்பால் (3 அதிகாரங்கள்) ஆகிய மூன்று பிரிவுகளையும் உடையது.

இந்நூல் அறத்தை மிகுதியாக வலியுறுத்திக் கூறுகிறது. செல்வம், யாக்கை, இளமை இவற்றின் நிலையாமையைக் கூறுகிறது. கல்வியின் சிறப்பு, கற்பின் ஆற்றல் ஆகியன நாலடியாரின் சிறப்பிக்கப்படுகின்றன.

கருத்துக்களைத் தெளிவாக எடுத்துச் சொல்வதும், உவமைகளால் கருத்துக்களை விளக்குவதும் இந்நூலின் சிறப்பாகும். எனவே இந்நூலின் பல பாடல்கள் மனங்கொள்வதாக உள்ளன. அறிவுடைமையைப் பற்றிக் கூறும்போது,

'நன்னிலைக்கண் தன்னை நிறுப்பானும் தன்னை
நிலைக் கலக்கிக் கீழிடு வானும் - நிலையினும்
மேன்மேல் உயர்த்து நிறுப்பானும் தன்னைத்
தலையாகச் செய்வானும் தான்'

என்று சொல்கிறது.

நல்லினம் காத்தலை ஒருவிதியாகவே நாலடியார் வகுத்துக் கூறுகிறது:

'அறிமின் அறநெறி; அஞ்சுமின் சுற்றம்;
பொறுமின் பிறர் கடுஞ்சொல், போற்றுமின் வஞ்சம்,
அறுமின் வினைதீயார் கேண்மையெஞ் ஞான்றும்
பெறுமின் பெரியார்வாய்ச் சொல்'

பரத்தையருக்கு விளக்கொளியை உவமை காட்டிப் பாடும் பாடல் மனங்கொள்ளத்தக்கதாகும்:

'விளக்கொளியும் வேசையர் நட்பும் இரண்டும்
தூக்கற நாடின்வே றல்ல - விளக்கொளியும்
நெய்யற்ற கண்ணே அறுமே, அவரன்பும்
கையற்ற கண்ணே அறும்.

3. நான்மணிக்கடிகை

கடிகை என்பது கழுத்தில் அணியும் ஒருவகை அணிகலன். ஒவ்வொரு பாடலும் நான்கு அறக் கருத்துக்களை மணிபோல் தொகுத்துச் செய்யப்பட்ட அணிகலன் என்று பொருள்படுமாறு இதற்குப் பெயர் சூட்டப்பட்டுள்ளது.

எ-டு:

கள்ளி வயிற்றில் அகில் பிறக்கும் மான் வயிற்றில்
ஒள்ளரி தாரம் பிறக்கும் பெருங் கடலுள்
பல்விலைய முத்தம் பிறக்கும் அறிவார்யார்
நல்லாள் பிறக்கும் குடி'

நான்மணிக்கடிகையை இயற்றியவர் விளம்பிநாகனார். இது 104 பாடல்களை உடையது. 'அம்மை' என்ற இலக்கிய வகையைச் சார்ந்ததாக இதனைப் பேராசிரியரும் நச்சினார்க்கினியரும் குறிப்பிடுவர். வாழ்க்கை பயனுற நல்ல வழிகாட்டி நூலாகவும் இஃது அமைந்துள்ளது.

அவரவர்களுக்குச் சிறப்புத் தருவது எது என்பதை இந்நூலில் இடம்பெற்றுள்ள ஒரு பாடல் நயமாகக் கூறுகிறது:

'மனைக்கு விளக்கம் மடவார்; மடவார்
தனக்குத் தகைசால் புதல்வர் - மனக்கினிய
காதற் புதல்வர்க்குக் கல்வியே, கல்விக்கும்
ஓதின் புகழ்சால் உணர்வு'

4. இனியவை நாற்பது

ஒவ்வொரு பாடலும் 'இனியது எது?' என்று கூறுவதால் நாற்பது பாடல்களடங்கிய இத்தொகுதி 'இனியவை நாற்பது' எனப் பெயர் பெற்றது. இதனை இயற்றியவர் மதுரை தமிழாசிரியர் மகனார் பூதஞ்சேந்தனார் ஆவார். இந்நூலின் காலம் கி. பி. 5ஆம் நூற்றாண்டு என்பர்.

'மானம் அழிந்தபின் வாழாமை முன்னினிது'
'குழவி தளர்நடை காண்டல் இனிது'
'வருவாய் அறிந்து வழங்கல் இனிது'

போன்ற வாழ்க்கையறங்களை இந்நூல் இனிதாகச் சொல்கிறது.

5. இன்னா நாற்பது

ஒவ்வொரு பாடலும் 'இன்னாதது எது?' என்று கூறுவதால் நாற்பது பாடல்கள் அடங்கிய இத்தொகுதி 'இன்னா நாற்பது' எனப் பெயர் பெற்றது. இதனை இயற்றியவர் கபிலர் என்ற புலவராவார். இவர் சங்ககாலக் கபிலரினும் வேறானவர். ஔவையார், நக்கீரர் என்று தமிழ் இலக்கிய வரலாற்றில் பல பெயர்கள் காணப்படுவது போல கபிலர் என்ற பெயரிலும் பலர் இருந்துள்ளனர். இன்னாததைக் கூறி அவற்றைத் தவிர்க்க வேண்டும் என்று இந்நூலில் உணர்த்தப் பட்டுள்ளது. இந்நூலின் காலம் கி. பி. 4ஆம் நூற்றாண்டு என்பர்.

'ஊனைத் தின்று ஊனைப் பெருக்குதல் முன்னின்னா'
'கொடுங்கோல் மறமன்னர் கீழ்வாழ்தல் இன்னா'
'ஈன்றாள் ஓம்பிவிடல் இன்னா'

போன்ற எச்சரிக்கைகள் நமக்கு விழிப்புணர்வை ஊட்டுகின்றன.

6. திரிகடுகம்

சுக்கு, மிளகு, திப்பிலி ஆகிய மூன்றும் சேர்ந்த மருந்துப் பொருள் உடல் நலனைக் காப்பது போல, இதிலுள்ள ஒவ்வொரு பாடலிலும் சொல்லப்படும் மூன்று கருத்துக்கள் மக்கள் வாழ்வுக்குப் பயனளிப்பது என்ற பொருள்பட இதற்குத் திரிகடுகம் என்று பெயரிடப்பட்டது. 101

வெண்பாக்களால் ஆன இந்நூலை இயற்றியவர் நல்லாதனார் ஆவார். இவர் காலம் கி. பி. 5ஆம் நூற்றாண்டு. இந்நூலின் முதற்பாடலிலேயே 'திரிகடுகம்' என்ற குறிப்புக் காணப்படுகிறது:

'அருந்ததிக் கற்பினார் தோளும் திருந்திய
தொல்குடியின் மாண்டார் தொடர்ச்சியும் - சொல்லின்
அரில் அகற்றும் கேள்வியார் நட்பும் இம்மூன்றும்
திரிகடுகம் போலும் மருந்து'

"செல்வத்தைச் சீரழிக்கும் எண்ணம் எது?' என்பதை இந்நூலாசிரியர் காட்டும் திறம் நினைவில் கொள்ளுதற்குரியது.

'தன்னை வியந்து தருக்கலும் தாழ்வுஇன்றிக்
கொன்னே வெகுளி பெருக்கலும் - முன்னிய
பலபொருள் வெஃகும் சிறுமையும் இம்மூன்றும்
செல்வம் உடைக்கும் படை'

வாழ்க்கையில் யார் வெற்றி பெறுவார்கள் என்பதைத் திரிகடுகம் மனங்கொள்ளுமாறு எடுத்துரைக்கிறது:

'வைததனை இன்சொலாக் கொள்வானும் நெய்பெய்த
சோறென்று கூழை மதிப்பானும் - ஊறிய
கைப்பதனைக் கட்டியென் றுண்பானும் இம்மூவர்
மெய்ப்பொருள் கண்டுவாழ் வார்'

7. ஆசாரக்கோவை

வாழ்க்கை ஒழுக்கங்களை ஒவ்வொரு பாடலிலும் மாலைபோலக் கோர்த்துச் சொல்வதால் இந்நூல் ஆசாரக்கோவை என்று பெயர் பெற்றது. இதனை இயற்றியவர் பெருவாயின் முள்ளியார் ஆவார். இவரது காலம் கி. பி. ஐந்தாம் நூற்றாண்டு என்பர். செய்யக்கூடியவை இவை என்றும், செய்யக்கூடாதவை இவை என்றும் இந்நூல் எடுத்துரைக்கிறது.

8. சிறுபஞ்சமூலம்

கண்டங்கத்திரி, சிறுவழுதுணை, சிறுமல்லி, பெருமல்லி, நெருஞ்சி ஆகிய ஐந்து மூலிகைகளின் வேர்கள் சிறந்த மருந்தாக அமைந்து உடல் நோயைப் போக்குவதுபோல இந்நூலின் ஒவ்வொரு பாடலிலும் அமைந்துள்ள ஐந்து கருத்துக்கள் மக்களின் துயரைப் போக்கும் என்ற குறிப்பமைய இந்நூலுக்குச் சிறுபஞ்சமூலம் என்று பெயர் அமைந்தது. இதனை இயற்றியவர் காரியாசான் என்பவராவார். இவரது காலம் கி. பி. 5ஆம் நூற்றாண்டு. சிறப்புப் பாயிரம் இரண்டு உட்பட இந்நூல் 102 வெண்பாக்களைக் கொண்டுள்ளது.

தோல் கன்றைக் காட்டிப் பசுவிடமிருந்து பால் கறக்கும் வழக்கம் அக்காலத்திலேயே இருந்ததை இந்நூலின் வாயிலாக அறிந்து கொள்ளமுடிகிறது. எது உண்மை அழகு, என்பதை இந்நூலில் இடம்பெற்றுள்ள ஒரு பாடல் அழகாக எடுத்துச் சொல்கிறது:

'மயிர்வனப்பும் கண்கவர் மார்பின் வனப்பும்
உகிர்வனப்பும் காதின் வனப்பும் - செயிர்தீர்ந்த
பல்லின் வனப்பும் வனப்பல்ல; நூற்கியைந்த
சொல்லின் வனப்பே வனப்பு'

இந்நூலாசிரியர் ஆயுர்வேதப் பயிற்சியும் வடநூற் புலமையும் உடையவர் என்பர்.

9. ஏலாதி

ஏலம், இலவங்கம், சிறுநாவற்பூ, மிளகு, திப்பிலி, சுக்கு எனும் ஆறு கைச்சரக்குகளால் ஆன மருந்து உடலுக்கு நலம் தருவது போல இந்நூலிலுள்ள பாடல்கள் ஒவ்வொன்றிலுமுள்ள ஆறு கருத்துக்கள் வாழ்க்கைப் பிணியைத் தீர்க்க வல்லன எனும் பொருள்பட இந்நூலுக்கு இப்பெயர் இடப்பட்டுள்ளது. இதனை இயற்றியவர் கணிமேதாவியர் ஆவார். இரு சிறப்புப் பாயிரங்கள் உட்பட இந்நூலில் 82 பாடல்கள் உள்ளன. பதினெண்கீழ்க்கணக்கு நூலாகிய திணைமாலை நூற்றைம் பதையும் இவர் இயற்றியுள்ளார்.

மாணவர்களின் கல்விக்கு உடை, உணவு, நூல், எழுதுகோல் ஆகியவற்றைத் தந்து உதவியவர்கள் பெருவாழ்வு பெறுவர் எனும் கருத்தமைந்த பாடல் கல்விக்குச் செய்யும் உதவியின் மாண்பைச் சிறப்பிக்கின்றது:

'ஊணொடு கூறை எழுத்தாணி புத்தகம்
பேணொடு எண்ணும் எழுத்திவை - மாணொடு
கேட்டெழுதி ஓதிவாழ் வார்க்கீந்தார் இம்மையால்
வேட்டெழுத வாழ்வார் விரிந்து'

10. இன்னிலை

அறம், பொருள், இன்பம், வீடு எனும் நான்கு உறுதிப் பொருட்களை 45 வெண்பாக்களால் இந்நூல் விளக்குகிறது. இதனைப் பாடியவர் பொய்கையார் எனும் புலவர். இவர் அறம், பொருள், இன்பம் மூன்றும் பாடினார் என்றும் இவரோடு மதுரையாசிரியர் பூதனார் வீடு பற்றிய பாடல்களைப் பாடிச் சேர்த்தார் என்றும் சொல்வர். பதினெண்கீழ்க்கணக்கு நூல்களில் 'கைந்நிலை' என்ற பெயரில் அகநூல் ஒன்று உள்ளது. இன்னிலையைப் பதினெண்கீழ்க்

கணக்கு நூல்களில் சேர்க்காதவர்கள், கைந்நிலையைச் சேர்த்து எண்ணுவர். இந்நூலை வ. உ. சி. பதிப்பித்துள்ளார்.

11. முதுமொழிக்காஞ்சி

'முதுமொழி' என்பது அனுபவம் மிக்க முதியோர் கூற்று என்றும், 'காஞ்சி' என்பது நிலையாமை என்றும் பொருள்படும். இவ்வுலகம் நிலையில்லாதது. எனவே அந்த நிலையாமையை வெல்லும் முதியோர் அறிவுரைகள் நிறைந்த நூறு செய்யுட்களைக் கொண்டது இந்நூல்.

முதுமொழி என்பது தொல்காப்பியத்தில் குறிப்பிடப்படும் பண்டைய இலக்கிய வகைகளுள் ஒன்று. இந்த இலக்கிய வகையைச் சார்ந்த முதுமொழிக்காஞ்சி சங்க காலத்தில் இயற்றப்பட்ட நூல் என்று ஆராய்ச்சியாளர்கள் கருதுகின்றனர். ஏனெனில் இந்நூலைப் பாடிய கூடலூர் கிழாரும், ஐங்குறுநூற்றுப் பாடல்களைத் தொகுத்த புலத்துறை முற்றிய கூடலூர் கிழாரும் ஒருவரே என்று கருதுகின்றனர். 'கல்வி பயிலும் ஒழுக்கமே மேம்பட்டது' போன்ற அறவுரைகள் பல இந்நூலில் உள்ளன.

'ஆர்கலி யுலகத்து மக்கட் கெல்லாம்
ஓதலின் சிறந்தன் றொழுக்க முடைமை'

ஐங்குறுநூற்றுப் பாடல்களைப் போன்றே இந்நூற் பாடல்களும் பத்துப்பத்துப் பாடல்களடங்கிய பத்துப் பகுதிகளாகப் பிரிக்கப்பட்டுள்ளது. ஐங்குறுநூறு போன்றே ஒவ்வொரு பகுதியும் சிறந்த பத்து, அறிவுப் பத்து, பழியாப்பத்து, துவ்வாப் பத்து, அல்லபத்து, இல்லைப்பத்து, பொய்ப்பத்து, எளியபத்து, நல்கூர்ந்தபத்து, தண்டாப்பத்து என்று பெயர் பெற்றுள்ளன.

12. பழமொழி நானூறு

ஒவ்வொரு பாடலிலும் ஒரு பழமொழியைக் கொண்டுள்ள இந்நூல் நானூறு செய்யுட்களால் ஆனது. இதனை இயற்றியவர் முன்றுரையரையனார். இந்நூலில் சங்ககால அரசர்கள், புலவர்கள் பெயர் காணப்படுவது சிறப்பாகும். பழமொழி என்பது ஓர் இலக்கிய வகையாகத் தொல்காப்பியத்தில் குறிப்பிடப்படுகிறது. எனவே பண்டைக்காலந்தொட்டே பழமொழிக்கு இலக்கியத் தகுதி கிடைத்துள்ளது என்பது, அதன் பெருமையைச் சுட்டுகிறது. பிற்காலத்தில் சதக நூல்கள் பழமொழியைக் கொண்டு அமைந்துள்ளன. இந்நூலில் குறிப்பிடப்படும் சில பழமொழிகள் வருமாறு.

'குலவிச்சை கல்லாமல் பாகம் படும்'

'நிறைகுடம் நீர்தளும்பல் இல்'

'நுணலும் தன்வாயாற் கெடும்'

பல்யானைச் செல்கெழு குட்டுவன் (பாடல் 31), கரிகாலன் முதியவனாக வந்து நீதி சொன்ன வரலாறு (21), தூங்கெயில் எறிந்த தொடித்தோட் செம்பியன் (49), மனுநீதி கண்ட சோழன் (93), பொற்கைப்பாண்டியன் (102) பாரி முல்லைக்குத் தேர் ஈந்தது (301), பேகன் மயிலுக்குப் போர்வை தந்தது (361) ஆகிய குறிப்புகள் இந்நூலில் காணப்படுகின்றன. பதினெண்கீழ்க்கணக்கு நூல்களில் திருக்குறளுக்கும், நாலடியார்க்கும் அடுத்த சிறப்பினை இந்நூல் பெற்றுள்ளது.

13. கார் நாற்பது

வினைமேற் சென்ற தலைவன் திரும்பி வரும் காலம் கார்காலமாகும். இக்கார்காலத்தின் அழகையும், தலைவன் திரும்பிவரும் விரைவையும் தலைவியின் எதிர்பார்ப்பையும் ஒருசேர இணைத்துப் பாடுவது சங்க அக இலக்கிய மரபுகளுள் ஒன்றாகும். இம்மரபுடைய பாடல்கள் முல்லைப் பாடல்கள் என்றழைக்கப்பட்டன. இம்மரபின் தொடர்ச்சியாகச் சங்கம் மருவிய காலத்தில் கார்நாற்பது இயற்றப்பட்டது. நாற்பது பாடல்களடங்கிய இந்நூலை இயற்றியவர் மதுரைக் கண்ணங்கூத்தனார் ஆவார். சங்க காலத்தில் ஆசிரியப்பாக்களால் அகக் கருத்துக்களைப் புலவர்கள் எடுத்துச் சொன்னார்கள். சங்கம் மருவிய காலத்தில் அகக் கருத்துக்களை வெண்பாக்களால் எடுத்துச் சொல்லும் புதிய மரபு பிறந்தது. இதற்கு இந்நூல் ஓர் எடுத்துக்காட்டு ஆகும்.

14. ஐந்திணை ஐம்பது

ஒவ்வொரு திணைக்கும் பத்துப் பாடல்கள் வீதம் குறிஞ்சி, முல்லை, மருதம், நெய்தல், பாலை ஆகிய ஐந்து திணைகளுக்கும் மொத்தம் ஐம்பது பாடல்களாக இந்நூல் அமைந்துள்ளது. இதனை இயற்றியவர் மாறன் பொறையனார் ஆவார். பெரும்பாலும் சங்க அகப் பாடல்களில் உள்ள கருத்துக்கள், காட்சிகள், உவமைகள் ஆகியவற்றை இதுபோன்ற நூல்கள் வெண்பா யாப்பில் பாடி, சங்க அகமரபுகளைக் காத்துத் தந்துள்ளன. இதற்கு ஒரு சான்று வருமாறு:

'சுனைவாய்ச் சிறுநீரை எய்தாதென்று எண்ணிப்
பிணைமான் இனிதுண்ண வேண்டிக் - கலைமாத்தன்
கள்ளத்தின் ஊக்கும் சுரம் என்பர் காதலர்
உள்ளம் படர்ந்த நெறி' *(28)*

இப்பாடல் கலித்தொகை 11ஆம் பாடலில் காணப்படும் காட்சியை நறுக்குத் தெறித்தாற்போல் மீண்டும் நினைவூட்டும் இலக்கியப் பெட்டகமாக அமைந்துள்ளது. இதுபோன்று பல பாடல்கள் இந்நூலில் காணப்படுகின்றன.

15. ஐந்திணை எழுபது

திணைக்குப் பதினான்கு பாடல்கள் வீதம் ஐந்து திணைகளுக்கும் எழுபது பாடல்கள் அமையப் பாடாப்பட்டது இந்நூல். இதனைப் பாடியவர் மூவாதியார். இவரது காலம் கி. பி. 5ஆம் நூற்றாண்டு. காதலரைப் பிரிந்தவர்களுக்கு மாலைக்காலம் கொலைக்களத்தில் கொல்வார் போல வரும் எனும் குறளுக்கு விளக்கமாக இதில் ஒரு பாடல் காணப்படுகிறது.

'புல்லுந ரில்லார் நடுங்கச் சிறுமாலை
கொல்லுநர் போல வரும்...'

சங்க இலக்கியத்தில் காட்டப்படும் கார் காலச் சூழலை இந்நூலின் பின்வரும் பாடலடிகள் நினைவூட்டுகின்றன:

'இனத்த அருங்கலை பொங்கப் புனத்த
கொடிமயங்கு முல்லை தளிர்ப்ப இடிமயங்கி
யானு மவரும் வருந்தச் சிறுமாலை
தானும் புயலும் வரும்'

16. திணைமாலை ஐம்பது

ஒவ்வொரு திணைக்கும் பத்துப் பாடல்கள் வீதம் ஐம்பது பாடல்களால் ஆனது இந்நூல். இதன் ஆசிரியர் கண்ணன் சேர்ந்தனார். இவர் கி.பி. 4ஆம் நூற்றாண்டைச் சேர்ந்தவர்.

இரவுக் குறியில் தலைவியைச் சந்திக்க வரும் தலைவனை வழித்துன்பம் கருதி இரவில் வருதல் வேண்டாம் என வற்புறுத்தும் தோழி கூற்றில் அமைந்த பாடலில் அருவியோசை அழகுற உவமை செய்யப்பட்டுள்ளது:

'யாழும் குழலும் முழவும் இயைந்தென
வீழும் அருவி வியன்மலை நன்னாட
மாழைமான் நோக்கியும் ஆற்றாள் இருவரின்
ஊரறி கௌவை தரும்.'

17. திணைமாலை நூற்றைம்பது

திணைக்கு முப்பது பாடல்கள் வீதம் நூற்றைம்பது வெண்பாக்களால் இந்நூல் பாடப்பெற்றுள்ளது. ஆனால் இந்நூலில் நூற்றைம்பத்து மூன்று வெண்பாக்கள் காணப்படுகின்றன. இதன் ஆசிரியர் ஏலாதி எனும் அறநூலைப் பாடிய கணிமேதாவியார் ஆவார்.

இவர் காலத்தில் தமிழரின் உயரிய பண்பாகப் போற்றப்படும் அக ஒழுக்கத்தைச் சமணர்கள் வெறுத்து ஒதுக்கினர். அவர்கட்கு அக ஒழுக்கத்தின் உயர்வை அறிவுறுத்துவதற்காகக் கணிமேதாவியார்

திணைமாலை நூற்றைம்பது பாடினார் என இந்நூலின் பாயிரம் உணர்த்துகிறது.

'முனிந்தார் முனிவு ஒழியச் செய்யுட்கண் முத்துக்
கனிந்தார் களவியற் கொள்கைக்கு - அணிந்தார்
இணைமாலை ஈடிலாஇன் தமிழால் யாத்த
திணைமாலை கைவரத் தேர்ந்து'

18. களவழி நாற்பது

பதினெண்கீழ்க்கணக்கு நூல்களில் புறத்திணை பற்றிய நூல் இது ஒன்றே. சமணர் தலைமை பெற்ற சங்கம் மருவிய காலத்தில் புறத்திணை அல்லது போர் பற்றிய இலக்கியங்கள் போற்றப்படவில்லை என்பதையே இது காட்டுகிறது. வாகைத்திணைக்குத் தொல்காப்பியர் கூறிய 'மறக்களவழி' என்ற துறையை அடிப்படையாகக் கொண்டு இவ்விலக்கியம் பாடப்பட்டுள்ளது. சேரமான் கணைக்கால் இரும்பொறை, சோழன் செங்கணானோடு கழுமலம் என்ற இடத்தில் போர் செய்து தோற்றபோது அவனால் சிறைப்பட்ட கணைக்கால் இரும்பொறையை மீட்பதற்காகப் பொய்கையார் களவழி நாற்பது பாடினார் என்பர்.

போர்க்களத்தில் யானைப் போரின் சிறப்பினை விரிவாகப்பாடும் இந்நூல், பிற்காலத்தில் பரணி என்ற இலக்கியவகை உருவாக வழியமைத்துத் தந்துள்ளது. இதற்குப் பின்வரும் களவழி நாற்பது பாடல் சான்றாகும்:

'கவளம் கொள் யானையின் கைகள் துணிக்க
பவளம் சொரிதரு பைபோல் திவன் ஒளிய
ஒண்செங் குருதி உமிழும் புனல்நாடன்
கொங்கரை அட்ட களத்து'

○

4. காப்பியங்கள்

உலக இலக்கிய வரலாற்றில் காப்பியங்களே முதலில் தோன்றின என்று குறிப்பிடப்படுகின்றன. ஏனென்றால் காப்பியங்கள் வாய்மொழிப் பாடல்களிலிருந்து உருவானவை என்று கருதுகின்றனர். ஏட்டில் எழுதப்படாத இலக்கியங்களான மக்களின் வாய்மொழிப் பாடல்கள் பன்னெடுங்காலமாகத் தலைமுறை தலைமுறையாகத் தொடர்ந்து பாடப்பட்டு வந்துள்ளன. இவற்றுக்கு ஆசிரியர் இன்னார் என்பது தெரியாது. எனவே இது 'மக்கள் இலக்கியம்' என்றும் அழைக்கப்படுகிறது.

இத்தகைய வாய்மொழிப் பாடல்கள் அந்தந்தப் பகுதிகளில் நிகழ்ந்த இயற்கைப் பேரழிவுகளையும், அதைத் தடுத்து மக்களைக் காப்பாற்றிய தலைவர்களின் வீரதீரச் செயல்களையும், அதியற்புத நிகழ்ச்சிகளையும், கடவுளர்கள் பற்றிய சிந்தனைகளையும் பாடு பொருட்களாகக் கொண்டிருந்தன. இவற்றை ஒரு காலத்தில் ஒன்றாகத் தொகுத்துப் பல கிளைக்கதைகளையும் ஒரு மையக்கருத்தையும் தமக்குள் தொடர்புடையவாறு அமைத்துக் காப்பியமாக்கித் தந்தனர். இவ்வாறுதான் காப்பியங்களைப் பற்றிய தோற்றம் கூறப்படுகிறது.

உலகின் முதற்காப்பியங்களாகக் கருதப்படும் கிரேக்கக் காப்பியங்களான இலியட், ஒடிசி ஆகியவற்றை ஹோமர் (Homer) எனும் கவிவாணர் பண்டைய வாய்மொழிப் பாடல்களிலிருந்து தொகுத்துத் தந்தார் என்று ஆராய்ச்சியாளர்கள் கருதுகின்றனர். (C.M. Bowra, Heroic Poetry). அதேபோன்று இந்தியக் காப்பியங்களான இராமாயணத்தை வால்மீகியும், மகாபாரதத்தை வியாசரும் தொகுத்தார்கள் என்று ஆராய்ச்சியாளர்கள் கருதுகின்றனர். (N.K. Siddhantha, Heroic age of India). இந்த அடிப்படையில் சிலப்பதிகாரமும் ஒரு பழமரபுக் கதையின் புதியவடிவம் என்றும் இந்தப் பழமையான கதைக்குத் துணை செய்யும் பல கிளைக்கதைகளையும் சேர்த்து இளங்கோவடிகள் சிலப்பதிகாரம் செய்தார் என்றும் கருதுவதற்குச் சான்றுகள் உள்ளன.

உலகெங்கிலும் காப்பியங்களே முதன்முதலில் உருவான இலக்கியங்களாக இருக்க, தமிழில் இதற்கு மாறான ஒரு நிலை உள்ளது. தமிழில் முதன்முதலில் உருவானவை தன்னுணர்ச்சிப் பாடல்கள் எனப்படும் தனித்தனிப் பாடல்களே. இவற்றையே பிற்காலத்தவர்கள் எட்டுத்தொகை, பத்துப்பாட்டு என்று இரு தொகுதிகளாக்கி வைத்தனர். ஆனால் எட்டுத்தொகையிலுள்ள புறநானூற்றுப்பாடல்கள் சிலவற்றை ஒன்றாக வைத்துப் பார்க்கும்போது அவை சில மன்னர்களின் வரலாற்றையும், அம்மன்னர்களின் வாழ்க்கையில் நடைபெற்ற சுவையான நிகழ்ச்சிகளையும், அம்மன்னரோடு தொடர்புடையவர் களையும் பற்றிய தொடர்ச்சியான செய்திகள் பலவற்றை நமக்குத் தெரிவிக்கின்றன. இவற்றை ஒன்றாகத் தொகுத்து நோக்கும்போது இவையும் பல குறுங்காப்பியங்களாக நமக்குக் காட்சி தருகின்றன.

ஐம்பெருங் காப்பியங்கள்

தமிழில் முதல் நிலையில் வைத்து எண்ணத்தக்கதாக உள்ள ஐந்து காப்பியங்களை ஐம்பெருங்காப்பியங்கள் என்பர். இதற்கு அடுத்த நிலையில் உள்ள ஐந்து காப்பியங்களை ஐஞ்சிறு காப்பியங்கள் என்பர். சிலப்பதிகாரம், மணிமேகலை, சீவகசிந்தாமணி, வளையாபதி, குண்டலகேசி ஆகியவை ஐம்பெருங் காப்பியங்களாகும்; யசோதரா காவியம், உதயகுமார காவியம், நாககுமார காவியம், சூளாமணி, நீலகேசி ஆகியவை ஐஞ்சிறுங் காப்பியங்கள் எனப்படுகின்றன.

ஐம்பெருங்காப்பியங்களுள் சிலம்பும் மேகலையுமே தமிழ் இலக்கிய உலகில் பெரும் செல்வாக்குப் பெற்றுள்ளன. சீவகசிந்தாமணியும் பெருங்கதையும் இவற்றுக்கு அடுத்த நிலையில் பரவலாகப் பயிலப் பெற்று வருகின்றன. பிற காப்பியங்கள் அங்கொன்றும் இங்கொன்றுமாகப் பேசப்பெற்று வருகின்றன. காலத்தின் பழமை கருதி, சிலப்பதிகாரம், மணிமேகலை, சீவகசிந்தாமணி, பெருங்கதை, சூளாமணி ஆகிய ஐந்தும் முதல் ஐந்து காப்பியங்கள் என்றும் சொல்லப்படுகின்றன.

பெருங்கதை

பெருங்கதை, கொங்கு வேளிர் என்பவரால் கி. பி. ஏழாம் நூற்றாண்டில் இயற்றப்பட்டது. இது ஒரு தழுவல் காப்பியம். வடமொழியில் கங்கையரசன் துர்விநீதன் என்பவனால் வடமொழியில் மொழிபெயர்க்கப்பட்ட காப்பியத்தைக் கொங்குவேளிர் தமிழில் தழுவி எழுதியுள்ளார். இதன் மூலநூலை பைசாச மொழியில் குணாட்டியார் என்பவர் எழுதினார். கோசாம்பி நகரையாண்ட உதயணன் என்பானது வரலாற்றை இக்காப்பியம் கூறுகிறது. சிலம்பும் மேகலையும் போன்று இப்பெருங்கதையும் ஆசிரியப்பாவில் அமைந்துள்ளது.

சீவகசிந்தாமணி

சீவகன் என்பானது வரலாற்றைக் கூறுவது சீவகசிந்தாமணி. இது சோழநாட்டைச் சார்ந்த சமணத் துறவியார் திருத்தக்கதேவரால் இயற்றப்பட்டது. காப்பியத்தை அதுவரையில் ஆசிரியத்தில் பாடிய மரபை மாற்றி, செவிக்கு இனிமையூட்டும் விருத்தப்பாக்களைக் கொண்டு நீண்டகாவியம் பாடும் புதிய மரபினை அறிமுகம் செய்த முதல்நூல் சீவகசிந்தாமணியாகும். உலகின் ஆதிகாப்பியங்களாகக் கருதப்படும் கிரேக்க மொழியின் ஒடிசி (இலியட்), சுமேரிய மொழியின் கில்காமிஷ் ... (Gilgamish) ஆகியன போன்று கதைத் தலைவனின் பயணங்களையும் அப்பயணத்தில் அவனது வீரதீரச் செயல்களையும் மையமாகக் கொண்டுள்ளது சீவகசிந்தாமணி காப்பியம். இந்நூலின் காலம் கி.பி. 9ஆம் நூற்றாண்டு என்பர். சத்திரசூடாமணி, சத்திய சிந்தாமணி, உத்தர புராணம் ஆகிய நூல்களைத் தழுவி வடமொழியில் எழுதப்பட்ட இதனைத் திருக்கக்கதேவர் திருந்திய வடிவில் தமிழில் தந்துள்ளார். ஜி. யூ. போப் அவர்கள் இவரைத் 'தமிழ்ப் புலவர்களுள் இளவரசர்' (a prince among the Tamil poets K. Z.p. - 137) என்றும், இந்நூல் கிரேக்க மொழியில் உள்ள இலியட் ஒடிசி காப்பியங்களுக்கு இணையானது (Iliad and Odyssey of the Tamil language, K. Z. p. 137) என்றும் புகழ்ந்துரைத்துள்ளார்.

இக்காப்பியத்தில் சீவகன் தன்னுடைய வீரதீரப் பயணத்தின்போது மகளிர் எண்மரைச் சந்தித்து தன் ஆற்றலைக் காட்டியும் நாட்டியும் அவர்களை மணந்து கொண்டான் என்று விரிவாகப் பேசப்படுகிறது. இதனால் இது 'மணநூல்' என்று அழைக்கப்படுகிறது. இந்நூல் 13 இலம்பகங்களை உடையது; 3145 செய்யுட்களைக் கொண்டது.

நாமகள் இலம்பகம் -	சீவகன் கல்வி
மண்மகள் இலம்பகம் -	கட்டியங்காரனை வென்று நாட்டைப் பெற்றது
பூமகள் இலம்பகம்	சீவகன் அரியணை ஏறியது
முத்தி இலம்பகம் -	வீடுபேறு பெற்றது.
கோவிந்தையார் இலம்பகம்	
காந்தருவதத்தையார் இலம்பகம்	
குணமாலையார் இலம்பகம்	
பதுமையார் இலம்பகம்	
கேமசரியார் இலம்பகம்	- எண்மரை மணமுடித்தல்
கனகமாலையார் இலம்பகம்	
விமலையார் இலம்பகம்	
சுரமஞ்சரியார் இலம்பகம்	

களவு வாழ்க்கை, கற்பு வாழ்க்கை, அரசியல், ஆட்சியியல், மக்கள் வாழ்க்கை, அழகுக் கலைகள், மகளிர் வினைகள், அவர்தம் பொழுது போக்குகள், அவர்களது சிந்தனைத் திறம், நாட்டுவளம், நகர்வளம், இயற்கை வருணனைகள் ஆகியவற்றை விரிவாக விளக்கியுரைக்கும் ஒரு சமுதாய நூலாக இது காட்சியளிக்கிறது. இயற்கை வருணணைகளை மக்கள் வாழ்க்கையோடும் இயல்புகளோடும் இணைத்துச் சொல்வது திருத்தக்கதேவரின் வழக்கமாகும்.

நெல் வயல்களில் முற்றியிருந்த கதிர்கள் தலைசாய்த்து நிற்பதைக் கண்ட திருத்தக்கதேவருக்கு அந்தக் காட்சி, செல்வம் பெற்று நிறைவடைந்தவர்களும், அறிவினால் நிறைந்தோரும் அடக்கத்தினால் தம் தலை தாழ்ந்து நிற்பதுபோல் தெரிகிறதாம்:

'சொல்லரும் சூற்பசும் பாம்பின் தோற்றம்போல்
மெல்லவே கருவிருந்து ஈன்று மேலலார்
செல்வமே போல் தலைநிறுவித் தேர்ந்தநூற்
கல்விசேர் மாந்தரின் இறைஞ்சிக் காய்த்தவே'

திருத்தக்கதேவர் சமணத் துறவியார் என்றாலும், அவரது காப்பியத்தில் உணர்ச்சிகளின் உச்சக்கட்டங்கள் பலவற்றையும் காணலாம். அவலச் சுவையானாலும் இன்பச் சுவையானாலும் அவற்றை வெளிப்படுத்துவதில் திருத்தக்கதேவர் வெற்றி பெறுகிறார். இளவரசன் சீவகன் சுடுகாட்டில் பிறக்க வேண்டிய சூழ்நிலைக்கு ஆட்பட்டதை நினைத்துத் திருத்தக்கதேவர்,

'வெவ்வாய் ஓரி முழவாக விளிந்தார் ஈமம் விளக்காக
ஒவ்வாச் சுடுகாட்டுயர் அரங்கின் நிழல்போல் நுடங்கிப் பேயாட
எவ்வாய் மருங்கும் இருந்திரங்கி கூகை குழறிப் பாராட்ட
இவ்வா றாகிப் பிறப்பதோ! இதுவோ மன்னர்க்கியல் வேந்தே!'

என்று அவலச் சுவை ததும்பப் பாடுகின்றார். அதே சமயத்தில் கேமசரியின் பார்வைக்கு அமிழ்தும் இந்த உலகமும் ஈடாகாது என்று பாடும்போது இன்பச்சுவை ஊற்றெடுக்கின்றது:

'காதன்மை கண்ணுள்ளே அடக்கிக் கண்ணெனும்
தூதினால் துணிபொருள் உணர்த்தித் தான்தமர்க்கு
ஓதின்மை படக் கரந்திட்ட வாள்நோக்கு
ஓதம்நீர் அமுதும் உலகும் விற்குமே'

நீலகேசி

பௌத்த சமயத்தின் பெருமையைக் கூறும் குண்டலகேசியின் கருத்துக்களை மறுத்துரைக்கும் நோக்கில் குண்டலகேசி எழுதப்பட்டது என்பர். (Jaina counter - blast against the Buddist Kundalakeci - K. Zp. 139) பழையனூர் நீலி என்பது தமிழ் நாட்டுப்புறங்களில் பன்னெடுங்காலமாக வழங்கப்பட்டு வரும் பேய்மகள் ஆவாள். இதனைக் கருவாகக் கொண்டு அவள் சமண முனிவர் ஒருவர்க்கு மாணவியாக அமைவதாகவும் அவரிடம் பாடம் கேட்டுப் பலரையும் சமண சமயத்திற்கு மாற்றியதாகவும் சமண சமயத் தலைவியாக அவள் மாறியதாகவும் இக்காப்பியம் புனையப்பட்டுள்ளது. இதனை இயற்றிய ஆசிரியர் இன்னார் எனத் தெரியவில்லை. ஆயினும் கி.பி. 10ஆம் நூற்றாண்டின் பிற்பகுதியில் இந்நூல் இயற்றப்பட்டிருக்கலாம் என்பர். இந்நூல் 10 சருக்கங்களையும் 895 செய்யுட்களையும் உடையது.

குண்டலகேசி

பௌத்த சமயத்தின் சிறப்புரைக்கும் இக்காப்பியத்தின் 19 செய்யுட்கள் மட்டுமே இன்று நமக்குக் கிடைக்கின்றன. இதனை நாகுதத்தனார் எழுதினார் என்பர். இதன் காலம் நீலகேசியின் காலத்திற்கு முற்பட்டது. நீலகேசி போலவே குண்டலகேசியும் பெண்ணைக் காப்பியத் தலைவியாக உடையது. சுருண்ட தலைமுடியினை உடைய பெண் பௌத்த துறவியின் கதையைக் கூறுவது குண்டலகேசி. வாழ்வின் நிலையாமையை இந்நூல் இரக்க உணர்வோடு எடுத்தியம்புகிறது:

'பாளையாம் தன்மை செத்தும் பாலனாம் தன்மை செத்தும்
காளையாம் தன்மை செத்தும் காமுறும் இளமை செத்தும்
மீளும் இவ்வியல்பும் இன்னே மேல்வரும் மூப்பு மாகி
நாளும் நாம்சாகின் றாமால் நமக்கு நாம் அழாத தென்னே?'

வளையாபதி

இலக்கிய நூல் வல்லோர் பலரால் எடுத்தாளப்பட்ட செல்வாக்கு மிக்க வளையாபதி காப்பியத்தில் இன்று நமக்கு 70 செய்யுட்களே கிடைக்கின்றன. வைர வணிகன் ஒருவன் பிற்படுத்தப்பட்ட பெண்ணை மணந்ததால் சாதியினரால் தள்ளி வைக்கப்படுகின்றான். பின்னால் அவனுக்குப் பிறந்த மகன் வளையாபதி, சாதிப் பிரச்சினையை வேரறுத்துத் தாயையும் தந்தையையும் ஒன்று சேர்க்கின்றான். இது சமண சமயத்தின் சார்பாக எழுந்த காப்பியமாகும். 1855இல் சூடாமணிப் புலவரால் இயற்றப்பட்ட வைசியபுராணத்தில் இக்கதை காணப்படுகிறது. இக்காப்பியம் பத்தாம் நூற்றாண்டின் முற்பகுதியைச்

சேர்ந்ததென்பர். கற்பனை வளமும், வாழ்க்கையுண்மைகளும் இந்நூலில் பரவலாகக் காணப்படுகின்றன. மக்கட்பேற்றைச் சிறப்பித்துச் சொல்லும் ஒரு பாடலை இதற்குச் சான்று காட்டலாம்:

> 'பொறையிலா அறிவு போகப்புணர்விலா இளமை மேவத்
> துறையிலா வசை வாவிகிலிலாக் கோலத் தூய்மை
> நறையிலா மாலை கல்விநலமிலாப் புலமை நன்னீர்ச்
> சிறையிலா நகரம் போலும்சேயிலாச் செல்வமன்றே'

உதயணகுமார காவியம்

உதயணன் சரித்திரம், உதயணன் சரிதை, உதயணன் கதை என்று பல்வேறு பெயர்களால் அழைக்கப்படும் இச்சிறுகாப்பியம் 14-15ஆம் நூற்றாண்டுகளின் இடைப்பட்ட காலத்தில் எழுதப்பட்டது என்பர். பெருங்கதையின் சுருக்கமாகவும் இதனைக் கொள்ளலாம். இந்நூல் ஆறு காண்டங்களும் 367 செய்யுட்களும் கொண்டது.

நாககுமார காவியம்

சமண சமயச் சார்புக் காப்பியம். 16ஆம் நூற்றாண்டில் எழுதப்பட்ட இந்நூல் 5 சருக்கங்களும் 170 விருத்தங்களும் கொண்டது.

யசோதரா காவியம்

சமண சமயத்தின் பெருமையை இந்நூல் சொல்கிறது. 5 சருக்கங்களையும் 320 பாடல்களையும் உடையது. வடிராஜா என்ற வடமொழிப் புலவர் எழுதிய நூலை மூலநூலாகக் கொண்டது. இதன் ஆசிரியர் வெண்ணாவலுடையார் என்பர். 'இசை காமஇச்சையைத் தூண்டி மனிதனை அழிக்கும்' என்ற கருத்தை வலியுறுத்த இந்தக் காப்பியம் எழுதப்பட்டிருக்கலாம் என எண்ணுமாறு இதன் கதை அமைந்துள்ளது. சமணர்களின் பல பிறவி கோட்பாடு இந்நூலில் விளக்கியுரைக்கப்பட்டுள்ளது.

ஐம்பெருங் காப்பியங்களையும் ஐஞ்சிறு காப்பியங்களையும் சமணக் காப்பியங்கள் (Jaina cycle) என்றும் பௌத்த காப்பியங்கள் (Buddist cycle) என்றும் பகுத்துப் பார்க்கும் வழக்கு உள்ளது. சிலப்பதிகாரம், பெருங்கதை, சீவகசிந்தாமணி, வளையாபதி, நீலகேசி, சூளாமணி, உதயணகுமார காவியம், நாககுமார காவியம், யசோதரா காவியம் ஆகியவை சமண சமயக் காப்பியங்களாகும். மணிமேகலை, குண்டலகேசி ஆகியவை பௌத்த சமயக் காப்பியங்களாகும்.

5. இரட்டைக் காப்பியங்கள்

சிலப்பதிகாரமும் மணிமேகலையும் இரட்டைக் காப்பியங்கள் எனப்படுகின்றன. இவை இரண்டும் தம்முள் கதைத் தொடர்பு கொண்டுள்ளன. சிலப்பதிகாரம் கண்ணகியின் சிலம்பால் பெயர் பெற்றது. மணிமேகலை, கோவலன் - மாதவியின் மகள் மணிமேகலையின் பெயரால் அமைந்தது. சிலப்பதிகாரம் சமணக் காப்பியம்; மணிமேகலை பௌத்த காப்பியம். சிலம்பை இயற்றியவர் சேர அரசன் செங்குட்டுவனின் இளவல் இளங்கோ அடிகள். மேகலையை இயற்றியவர், மலைவளம் காணச் சென்றிருந்த செங்குட்டுவனிடம் கண்ணகிக் கதையைக் குன்றக் குறவர்கள் கூறியபோது உடனிருந்த சீத்தலைச் சாத்தனார். குன்றக்குறவர்கள் கூறிய செய்தியின் பின்னணியில் உள்ள கண்ணகியின் வரலாற்றைச் சாத்தனார் இளங்கோவடிகட்குக் கூற, 'முடிகெழு மூவேந்தர் மூவர்க்கும் உரியது. அடிகள் நீரே அருளுக' என்று செங்குட்டுவன் இளங்கோவடிகளை வேண்டினான். இளங்கோவடிகளும் அதனை ஏற்றுக் கண்ணகிக் காப்பியத்தைச் செய்தார்.

இரு காப்பியங்களிலும் பெண்டிரே தலைமை மாந்தராக அமைகின்றனர். முதற்காப்பியத்தில் கண்ணகியும், தொடர்காப்பியத்தில் அவளது மகளாகக் கருதத்தக்க மணிமேகலையும் காப்பியத் தலைமையை ஏற்கின்றனர். கண்ணகி கற்பின் திறத்தை எடுத்துக் காட்டுபவள்; நீதியை நிலைநாட்டுபவள்; தெய்வமானவள். மணிமேகலை அறத்தின் பெருமையை உலகிற்கு உணர்த்தியவள்; பசிப்பிணையைப் போக்கியவள்; இறைப்பணியை வாழ்நாட் பணியாக ஏற்றுக் கொண்டவள். இவ்வாறு இரு காப்பியங்களம் தம்முள் பல இயைபுகளைக் கொண்டுள்ளன. இதனால் இவை இரட்டைக் காப்பியங்கள் என்று அழைக்கப்படுகின்றன. 'இரட்டைக் காப்பியங்கள்' எனும் பெயரில் தமிழறிஞர் வ. சுப. மாணிக்கம் அவர்கள் மிகச் சிறந்த ஆராய்ச்சி நூல் ஒன்றை எழுதியுள்ளார்.

காப்பியம்

தமிழில் ஆதியில் காப்பியங்கள் இருந்ததற்கான சான்றுகள் இல்லை. ஆனால் சில கதைகள் மக்களிடம் வாய்மொழியாக வழங்கப்பட்டிருக்கக்கூடும் என்பதற்கான சான்றுகள் உள்ளன. நற்றிணையில் 'ஒருமுலை இழந்த திருமாவுண்ணி' கதை ஒன்று இடம்பெற்றுள்ளது. அவள் ஒரு மலையின் உச்சியிலிருந்த வேங்கை மரத்தினடியில் நின்று வானுலகம் சென்றாள் என்ற குறிப்பு உள்ளது. குறுநில மன்னனான பேகன் என்பவன் தன்னுடைய மனைவியாகிய கண்ணகியை மறந்து மற்றொருத்தியிடம் வாழ்ந்து வந்த செய்தியைப் புறநானூற்றுப் பாடல்கள் (புறநா.143-147) தெரிவிக்கின்றன. 'உன் மனைவியிடம் சென்று அவளது துன்பத்தை தீர்ப்பாயாக. அதுவே நீ எமக்குத் தரும் பரிசில்' என்று கபிலர், பரணர், அரிசில்கிழார், பெருங்குன்றூர்கிழார் போன்ற புகழ்பெற்ற புலவர்கள் வையாவிக் கோப்பெரும் பேகனை அறிவுறுத்திப் பாடியுள்ளனர்.

கண்ணகிக் கதை ஒரு தொன்மக்கதை என்பதை நிறுவுவது போன்று, சுமேரிய நாட்டில் கண்டெடுக்கப்பட்ட அகழ்வாய்வுச் சின்னங்களும் சான்றாகின்றன. அங்குள்ள சுடுமணல் முத்திரை ஒன்றில் கையில் சிலம்புடனும், தலையில் தீப்பிழம்புகளுடனும் மலையுச்சியில் உள்ள ஒரு மரத்தின் அடியில் ஒரு பெண் நிற்பது போன்ற உருவம் காணப்படுகிறது. இவள் பெயரை 'இனானா' என்று சுமேரியாவின் பழம் பாடல்கள் சொல்லுகின்றன. இவள் தன் கணவனை இழந்ததால், கீழுலகம் சென்று அங்குள்ள தெய்வத்திடம் முறையிட்டாள் என்றும், அந்தத் தெய்வம் அவனை உயிர்ப்பிக்காததால் வானுலகம் சென்றாள் என்றும் அவளைப் பற்றிய முடிவு கூறப்படுகிறது. கீழுலகிற்கு அவள் கணவன் இறந்ததற்காக நீதி கேட்கச் செல்கிறாள் என்று அக்கதையில் குறிப்பிடப்படுகிறது. மேலும் அவளது தோற்றமும் அவளது பேச்சுக்களும் கண்ணகியையே நமக்கு நினைவூட்டுகின்றன. இதனைப் பார்க்கும்போது கண்ணகித் தொன்மம் மிகப் பழமையானது என்றும், சுமேரியாவுக்கும் பழந்தமிழகத்திற்கும் இருந்த வாணிகத் தொடர்பாலும் பிற தொடர்புகளாலும் இத்தொன்மம் இடம்பெயர்ந்து சென்றிருக்கலாம் என்றும் கருத வாய்ப்புண்டு.

'காப்பியம்' என்பது தமிழில் சிறப்பான ஒரு நிலையைப் பெற்றிருந்தது. இலக்கணத்தைக் கூட 'காப்பியம்' என்று அழைக்கும் வழக்கம் பண்டைத் தமிழகத்தில் நிலவியது. தமிழரின் எழுத்து, சொல், பொருள் ஆகியவற்றுக்கு எழுதப்பட்ட இலக்கணம் 'தொல்காப்பியம்' என்று அழைக்கப்பட்டது இதனை உறுதி செய்யும். 'காப்பியாற்றுக் காப்பியனார்' என்று ஒரு புலவர் அழைக்கப்படுகிறார். 'பல்காப்பியனார்' என்பது மற்றொரு புலவரது பெயர். பிற உலக இலக்கியங்களில் காணப்படுவதுபோலத் தமிழில் தொடக்ககாலத்தில் காப்பிய

இலக்கியங்கள் தோன்றவில்லையெனினும் காப்பியச் சாயல் கொண்ட காப்பியத்தை நோக்கிய வளர்ச்சியைக் கொண்ட பத்துப்பாட்டு தோற்றம் பெற்றுள்ளது. அதேபோலத் தகடூர் யாத்திரை என்ற முற்றுகைகயைப் பற்றிய தொடர்நிலைச் செய்யுளின் சில பகுதிகள் நமக்குக் கிடைத்துள்ளன.

சிலப்பதிகாரம்

சிலப்பதிகாரம் தமிழின் முதற்காப்பியம் எனக் கருதப்படுகிறது. இதன் காலத்தை நிர்ணயிப்பதற்கு இதிலுள்ள வரலாற்றுச் சான்று ஒன்று உதவுகிறது. இதன் இறுதிக் காண்டமாகிய வஞ்சிக் காண்டத்தின் வரந்தரு காதையில் சேரன் செங்குட்டுவன் எடுத்த கண்ணகிக் கோவில் (பத்தினிக் கோட்டம்) விழாவிற்கு இலங்கை மன்னன் கயவாகு வருகை புரிந்தான் எனக் குறிப்பிடப்பட்டுள்ளது. சுயவாகுவின் காலம் கி.பி. 114-136 ஆகும். எனவே சிலப்பதிகாரத்தின் காலமும் கி. பி. 2ஆம் நூற்றாண்டாகக் கருதப்படுகிறது. சிலப்பதிகாரம் இயல், இசை, நாடகம் எனும் முத்தமிழ் இன்பமும் கலந்து செய்யப் பெற்றுள்ளதால் இது ‘முத்தமிழ்க் காப்பியம்’ எனப்படுகிறது. இதன் இடையிடேயே உரைநடை விரவிய செய்யுட்பகுதிகள் காணப்படுவதால் ‘உரையிடையிட்ட பாட்டுடைச் செய்யுள்’ என்றழைக்கப்படுகிறது. தொடர்ச்சியான கதையை உடைய நீண்ட பாடலாதலால், ‘பொருள் தொடர்நிலைச் செய்யுள்’ என்று சிறப்பிக்கப்படுகிறது. இவ்வாறு பல சிறப்புக்களைப் பெற்ற இந்நூல் ‘நெஞ்சையள்ளும் சிலப்பதிகாரம்’ என்று பாரதியாரால் போற்றப்படுகிறது. இந்நூலிலுள்ள பதிகத்தின் வாயிலாக சிலப்பதிகாரம் இயற்றப்பட்டதன் நோக்கத்தையும் சூழலையும் அறிகிறோம்:

‘அரசியல் பிழைத்தோர்க்கு அறம்கூற்று ஆவதூஉம்
உரைசால் பத்தினிக்கு உயர்ந்தோர் ஏத்தலும்
ஊழ்வினை உருத்துவந்து ஊட்டும் என்பதூஉம்
சூழ்வினை சிலம்பு காரண மாகச்
சிலப்பதி காரம் என்னும் பெயரால்
‘நாட்டுதும் யாம்ஓர் பாட்டுடைச் செய்யுள்’

இந்நூல் தமிழகத்தின் அன்றைய ஆட்சிப் பகுதிகளாகிய சேரநாடு, சோழநாடு, பாண்டியநாடு ஆகிய மூன்று பகுதிகளையும் தழுவிச் செல்கிறது. சோழநாட்டில் கண்ணகி - கோவலன் திருமண வாழ்வு, மாதவிக்கும் கோவலனுக்கும் ஏற்பட்ட உறவு ஆகியன காட்டப்படுகின்றன. கோவலன் மாதவியிடம் பொருள் இழந்து நிலை தாழ்ந்த சூழலில் சிலம்பை முதலீடாக வைத்து வணிகம் செய்து புதுவாழ்வு தொடங்க கண்ணகியும் கோவலனும் மதுரைக்குச் செல்வதும், விதிவசத்தால்

கோவலன் கொலைப்படுவதும், கண்ணகி பாண்டியனிடம் முறையிடுவதும், மதுரையைத் தீக்கிரையாக்குவதும் பாண்டிய நாட்டில் நிகழ்கின்றன. மதுரையைத் தீக்கிரையாக்கிய கண்ணகி, மன அமைதி தேடி நடந்தே சென்று சேர நாட்டை அடைந்து அங்குள்ள ஒரு மலையுச்சியில் (தற்போது குமுளிக்கு அருகே தமிழ்நாடு - கேரளா எல்லையில் அமைந்துள்ள மலைத்தொடர்ப்பகுதி. அங்குப் பழைய கண்ணகி கோவிலும் உள்ளது. இப்போது அது கேரள அரசு நிர்வாகத்தில் உள்ளது.) வேங்கை மரத்தின் கீழிருந்து வானுலகம் செல்வதும், அதைக் கண்ட குன்றக்குரவர்கள் அக்காட்சியை மலைவளம் காணவந்த சேரனிடம் உரைப்பதும், சேரனுடன் இருந்த சாத்தனார், இளங்கோவடிகட்குக் கண்ணகியின் வரலாற்றினைச் சொல்வதும், அதைக் கேட்டு வியப்படைந்த சேரன் செங்குட்டுவன், கண்ணகிக்குக் கோயில் எழுப்ப வடவரைவென்று இமயத்திலிருந்து கல் எடுத்து வந்து பத்தினிக் கோட்டம் நிறுவுவதும் சேரநாட்டில் நிகழ்கின்றன.

இவ்வாறு இக்காப்பியம் பண்டைத் தமிழகத்திலிருந்த மூன்று நாடுகளையும் தழுவிச் செல்வதால், இதனைத் 'தமிழ்த் தேசியக் காப்பியம்' என்றும் அழைக்கலாம். அரசர்களுக்கு மாறாக - கோவலன் - கண்ணகி - மாதவி ஆகியோரைக் கதைத் தலைவர்களாகக் கொண்டுள்ளதால் இதனைக் 'குடிமக்கள் காப்பியம்' என்று சிறப்பித்துச் சொல்வர்.

இந்நூல் புகார்க் காண்டம், மதுரைக் காண்டம், வஞ்சிக் காண்டம் ஆகிய மூன்று பெரும் பிரிவுகளை உடையது. ஒவ்வொரு காண்டமும் பல காதைகளாகப் (chapters) பிரிக்கப்பட்டுள்ளது. இவ்வாறு இந்நூலில் மொத்தம் 30 காதைகள் உள்ளன. (புகார்க் காண்டம் 10 காதைகள், மதுரைக் காண்டம்13 காதைகள், வஞ்சிக் காண்டம் 7 காதைகள்). ஒவ்வொரு காதையின் இறுதியிலும் அக்காதையின் சுருக்கத்தைச் சொல்வது போல ஓரிரு வெண்பாக்கள் உள்ளன.

சிலப்பதிகாரம் முழுவதற்கும் 'அரும்பதவுரை' என்ற பழைய உரைக்குறிப்பு உண்டு. விரிவான அடியார்க்கு நல்லார் உரையும் (கானல்வரி தவிர்ந்த) முதல் 23 காதைகளுக்கு உள்ளது. சிலப்பதிகாரத்தைப் பற்றிய ஆராய்ச்சி நூல்களும் திறனாய்வுக் கட்டுரைகளும் ஏராளமாக வெளிவந்த வண்ணம் உள்ளன. தமிழரின் கலைக் கருவூலமாகத் திகழ்வது சிலப்பதிகாரம். இதில் காணப்படும் இசை நுணுக்கங்கள், நடன முத்திரைகள், அடவுகள் போன்றவை பற்றிய ஆய்வுகள் தொடர்ந்து நிகழ்ந்துகொண்டுள்ளன. ஆயினும் இந்நூல் தரும் இசைச் சிறப்பினையும் நடனம் பற்றிய செய்திகளையும் இன்னும் முழுமையாக வெளிப்படுத்த இயலவில்லை.

சிலம்பின் சிறப்புக்கள்

தமிழரின் முதற்காப்பியமாகவும் மூத்த காப்பியமாகவும் விளங்கும் சிலம்பிற்குப் பல சிறப்புகள் உள்ளன. அரசர்களைப் பற்றிப் பாடாமல் முதன்முதலாகக் குடிமக்களைப் பற்றிப் பாடிய மூத்த காப்பியம் இது. இசை, நடனம், நாடகம் பற்றிய தமிழரின் கவின் கலைகள் பற்றிய அரிய செய்திகளை இந்நூல் தருகிறது. அரங்கேற்றுக் காதை முழுவதும் கவின்கலைக் குறிப்புகள் விரவியுள்ளன.

'குரல்வழி நின்றது யாழே; யாழ்வழித்
தண்ணுமை நின்றது தகவே; தண்ணுமைப்
பின்வழி நின்றது முழவே; முழவொடு
கூடிநின் றிசைத்தது ஆமந் திரிகை'

என்று இசைக்கருவிகளின் கூட்டிசை (orchestra) குறிப்பிடப் படுகிறது. நாடக மேடையின் நீள அகல உயரங்கள், நாடகத்தின் திரைச்சீலைகள் (சார்ந்துவரல் எழினி, பொருந்துவரல் எழினி), பின்னணித் திரைகள், நாடக அரங்கம் அமைப்பதற்குரிய நிலம் ஆகியவை பொறியாளனுக்கு உள்ள நுண்ணறிவோடு விளக்கப் பட்டுள்ளன.

சிலப்பதிகாரம் இலக்கியச்சுவை விழுமிய நூலாகும். சங்க இலக்கியதின் தொடர்ச்சியையும், வளர்ச்சியையும், சிலப்பதிகாரம் காட்டுகிறது. ஐவகை நிலங்கள், அங்குள்ள மக்கள் வாழ்க்கை, அந்நிலத்திற்குரிய ஆடல் பாடல்கள் ஆகியன பற்றிய குறிப்புக்கள் சிலப்பதிகாரத்தைச் சமுதாய இலக்கியமாகக் காட்டுகின்றன. குன்றக் குரவையில் குறிஞ்சி நில மக்கள் வாழ்வும், ஆய்ச்சியர் குரவையில் முல்லை நில மக்கள் வாழ்வும், நாடுகாண் காதையில் மருதநில மக்கள் வாழ்வும், வேட்டுவவரியில் பாலைநில வாழ்வும் விரிவாகப் பேசப்படுகின்றன.

வருவது முன்னுரைக்கும் உத்தியிலமைந்த (Foreshadowing) பாடல்கள் சிலவற்றை மங்கல வாழ்த்துக் காதையில் இளங்கோவடிகள் யாத்துள்ளார். 'மண் தேய்த்த புகழினான்' என்று கோவலனைப் புகழ்வதும் 'காதலற் பிரியாமல் கவவுக்கை ஞெகிழாமல்' என்று எதிர்மறையில் வாழ்த்துவதும், கோவலனும் கண்ணகியும் மதுரைக்கு வரும்போது, அங்குள்ள மரம் செடி கொடிகள் அசைவது அவர்களை 'வாரல் என்பது போல மறித்து நிற்க' என்று இளங்கோவடிகள் சொல்வதும், கண்ணகியின் தோற்றத்தைக் கண்டு வாயிலோன் பாண்டியனிடம் 'வம்பப் பெருந்தெய்வம்' என்றுரைப்பதும் முன் உணர்த்தும் உத்திக்குச் சான்றுகளாக அமைகின்றன.

'மங்கலவாழ்த்தில்' தொடங்கும் சிலம்பு 'அவலத்தில்' முடிகிறது. இவ்வகையில் இது ஒரு அவலக் காப்பியமே. அடைக்கலக் காதைக்கு (காப்பு) அடுத்து கொலைக்களக்காதையும் (அழிவு), நாடுகாண்காதைக்கு (நாடு) அடுத்து காடுகாண்காதையும் (காடு) அமைந்து முரண்சுவையை மிகுவிக்கின்றன. இதேபோன்று அந்திமாலை சிறப்புச்செய் காதையில் கோவலனோடு கூடிய மாதவி அழகும் அணியும் பெற அமர்ந்திருக்கும் அழகும், கோவலனைப் பிரிந்த கண்ணகி மங்கல அணி தவிர வேறு அணியின்றி நலம்கெட வாடியிருக்கும் அவலமும் அருகருகே அமைந்து கற்போற்குச் சுவையூட்டுகின்றன.

சிலப்பதிகாரத்தில் மக்கள் இலக்கிய மரபைப் போற்றும் பல பகுதிகள் அமைந்திருக்கக் காணலாம். இதனுள் வரிப்பாடல்கள் (கானல்வரி, ஆற்றுவரி, ஊசல்வரி, கந்துகவரி), குரவைப் பாடல்கள் (ஆய்ச்சியர் குரவை, குன்றக்குரவை) ஆகிய நாட்டுப்புறப் பாடல் வடிவங்கள் இலக்கியமாகியுள்ளன.

கோவலனும் மாதவியும் தங்கள் தன்முனைப்பை (ego) விட்டுக்கொடுக்க மனமின்றி எதிரும் புதிருமாக இசைபாடிப் பிரிந்த கானல்வரிப் பகுதி, சிலப்பதிகார நாடகத்தின் திருப்பு மையமாக (Turning point) அமையும் இடமாகும். இக்கானல்வரிப் பகுதியைப் பற்றிய மிகச் சிறந்த ஆராய்ச்சி நூலினை (கானல்வரி) அறிஞர் தெ. பொ. மீ. அவர்கள் எழுதியுள்ளார். கானல்வரிப் பகுதி, திருக்குறள் காமத்துப்பாலின் பாடல்கள் பலவற்றுக்கு விளக்க இலக்கியமாக அமையும் தகுதியைக் கொண்டுள்ளது. கண்ணகியின் கதை சிறுமாற்றங்களுடன் நாட்டுப்புறப் பாடல்களாகவும் (கர்ணகி கதை) இலங்கைப் பகுதியில் கோவிலன் கதை என்றும் வழங்கப்படுகின்றது.

மணிமேகலை

சிலப்பதிகாரம் முடியும் இடத்தில் மணிமேகலை தொடங்குகிறது. சிலப்பதிகாரக் கதையின் தொடர்ச்சியாக இது கருதத்தகுவதாகும். கோவலனுக்கும் மாதவிக்கும் பிறந்த மணிமேகலையின் வரலாறு கூறும் இக்காப்பியத்தைப் பாடியவர் மதுரைக் கூலவாணிகன் சீத்தலைச் சாத்தனார் என்பவராவார் இவரே இளங்கோவடிகளுக்குக் கண்ணகிக் கதையைக் கூறியவர். சிலப்பதிகாரம் சமண சமயக் காப்பியமாகக் கருதப்பட்டாலும் பிற சமயங்களையும் அது பொதுமை நோக்கில் வைத்துப் பேசுகிறது. ஆனால் பௌத்த காப்பியமான மணிமேகலை பிற சமயங்களைக் கடுமையாகக் குறை கூறுகிறது.

மணிமேகலைக் காப்பியத்தைப் பாடியவர், கேட்டவர் பற்றிய செய்தியைப் பதிகம் பின்வருமாறு சொல்கிறது:

'இளங்கோ வேந்தன் அருளிக் கேட்ப
வளங்கெழு கூல வாணிகன் சாத்தன்
மாவண் தமிழ்த்திறம் மணிமேகலை துறவு
ஆறைம் பாட்டினுள் அறியவைத் தனன்'

சிலப்பதிகாரம் போன்றே மணிமேகலையும் முப்பது காதைகளை உடையது. சிலப்பதிகாரம் மங்கலவாழ்த்துக் காதையில் தொடங்குவது போல மணிமேகலை விழாவறை காதையில் தொடங்குகிறது. இங்கு இந்திரவிழா பற்றிய விரிவான செய்தி சொல்லப்படுகிறது.

தன் குலத்தொழிலின் நிழல்கூட மணிமேகலையின் மீது படாதவண்ணம் மாதவி அவளை வளர்த்து வருகிறாள். இந்திரவிழாவிற்கு நாட்டியமாட மணிமேகலையை அனுப்ப மறுக்கிறாள். அவளைக் கண்ணகியின் மகளாகவே கருதுகிறாள்.

'மாபெரும் பத்தினி மகள்மணி மேகலை
அருந்தவப் படுத்தல் அல்லது யாவதும்
திருந்தாச் செய்கைத் தீத்தொழில் படாஅள்'

என்று மணிமேகலையை நாட்டியமாட அனுப்பச் சொன்னவர்களுக்கு மாதவி பதில் தந்து திருப்பியனுப்புகிறாள். மணிமேகலையைத் தவக்கோலம் பூணச் செய்கிறாள். மணிமேகலையும் மனமுவந்து அதனை ஏற்று அறப்பணிகள் செய்கிறாள். தீவதிலகை வாயிலாக ஆபுத்திரன் கையிலிருந்த அமுதசுரபியைப் பெறுகிறாள். அள்ள அள்ளக் குறையாத அந்த அமுதசுரபியால் பசித்து வந்தோரின் பிணி தீர்க்கிறாள். அரசகுமாரனான உதயகுமரனைக் கொன்ற பழி மணிமேகலை மீது விழவே அவள் சிறையில் அடைக்கப்படுகிறாள். மணிமேகலை சிறைக்கோட்டத்தை அறக்கோட்டம் ஆக்குகிறாள். மேகலையின் ஆற்றலை வியந்து அவளை விடுதலை செய்கின்றனர். அவள் வஞ்சி மாநகர் சென்று கண்ணகி கோவலன் படிமங்களைக் கண்டு தொழுகிறாள். பின்னர் காஞ்சி மாநகர் சென்று அறவண அடிகளைக் கண்டு தவத்திறம் பூணுகின்றாள். இந்த மையக்கதையைச் சுற்றிப் பல கிளைக்கதைகள் பின்னப்பட்டுள்ளன.

சுவைமிக்க பல கூறுகளைப் பெற்றுச் சிலப்பதிகரம் சிறந்த நாடகக் காப்பியமாகத் திகழ்கிறது. ஆனால் மணிமேகலை அறக்கருத்துக்கள் நிறைந்த முழுமையான சமய - தத்துவக் காப்பியமாக விளங்குகிறது. இயற்கை இகந்த நிகழ்ச்சிகள் பல இதில் இடம்பெற்றுள்ளன. இது துறவுக் காப்பியம் என அழைக்கப்பட்டாலும் காமத்தின் வலிமையை ஆற்றலுடன் எடுத்துரைக்கிறது. உதயகுமரனின் உருவுகண்டு அவன் பின்னே சென்ற தன் நெஞ்சத்தைக் கடிந்துரைத்த மணிமேகலையின் கூற்று இதற்கு நல்ல சான்றாகும்:

'கற்புத் தானிலள் நற்றவ உணர்விலள்
வருணக் காப்பிலள் பொருள்விலை யாட்டிஎன்று
இகழ்ந்தன னாகி நயந்தோன் என்னாது,
புதுவோன் பின்னைப் போனதென் நெஞ்சம்
இதுவோ அன்னாய் காமத் தியற்கை'

'பசிப்பிணி தீர்ப்பதே தலையாய அறம்' என்று வாய்ப்புக் கிடைத்தபோதெல்லாம் இக்காப்பியம் வற்புறுத்தத் தவறவில்லை.

'மண்திணி ஞாலத்து வாழ்வோர்க் கெல்லாம்
உண்டி கொடுத்தோர் உயிர்கொடுத் தோரே'
'அறமெனப் படுவது யாதெனக் கேட்பின்
மறவா திதுகேள் மன்னுயிர்க் கெல்லாம்
உண்டியும் உடையும் உறையுளும் அல்லது கண்டதில்'

பௌத்த சமயம் வடநாட்டில் தோன்றித் தமிழ்நாட்டிற்கு அறிமுகமான புறச்சமயம் ஆதலின் இச்சமயக் கொள்கை விளக்கங்களைக் கூறும் நூற்பகுதியில் பல பாலிச் சொற்களும் சமஸ்கிருதச் சொற்களும் காணப்படுகின்றன. பல இடங்களில் இந்நூலின் சொற்கள், தொடர்கள், உவமைகள் ஆகியவை சிலப்பதிகாரத்தோடு இயைபு கொண்டுள்ளன. குறட் கருத்துக்களை இந்நூல் பல இடங்களில் எடுத்தாண்டுள்ளமை குறிப்பிடத்தக்கதாகும்.

எ-டு:

'தெய்வம் தொழாஅள் கொழுநன் தொழுதெழுவாள்
பெய்யெனப் பெய்யும் பெருமழை என்றஅப்
பொய்யில் புலவன் பொருளுரை தேராய்'

இக்காப்பியத்தின் நோக்கத்தை இதன் ஆசிரியர் சீத்தலைச் சாத்தனார் இந்நூலின் தொடக்க அடிகளிலேயே காட்டிவிடுகிறார்.

'பசியும் பிணியும் நீங்கி
வசியும் வளனும் சுரக்க'

இவ்வாறு சிலப்பதிகாரமும் மணிமேகலையும் முறையே வினைக்கோட்பாட்டையும் அறக்கோட்பாட்டையும் வலியுறுத்தும் சகோதரக் காப்பியங்களாகத் திகழ்கின்றன.

○

6. பக்தி இலக்கியங்கள்

உலகின் ஒவ்வொரு மொழியில் தோன்றிய இலக்கியங்களும் ஒவ்வொரு துறையில் விஞ்சி நிற்கின்றன. கிரேக்கத்தை இசையின் மொழி என்பர். இலத்தீனைச் சட்டங்களின் மொழி என்பர்; ஜெர்மன் மொழியைத் தத்துவங்களின் மொழி என்று அழைப்பர்; இத்தாலியைக் காதலர்களின் மொழி என்று கூறுவர்; பிரெஞ்சு மொழி தத்துவங்களின் மொழி என்று சொல்லப்படுகிறது. ஆங்கிலம் வணிகமொழி என்று சிறப்பிக்கப்படுகிறது. இவை போன்று தமிழ், சமயங்களின் மொழி என்று போற்றப்படுகிறது.

தாய்மொழி சமயங்களை வளர்த்தது; சமயங்களும் தமிழை வளர்த்தன. தமிழ் இலக்கிய வரலாற்றிலும் அரசியல் வரலாற்றிலும் இருண்ட காலம் என்று அழைக்கப்படுகின்ற (கி.பி. 250 - 500) காலப்பகுதியின் பின்னர் தமிழக அரசியல், சமூக, இலக்கிய வாழ்வில் புதிய மறுமலர்ச்சியை ஏற்படுத்தியவை சமய இலக்கியங்களே ஆகும். அவை சங்கத்தமிழ் மரபைத் - தமிழருக்கே உரிய அக மரபை - பக்தி இலக்கியங்கள் வாயிலாக மீண்டும் உயிர்ப்பித்துத் தந்தன. மேலும் புதிய புதிய இலக்கிய வடிவங்களைத் தமிழுக்கு அறிமுகம் செய்த பெருமையும் பக்தி இலக்கியத்திற்கு உண்டு. அந்த வகையில் பக்தி இலக்கியங்கள் தமிழ் இலக்கிய வரலாற்றில் தனிச்சிறப்பிற்குரிய இடத்தைப் பெறுகின்றன.

இருண்ட காலம்

தமிழக அரசியல் - இலக்கிய வரலாற்றில் கி.பி. 250 முதல் 500 வரையுள்ள 200-300 ஆண்டுகள் இருண்ட காலம் என்று அழைக்கப்படுகிறது. இருண்டகாலம் என்று அழைக்கின்றோமே தவிர அதைப் பற்றிய விரிவான செய்திகள் பொதுவாகத் தரப்படுவதில்லை.

இந்தக் காலத்தின் சூழல் என்ன? என்பதையும் ஏன் இதை இருண்ட காலம் என்று அழைக்கிறோம்? என்பதையும் காண்போம்.

மூவேந்தர்கள் தம்முள் அடிக்கடி போரிட்டதால் நாளடைவில் தமிழகத்தில் ஒற்றுமை குலைந்தது; அரசுகள் நலிவடைந்தன. வாரிசுரிமைப் போராலும், குடியுரிமைச் சச்சரவுகளாலும் ஆங்காங்கே சிறுசிறுகுடிகள் தோன்றின. இத்சூழலைப் பயன்படுத்தித் தமிழகத்தின் வடக்கிலிருந்த ஆந்திர - கர்நாடகப் பகுதியைச் சார்ந்த சில வேற்றரசுகள் தமிழகத்தின் மீது படையெடுத்துத் தம் ஆட்சியை நிலைநிறுத்தின. இந்த ஆட்சியாளர்களைக் களப்பிரர் என்பர். இவர்கள் தமிழரல்லாத பிற மொழியினர் ஆதலின் இவர்கள் தமிழைப் புறக்கணித்தனர். எனவே இவர்கள் காலத்தில் தமிழ்மொழி, இலக்கியம், சமுதாய நிலை ஆகியவற்றைப் பற்றித் தெளிவாகவும், முழுமையாகவும் அறிவதற்குப் போதுமான சான்றுகள் இல்லை. இவர்கள் தம் நாடுகளில் சமண சமயத்தை ஆதரித்தவர்களாதலின், இவர்களது ஆட்சிக்குட்பட்டிருந்த தமிழகத்திலும் சமணம் ஆதரவு பெற்றது. இதனால் தமிழர்கட்கே உரிய அக இலக்கியங்கள் புறக்கணிக்கப்பட்டு அற இலக்கியங்கள் ஆட்சி பெற்றன. பெண்டிர் சமுதாயத்தில் வெறுத்து ஒதுக்கப்பட்டனர். நிலையாமை போற்றப்பட்டது.

இந்தச் சமண சமயத்தவர்கள் தமிழகத்தில் பல சங்கங்கள் அமைத்துத் தம் சமயக் கருத்துக்களையும், இலக்கியங்களையும் வளர்த்தனர் என்று சொல்லப்படுகிறது. இந்தச் சங்கங்களுள் வச்சிரநந்தி எனும் சமணத்துறவி கி.பி. 470இல் நிறுவிய ‘திரமிள சங்கம்’ (த்ராவிட - திரமிள) என்பது தலைமைச் சங்கமாகத் திகழ்ந்தது. இவர்கள் பொதுவாகப் பாலிமொழியையும் பிராகிருத மொழியையும் பின்பற்றினர். ‘கி.பி. 4ஆம் நூற்றாண்டில் சோழநாட்டின் உறையூரினனாகிய புத்ததத்தன் அபிதம்மாவதாரம், விஜய நிச்சயம் என்ற இருநூல்களைப் பாலிமொழியில் எழுதி வெளியிட்டான். பூதமங்கலம் வேணுதாசன் பள்ளியில் அச்சுத விக்கந்தன் என்ற களப்பிர மன்னன் காலத்தில்தான் விநயவி நிச்சயம் என்ற நூல் எழுதப்பட்டதாக அவனே குறிப்பிட்டுள்ளான்’ என்று தமிழ் இலக்கிய வரலாற்றாசிரியர்கள் சொல்வர். இம்மன்னனே அச்சுதக்களப்பாளன் என்றும், இவன் காவிரிப் படுகையில் உக்கிரபுரத்தைத் (உறையூர்-சிதம்பரம்) தலைநகராகக் கொண்டு பேரரசு செலுத்தினான் என்றும் குறிப்பிடுவர் (Dr. T.V. Mahalingam, p.57). கி.பி. 5ஆம் நூற்றாண்டின் துவக்கத்தில் ஆட்சி செய்த இவனது

போர்த்திறத்தை யாப்பருங்கல விருத்தியின் எடுத்துக்காட்டுப் பாடல் ஒன்று பின்வருமாறு புகழ்ந்துரைக்கிறது:

'படுபருந்தும் சூர்ப்பேயும் பல்விலங்கும் நாயும்
கொடியும் கழுகுமிவை கூடி - வடிவுடைய
கோமான் களப்பாளன் கொல்யானை போமாறு
போமாறு போமாறு போம்'

'அளவரிய அதிராஜரை நீக்கி, அகலிடத்தைக் களப்பாளரென்னும் கலியரசன் கைகொண்ட' என்று தமிழ் மன்னரை வென்று தமிழ்நாட்டைக் களப்பிரர்கள் கைப்பற்றிய செய்தியை வேள்விக்குடி செப்பேடு உணர்த்துகிறது.

தமிழ் இலக்கியத்தில் யாப்பருங்கலவிருத்தி, யாப்பருங்கல விருத்தியுரை, வீரசோழிய உரை, திரிகடுகம், கல்லாடம் ஆகியவற்றில் களப்பிரர்களைப் பற்றிய குறிப்புக் காணப்படுகிறது. கி. பி. 550 வரை உச்சத்தில் இருந்த களப்பிரர் ஆட்சி, வடக்குத் தமிழகத்தில் பல்லவர்களாலும், தென் தமிழகத்தில் பாண்டியர்களாலும் முடிவுக்குக் கொண்டுவரப்பட்டது. இச்செய்தியை வேள்விக்குடி செப்பேடு, காசக்குடி செப்பேடுகள், சின்னமனூர் சாசனங்கள் ஆகியவை நமக்குத் தெரிவிக்கின்றன. கி. பி. 575 இல் பாண்டியன் கடுங்கோன் என்பவனால் களப்பிரர் ஆட்சிக்குத் தென்தமிழகத்தில் முடிவு கட்டப்பட்டது என்று வேள்விக்குடிச் செப்பேடு சொல்கிறது.

பல்லவர்களும் பாண்டியர்களும்

வடதமிழகத்தில் களப்பிரர் ஆட்சியை அழித்தவர்கள் பல்லவர்களாவர். இவர்களை 'மரபுவழி துலங்காத மரபினர்' (கே. கே. பிள்ளை ப. 79) என்பர். கி.பி. 574 முதல் கி. பி. 900 வரை பல்லவர்கள் வடதமிழகத்தை அரசாண்டனர். அதேசமயத்தில் தென்தமிழ் நாட்டில் கடுங்கோன் என்ற பாண்டியன் கி.பி. 575இல் களப்பிரர்களை விரட்டியடித்தான். இவன் கி.பி. 620 வரை அரசாண்டான். இவனுக்குப் பின்னர் கி.பி. 862 வரை பாண்டியர்கள் தென்தமிழ்நாட்டில் தலைமை பெற்றிருந்தனர்.

இவ்வாறு தமிழகம் 6ஆம் நூற்றாண்டு முதல் 9ஆம் நூற்றாண்டு வரை பல்லவர் - பாண்டியர் ஆகிய இரு வலிமை மிக்க அரசுகளால் ஆளப்பட்டு வந்தது. இந்தச் சமயத்தில்தான் வடதமிழ்நாட்டுப் பகுதியில் பல்லவர்களின் ஆதரவோடு சமண பௌத்த சமயங்கள் தழைத்தோங்கின. ஆனால் தமிழகத்தின் பண்டைய இலக்கிய, சமய

வாழ்க்கை மரபுகளை மக்கள் முற்றிலுமாக மறந்துவிடவில்லை. நீறுபூத்த நெருப்பாக இருந்து இந்த மரபுகள் தக்க அருளாளர்கள் தோன்றியதும் கனல் வீசத் தொடங்கின. இந்த அருளாளர்களின் முதல் வரிசையில் முதலிடம் பெறுபவர் காரைக்காலம்மையார் ஆவார். இவருக்குப் பின்னர் வந்த சமயக்குரவர்கள், தமிழ் மறுமலர்ச்சியைத் தொடங்கி வைத்தனர்.

பக்தி இயக்கம்

தமிழகத்தின் வேற்றரசர்களாகிய களப்பிரர்களைப் பல்லவர்களும் பாண்டியர்களும் வெற்றி கொண்டு தமிழகத்தைத் தம்முடைய ஆளுகைக்குக் கீழ் கொண்டு வந்தது போன்று, தமிழகத்தின் புறச்சமயங்களான சமணத்தையும் பௌத்தத்தையும் இந்தச் சமயக்குரவர்கள் வென்று அகச் சமயங்களான சைவத்தையும் வைணவத்தையும் தழைத்தோங்கச் செய்தனர். தமிழ் இலக்கிய மரபை வாழவைத்த இந்த அருளாளர்களின் பணி, ஓர் இயக்கமாகவே கருதப்பட்டது. எனவே இதனைப் 'பக்தி இயக்கக் காலம்' என்று அழைப்பர். இந்த அருளாளர்கள் ஊர்தோறும் சென்று அந்தந்த ஊர்களில் எழுந்தருளியிருக்கும் இறைவன் மீது பதிகங்கள் பாடினர். இறைவனைத் தாயாகவும், தந்தையாகவும், தலைவனாகவும், தோழனாகவும், குழந்தையாகவும், குருவாகவும், சீடனாகவும் உருவகித்துப் பாடினர். பண்டைய அகமரபுகளுக்குப் புத்துயிர் ஊட்டினர். பாதை மாறிய தமிழ் மரபு மீண்டும் தன்னுடைய பழைய மரபுக்கு மடைமாற்றம் செய்யப்பட்டது.

சைவசமய அருளாளர்கள் நாயன்மார்கள் எனப்பட்டனர்; வைணவசமய அருளாளர்கள் ஆழ்வார்கள் எனப்பட்டனர். நாயன்மார்கள் பாடிய பக்திப் பனுவல்களின் தொகுதி திருமுறைகள் எனப்பட்டன. ஆழ்வார்கள் பாடிய பக்திப் பாசுரங்களின் தொகுதி திவ்வியப்பிரபந்தம் எனப்பட்டது.

நாயன்மார்கள்

சுந்தரர் (கி. பி. 780-830) தாம் பாடிய ஆரூர் திருத்தொண்டத் தொகையில் தம்மையும் சேர்த்து அறுபத்து மூன்று நாயன்மார்களைக் குறிப்பிடுகிறார். இவர்களுள் முதலாமவராகத் தலைமைபெற்றுத் திகழ்பவர் புனிதவதியார் எனும் இயற்பெயர் கொண்ட காரைக்காலம்மையார் ஆவார்.

அட்டவணை - 9

பன்னிரு திருமுறைகள்

திருமுறை எண்	நூற்பெயர்	ஆசிரியர்	பாடல் எண்ணிக்கை
1, 2, 3	தேவாரம்	சம்பந்தர்	4113
4, 5, 6	தேவாரம்	திருநாவுக்கரசர்	3066
7	தேவாரம்	சுந்தரர்	1126
8	திருவாசகம்	மாணிக்கவாசகர்	659
	திருக்கோவையார்	மாணிக்கவாசகர்	400
9	ஒன்பதாம்	திருமாளிகைத்தேவர்	
	திருமுறை	சேந்தனார்	
		சேதிராயர்	
		கண்டராதித்தர்	
		பூந்துருத்தி நம்பி	
		காடவ நம்பி திருவாலி	
		அமுதனார்	
		புருஷோத்தம நம்பி	
		கருவூர்த்தேவர்	
		வேணாட்டடிகள்	
10	திருமந்திரம்	திருமூலர்	3000
11	பதினோறாம்	திருவாலவுடையார்	
	திருமுறை	காரைக்காலம்மையார்	
		ஐயடிகள் காடவர்கோன்	
		சேரமான் பெருமாள்நாயனார்	
		நக்கீரர்	
		கபிலர்	
		பரணர்	
		கல்லாடனார்	
		இளம்பெருமானடிகள்	
		நம்பியாண்டார் நம்பி	
12	பெரியபுராணம்	சேக்கிழார்	4252

அட்டவணை - 10
நாலாயிரத்திவ்வியப் பிரபந்தம்

வ. எண்	நூற்பெயர்	பாடியவர்	பாடல் எண்ணிக்கை
1	முதல் திருவந்தாதி	பொய்கையாழ்வார்	100
2	2ஆம் திருவந்தாதி	பூதத்தாழ்வார் } முதலாழ்வார் மூவர்	100
3.	3ஆம் திருவந்தாதி	பேயாழ்வார்	100
4.	4ஆம் திருவந்தாதி	திருமழிசையாழ்வார்	96
5.	திருச்சந்த விருத்தம்	திருமழிசையாழ்வார்	120
6.	திருவிருத்தம்	நம்மாழ்வார்	100
7.	திருவாசிரியம்	நம்மாழ்வார்	7
8.	பெரிய திருவந்தாதி	நம்மாழ்வார்	87
9.	திருவாய்மொழி	நம்மாழ்வார்	1102
10.	திருப்பதிகம்	மதுரகவியாழ்வார்	11
11.	திருப்பல்லாண்டு	பெரியாழ்வார்	
12.	பெரியாழ்வார் திருமொழி	பெரியாழ்வார்	
13.	திருப்பாவை	ஆண்டாள்	30
14.	நாச்சியார் திருமொழி	ஆண்டாள்	143
15.	பெரிய திருமொழி	திருமங்கையாழ்வார்	1084
16.	திருக்குறுந்தாண்டகம்	திருமங்கையாழ்வார்	20
17.	திருநெடுந்தாண்டகம்	திருமங்கையாழ்வார்	30
18.	திருவெழுகூற்றிருக்கை	திருமங்கையாழ்வார்	1
19.	சிறிய திருமடல்	திருமங்கையாழ்வார்	1
20.	பெரிய திருமடல்	திருமங்கையாழ்வார்	
21.	திருமாலை	தொண்டரடிப்பொடியாழ்வார்	145
22.	திருப்பள்ளியெழுச்சி	தொண்டரடிப்பொடியாழ்வார்	10
23.	திருப்பதிகம் (அமலனாதிபிரான்)	திருப்பாணாழ்வார்	10
24.	பெருமாள் திருமொழி	குலசேகர ஆழ்வார்	105
			3776

காரைக்காலம்மையார்

இவரது காலம் கி.பி. 550-600 ஆகும். பழங்காலத்திலேயே மிகத் துணிவுடனும், புதுமை நோக்குடனும் வாழ்க்கையைப் பார்த்தவர். இவரிடம் பொலிந்து நின்ற இறைத்தன்மையால் இவரது கணவரும் இவருக்குப் பணியலானார். காரைக்காலம்மையார் சித்து சக்திகள் கைவரப் பெற்றவர். மோகத்தையும் பாவத்தையும் தூண்டும் அழகின்மீது அருவருப்பு கொண்டு சிவபெருமானை வேண்டிப் பேய் வடிவம் பெற்றவர். இவர் அற்புதத் திருவந்தாதி (101 வெண்பாக்கள்) திரு இரட்டைமணிமாலை (வெண்பா கட்டளைக் கலித்துறை : 20 பாடல்கள்) திருவாலங்காட்டு மூத்த திருப்பதிகம் I, II (23 பாடல்கள்) ஆகிய நான்கு பக்திப் பனுவல்களை இயற்றியுள்ளார்.

அறிவானுந் தானே அறிவிப்பான் தானே
அறிவாய் அறிகின்றான் தானே - அறிகின்ற
மெய்ப்பொருளும் தானே விரிசுடர்பார் ஆகாயம்
அப்பொருளுந் தானே அரன்

- அற்புதத். 20

திருவாலங்காட்டு நடராசரின் ஊழி நடனம் கண்டு மகிழ்ந்து இவர் பாடிய பாடல்களே திருவாலங்காட்டு மூத்ததிருப்பதிகம் என்ற பெயரில் தொகுக்கப்பட்டுள்ளன. இதுவே தமிழில் இயற்றப்பட்ட முதல் பதிக இலக்கியம் என்பதால் மூத்த திருப்பதிகம் எனப்பட்டது. இப்பாடல்கள் இறை நடனத்தை நேரில் காண்பது போன்ற உணர்வைத் தருகின்றன:

கொங்கை திரங்கி நரம்பெழுந்து குண்டுகண் வெண்பற் குழிவயிற்றுப்
பங்கி சிவந்திரு பற்கள் நீண்டுபாடுயர் நீள்கணைக்காலோர் பெண்பேய்
தங்கி அலறி உலரு காட்டில் தாழ்சடை எட்டுத்திசையும் வீசி
அங்கங் குளிர்ந்தனலாடும் எங்கள் அப்பனிடம் திருவாலங்காடே

- திரு. மூத்ததிருப். 1

தமிழ் இலக்கிய வகைகளின் வளர்ச்சியில் காரைக்கால் அம்மையாரின் பங்கு குறிப்பிடத்தக்கதாகும். தமிழரின் பண்டைப் பாவடிவமான ஆசிரியத்திலிருந்து, அடுத்த வளர்ச்சியாகக் கட்டளைக் கலித்துறையில் பாக்களை எழுதி வழிகாட்டியவர் இவரே. அந்தாதி இலக்கிய வகையையும் இவர் முதன்முதலாகத் தொடர்ச்சியாகப் பாடியுள்ளார். பதிக வகையின் வளர்ச்சியாகக் கருதப்படும் திருவிரட்டை மணிமாலை (10 x 2 = 20) என்ற புதிய இலக்கிய வகையையும் காரைக்காலம்மையார் அறிமுகம் செய்துள்ளார்.

திருஞானசம்பந்தர்

நான்கு வயதிலேயே உமையம்மையால் ஞானப்பால் ஊட்டப்பெற்று, இறைவனும் இறைவியுமாய் இருந்த கோலத்தைக் கண்டு 'தோடுடைய

செவியன்' என்று பாடத் தொடங்கியவர் திருஞான சம்பந்தர். இவரது தந்தையார் சிவபாத இருதயர்; தாயார் பார்வதியார். 'ஆளுடைய பிள்ளை' என்று இவர் அழைக்கப்படுகிறார். சம்பந்தர் 16 வயது வரையிலேயே வாழ்ந்தவர். ஆனால் 16,000 பதிகங்கள் (1,60,000 பாடல்கள்) பாடினார் என்பர். இன்று கிடைப்பன 383 பதிகங்களில் அடங்கியுள்ள 4213 பாடல்களேயாகும். இவர் வயதில் மூத்த திருநாவுக்கரசரின் காலத்தவர். இருவரும் சந்தித்துக் கொண்டதும் சேர்ந்து பயணம் செய்ததும் உண்டு. 'நாளும் இன்னிசையால் தமிழ் பரப்பும் ஞான சம்பந்தன்' என்று இவர் போற்றப்படுகின்றார். ஆதிசங்கரர் இவரைத் 'திராவிடதிசு' என்று அழைத்துச் சிறப்பித்தார்.

யகமம், திரிபு போன்ற சொல் அலங்காரங்களையும், ஏகபாதம், கோமூத்திரி போன்ற சித்திரகவிகளையும் சம்பந்தர் தம் பாடல்களில் மிகுதியும் கையாண்டுள்ளார்.

எ.டு:

'யாமா மாநீ யாமா ழீகா மாகா ணாகா
காணா காமா காழீ யாமா மாயா நீமா மாயா' (யமகம்)

இவர் தமது 16ஆம் வயதில் திருப்பெருமணநல்லூரில் மணக்கோலம் கொண்டு இறைவனுடன் கலந்தார் என்பர். இவர் காலத்தில் சமணம் பெரும் செல்வாக்குப் பெற்றிருந்தது. மதுரையை ஆண்ட கூன்பாண்டியன் என்பவன் சமண சமயத்தைத் தழுவினான். அவனை வெப்புநோய் வாட்டியது. அவனுடைய மனைவி மங்கையர்க்கரசியின் வேண்டுகோளுக்கிணங்க பாண்டியனிடம் சைவத்தின் பெருமையை எடுத்துக் கூறி திருநீற்றுப் பதிகம்பாடி அவனை சைவ சமயத்தின்பால் திருஞானசம்பந்தர் திரும்பினார்.

சம்பந்தர் பாடல்களில் இயற்கை வருணனை மிகுதியாகக் காணப்படும். சங்க இலக்கியத்தில் போற்றப்பட்ட இயற்கை நெறிக்கு மறுவாழ்வு தந்தவர் சம்பந்தர் எனலாம். இசைத்தமிழும் சம்பந்தர் வரவால் பெரும் ஏற்றம் பெற்றது. 'இறையருள் துணைநிற்கும்போது கோள்களால் (இராகு, கேது...) எந்தவிதத் தீங்கும் நிகழ்ந்துவிடாது' என்பதை உணர்த்தும் இவரது பாடல் மூடநம்பிக்கைகளை முடமாக்குகிறது:

'வேயுறு தோளிபங்கன் விடமுண்ட கண்டன்
மிகநல்ல வீணை தடவி
மாசறு திங்கள்கங்கை முடிமே லணிந்தென்
உளமே புகுந்த அதனால்
ஞாயிறு திங்கள்செவ்வாய் புதன் வியாழன்வெள்ளி
சனிபாம் பிரண் டுடனே

ஆசறு நல்லநல்ல அவை நல்லநல்ல
அடியார் அவர்க்கு மிகவே'

தன்னைத் தலைவியாகவும் இறைவனைத் தலைவனாகவும் கருதி, கிளியையும் அன்னத்தையும் தூதுவிட்டுப் பாடிய அகத்துறைப் பாடல்கள் பலவற்றை இவரது தேவாரத்தில் காணலாம்.

எ.டு:

'சிறையாரும் மடக்கிளியே இங்கேவா தேனொடுபால்
முறையாலே உணத்தருவன் மொய்பவனத் தொடுதரளம்
கறையாடு கடற்றோணி புரத்தீசன் துளங்குமிளம்
பிறையாளன் திருநாமம் எனக்கொருகால் பேசாயே'

இப்பாடலில் பிற்காலத் தூது இலக்கியத்திற்கான தொடக்க நிலையைக் காணலாம்.

இவர் அந்தணர் குலத்தில் பிறந்தவராயினும் தாழ்ந்த குலத்தவராகக் கருதப்பட்ட திருநீலகண்ட யாழ்ப்பாணர் எனும் யாழ்மீட்ட வல்ல அடியவர் ஒருவரைத் தம் உற்ற துணையாகக் கொண்டிருந்தார். தாம் செல்லுமிடங்களுக்கெல்லாம் அவரையும் உடனழைத்துச் சென்று சாதி வேறுபாடுகளைக் களைந்தெறிந்தார். தமிழ் மரபு சிறக்கப் பாடிய ஞானசம்பந்தர் கி.பி. 640-655க்கு இடைப்பட்ட காலத்தவர் என்பர்.

முதலாம் நரசிம்மவர்மனின் (கி. பி. 630 - 655) படைத்தலைவராகிய சிறுத்தொண்டர் (இவரும் நாயன்மார்களில் ஒருவராக வைத்து எண்ணப்படுபவர். இவரிடம் சிவபெருமான் பிள்ளைக்கறி வேண்டி இவருடைய இறைப்பற்றைச் சோதித்ததாகப் பெரியபுராணம் கூறும்) சாளுக்கிய மன்னன் இரண்டாம் புலிக்கேசியைத் தோற்கடித்த பெருமை பெற்றவர். இந்தச் சிறுத்தொண்டர், ஞானசம்பந்தரை வரவேற்றுப் போற்றிய செய்தி பெரியபுராணத்தில் குறிப்பிடப்படுகிறது. இவர்களுடைய சந்திப்பு நிகழ்ந்த காலம் சுமார் கி. பி. 647 ஆக இருக்கலாம் என்று கா. சு. பிள்ளை குறிப்பிடுவார். (ப. 306)

திருநாவுக்கரசர்

திருநாவுக்கரசரை அப்பர் என்று அழைப்பர். சம்பந்தர் 'ஆளுடைய பிள்ளை' என்று பெயர் பெற்றது போல், இவர் 'ஆளுடை அரசு' என்று சிறப்பிக்கப் பெற்றார். இவரது இயற்பெயர் தருமசேனர் என்பதாகும். இவர் தமக்கையார் திலகவதியார் சைவசமயத்தைச் சார்ந்தவர். இவரோ அக்காலத்தில் அரசியல் செல்வாக்குப் பெற்றிருந்த சமண சமயத்தைத் தழுவியிருந்தார். இவருக்குக் கடுமையான சூலைநோய் கண்டபோது எந்த சிகிச்சையும் பலனளிக்கவில்லை. தமக்கையார் திலகவதியாரின் அறிவுரைப்படி திருவதிகை எனும்

திருத்தலத்தில் குடிகொண்டுள்ள வீரட்டானேசுவரரை வணங்கி 'கூற்றாயினவாறு விலக்க கல்லீர்' என்று தொடங்கும் பதிகத்தைப் பாடினார். இறையருளால் இவரது சூலை நோய் தீர்ந்தது. அதுமுதல் தலந்தோறும் சென்று ஈசனை வழிபட்டுப் பதிகங்கள் பல பாடினார்.

நாவுக்கரசர் சமணத்திலிருந்து சைவத்திற்கு மாறியதை அறிந்த சமணர்கள், பல்லவ மன்னன் முதலாம் மகேந்திரவர்மனிடம் தங்களுக்கிருந்த அரசியல் செல்வாக்கின் காரணமாகத் திருநாவுக்கரசருக்குப் பல இன்னல்களை விளைவித்தனர். அவரைச் சுடுகின்ற சுண்ணாம்புக் காளவாயில் இட்டனர்; கல்லில் சேர்த்துக் கட்டிக் கடலில் ஆழ்த்தினர்; ஒவ்வொரு முறையும் இறைவனை எண்ணித் தன் மனவுறுதியை வெளிப்படுத்தித் துன்பங்களிலிருந்து மீண்டார். அவரைச் சமணர்கள் சுண்ணாம்புக் காளவாயில் இட்டபோது,

'மாசில் வீணையும் மாலை மதியமும்
வீசு தென்றலும் வீங்கிள வேனிலும்
மூசு வண்டறை பொய்கையும் போன்றதே
ஈசன் எந்தை இணையடி நீழலே'

என்ற பாடலைப் பாடினார் என்பர். சமணனாக இருந்த பல்லவ அரசன் முதலாம் மகேந்திரவர்மனை (கி. பி. 580-630) சைவனாக்கிய பெருமை இவருக்குண்டு.

கோயில்களில் தொண்டு நெறியை அறிமுகப்படுத்தியவர் இவரேயாவர். இவர் 'உழவாரப்படை' எனும் களையெடுக்கும் சிறுகருவி கொண்டு கோயிலின் சுற்றுப்புறங்களைத் தூய்மைப்படுத்தினார். இது நாளடைவில் ஓர் இயக்கமாகவே வளர்ந்தது. சமணத்தின் பிடியிலிருந்து தமிழகத்தை மீட்ட பெருமை இவருக்குரியது. சாதி வேற்றுமையை வெறுத்துப் பாடி சமுதாய நல்லிணக்கத்திற்கு வழிகோலியவர் அப்பர் பெருமான் ஆவார். இதனை,

'சாத்திரம் பலபேசும் சழக்கர்காள்
கோத்திரமும் குலமும் கொண்டு என்செய்வீர்'

'அங்க மெலாம் குறைந்தழுகு தொழுநோயராய்
ஆவுரித்துத் தின்றுழலும் புலைய ரேனும்
கங்கைவார் சடைக்கரந் தார்க்கு அன்பராகில்
அவர்கண் டீர்யாம் வணங்கும் கடவுளரே'

என்பது போன்ற பாடலடிகள் உறுதி செய்யும்.

இவரது பாடல்களைத் தாளத்தோடு பாடக்கூடியவை, தாளமில்லாமல் பாடக்கூடியவை என இரு பிரிவுகளாகக் காண்பர். தாளமில்லாமல் பாடக்கூடிய பாடல்களைத் தாண்டகப் பாடல்கள்

என்பர். இத்தகுப் பாடல்களை இவர் மிகுதியாகப் பாடியிருக்கின்றார். ஆதலின் இவர் 'தாண்டக வேந்தர்' என்று சிறப்பிக்கப்படுகிறார்.

எண்பத்தியேழு வயதுவரை வாழ்ந்து, அனுபவங்கள் பல பெற்று, எதிர்ப்புகளைச் சந்தித்து, புரட்சிகளைச் செய்து, தத்துவங்களால் பொலிவும் இவர் பாடல்கள் வாழ்க்கையனுபவங்களின் பிழிவுகளாக அமைந்துள்ளன. தனக்கு அப்பனாகத் திருநாவுக்கரசரை ஞானசம்பந்தர் கண்டதால் அவரால் 'அப்பரே' என அழைக்கப் பெற்றவர்.

சுந்தரர்

திருநாவலூரில் உள்ள அந்தணர் வகுப்பைச் சார்ந்த சடையனார்க்கும் இசைஞானியர்க்கும் மகவாய்ப் பிறந்தவர். இவரை நரசிங்க முனையரையர் என்ற மன்னர் எடுத்து வளர்த்ததாகச் சொல்வர். இவரது இயற்பெயர் நம்பியாரூரார் என்பதாகும். இவர் இளம் வயதிலேயே இறைவனால் தடுத்தாட்கொள்ளப்பட்டார். திருவெண்ணெய் நல்லூரில் சுந்தரர் மணக்கோலத்தில் இருந்தபொழுது, வேதியர் வடிவில் வந்த இறைவன் 'நீர் எமக்கு அடிமை' என்று எழுதியிருந்த பழைய பனை ஓலையைச் சாட்சியாக வைத்து இவரை ஆட்கொண்டான் என்பர்.

சமணம் இல்லற வாழ்க்கையை வெறுத்தது என்றால், அதனை வேரறுக்க வந்த சைவம் இல்லற வாழ்க்கையைப் போற்றியது. சம்பந்தர் தம் பாடல்களில் இறைவனை மணக்கோலமாகவே கண்டார்; அப்பர் பெருமான் அகமரபில் தோய்ந்து நாயக - நாயகி பாவம் அமைந்த பாடல்களைப் பாடினார். சுந்தரரோ, இவர்கள் அனைவரையும் விஞ்சும் வண்ணம் தன்னுடைய வாழ்க்கையையே அகப்பொருள் தோய்ந்ததாக அமைத்துக்கொண்டார். திருவாரூரில் கோயிற் பணிசெய்து வந்த கணிகையர் குலத்தைச் சார்ந்த பரவையாரையும், திருவொற்றியூரில் வேளாளர் குலத்தில் பிறந்த சங்கிலியாரையும் மணந்தார்.

சுந்தரர் இறைவனை உரிமையுடன் வாதுக்கு அழைத்தவர். எனவே இவர் 'வன்தொண்டர்' என்று அழைக்கப்பட்டார். இறைவனிடம் நட்புரிமை பூண்டதால் இவரது பக்தி நெறி, 'தோழமை நெறி' என்று பெயர் பெற்றது. இதனால் இவர் 'தம்பிரான் தோழர்' என்று சிறப்பிக்கப்பட்டார். இறைவனோடு இவர் கொண்ட தோழமையைப் பின்வரும் பாடலில் அறியலாம்:

"ஏழிசையாய் இசைப்பயனாய் என்னுடைய
தோழனுமாய் யான் செய்யும் துரிசுகளுக் குடனாகி"

இறைவனை உரிமையோடு விளிக்கும் பாடல்கள் பலவற்றை இவர் பாடியுள்ளார்.

எ - டு:

'பித்தா பிறைசூடி பெருமானே அருளாளா
எத்தான் மறவாதே நினைக்கின்றேன் மனத்துன்னை
வைத்தாய் பெண்ணைத் தென்பால் வெண்ணெய் நல்லூரருட்டுறையுள்
அத்தா உனக்காளாய் இனிஅல்லேன் எனலாமே'

'அற்ற போழ்தும் அலந்த போழ்தும்
ஆவற் காலத் தடிகேள் உம்மை
ஒற்றி வைத்திங்கு உண்ண லாமோ?
ஓண காந்தன் தளி யுளீரே'

நாயன்மார்களை வரிசையாக வைத்து சுந்தரர் திருத்தொண்டர் தொகை ஒன்று பாடியுள்ளார். இதுவே பின்னர் நம்பியாண்டார் நம்பி திருத்தொண்டர் திருவந்தாதி பாடவும், சேக்கிழார் பெரியபுராணம் பாடவும் அடிப்படையாக அமைந்தது. இவரது காலம் கி. பி. ஏழாம் நூற்றாண்டில் இறுதிப் பகுதி என்பர்.

மாணிக்கவாசகர்

'திருவாசகத்திற்கு உருகாதார் ஒருவாசகத்திற்கும் உருகார்' என்பது பழமொழி. இது உண்மையும் கூட. ஐரோப்பிய பாதிரியாராகிய ஜி. யூ. போப் திருவாசகத்தைப் பற்றித் தம் நண்பர்க்கு எழுதிய கடிதத்தில் ஓரிரு இடங்கள் தண்ணீர் பட்டு அழிந்திருந்தன. இதைப் பற்றி ஜி. யூ. போப்புவிடம் அவர் நண்பர் கேட்டதற்கு, 'நான் திருவாசகத்தைப் பற்றி எழுதியபோது, என்னையுமறியாமல் என் கண்கள் கசிந்தன. அந்தக் கண்ணீர்த்துளிகள் பட்டு எழுத்துக்கள் அழிந்தன' என்றாராம்.

சைவ இலக்கியங்களில் மிகச் சிறந்ததாகவும், பல்வேறு மக்கள் இலக்கிய வகைகளைக் கொண்டதாகவும், அதே சமயத்தில் தத்துவங்களின் பெட்டகமாகவும் திகழ்வது திருவாசகம். இதனை இயற்றியவர் மாணிக்கவாசகர். இவரது வரலாறும் அப்பர் பெருமானது வரலாறு போன்றே இறையனுபவங்கள் பலவற்றின் விளைநிலமாகக் காட்சியளிக்கிறது. இவர் கி. பி. எட்டாம் நூற்றாண்டைச் சார்ந்தவர். பாண்டிய மன்னன் அரிமர்த்தனபாண்டியனிடம் அமைச்சராகப் பணியாற்றியவர்.

ஒருமுறை நல்ல அரேபியக் குதிரைகளைத் தேர்ந்தெடுத்து வாங்கி வருவதற்காக மன்னன் இவரிடம் நிறைய பொருள் தந்து அனுப்பினான். இறை ஈடுபாட்டில் ஆழ்ந்திருந்த இவர் செல்லும் வழியில் இறைவனால் ஆட்கொள்ளப் பெற்று குருந்த மரத்தடியில் உபதேசம் பெறும் அரிய வாய்ப்பை பெற்றார். இறையனுபவத்தில் மூழ்கிய மாணிக்கவாசகர், அரசன் தந்த பணத்தை இறைப்பணிக்குச் செலவிட்டார். குதிரைகள்

இல்லாமல் மாணிக்கவாசகர் வறிதே மதுரை திரும்பினார். நடந்ததை அறிந்த பாண்டியன் இவரைச் சிறையிலிட்டான். மாணிக்கவாசகர் மனம் வருந்தி இறைவனை வேண்டினார். கொட்டடியில் இருந்த பரிகளெல்லாம் திருவிளையாடலால் நரிகளாயின. தம் வாழ்வில் நடந்த இந்த அற்புதம் மாணிக்கவாசகரை ஞானியராக்கியது; நெஞ்சம் நெக்குருகும் பாடல்கள் பிறந்தன.

பக்தியைப் பல்வேறு உத்திகளில் அமைத்துப் பாடியவர் இவர் போல் வேறு எவரும் இல்லை எனலாம். அதுபோல பக்தி மரபை மக்கள் வாழ்க்கையோடு பின்னிப் பிணைந்து பாடிச் சிறந்தவரும் இவரேயாவார். திருவாசகத்தில் உள்ள 659 பாடல்களும் இதற்குச் சான்று பகர வல்லனவாகும். 51 பகுதிகளாக அமைந்த திருவாசகம் 3327 அடிகளை உடையது. இதன் பெருமையை இராமலிங்க அடிகளார் பின்வருமாறு வியந்து பாடுகிறார்.

'வான்கலந்த மாணிக்க வாசகநின் வாசகத்தை
நான்கலந்து பாடுங்கால் நற்கருப்பஞ் சாற்றினிலே
தேன்கலந்து பால்கலந்து செழுங்கனித்தீஞ் சுவைகலந்துஎன்
ஊன்கலந்து உயிர்கலந்து உவட்டாமல் இனிப்பதுவே'

திருவாசகத்தில் மகளிர் விளையாட்டுக்கள் பலவற்றை வைத்துப் பாடல் புனைந்துள்ளார் மாணிக்கவாசகர். திருத்தெள்ளேணம், திருப்பொன்னூசல், திருப்பொற்சுண்ணம் என்பவை அவற்றுள் சிலவாகும். உலகத் தோற்றத்தையும் உயிர்களின் பிறப்பையும் 'சிவபுராணம்' எனும் திருவாசகத்தின் முதற்பகுதியில் பாடுகிறார். 'அண்டப்பகுதியின் உண்டைப்பிறக்கம்' என்று சிவபுராணம் தொடங்குகிறது.

நல்ல கணவன்மார்கள் தங்களுக்கு வாய்க்க வேண்டும் என்று இறைவனை வேண்டி மார்கழி மாதத்தில் இளம்பெண்கள் பாடுகின்ற பாவைப்பாடல் எனும் இலக்கியவகையில் இவர் 'திருவெம்பாவை' பாடியுள்ளார். ஒவ்வொரு பாடலின் இறுதியும் 'எம்பாவாய்' என முடிகிறது. 'ஆணவமல இருளில் உறங்கிக் கிடக்கும் உயிர்களை மலஇருள் அகன்ற உயிர்கள் எழுப்புவதுதான் திருவெம்பாவையின் உட்பொருள்' என்று பண்டிதமணி மு. கதிரேசன் செட்டியார் குறிப்பிட்டுள்ளார். இப்பாவைப் பாடல்களுள் ஒன்று வருமாறு:

'ஆதியும் அந்தமும் இல்லா அரும்பெரும்
சோதியை யாம்பாடக் கேட்டேயும் வாட்டடங்கண்
மாதே வளருதியோ, வன்செவியோ நின்செவிதான்
மாதேவன் வார்கழல்கள் வாழ்த்திய வாழ்த்தொலி போய்
வீதிவாய்க் கேட்டலுமே விம்மி விம்மி மெய்ம்மறந்து

போதார் அமளியின் மேல் நின்றும் புரண்டிங்கவர்
ஏதேனும் ஆகாள் கிடந்தாள் என்னே என்னே
ஈதே எம்தோழி பரிசிலோர் எம்பாவாய்'

'பாவை பாடிய வாயால் கோவை பாடுக' என்று இறைவன் அருளியதால் திருக்கோவையார் என்ற அகமரபிலான பக்திப் பனுவலை மாணிக்கவாசகர் இயற்றினார். கட்டளைக் கலித்துறையில் ஆன 400 பாடல்களில் இயற்றப்பட்ட இந்நூலில் இறைவனைத் தலைவனாகவும், தன்னைத் தலைவியாகவும் வைத்து நாயக - நாயகி பாவத்தின் பாடியுள்ளார். இதுவே தமிழில் இன்று முழுமையாகக் கிடைக்கும் முதல் கோவை நூலாகும். (கோவை என்பது தலைவன் - தலைவி களவு வாழ்க்கையைப் பல்வேறு நிகழ்ச்சிகளாக வரிசைப்படுத்தி அவற்றைக் கோர்வையாகப் பாடுவது). திருவாசகமும் திருக்கோவையாரும் எட்டாம் திருமுறையாக வைத்து எண்ணப்படுகின்றன. மாணிக்கவாசகர் தமது திருவாசகத்தில் 14 வகையான யாப்புக்களைப் பயன் படுத்தியுள்ளார் என்பர். இவரது காலம் கி. பி. 9ஆம் நூற்றாண்டு (கி. பி. 825-900)

நாயன்மார்கள் நால்வரும் பாடிய முதற்பாடல்கள்

"தோடுடைய செவியன் விடையேறியோர் தூவெண் மதிசூடி
காடுடைய சுடலைப்பொடி பூசி என்னுள்ளங்கவர் கள்வன்
ஏடுடைய மலரான் முனைநாள் பணிந்தேத்த அருள் செய்த
பீடுடைய பிரமாபுர மேவிய பெம்மா னிவனன்றே' - சம்பந்தர் (1)

"கூற்றாயினவாறு விலக்ககிலீர் கொடுமைபல செய்தன நானறியேன்
ஏற்றாயடிக்கே இரவும் பகலும் பிரியாது வணங்குவனெனப் பொழுதும்
தோற்றாதென் வயிற்றி னகம்படியே குடரோடு துடக்கி முடக்கியிட
ஆற்றேனடியேன் அதிகைக் கெடில வீரட்டானத்துறை யம்மானே
- அப்பர் (4159)

"பித்தா பிறைசூடி பெருமானே அருளாளா
எத்தான் மறவாதே நினைக்கின்றேன் மனத்துன்னை
வைத்தாய் பெண்ணைத் தென்பால் வெண்ணெய்நல்லூர் அருட்டுறையுள்
அத்தாவுனக் காளாயினி அல்லேன் எனலாமே' - சுந்தரர் (7225)

'மெய்தானரும்பி விதிர்விதிர்த்துன் விரையார் கழற்கென்
கைதான் தலைவைத்துக் கண்ணீர் அரும்பி வெதும்பி யுள்ளம்
பொய்தான் தவிர்ந்துன்னைப் போற்றிச் சயசய போற்றியென்னும்
கைதான் நெகிழவிடேன் உடையாய் என்னைக் கண்டு கொள்ளே
- மாணிக்கவாசகர் (திருச்சதகம் 1)

முதலாழ்வார் மூவர்

சைவ மரபில் 63 நாயன்மார்கள் இருப்பினும் அப்பர், சம்பந்தர், சுந்தரர் ஆகிய மூவரை முன்னிறுத்திச் சொல்வது போல, ஆழ்வார்கள் பன்னிருவராயினும், பூதத்தாழ்வார், பேயாழ்வார், பொய்கையாழ்வார் ஆகியோரை முதலாழ்வார்கள் மூவர் என்று குறிப்பிடுதல் மரபாகும். இவர்களது காலம் கி.பி. 650 - 700. வைணவ ஆசாரியார்களின் வரலாறு கூறும் குரு பரம்பரை பிரபாவம் இவர்களை முதலாழ்வார்கள் எனக் குறிப்பிடுகிறது.

தமிழகத்தில் சமணம் செல்வாக்குப் பெற்றிருந்த பல்லவர் காலத்தில் தோன்றிய பொய்கையாழ்வார் தமிழ் அகச் சமய மரபைத் தம் பாடல்களில் மீண்டும் துளிர்க்கச் செய்தார். இவர் ஒரு பொய்கையில் தோன்றியதால் இப்பெயர் பெற்றார் என்பர். மாமல்லபுரத்தில் பிறந்த பூதத்தாழ்வார் ஐம்பூதங்களையும் திருமாலாகப்பாடிச் சிறந்தார். சென்னையிலுள்ள மயிலாப்பூரில் பிறந்த பேயாழ்வார் இறைவனைப் பேய்போல அன்பினால் பற்றி ஒழுகியவர். இவர்கள் மூவரும் இறைவனை அந்தாதிப் பாக்களாலும், வெண்பாக்களாலும் பாடிப்பரவினர். இவர்களது பாடல்கள் நாலாயிர திவ்வியபிரபந்தத்தில் முறையே முதல் திருவந்தாதி, இரண்டாம் திருவந்தாதி, மூன்றாம் திருவந்தாதி என்ற பெயரில் தொகுக்கப்பட்டுள்ளன. இத்திருவந்தாதிப் பாடல்களை மூவரும் பாடியதற்கு இவர்கள் மூவரையும் இணைத்து நிகழ்ச்சி ஒன்று சொல்லப்படுகிறது.

பொய்கையார் ஒருமுறை திருக்கோவலூர் சென்று அங்கு எழுந்தருளியிருக்கும் திருமாலை மங்களாசாசனம் செய்து அங்குள்ள பக்தர் ஒருவர் வீட்டில் துயிலக் கருதினார். அப்போது பூதத்தாழ்வாரும், பொய்கையாழ்வாரும் அங்கு வந்தனர். அந்தச் சிறிய இடத்தில் மூவரும் துயில்வது இயலாது. இதை உணர்ந்த பொய்கையார் ‘ஒருவர் கிடக்க, இருவர் இருக்க, மூவர் நிற்க இடம்’ என்றார். அப்போது இவர்கள் மூவரைத் தவிர நான்காமவர் ஒருவர் இவர்களுக்கிடையில் புகுந்து நெருக்குவதாக உணர்ந்தனர். இவ்வளவு ஆற்றல்மிக்கவர் திருமாலே என்பதை அறிந்த மூவரும் ஆளுக்கு நூறு பாடல்களாக அந்தாதித் தொடையில் பாடினர். இதுவே திருவந்தாதி எனப்படுகிறது.

இதில் பொய்கையார்,

‘வையம் தகழியா வார்கடலே நெய்யாக
வெய்ய கதிரோன் விளக்காகச் - செய்ய
சுடராழியான் அடிக்கே சூட்டினென் சொன்மாலை
இடராழி நீங்குகவே என்று’

என்றும், பூதத்தாழ்வார்,

'அன்பே தகழியா ஆர்வமே நெய்யாக
இன்புருகு சிந்தை இருதிரியா நன்புருகி
ஞானச் சுடர்விளக் கேற்றினேன் நாரணற்கு
ஞானத் தமிழ்புரிந்த நான்'

என்றும், பேயாழ்வார்,

'திருக்கண்டேன், பொன்மேனி கண்டேன் திகழும்
அருக்கன் அணிநிறம் கண்டேன் - செருக்கிளரும்
பொன்னாழி கண்டேன் புரிசங்கம் கைக்கண்டேன்
என்னாழி வண்ணன்பால் இன்று'

என்றும் பாடியருளினர்.

ஆழ்வார்களின் வரவும் சங்கத் தமிழை மீட்டுக் கொணர்ந்தது என்பதற்குப் பின்வரும் பாடல்கள் சான்றுகளாகின்றன:

"பெருகு மதவேழம் மாப்பிடிக்கு முன்னின்று
இருகண் இளமூங்கில் வாங்கி - அருகிருந்த
தேன்கலந்து நீட்டும் திருவேங்கடம் கண்டீர்
வான்கலந்த வண்ணன் வரை - (பூதத்தாழ்வார்)

"புரிந்து மதவேழம் மாப்பிடியோடு ஊடி
திரிந்து சினத்தால் பொருது - விரிந்த சீர்
வெண்கோட்டு முத்துதிர்க்கும் வேங்கடமே லொருநாள்
மண்கோட்டுக் கொண்டான் மலை'

-(பேயாழ்வார்)

இவை சங்கப் பாடல்களில் காணப்படுவதுபோல உயிரினங்களின் அன்பு வாழ்க்கையைக் கட்டுப்படுத்துகின்றன.

திருமழிசையாழ்வார்

திருமழிசையாழ்வார் காஞ்சிக்கு அருகிலுள்ள திருமழிசை என்ற ஊரில் பிறந்தவர். இவரது காலம் 9ஆம் நூற்றாண்டு (கி. பி. 850) ஆகும். தமிழ் இலக்கிய வரலாற்றில் சந்தப்பாக்களின் செல்வாக்கினை முதன்முதலாக இவரது பாடல்களில் காண்கிறோம். இவரது திருச்சந்த விருத்தம், சந்தக் குழிப்புடைய விருத்தப்பாக்களால் ஆனது. இதுவே பிற்காலத்தில் அருணகிரியார் போன்றோர் சந்தப்பாக்களின் உச்சத்தை எட்டுவதற்கு அடிப்படை அமைத்துத் தந்தது எனலாம்.

'திராவிட ஆச்சாரியர்' என்று பிரம்ம சூத்திர உரையில் குறிப்பிடப்படுபவர் இவரே என்பர். இவர் சிறந்த யோகி என்பது திருவல்லிக்கேணியில் இவர் நீண்டநாள் யோக நிட்டையில்

இருந்ததால் தெரிய வருகிறது. இவரது பாடல்கள் இறைவனையும் ஈர்க்கும் ஆற்றல் வாய்ந்தவை என்பது பின்வரும் நிகழ்ச்சியால் இனிது விளங்கும். இவரிடம் நட்புப் பூண்ட கணிகண்ணன் என்பவர் மன்னரைப் பாடமறுத்தார். இதனால் பல்லவ மன்னன் அவரை நாடுகடத்தினார். இந்த நிகழ்ச்சியால் சினமுற்ற திருமழிசையாழ்வார் 'நானும் ஊரைவிட்டுப் போகிறேன்; திருமாலே நீரும் வாரும்' எனும் பொருள்பட,

"கணிகண்ணன் போகின்றான் காமருபூங் கச்சி
மணிவண்ணா நீகிடக்க வேண்டா - துணிவுடைய
செந்தாப் புலவன்யான் செல்கின்றேன் நீயுமுன்றன்
பைந்நாகப் பாய்சுருட்டிக் கொள்'

என்று பாடினார். இவ்வளவு சொன்ன பிறகும் இறைவனுக்கு அங்கிருக்க மனம் வருமா? அவரும் காஞ்சித் திருவெஃகா விட்டுக் கிளம்பிவிட்டார். தவற்றை உணர்ந்த மன்னன், திருமழிசையாரிடம் மன்னிக்க வேண்டினான். ஆழ்வாரும்,

'கணிகண்ணன் போக்கொழிந்தான் காமருபூங் கச்சி
மணிவண்ணா நீகிடக்க வேண்டும் - துணிவுடைய
செந்நாப் புலவன்செல வொழிந்தேன் நீயுமுன்றன்
பைந்நாகப் பாய்படுத்துக் கொள்'

என்று பாடினார். ஊரை விட்டு நீங்கிய பெருமாள் மீண்டும் காஞ்சி திரும்பினார். இதனால் அங்குள்ள இறைவன் திருநாமம் 'சொன்ன வண்ணம் செய்த பெருமாள்' என்று வழங்கலாயிற்று. இவரது வாழ்க்கையின் பெரும்பகுதியும் திருக்குடந்தையில் யோகநிட்டையில் கழிந்தது என்பர்.

பெரியாழ்வார்

இவரது இயற்பெயர் 'விட்டுணுசித்தன்' என்பதாகும். இவர் பாண்டிய மன்னன் சீமாறன் சீவல்லபன் (கி. பி. 835 - 862) காலத்தவர். திருவில்லிப்புத்தூரில் வாழ்ந்தவர். அங்குள்ள திருக்கோயிலில் பட்டராகச் சேவை செய்தவர். இதனால் இவருக்குப் 'பட்டர்பிரான்' என்ற சிறப்புப் பெயரும் உண்டு. திவ்வியப்பிரபந்தத்தில் திருப்பல்லாண்டு (13 பாடல்கள்), பெரியாழ்வார் திருமொழி (460 பாடல்கள்) ஆகியவற்றை இவர் பாடியுள்ளார்.

தமிழ் இலக்கிய வகைகளின் வளர்ச்சிக்குப் பெரியாழ்வாரின் பங்கு பெரிதாகும். இவர் கண்ணனைக் குழந்தையாகப் பாவித்துப் பிள்ளைப் பருவக் காட்சிகள் பலவற்றை வைத்து நெஞ்சையள்ளும் பாடல்கள் பலவற்றைப் பாடியுள்ளார். இவர்களது பாடல்களே பின்னாளில்

புலவர்கள் பிள்ளைத்தமிழ் இலக்கியம் பாடுவதற்கு எடுத்துக்காட்டு இலக்கியங்களாகத் திகழ்ந்தன. அறிஞர் மு.வ. அவர்கள் பெரியாழ்வாரின் பாடல்களில் உள்ள பிள்ளைப் பருவக் காட்சிகளின் செல்வாக்கினை விரிவாக எடுத்துரைத்துள்ளார் (தமிழ் இலக்கிய வரலாறு, ப. 115).

எ-டு:

'கிடக்கில் தொட்டில் கிழிய உதைத்திடும்
எடுத்துக் கொள்ளில் மருங்கை இறுத்திடும்
ஒடுக்கிப் புல்கில் உதரத்தே பாய்ந்திடும்
மிடுக்கி லாமையால் நான் மெலிந்தேன் நங்காய்'

இவரது பாடல்களில் பாதிக்கு மேல் கிருஷ்ணாவதாரத்தின் சிறப்பை உணர்த்துவதாக உள்ளன. இவர் இயற்றிய தாலாட்டுப் பாடல்கள் மிகவும் புகழ் பெற்றவை. இவை பிள்ளைத்தமிழ் இலக்கியத் தாலாட்டுப் பாடல்களின் முன்னோடி என்று கருதப்படுகின்றன.

எ-டு:

'மாணிக்கம் கட்டி வயிரம் இடைகட்டி
ஆணிப் பொன்னால் செய்த வண்ணச் சிறுதொட்டில்
பேணி உனக்குப் பிரமன் விடுதந்தான்
மாணிக் குறளனே தாலேலோ
வையம் அளந்தானே தாலேலோ'

ஆண்டாள்

'சூடிக் கொடுத்த நாச்சியார்' என்ற சிறப்புப் பெயர் பெற்ற இவ்வம்மையார் திருவில்லிப்புத்தூரிலுள்ள இறைவனுக்குச் சார்த்தும் திருத்துழாய் வளரும் நந்தவனத்தில் தோன்றியவர். பெரியாழ்வாரால் கண்டெடுக்கப்பெற்று அவரது மகளாய் வளர்ந்தவர். திருத்துழாய் மாலை கோர்த்துத் திருமாலுக்குச் சார்த்தும் பணியினைச் செய்து வந்த பெரியாழ்வாருக்குத் துணையாக ஆண்டாளும் வந்து சேர்ந்தார். தான் தொடுக்கும் மாலையெல்லாம் தானே திருமாலுக்குச் சூடுவதான பக்திக் காதலைத் தன் மனதில் வளர்த்தார். 'மானிடர்க்கென்று பேச்சுப்படில் வாழகில்லேன்' என்று உறுதிபூண்டார். தன்னை நாராயணனோடு கற்பனையால் வரிந்துகொண்ட ஆண்டாளின் பாடல்கள் பெண்மை உணர்வை இயற்கையாகவும் இயல்பாகவும் தெரிவிக்கின்றன:

'வாரண மாயிரம் சூழவலம் செய்து
நாரண நம்பி நடக்கின்றா னென்றெதிர்
பூரண பொற்குடம் வைத்துப் புறமெங்கும்
தோரணம் நாட்டக் கனாக்கண்டேன் தோழிநான்'

'மத்தளம் கொட்ட வரிசங்கம் நின்றூத
முத்துடைத் தாமம் நிரைதாழ்ந்த பந்தலின்கீழ்
மைத்துனன் நம்பி மதுசூதனன் வந்தென்னைக்
கைத்தளம் பற்றக் கனாக்கண்டேன் தோழிநான்'

என்று பாடுகிறார். இத்தகு நாச்சியார் திருமொழிப் பாடல்கள் (143 பாடல்கள்) வைணவர்தம் திருமணச் சடங்குகளில் இன்றியமையாது இடம் பெறுகின்றன.

இவரது திருப்பாவைப் பாடல்கள் (30 பாடல்கள்) மார்கழி மாதத்தின் போது விடியற்காலையில் இன்றும் பாடப்படுகின்றன. ஆயிரத்தைந்நூறு ஆண்டுகளுக்கு மேற்பட்டு வருகின்ற மரபு இன்றும் போற்றப்படும் பெருமையை இவர்தம் பாடல்கள் காட்டுகின்றன. 'மார்கழித் திங்கள் மதிநிறைந்த நன்னாள்' எனத் தொடங்கும் திருப்பாவைப் பாடல்களை அறியாத சிறுமியரே இல்லை எனலாம். சிலம்பு - மேகலை இரண்டும் 'இரட்டைக் காப்பியங்கள்' என்று அழைக்கப்படுவது போல, திருவெம்பாவை - திருப்பாவை ஆகியவற்றை இரட்டைப்பாவைப் பாடல்கள் எனலாம். திருவெம்பாவை ஆன்ம முதிர்ச்சியைக் காட்டுகிறது என்றால், திருப்பாவைப் பாடல்கள் இறையனுபவத்தின் வழி ஆன்மத் தேடலாகக் காட்சியளிக்கின்றன எனலாம்.

பக்தியனுபவத்தில் ஆண்டாளின் நிலையையும் அவர் பாடல்களின் சிறப்பையும் குறிப்பிடும் பெரியவாச்சான்பிள்ளை, 'ஸம்ஸாரத்தில் உறங்குகிறவர்களை எழுப்பி எம்பெருமான் தானே தன்னைக் காட்டக் கண்டார்கள் ஆழ்வார்கள். இவள்தானே என்று எம்பெருமானை எழுப்பித் தன்குறையை அறிவித்தான். ஆகையாலே அவர்களிலும் இவள் விலக்ஷணை' என்கிறார். மேலும் 'புருஷன் புருஷனைக் கண்டு ஸ்நேகிப்பதைக் காட்டில் ஸ்திரி புருஷனைக் கண்டு ஸ்நேகிப்பப் பள்ளமடையாகையாலே, ஆழ்வார்களிற் காட்டில் எம்பெருமான் பக்கல் பரம பக்தியுடையவளான ஆண்டாள்' என்று போற்றுகிறார். தமிழகத்தில் சமயப்புரட்சி செய்த வைணவ ஆசாரியரான இராமனுஜர்க்குப் பக்தி இலக்கிய மரபில் புரட்சி செய்த ஆண்டாளின் மீது ஈடுபாடு மிகுதியும் உண்டு. எனவே இவரைத் 'திருப்பாவை ஜீயர்' என்று அழைப்பார்கள்.

நம்மாழ்வார்

பெருமையால் பெயர்பெற்ற பெரியாழ்வார் போன்று உரிமையால் பெயர் பெற்றவர் நம்மாழ்வார் ஆவார். நாயன்மார்களில் பெருமையால் பெயர் பெற்றவர் அப்பர்; உரிமையால் பெயர் பெற்றவர் சுந்தரர். திருநெல்வேலியிலுள்ள ஆழ்வார் திருநகரியில் அவதரித்த இவர் சடகோபன், காரிமாறன், தமிழ்மாறன், பராங்குசன் ஆகிய பெயர்களால்

சிறப்பிக்கப்படுகிறார். பிரபந்தங்கள் பலபாடிய பெருமை இவருக்குண்டு. விருத்தம், ஆசிரியம், அந்தாதி ஆகிய பாவடிவங்களால் இலக்கியங்கள் செய்தவர். இவை முறையே திருவிருத்தம் (100) திருவாசிரியம் (7), பெரிய திருவந்தாதி (87) என்று அழைக்கப்படுகின்றன. இவர் இயற்றிய திருவாய்மொழி (1102 பாடல்கள்) 'திராவிட வேதம்' என்று சிறப்பிக்கப் படுகிறது. இந்தத் திருவாய்மொழியின் ஆழம்காண முற்பட்ட உரையாசிரியர்கள் ஆயிரப்படி, மூவாயிரப்படி, ஒன்பதினாயிரப்படி, பன்னீராயிரப்படி, இருபத்து நாலாயிரப்படி, முப்பத்தாராயிரப்படி என்ற முறையில் எழுத்துக்களால் எண்ணக்கூடிய பெயர் பெற்று விரிவான உரை நூல்களை எழுதினர். இவ்வுரை நூல்கள் வியாக்கியானங்கள் என்று அழைக்கப்படுகின்றன.

மதுரகவியாழ்வார் இவருக்குச் சீடராக வாழ்வதையும், இவர் புகழ் பரப்புவதையுமே நோக்கமாகக் கொண்டிருந்தவர். அடியவரின் பெருமையை நன்குணர்ந்த நம்மாழ்வார் 'அடியவர்க்கும் அடியவர்க்கும் அடியவர்க்கும் அடியேன் யான்' என்பதை அழுத்தம் திருத்தமாகச் சொல்கிறார்.

'ஆடிஆர்த்த வையம்உண்டு ஆலிலை அன்னவாசம் செய்யும்
படியாதும்இல் குழவிப்படி எந்தைபிரான் தனக்கு
அடியார் அடியார்தம் அடியார் அடியார்தமக்கு
அடியார் அடியார்தம் அடியார் அடியோங்களே'

இவரது பாடல்களின் பெருமையாலும் பெருந்தொகையாலும் வைணவர்கள் இவரை ஆழ்வார்களில் தலைமை சான்றவராக வைத்துப் போற்றுவர்.

நம்மாழ்வார் பாடல்களில் பண்டைய அகமரபின் செல்வாக்கினை நிரம்பக் காணலாம். நாரையையும், பூவையும், அன்னப் பறவைகளையும், அன்றில் பறவைகளையும் கிளியையும் தலைவனிடம் (இறைவனிடம்) தன் காதலைச் சொல்லுமாறு தலைவி (நம்மாழ்வார்) தூது விடுப்பதாக அமைந்த பல பாடல்களை இவர் பாடியுள்ளார். மேலும் கடலையும், நிலவையும், வாடைக் காற்றையும், மேகத்தையும் விளித்துத் தன் காதலைச் சொல்லிப் புலம்பும் பாடல்களும் பக்தி இலக்கியத்தில் காணப்படும் அகமரபுப் பாடல்களுக்கு நல்ல எடுத்துக்காட்டுகளாகும். பிற்காலத்தில் தோன்றிய (சிற்றிலக்கியக்காலம்) தூது இலக்கியங்களின் முழுமைக்கும் செழுமைக்கும் இப்பாடல்கள் அடிப்படையாக அமைந்துள்ளன.

திருமங்கையாழ்வார்

இவர் சோழ மண்டலத்தில் திருவாலிநாடு (திருவாலி, திருநகரி எனும் திவ்ய தேசம்) எனும் பகுதியிலுள்ள திருக்குறையனூரில் கள்ளர் மரபில் தோன்றியவர். குமுதவல்லி என்ற வைணவப் பெண்ணை

மணந்ததால் வைணவரானார் என்பர். தம் கைப்பொருளையெல்லாம் திருமால் வழிபாட்டிற்காகச் செலவிட்ட இவர், வழிப்பறி செய்தேனும் இறைப்பூசை நிகழ்த்த முற்பட்டார். அப்போது இறைவனால் ஆட்கொள்ளப் பெற்றார். இதனை இவரது பின்வரும் பாடல் நமக்கு உணர்த்தும்:

வாடினேன் வாடிவருந்தினேன் மனத்தாற் பெருந்துயர் இடும்பையிற் பிறந்து
கூடினேன் கூடிஇளையவர் தம்மொடு அவர்தருங் கலவியேகருதி
ஓடினேன் ஓடிஉய்வதோர் பொருளால் உணர்வெனும் பெரும்பதம் திரிந்து
நாடினேன் நாடிநான் கண்டு கொண்டேன் நாராயணா என்னும் நாமம்

தமிழ் இலக்கிய வகைகளின் வளர்ச்சியில் திருமங்கையாழ்வார்க்குப் பெரும் பங்குண்டு. தன் மனதில் நினைத்த தலைவியை அடைய இயலாத சூழலில் தலைவன் இறுதி முயற்சியாக மடல் ஏற முற்படுவான். பனை மடல்களால் ஆகிய குதிரை ஒன்றைச் செய்து அதன் மீது தான் அமர்ந்து தலைவியின் ஓவியத்தைச் சுமந்து வருவான். அப்போது பனங்கருக்கு அவனை வருத்தும். தன்னைத் தானே வருத்திக்கொள்ளும் தலைவன் மீது மக்கள் இரக்கம் கூர்ந்து தலைவியின் பெற்றோரிடம் இருவரையும் மணமுடித்து வைக்க வழிவகை காண்பர். இது சங்க இலக்கியத்தில் காணப்படும் ஒரு மரபு. ஆடவரே மடல் ஏறுவர். பெண்டிர் நாணம் துறந்து மடல் ஏறும் வழக்கம் இல்லை. இதனைத் திருவள்ளுவர்,

'கடலன்ன காமம் உழந்தும் மடலேறாப்
பெண்ணின் பெருந்தக்கது இல்' *(1137)*

என்று குறட்பாவில் உறுதி செய்துள்ளார். ஆனால் திருமங்கையாழ்வார் பெண்களும் மடல் ஏறுவார்கள் என்று மரபில் மாற்றம் செய்துள்ளார். இதனை

'அன்னநடையார் அலர்ஏச ஆடவர்மேல்
மன்னும் மடல்ஊரார் என்பதோர் வாசகமும்
தென்னுரையில் கேட்டறிவதுண்டு அதனையாம் தெளிவோம்
மன்னும் வடநெறியே வேண்டினோம்
உன்னி உலவா உலகறிய ஊர்வன்நான்
முன்னி முனைத் தெழுந்தோங்கி ஒளிபரந்த
மன்னியபூம் பெண்ணை மடல்'

-பெரிய திருமடல்: 7:9

என்று அவர் குறிப்பிடுகிறார். மரபில் மாற்றம் செய்ததற்கு அமைதி சொல்லி தன்னைக் காதலியாகவும், இறைவனைக் காதலனாகவும் கருதி, நாயக-நாயகி பாவம் அமைய, பெரிய திருமடல் - சிறிய திருமடல் எனும் இரு மடல் பிரபந்தங்களை திருமங்கையாழ்வார் பாடியுள்ளார்.

மாணிக்கவாசகரின் திருவாசகத்தில் காண்பதுபோல் நாட்டுப்புறச் சாயலிலும் மகளிர் விளையாட்டுக்களைச் சார்ந்தும் பாடல்கள் பலவற்றைத் திருமங்கையாழ்வார் பாடியுள்ளார். தும்பியை அழைத்துப் பாடுவதும், குயிலை விளித்துப்பாடுவதும், பல்லியை ஒலிக்கச் சொல்வதும், சங்க அக இலக்கிய மரபுகளை நினைவூட்டுகின்றன.

எ-டு:

'கூவாய் பூங்குயிலே
குளிர்மாரி தடுத்து கந்த
மாவாய் கீண்ட
மணிவண்ண னைவரக்
கூவுவாய் பூங்குயிலே'
'கொட்டாய் பல்லிக்குட்டி
குடமாடி உலகளந்த
மட்டார் பூங்குழல்
மாதவ னைவரக்
கொட்டாய் பல்லிக்குட்டி'

சங்க இலக்கியத்தில் காணப்படுவது போன்ற தூதுப்பொருண்மை அமைந்த பாடல்களையும் இவர் பாடியுள்ளார். வண்டு, நாரை முதலியவற்றைத் தன் (பக்தி) காதலைத் திருமாலிடம் சொல்லுமாறு தூது அனுப்புவதாகப் பல பாடல்கள் உள்ளன.

மடல் பிரபந்தங்கள் தவிர, திருக்குறுந்தாண்டகம், திருநெடுந் தாண்டகம், பெரிய திருமொழி, திருவெழுகூற்றிருக்கை ஆகியவற்றையும் திருமங்கையாழ்வார் பாடியுள்ளார். இந்த ஆறு நூல்களும் நான்கு வேதங்களின் ஆறு அங்கங்களாகக் கருதப்படுகின்றன. இவரது காலம் கி. பி. எட்டாம் நூற்றாண்டின் பிற்பகுதி எனபர். இவர் கள்வராயிருந்து இறைவனால் ஆட்கொள்ளப் பெற்றவராதலின் இவரது பாடல்களில் உருக்கம் மிகுந்திருக்கக் காணலாம்.

குலசேகர ஆழ்வார்

மன்னராக இருந்து அரசைத் துறந்து ஆழ்வாராக மாறியவர். சேரர் குலத்தவர். சைவ மரபைச் சார்ந்த அருளாளரான சேரமான் பெருமான் நாயனாருக்குப் பிற்பட்ட காலத்தவர். இவரது காலம் கி. பி. 10ஆம் நூற்றாண்டு என்பர். இராமனிடம் பெரிதும் ஈடுபாடு கொண்டவர். இராமாயணக் கதை கேட்கும்போது, இராமனுக்கு ஆதரவாகப் படைதிரட்டிப் போருக்குப் புறப்பட்டவர் என்று இவரது இராம பக்தியைக் குறிப்பர். இவரது பாசுரங்கள் 105 பாடல்கள் கொண்ட 'பெருமாள் திருமொழி'யாகத் தொகுக்கப்பட்டுள்ளன.

இவரது பாசுரங்களுள் 'ஆனாத செல்வத்து அரம்பையர்கள் தற்சூழ' என்று தொடங்கும் திருவேங்கட மலையின் பெருமையை உணர்த்தும் பாசுரமும், 'தருதுயரம் தடாயேல்' என்று சேரநாட்டுத் தலமான வித்துவக்கோட்டில் எழுந்தருளியிருக்கும் திருமாலைப் பற்றிய பாசுரமும் உள்ளம் உருக்கும் தன்மை வாய்ந்தவை. இவற்றின் சிறப்பினால் இவ்விரு பாசுரங்களும் தமிழ் இலக்கியப் பாடத்திட்டங்களில் திரும்பத் திரும்ப இடம்பெறும் வாய்ப்பினைப் பெற்றுள்ளன.

'ஆனாத செல்வத்து அரம்பையர்கள் தற்சூழ
வானாளும் செல்வமும் மண்ணரசும் யான்வேண்டேன்
தேனார் பூஞ்சோலைத் திருவேங் கடச்சுனையில்
மீனாய்ப் பிறக்கும் விதியுடையேன் ஆவேனே'

என்று தொடங்கும் பாசுரத்தில் திருவேங்கட மலை மீது மீனாக, குளத்து நீராக, மரமாக, புதராக, அடியவர்கள் பாதச்சுவடு படும் பாதையாக, குருகாக, ஆறாக, அடியவர்கள் இயங்கும் கருவறைப் படியாக இவ்வாறு திருவேங்கடத்தான் அருகிலிருக்கும் ஏதேனும் ஒரு பிறவி எடுக்க வேண்டும் என்று குலசேகர ஆழ்வார் அவாவுகிறார்.

இதேபோன்று 'தருதுயரம் தடாயேல்' என்று தெடங்கும் பாசுரத்தின் ஒவ்வொரு பாடலிலும் மிக அருமையான உவமைகளை வைத்து இறையருளின் பெருமையை விளக்குகிறார்:

'தருதுயரம் தடாயேல்உன் சரண்அல்லால் சரணில்லை
விரைகுழுவும் மலர்ப்பொழில்சூழ் வித்துவக்கோட்டு அம்மானே!
அரிசினத்தால் ஈன்றதாய் அகற்றிடினும் மற்றவள்தன்
அருள்நினைந்தே அழுங்குழவி அதுவே போன்று இருந்தேனே!

'கண்டார் இகழ்வனவே காதலன்தான் செய்திடினும்
கொண்டானை அல்லால் அறியாக் குலமகள்போல்
விண்தோய் மதில்புடைசூழ் வித்துவக்கோட் டம்மாநீ
கொண்டாளா யாகிலுமுன் குரைகழலே கூறுவனே'

தொண்டரடிப்பொடியாழ்வார்

விப்பிரநாராயணன் என்ற இயற்பெயர் கொண்ட இவர் திருவரங்கத்தில் எழுந்தருளியுள்ள அரங்கனுக்குச் சேவை செய்து வந்தவர். இவரது பாசுரங்கள் திருமாலை, திருப்பள்ளியெழுச்சி எனும் இரு நூல்களாகத் தொகுக்கப்பட்டுள்ளன. இவரது திருப்பள்ளியெழுச்சிப் பாடல்களில் இயற்கை வருணனையையும் உள்ளம் உருக்கும் உணர்வுகளையும் காணலாம்:

'பச்சைமா மலைபோல்மேனி பவளவாய் கமலச்செங்கண்
அச்சுதா அமரர்ஏறே ஆயர்தம் கொழுந்தே என்னும்
இச்சுவை தவிரயான்போய் இந்திரலோகம் ஆளும்
அச்சுவை பெறினும்வேண்டேன் அரங்கமா நகருளானே'

'ஊரிலேன் காணிஇல்லை உறவுமற் றொருவர்இல்லை
பாரில்நின் பாதமூலம் பற்றினேன் பரமமூர்த்தி
காரொளி வண்ணனேயென் கண்ணனேகதறு கின்றேன்
ஆருளர் களைகண்அம்மா அரங்கமா நகருளானே'

இவரது பாடல்களில் காணப்படும் இயற்கை வருணனைத் திறனுக்கு எடுத்துக்காட்டு வருமாறு:

'சுடரொளி பரந்தன சூழ்திசை எல்லாம்
துன்னிய தாரகை மின்னொளி சுருங்கிப்
படர்ஒளி பசுத்தன பனிமதி, இவனோ!
பாயிருள் அகன்றது, பைம்பொழில் கமுகின்
மடலிடக் கீறிவண் பாளைகள் நாற
வைகறை கூர்ந்தது மாருதம் இதுவோ
அடலொளி திகழ்தரு திகிரிஅம் தடக்கை
அரங்கத் தம்மா பள்ளி யெழுந்தருளாயே!

பள்ளியெழுச்சி என்பது மங்கலமான பாடல்களைப் பாடி மன்னனைத் துயிலெழுப்புவதற்குரிய இலக்கியவகை என்று தொல்காப்பியத்தில் குறிப்பிடப்பட்டுள்ளது. இதனைத் 'துயிலெடைநிலை' என்று தொல்காப்பியம் சொல்கிறது. இதேபோன்று மன்னன் துயில் கொள்ளச் செல்லும்போது மங்கலமான பாடல்களைப் பாடும் மரபும் பண்டைத் தமிழகத்தில் இருந்துள்ளது. இது 'கண்படை நிலை' எனப்பட்டது. துயிலெடை நிலையைப் பாடுவதற்கு சூதர், மாகதர், வேதாளிகர் என்போர் அரண்மனையில் நியமிக்கப்பட்டிருந்தனர் என அறிகின்றோம். மன்னனுக்குப் பாடப்பட்ட துயிலெடைநிலை பின்னர் பள்ளியெழுச்சி என்று பெயர் மாற்றம் பெற்று, இறைவனைப் பாடும் இலக்கிய வகையாக வளர்ந்தது. சைவ மரபில் மாணிக்கவாசகரும் சிவபெருமானைத் துயிலெழுப்புவதாகத் திருப்பள்ளியெழுச்சிப் பாடியுள்ளார். இந்தியா ஆங்கிலேயரிடம் அடிமைப்பட்டுக் கிடந்தபோது பாரதமாதாவைத் துயிலெழுப்புவதாக உருவகம் செய்து பாரதியார் 'பாரதமாதா திருப்பள்ளியெழுச்சி' பாடியுள்ளார்.

மதுரகவியாழ்வார்

'கண்ணிநுண் சிறுத்தாம்பு' எனத் தொடங்கும் பாசுரத்தை இவர் பாடியுள்ளார். பாண்டிய நாட்டிலுள்ள திருக்கோளூரில் பிறந்தவர்.

சைவ மரபில் திருநாவுக்கரசரை அப்பூதி அடிகள் தெய்வமாகப் போற்றியது போல, வைணவ மரபில் நம்மாழ்வாரை மதுரகவியாழ்வார் தெய்வமாகப் போற்றிப் பாசுரங்கள் பாடியுள்ளார். நம்மாழ்வாரை இவர் குருகூர் நம்பி என்று அழைக்கின்றார்.

> "தேவு மற்று அறியேன்: குருகூர் நம்பி
> பாவின் இன்னிசை பாடித் திரிவேனே
> நன்மையால் மிக்க நான்மறை யாளர்கள்
> புன்மையாகக் கருதுவர்; ஆதலில்,
> அன்னையாய் அத்தனாய் என்னை ஆண்டிடும்
> தன்மையான் சடகோபன் என்நம்பியே"

திருப்பாணாழ்வார்

'அமலானாதிபிரான்' என்று தொடங்கும் பத்துப் பாசுரங்களை இவர் பாடியுள்ளார் என்பர். பாணர் குலத்தவராகிய இவர் கோவிலுக்குள் நுழையும் உரிமையில்லாததால் காவிரிக் கரையிலிருந்தே திருவரங்கப் பெருமானை சேவித்து வந்தார். இவரது பக்தியின் உரம் கண்ட உலகளந்தபெருமான், தனக்கு நீர் கொண்டு வரும் பட்டர் கனவில் தோன்றி, அடியவரைச் சுமந்து வருமாறு ஆணையிட, அவரும் அவ்வாறே செய்தார் என்பர். பள்ளியெழுந்துள்ள அரங்கத்தம்மானின் அருட்கோலம் கண்டு 'அமலனாதிபிரான்' எனத் தொடங்கும் பாசுரங்களை இவர் அருளிச் செய்தார்.

7. இடைக்கால இலக்கிய இலக்கணங்கள்
(கி. பி. 300 - 1200)

கி. பி. 300 முதல் கி. பி. 900 வரையுள்ள காலம் இருண்டகாலமும் அதைத் தொடர்ந்த பல்லவ ஆட்சியும் நிலவிய காலப்பகுதியாகும். பல்லவர் ஆட்சிக் காலப் பகுதியைச் 'சமய எழுச்சிக்காலம்' என்றும் 'பக்தி இயக்கக் காலம்' என்றும் குறிப்பிடுவர். இந்நூலின் முற்பகுதியில் கண்டுள்ளபடி இக்காலத்தில் சைவ - வைணவ பக்திப் பாடல்கள் பல இயற்றப்பட்டன. தமிழ்ச் சமயங்களின் 'மறுமலர்ச்சிக் காலம்' என்றும் இதனை அழைக்கலாம். இதைத் தொடர்ந்த காலப்பகுதியில் (900 - 1200) சமயம் தவிர்ந்தபிற இலக்கியங்களும் இயற்றப்பட்டன. ஆனால் அவை முழுமையான அளவில் நமக்குக் கிடைக்கவில்லை. தமிழர்களின் கவனக்குறைவால் இக்காலத்தில் எழுதப்பட்ட பல இலக்கியங்கள் மறைந்துவிட்டன. இவற்றைப் பற்றிய பல குறிப்புக்களை மயிலை சீனி. வேங்கடசாமி அவர்களின் 'மறைந்து போன தமிழ்நூல்கள்' என்ற நூலில் காணலாம். மறைந்தவை போக எஞ்சிய நூல்களின் சில செய்யுட்கள் மட்டுமே நமக்குக் கிடைக்கின்றன. அவையும் புறத்திரட்டு போன்ற பிற நூல்களிலிருந்து தொகுக்கப்பட்டவையே. இவ்வாறு கிடைப்பவை முத்தொள்ளாயிரம், நந்திக் கலம்பகம், பாண்டிக்கோவை, பாரத வெண்பா ஆகிய இலக்கியங்கள் ஆகும். இறையனார் களவியல் உரை, புறப்பொருள் வெண்பா மாலை ஆகிய இலக்கணங்களும் இக்காலத்தில் செய்யப்பட்டன என்று நாம் அறிகிறோம்.

முத்தொள்ளாயிரம்

மூவேந்தர்கள் ஒவ்வொருவர் மீதும் 900 பாடல்கள் வீதம் 2,700 பாடல்கள் அடங்கிய இந்நூல் பாடல்களின் எண்ணிக்கையை அடிப்படையாகக் கொண்டு முத்தொள்ளாயிரம் என்று பெயரிடப்

பட்டுள்ளது. இவை கடைச்சங்க காலத்தின் இறுதிக் காலப் பகுதியில் எழுதப்பட்டிருக்கலாம் என்பர். ஆனால் இதனைச் சங்க இலக்கிய மரபுக்கேற்ப அமைந்த பாடல்கள் எனச் சொல்லவியலாது.

இந்நூலில் சேரன், சோழன், பாண்டியன் ஆகிய மூன்று மன்னர்களும் பெயர்சுட்டாது பாடப்பட்டுள்ளனர். அவர்களைக் கண்டு தலைவி காதல் கொள்வதாக அகப்பாடல்களும், அவர்களது போர்ச் சிறப்பைப் புலவர் வியந்து பாராட்டுவதாகப் புறப்பாடல்களும் அமைந்துள்ளன. இதில் உள்ள அகச்செய்தி கைக்கிளைப் பாடல்களாக (65 பாடல்கள்) அமைந்துள்ளது. புறச்செய்திகள் பின்வரும் தலைப்புகளில் விரிவாகப் பாடப்பட்டுள்ளன (43 பாடல்கள்); நாடு, நகர், பகைப்புலம் பழித்தல், திறை, எயில்கோடல், குதிரைமறம், யானை மறம், களம், வென்றி, புகழ். கடவுள்வாழ்த்துப் பாடல் ஒன்று இடம்பெற்றுள்ளது. ஆக, 2,700 பாடல்களால் ஆகிய இந்நூலில் இன்று 109 பாடல்களே கிடைக்கின்றன. முத்தொள்ளாயிரம் பற்றிய விரிவான ஆராய்ச்சி நூலினைப் பேராசிரியர் ந. சுப்புரெட்டியார் அவர்கள் எழுதியுள்ளார் (முத்தொள்ளாயிர விளக்கம், திருவேங்கடவன் பல்கலைக்கழகம், 1965). பாண்டியனைப் பற்றிய பாடல் (எயில் கோடல்) வருமாறு:

"செருவெங் கதிர்வேற் சினவெம்போர் மாறன்
உருமி னிடிமுர சார்ப்ப - அரவுறழ்ந்
தாமா வுகளு மணிவரையி னப்புறம்போய்
வேமால் வயிறெரிய வேந்து"

நந்திக்கலம்பகம்

பிற்காலத்தில் சிற்றிலக்கியமாகக் கருதப்பெற்ற கலம்பகம் என்ற இலக்கிய வகையின் முன்மாதிரி இலக்கியமாக (model literature) நந்திக் கலம்பகம் திகழ்கிறது. இது தெள்ளாறு எறிந்த நந்திவர்மனைப் (கி. பி. 826 - 849) பாட்டுடைத் தலைவனாகக் கொண்டது. இலக்கியங்கள், அவற்றைப் பாடுவோரது எண்ணத்தைச் செயல்வடிவில் காட்டும் ஆற்றல் பெற்றவை என்பதை இந்நூலின் வரலாறு காட்டுகிறது.

நந்திவர்மனுடைய மாற்றாந்தாயின் புதல்வன் ஒருவன் பொறாமை மிக்கவன். அவன் அரசுரிமை காரணமாக நந்திவர்மனை அழிக்கத் திட்டமிட்டான். இலக்கியத்தின்பால் மிகுந்த பற்றுகொண்ட நந்திவர்மன் மீது அறம் வைத்து இக்கலம்பகம் பாடப்பட்டது. இப்பாடல்கள் தன்னை அழிக்க வல்லன என்று அறிந்தும் நந்திவர்மன் தமிழுக்காகத் தன் இன்னுயிரை ஈந்தான் என்று வரலாறு சொல்கிறது. நந்திவர்மன் இக்கலம்பகத்தின் இறுதிப் பாடலை ஈமச்சிதையின்மீது அமர்ந்து கேட்டான் என்றும், இறுதிப் பாடல் முடிந்ததும் ஈமச்சிதை தீப்பற்றி எரிந்தது என்றும் கூறப்படுகிறது. இச்செய்தி நந்திக்கலம்பகத்தின்

இறுதிப் பாடலில் அகச்சான்றாக அமைந்துள்ளது. அப்பாடல் வருமாறு:

வானுறு மதியை அடைந்தது உன்வதனம்
மறிகடல் புகுந்ததுஉன் கீர்த்தி
கானுறு புலியை அடைந்தது உன்வீரம்
கற்பகம் அடைந்தது உன்கரங்கள்
தேனுறு மலராள் அரியணை அடைந்தாள்
செந்தழல் அடைந்தது உன்தேகம்
யானும்என் கவியும் எங்ஙனே புகுவோம்
எந்தையே நந்தி நாயகனே

மேலும் இந்நிகழ்ச்சியை 'நந்திக்கலம்பகத்தால் மாண்டகதை நாடறியும் என்று சோமேசர் முதுமொழி வெண்பாவும் 'கள்ளாரும் செஞ்செற் கலம்பகமே கொண்டு காயம் விட்ட தெள்ளாறை நந்தி எனும் தொண்டைமான்' என்று தொண்டை மண்டல சதகமும் குறிப்பிடுகின்றன.

இந்நூல் இலக்கியச் சுவைமிக்க பாடல்கள் பலவற்றையும் கொண்டுள்ளது. அகசெய்திகளும் புறச்செய்திகளும் கலந்து வருவதால் இது கலம்பகம் (கலப்பு இலக்கியம்) என்று பெயர் பெற்றது. இதில் இடம்பெற்றுள்ள அகப்பாடல் ஒன்று வருமாறு:

'மங்கையர்கண் புனல்பொழிய மழைபொழியும் காலம்
மாரவேள் சிலைகுனிக்க மயில்குனிக்கும் காலம்
கொங்கைகளும் கொன்றைகளும் பொன்சொரியும் காலம்
கோகனக நகைமுல்லை முகைநகைக்கும் காலம்
செங்கைமுகில் அனையகொடைச் செம்பொன்செய் ஏகத்
தியாகியெனும் நந்தியருள் சேராத காலம்
அங்குயிரும் இங்குடலும் ஆனமழைக் காலம்
அவரொருவர் நாமொருவர் ஆனகொடுங் காலம்'

கார்காலத்தில் திரும்பி வருவேன் என்று கூறிச் சென்ற தலைவன் குறித்த காலத்தில் திரும்பவில்லையாதலால் காலத்தின் கொடுமையை எண்ணித் தலைவி வருந்திப் பாடுவதாக இப்பாடல் அமைந்துள்ளது.

பாரத வெண்பா

இதனைப் பாடியவர் பெருந்தேவனார் என்ற புலவராவார். இவர் நந்திக்கலம்பகத் தலைவன் மூன்றாம் நந்திவர்மனின் காலத்தவர். இந்நூலின் சிறப்பால் இவர் பாரதம் பாடிய பெருந்தேவனார் என்று அழைக்கப்பட்டார்.

தமிழில் வில்லிப்புத்தூரார் பாரதம் பாடுவதற்கு முன்பே பாரதவெண்பா எனும் இந்நூல் வழக்கிலிருந்தது. இந்நூல் ஆசிரியப்பா, வெண்பா, விருத்தப்பா ஆகிய மூவகைப் பாக்களாலும் அமைந்த சிறப்புடையது. 12,000 பாடல்களை உடைய இந்நூலில் 830 பாடல்கள் மட்டுமே கிடைக்கின்றன. சிலப்பதிகாரம் போன்று இது உரையிடை யிட்ட பாட்டுடைச் செய்யுளாகும்.

எட்டுத்தொகை நூல்களுக்குக் கடவுள்வாழ்த்துப் பாடிய பெருந்தேவனார் இவரே என்று சொல்வர். நந்திக் கலம்பகம் செய்தவரும் இவரே என்பர்.

இறையனார் அகப்பொருள்

தமிழ் இலக்கிய வரலாற்றில் முச்சங்கங்களைப் பற்றி முதன்முதலில் குறிப்பிடும் நூல் இதுவேயாகும். இந்நூல் இல்லையெனில் மூன்று சங்கங்கள் பற்றிய வரலாறும், பண்டைத் தமிழகத்தைக் கடல் கொண்ட வரலாறும் தெரியாது போயிருக்கக் கூடும்.

தமிழில் அகம் என்பதற்குச் சிறப்பிடம் உண்டு என்பதை அறிவோம். இத்தகுச் சிறப்புமிக்க அகம் பற்றிய தொல்காப்பியப் பொருளிலக்கணம் ஒரு காலத்தில் மறைந்து போயிற்று (மறைக்கப்பட்டது?) போலும், எழுத்திலக்கணமும் சொல்இலக்கணமும் தப்பின. இதனால் வருந்திய பாண்டிய மன்னன் தமிழ் வல்லார் பலரையும் அழைத்துப் பொருள் இலக்கணம் செய்யப் பணித்தான். எவராலும் இஃது இயலாமற் போகவே பாண்டியன் துவன்றான். ஆனால் மதுரை இறைவனாகிய ஆலவாய் அண்ணல் அருட்கொடையால், அகப்பொருள் இலக்கணச் சுவடியொன்று அண்ணலின் கருவறையில் இருக்கக் கண்டான். இஃது இறைவன் அருளிய நூலாதலின் இறையனார் களவியல் என்றழைக்கப் படுகிறது. ‘இனி, நூல் நுதலியதூஉம் உரைக்கற்பாலது, அது பாயிரத்துள்ளே உரைத்தாம்; தமிழ் நுதலிற்று என்பது’, என்று இந்நூல் கருத்தொருமித்த காதலரின் திருமணத்திற்கு முந்தைய களவுமரபைத் தமிழோடு இணைத்துப் பேசுகிறது. இந்நூல் 60 நூற்பாக்களால் ஆனது.

புறப்பொருள் வெண்பாமாலை

இந்நூல் சமணர்கள் தமிழுக்குத் தந்த கொடைகளுள் ஒன்று. ஐயனாரிதனார் என்ற பெயர் கொண்ட இப்புலவர் சமணராவார். தொல்காப்பிய அகத்திணை இலக்கணத்தைப் பின்பற்றி இறையனார் அகப்பொருள், களவியல் இலக்கணம் கூறுகிறது. அதுபோன்று, புறப்பொருள் வெண்பாமாலை, தொல்காப்பியப் புறத்திணை இலக்கணத்தைப் பின்பற்றிப் புறப்பொருள் இலக்கணம் சொல்கிறது.

தொல்காப்பியப் புறத்திணையியலின் விரிவு என்று எண்ணத்தகும் வகையில் இந்நூல் அமைந்துள்ளது. புறத்திணைகள் ஏழு என்று

தொல்காப்பியர் சொல்லியிருக்க, இந்நூல் அதனைப் பன்னிரெண்டாக விரித்துக் கூறுகிறது. (வெட்சி, கரந்தை, வஞ்சி, காஞ்சி, உழிஞை, நொச்சி, தும்பை, வாகை, பாடாண், பொதுவியல், கைக்கிளை, பெருந்திணை). ஒவ்வொரு திணையையும் நூற்பா, கொளு, எடுத்துக்காட்டுச் செய்யுள் ஆகிய மூன்று பகுதிகளில் இந்நூல் விளக்குகிறது.

'கல்தோன்றி மண்தோன்றாக் காலத்தே வாளோடு
முன்தோன்றி மூத்த குடி'

எனும் புகழ்பெற்ற தொடர் இந்நூலில் உள்ள ஒரு வெண்பாவில் இடம்பெற்றுள்ளது. இந்நூல் பன்னிரு படலம் எனும் நூலை மாதிரியாகக் கொண்டு எழுதப்பட்டது என்பர். தொல்காப்பியத்தின் பின்னர்த் தோன்றிய இப்பன்னிருபடலம் இன்று கிடைக்கவில்லை .

இடைக்கால இலக்கிய முயற்சிகள்

ஐம்பெருங்காப்பியங்கள், ஐஞ்சிறு காப்பியங்கள் போலவே தமிழில் சோழர்கள் காலத்தில் காப்பியங்கள் பல எழுந்தன. எனவே சோழர்கள் காலத்தைக் 'காப்பிய காலம்' என்று சொல்லும் மரபு உள்ளது. இக்காலப் பகுதியில் (12ஆம் நூற்றாண்டு) கம்பராமாயணம், பெரியபுராணம், கந்தபுராணம் ஆகிய காப்பியங்கள் எழுதப்பட்டன. இவற்றின் பொருளமைப்பு கருதி இவற்றைப் புராண காப்பியங்கள் என்று சொல்லும் மரபு உடண்டு.

சோழர்கள் ஆட்சி பலமான, வளமான வல்லரசாட்கியாக விளங்கியது. கலை உணர்வு செழித்தோங்கியது. போர் அபாயமோ, குழப்பமோ, அரசியல் போராட்டமோ அங்கு இல்லை. எனவே வளமான இலக்கியம் செழித்து வளர்வதற்குரிய சூழல் இடைக்காலச் சோழராட்சிக் காலத்தில் நிலவியது. கி. பி. 900 முதல் கி. பி. 1200 வரை நிலவிய இந்தச் சோழர் ஆட்சி விஜயாலயச்சோழனில் தொடங்கி, மூன்றாம் இராஜேந்திரச்சோழன் காலத்தோடு முடிவடைந்தது.

காப்பியங்களும் சிற்றிலக்கியங்களும்

இடைக்காலச் சோழர் ஆட்சியே சோழர் மரபின் பொற்காலம் எனப் போற்றப்படுகிறது. அரசியல், நாட்டு நிர்வாகம், நில வருவாய், ஊராட்சி அமைப்பு, வாரியங்கள், கிராம நிர்வாகம், தேர்தல் முறை, கலை, இலக்கியம், சமயம், கோவில் நிர்வாகம் ஆகிய ஒவ்வொன்றிலும் தனிப்பட்ட கவனம் செலுத்தப்பட்டது. இதனால் கட்டுக்கோப்பான ஆட்சியைச் சோழர்களால் தரமுடிந்தது. தமிழகத்தில் மட்டுமல்லாது தமிழகத்தின் வடபகுதியிலும், கீழைக் கடற்பகுதி நாடுகளிலும் இவர்களது ஆதிக்கம் பரவியது. வலிமையான இந்த ஆட்சியின் சூழல் சிறப்பான பல இலக்கியங்கள் தோன்றுவதற்கான வாய்ப்பினை ஏற்படுத்தித் தந்தது. இவ்வாறு தோன்றிய இலக்கியங்களுள் சீவகசிந்தாமணி,

கம்பராமாயணம், பெரியபுராணம், நளவெண்பா, கலிங்கத்துப்பரணி, பிள்ளைத் தமிழ் நூல்கள், உலா நூல்கள் ஆகியவை குறிப்பிடத் தக்கவையாகும். இக்கால இலக்கியங்களைச் செய்து புகழ்பெற்ற பெரியோர்கள் திருத்தக்கதேவர், கம்பர், சேக்கிழார், புகழேந்தியார், ஒட்டக்கூத்தர், நம்பியாண்டார் நம்பி, கச்சியப்பமுனிவர் ஆகியோராவர். வைணவ சமயத்தில் புரட்சிகரமான சீர்திருத்தங்களை அறிமுகம் செய்த இராமானுஜரும் இக்காலத்தவரே.

இலக்கண நூல்களும் சமய நூல்களும்

இலக்கண நூல்கள் பலவும் இக்காலத்தில் எழுதப்பெற்றன. பவணந்தி முனிவரின் நன்னூல், அமிர்தசாகரின் யாப்பருங்கலக்காரிகை, தண்டியலங்காரம், நேமிநாதம், வீரசோழியம் ஆகிய இலக்கண நூல்கள் இக்காலத்தில் தோன்றியவையாகும். சைவ தத்துவ நூல்களுள் தலையாயதாகக் கருதப்படும் சிவஞானபோதம், இதனை விளக்கியுரைக்கும் சிவஞான சித்தியார், இதற்குப் பேருரையாகிய சிவஞான மாபாடியம் ஆகிய சைவசித்தாந்தத் தத்துவ நூல்கள் இக்காலத்தில் இயற்றப்பெற்றன.

இலக்கிய இலக்கண உரைகள்

இடைக்காலச் சோழர் காலத்தை இலக்கிய - இலக்கண உரையாசிரியர்கள் காலம் என்றும் கருதலாம். தொல்காப்பியத்திற்கு உரை எழுதிய இளம்பூரணர், பேராசிரியர், சேனாவரையர், திருக்குறளுக்கு உரை எழுதிய பரிமேலழகர், இறையனார் அகப்பொருளுக்கு உரைகண்ட (இடைக்கால) நக்கீரர், சிலப்பதிகார உரையாசிரியர் அடியார்க்கு நல்லார் ஆகியோர் இடைக்காலச் சோழர் காலத்தைச் சார்த்தவர்களாவர்.

இவ்வாறு எந்தத் துறையை எடுத்துக்கொண்டாலும், அந்தத் துறையின் உச்சக்கட்ட வளர்ச்சி என்பதை இடைக்காலச் சோழர் ஆட்சியின்போது காணவியலும். இவர்களது கட்டிடக் கலைக்கு இன்றும் சான்றுகாட்டி நிற்பது தஞ்சை பெரியகோவிலாகும்.

கம்பராமாயணம்

இந்நூலை இயற்றிய கம்பரது காலம் கி.பி. 1120 - கி. பி. 1197 வரை என்பர். சோழநாட்டிலுள்ள திருவழுந்தூரைச் சார்ந்த இவரைச் சடையப்பட வள்ளல் என்பவர் புரந்து வந்தார். இதனால் இவ்வள்ளலைத் தாம் பாடிய இராமாயணத்தில் போற்றியுள்ளார் கம்பர்.

'விண்ணவர் போயபின்றை விரிந்தபூ மழையி னாலே
தண்ணறுங் கான நீங்கித் தாங்கருந் தவத்தின் மிக்கோன்
மண்ணவர் வறுமை நோய்க்கு மருந்தான சடையான் வெண்ணெய்
அண்ணறன் சொல்லே யென்னப் படைக்கல மருளினானே'

கம்பர் தமது நூலுக்கு இட்டபெயர் 'இராமகாதை' என்பதாகும். பின்னாளில் இது இராமாயணம் என்றும், கம்பர் எழுதியதால் 'கம்பராமாயணம்' என்றும் அழைக்கப்பட்டது. இவர்தம் நூலைப் பங்குனி உத்திர நன்னாளில் திருவரங்கத்தில் அரங்கேற்றினார்.

இராமாயணக்கதை தமிழகத்தில் தொன்றுதொட்டே நிலவிவந்தது என்பதைச் சங்க இலக்கியக் குறிப்புகளிலிருந்து நாம் அறிந்துகொள்ளலாம். புறநானூற்றில் உள்ள ஒரு பாடலில் புலவர், தான் பரிசிலாகப் பெற்று வந்த பொன் அணிகலன்களை அவர்தம் சுற்றத்தினர் எவ்வாறு அணிவது என்று தடுமாறியதைப் பற்றிக் குறிப்பிடும்போது இராமாயணக் காட்சியை உவமை செய்கிறார். இராவணன் சீதையைத் தூக்கிச் சென்றபோது, அவள் கழற்றி எறிந்த நகைகள் வழியில் கிடப்பதைக் கண்ட குரங்கினங்கள் அவற்றைத் தம் விருப்பம்போல் எடுத்து அணிந்துகொண்டன. அதைப் போல தம் சுற்றத்தினரும் காதில் அணிய வேண்டியதை மூக்கிலும், கையில் அணிய வேண்டியதைக் காலிலும், காலில் அணிய வேண்டியதைக் கையிலும் அணிந்து அழகு பார்த்தனர் என்று குறிப்பிடுகின்றார்.

இதேபோன்று அகநானூற்றுப் பாடல் ஒன்றிலும் இராமாயணம் பற்றிய குறிப்பு ஒன்று இடம்பெற்றுள்ளது. தலைவன் - தலைவியின் களவு வாழ்க்கையை அறிந்த ஊரார் அலர் எழுப்புகின்றனர். ஆனால் தலைவனின் திருமண முயற்சி அறிந்ததும் அந்த அலர் அடங்கிவிட்டது. இது எப்படி இருந்தது என்றால், சீதையைத்தேடி வந்த இராமன் ஒரு மரத்தடியில் அமர்கின்றான். மரத்தில் பறவைகள் செவி துளைக்குமாறு ஒலி எழுப்பிக் கொண்டுள்ளன. இராமன் மேலே பார்த்துக் கையெழுப்பியதும் பறவைகளின் ஆரவாரமெல்லாம் அடங்கின. தலைவியின் களவு அறிந்து எழுந்த அலரும் தலைவனின் திருமண முயற்சி அறிந்ததும் இவ்வாறு அடங்கிவிட்டது என்று புலவர் இராமாயணக் காட்சியை உவமை செய்துள்ளார். இதனால் பன்னெடுங்காலத்திற்கு முன்பே இராமன் கதை தமிழகத்தில் வழக்கில் இருந்ததை அறிய முடிகிறது.

வடமொழியில் இராமன் கதையைக் காப்பியமாக எழுதியவர் வால்மீகி ஆவார். இது வால்மீகி இராமாயணம் என்று அழைக்கப் படுகிறது. இக்கதையைக் கம்பர் அப்படியே தமிழில் மொழிபெயர்க்காமல் கதையை மட்டும் எடுத்துக்கொண்டு அதனைத் தமிழ் மரபுக்கேற்ப சிற்சில மாற்றங்கள் செய்து தழுவல் காப்பியமாக ஆக்கித் தந்துள்ளார். எனவே இது ஒரு தமிழ்க் காப்பியமாகவே தோன்றுகிறது. பிறமொழிகளில் புகழ்பெற்ற காப்பியங்களான இலியட், ஒடிசி (கிரேக்கம்), ஏனீட் (இலத்தீன்), சுவர்க்க நீக்கம் (Paradise lost - மில்டன்), வால்மீகி இராமாயணம் (வடமொழி) ஆகியவற்றைக் காட்டிலும்

கம்பராமாயணம் சிறந்து நிற்பதாக இம்மொழிகளில் வல்ல ஒப்பிலக்கிய அறிஞரான வ. வே. சு. ஐயர் பாராட்டுகிறார். இந்நூல் முழுவதும் விருத்தப்பாவில் அமைந்துள்ளது. விருத்தப்பா வகையில் என்னென்ன புலமைகளைக் காட்ட முடியுமோ அத்தனைப் புலமைகளையும் இக்காப்பியம் நிறைவாகப் பெற்றுள்ளது.

தமிழ் இலக்கிய வரலாற்றில் இளங்கோவுக்கு அடுத்தபடியாக மிகச் சிறந்த கவிஞராகக் கம்பர் பாராட்டப்படுகிறார். ‘கல்வியிற் சிறந்த கம்பர்’ என்ற பொன்மொழியும், ‘கம்பன் வீட்டுக் கட்டுத்தறியும் கவிபாடும்’ என்ற பழமொழியும், ‘கவிச் சக்கரவர்த்தி’ என்ற அடைமொழியும் ‘புகழ் கம்பன் பிறந்த தமிழ்நாடு’ என்ற பாரதியின் புகழ்மொழியும் இதற்குச் சான்றுகளாகும்.

இந்நூலில் கம்பர் பாத்திரங்களின் பண்பு நலன்களை மட்டுமல்லாது, பாத்திரங்களின் பெயர்களைக் கூட அவர்கள் முழுக்க முழுக்கத் தமிழ்நாட்டுக் கதைமாந்தர்களே என்று எண்ணும் அளவிற்கு மிக அழகாகத் தமிழ்ப்படுத்தியுள்ளார். இப்பெயர்கள் எளிமையும், சுருக்கமும் பொருட்செறிவும் கொண்டவை. சான்றுகள் வருமாறு:

இலட்சுமணன் - இலக்குவன்
விபீஷணன் - வீடணன்

உவமைகளும், வருணனைகளும், இலக்கிய அணிகளும், நிரம்பப் பெற்றுள்ள இக்காப்பியத்தைச் சுவைப்போர் இலக்கிய இன்பத்தின் எல்லை கண்டதாக உணர்வர். கோதாவரியைப் புலவர்களுக்கு ஒப்பிடும் பாடல் கம்பரின் உவமைத் திறனுக்குப் பலராலும் எடுத்துக்காட்டப் படுவதாகும்:

‘புவியினுக் கணியாய் ஆன்ற பொருள்தந்த புலத்திற் றாகி
அவியகத், துறைகள் தாங்கி ஐந்திணை நெறிய ளாவிச்
சவியுறத் தெளிந்து தண்ணென் றொழுக்கமும் படிந்து சான்றோர்
கவியெனக் கிடந்த கோதா வரியினை வீரர் கண்டார்’

அரசைத் தந்தாலும், அரசைத் துறந்து கானகம் செல்ல வேண்டும் என்று கட்டளையிட்டாலும் இரண்டையும் ஒன்றாக ஏற்றுக்கொள்ளும் இராமனின் பக்குவ உள்ளத்தைத் தாமரை மலருக்கு உவமை செய்கிறார் கம்பர். ஒரு நாடு எவ்வாறு இருக்க வேண்டும் என்பதைக் குறிக்கோள் உணர்வுடன் காட்டுகிறார் கம்பர்:

‘வண்மை இல்லைஓர் வறுமை இன்மையால்
திண்மை இல்லைநேர் செறுநர் இன்மையால்
உண்மை இல்லைபொய் உரை இலாமையால்
ஒண்மை இல்லைபல் கேள்வி ஓங்கலால்’

சமுதாய நல்லிணக்கம் பற்றி இப்போது நாம் பேசி வருகின்றோம். ஆனால் பண்டைக் காலத்திலிருந்தே தமிழ்நாட்டில் சமுதாய நல்லிணக்க உணர்வு போற்றி வளர்க்கப்பட்டதைக் கம்பராமாயணத்தில் இடம்பெற்றுள்ள பின்வரும் பாடலால் அறியலாம்:

'குகனொடும் ஐவர் ஆனோம் முன்புபின் குன்றுசூழ்வான்
மகனொடு அறுவர் ஆனோம் எம்முழை அன்பின் வந்த
அகனமர் காதல்ஐய நின்னொடும் எழுவர் ஆனோம்
புகலரும் கானம்தந்து புதல்வரால் பொலிந்தான் நுந்தை'

இராமனின் உடன்பிறந்தார் இலக்குவன், பரதன், சத்ருக்கன் ஆகிய மூவர் ஆவர். இவர்களோடு தாழ்ந்த குலத்தைச் சார்ந்த குகனையும், குரங்கினத் தலைவன் அநுமனின் இளவல் சுக்கிரீவனையும், இராவணன் இளவல் வீடணனையும் தன்னுடைய உடன்பிறந்தவர்களாகவே கருதுகின்றான் இராமன்.

இராமன் வில்லை வளைத்துச சீதையைச் சடங்கு முறையால் மணந்தான் என்பது வால்மீகி இராமாயணம். அதற்கு முன்னர் இராமனும் சீதையும் ஒருவரையொருவர் பார்த்ததில்லை. இந்த மரபை மாற்றுகிறார் கம்பர். தமிழ் அகமரபிற்கேற்ப, திருமணத்திற்கு முன்பே இருவரும் ஒருவரையொருவர் கண்களால் கண்டு காதல் கொள்கின்றனர் என்று கம்பர் பாடுகிறார். சீதையை மணம்புரிய இராமன் அயோத்தி நகருக்கு வருகை தருகின்றான். அப்போது மேன்மாடத்திலிருந்த சீதை, இராமனைக் காணும் வாய்ப்புப் பெறுகின்றாள். இராமனும் சீதையைக் கண்டுவிடுகின்றான். மின்னல் போல் நிகழ்ந்த இந்தக் கண்களின் சந்திப்பை 'அண்ணலும் நோக்கினான்; அவளும் நோக்கினாள்' என்று கம்பர் காட்டுகிறார். மேலும் இந்தச் சந்திப்பின் ஆற்றலை,

'பருகிய நோக்கு எனும் பாசத் தால்பிணித்து
ஒருவரை ஒருவர்தம் உள்ளம் ஈர்த்தலால்
வரிசிலை அண்ணலும் வாட்கண் நங்கையும்
இருவரும் மாறிப்புக்கு இதயம் எய்தினார்'

என்று அவர்களின் நெஞ்சம் கலந்த தன்மையைக் கம்பர் பாடுகிறார்.

கம்பரின் இயற்கை வருணனைத் திறனுக்குப் பின்வரும் பாடலை எடுத்துக்காட்டுவர்:

'தண்டலை மயில்க ளாடத் தாமரை விளக்கம் தாங்கக்
கொண்டல்கள் முழவி னேங்கக் குவளைகண் விழித்து நோக்கத்
தெண்டிரை எழினி காட்டத் தேம்பிழி மகர யாழின்
வண்டுகள் இனிதுபாட மருதம் வீற்றிருக்கும் மாதோ'

இப்பாடலில் மருதநிலத்தை ஒரு நாடக மேடையாகக் கம்பர் கற்பனை செய்துள்ளார்.

அறுபதுக்கும் மேற்பட்ட ஓசை நயங்களைக் கம்பர் தம்முடைய காப்பியத்தில் கையாண்டுள்ளார் என்பர். காட்சிகளின் தன்மைக்கேற்ப பாடல்களின் ஓசை நயத்தை அமைப்பதில் கம்பர் கைதேர்ந்தவர் எனலாம். இராமனின் உள்ளத்தைக் கொள்ளைகொள்ள வேண்டும் என்று சூர்ப்பனகை தன்னை அழகு செய்து வந்த கோலத்தைப் பின்வரும் பாடலில் காட்சிப் புலனாக்கியுள்ளார் கம்பர்:

'பஞ்சியொளிர் விஞ்சுகுளிர் பல்லவம் அனுங்கச்
செஞ்செவிய கஞ்சநிமிர் சீறடிய ளாகி
அஞ்சொலிள மஞ்ஞையென அன்னமென மின்னும்
வஞ்சியென நஞ்சமென வஞ்சமகள் வந்தாள்'

இலக்கியச் சிறப்புக்களைக் குறைவறப் பெற்றுள்ள கம்பராமாயணம் பாலகாண்டம், அயோத்தியா காண்டம், ஆரணிய காண்டம், கிட்கிந்தா காண்டம், சுந்தர காண்டம், அயோத்தியா காண்டம் ஆகிய ஆறு காண்டங்களை உடையது. இவை 118 படலங்களாகப் பகுக்கப்பட்டுள்ளன. ஏறத்தாழ 10,500 பாடல்களால் இக்காப்பியம் அமைந்துள்ளது. இதில் காணப்படும் பல பாடல்கள் இடைச்செருகலாக இருக்கலாம் என்று கருதுவாரும் உளர்.

பெரியபுராணம்

காப்பியங்கள் என்று கருதப்படுகின்ற புராணங்களுள் இது தலைமை வாய்ந்தது என்ற பொருள்பட இந்நூல் 'பெரியபுராணம்' என்று அழைக்கப்படுகிறது. சைவத் திருத்தொண்டர்களின் வரலாற்றைக் கூறுவதால் இதற்குத் திருத்தொண்டர் புராணம் என்ற பெயரும் உண்டு. இந்நூலை இயற்றியவர் சேக்கிழார் ஆவார். இவர் 12ஆம் நூற்றாண்டின் முற்பகுதியில் சோழமன்னனிடம் அருண்மொழித் தேவர் என்ற பெயரில் அமைச்சராகப் பணியாற்றி வந்தவர். இந்நூலுக்கு முதல் நூலாகத் திகழ்ந்தது. கி. பி. 12ஆம் நூற்றாண்டில் நம்பியாண்டார் நம்பி பாடிய திருத்தொண்டர் திருவந்தாதியாகும். இதற்கும் மூலநூலாக விளங்குவது, கி. பி. 8ஆம் நூற்றாண்டில் வாழ்ந்த சுந்தரர் பாடிய நாயன்மார்களைக் குறித்தப் பாடல்களாலாகிய திருத்தொண்டத் தொகையெனும் நூலாகும். இவ்வாறு பெரியபுராணம் ஒரு நீண்ட வரலாற்றையுடைய நூலாகத் திகழ்கிறது. இடைக்காலத்தில் தோன்றிய மற்ற புராணங்களும் காப்பியங்களும் ஏதோ ஒரு வகையில் பிற மொழியைச் சார்ந்தவையாகத் திகழ்ந்தபோது, பெரியபுராணம் முற்றிலுமாகத் தமிழ் மண்ணுக்கும் மரபிற்கும் உரிய தனித்தமிழ்க் காப்பியமாகத் திகழும் பெருமையை உடையது. இந்நூல்

அனபாயச்சோழன் என்ற சிறப்புப் பெயர்கொண்ட இரண்டாம் குலோத்துங்கன் காலத்தில் (கி. பி. 1133 - 1140) அரங்கேற்றப்பட்டது.

இந்நூல் அறுபத்து மூன்று நாயன்மார்களின் வரலாற்றை இரண்டு காண்டங்களில் 13 சருக்கங்களாக 4286 விருத்தப்பாக்களால் விளக்கிச் சொல்கிறது. காப்பியம் என்றால் அதற்குத் தலைவன் வேண்டுமல்லவா? எனவே பெரியபுராணக் காப்பியத்திற்குச் சுந்தரர் தலைவராக அமைகிறார். முதலில் தொடங்கும் சுந்தரர் வரலாறு, இடையில் தொடர்ந்து இறுதியில் முடிகிறது. இடையிடையே நாயன்மார்களின் வரலாறுகள் விரிவாகச் சொல்லப்படுகின்றன. காப்பியப் பாவிகம் அனைத்தையும் கொண்டிலங்கும் இந்நூல் சைவ சமயத்தின் பெருமையையும், அடியவர்களின் அசைக்கலாகா பக்தி உணர்வையும் திறம்பட எடுத்து மொழிகிறது. பெண்டிரும், இறைவனடியைப் போற்றினால் நாயன்மாராக உயரலாம் என்பதை இக்காப்பியம் உணர்த்துகிறது. சாதி உணர்வினைக்களையும் பல காட்சிகள் இக்காப்பியத்தில் காட்டப் பட்டுள்ளன. கலப்பு மணம், கைம்பெண் மறுமணம் ஆகியவற்றை இக்காப்பியம் போற்றுகிறது. அடியவர்கள் தெய்வமாக வணங்குவதற்கு உரியவர்கள் என்ற மேன்மையை இக்காப்பியம் எடுத்துக் காட்டுகிறது. இது ஒரு சமய நூல் என்றாலும் காப்பிய மரபிற்கேற்ப ஒன்பான் சுவைகளும் இந்நூலில் குறைவற நிறைந்துள்ளன.

பரவையாரின் மீது சுந்தரர் காதல்கொண்ட உள்ளத்தைச் சிவனருளுக்கு இணையாகக் காட்டுகிறார் சேக்கிழார்:

‘கற்பகத்தின் பூங்கொம்போ காமன்றன் பெருவாழ்வோ
பொற்புடைய புண்ணியத்தின் புண்ணியமோ புயல்சுமந்து
விற்குவளை பவளமலர் மதிபூத்த விரைக் கொடியோ
அற்புதமோ சிவனருளோ அறியேன்என் அதிசயித்தார்

இயற்கை வருணனையும் இந்நூலில் பேரிடம் பெற்றுள்ளது.

‘காலெல்லாம் தகட்டுவரால் கரும்பெல்லாம் கண்பொழிதேன்
பாலெல்லாம் கதிர்ச்சாலி பரப்பெல்லாம் குலைக்கமுகு
சாலெல்லாம் தரளநிரை தடமெல்லாம் செங்கழுநீர்
மேலெல்லாம் மகிற்றூபம் விருந்தெல்லாம் திருந்துமனை’

என்று தென்பெண்ணை ஆறு பாயும் நடுநாட்டுச் சிறப்பினைச் சேக்கிழார் வியந்து பாடுகிறார். காவிரியாற்றை இறைவியின் கருணையோடு ஒப்பிட்டுச் சொல்கிறார்:

‘வண்ணநீள் வரைதர வந்த மேன்மையால்
எண்ணில் பேரறங்களும் வளர்க்கும் ஈகையால்
அண்ணல் பாகத்தையா ளுடைய நாயகி
உண்ணெகிழ் கருணையின் ஒழுக்கம் போன்றது’

சண்டேசர் பிறந்த சேய்ஞலூரின் வளத்தைச் சுட்டும்போது சமயத்தையும் இற்கை வளத்தையும் இணைத்துக் காட்டுகிறார்:

'பண்ணின் பயனாம் நல்லிசையும்
பாலின் பயனாம் இன்சுவையும்
கண்ணின் பயனாம் பெருகொளியும்
கருத்தின் பயனாம் எழுத்தஞ்சும்
விண்ணின் பயனாம் பொழிமலையும்
வேதப் பயனாம் சைவமும்போல்
மண்ணின் பயனாம் அப்பதியின்
வளத்தின் பெருமை வரம்புடைத்தோ'

அப்பர் சுவாமிகள் சமணத்திலிருந்து சைவத்திற்கு மாறியபோது, அதனைப் பொறுக்காத சமணர்கள் அவரைக் கல்லில் கட்டி கடலில் போட்டனர். அப்பர் சுவாமிகள் இறையருளால் உயிர்பிழைத்து மீண்டார். அவர் மீண்டு திரும்பிய காட்சியை உள்ளம் உருக வருணிக்கிறார் சேக்கிழார்:

'தூயவெண் ணீறு துதைந்தபொன் மேனியும் தாழ்வடமும்
நாயகன் சேவடி தைவரு சிந்தையும் நைந்துருகிப்
பாய்வது போலன்பு நீர்பொழி கண்ணும் பதிகச் செஞ்சொல்
மேயசெவ் வாயும் உடையார் புகுந்தனர் வீதியுள்ளே'

தன் கண்ணையே இறைவனுக்குத் தரத் துணிந்த கண்ணப்ப நாயனாரின் பக்திப் பெருக்கைப் பாராட்டும் வண்ணமாய் இறைவனே அவர் முன் தோன்றி ஆட்கொண்டதாகப் பாடுகிறார்:

'அவனுடைய வடிவெல்லாம் நம்பக்கல் அன்பென்றும்
அவனுடைய அறிவெல்லாம் நமை அறியும் அறிவென்றும்
அவனுடைய செயலெல்லாம் நமக்கினிய வாம்என்றும்
அவனுடைய நிலைஇவ்வா றறிநீ என்றருள் செய்தார்'

உலகை நினைத்துத் தொடங்கிய இக்காப்பியம், உலகை நினைத்து முடிகிறது. இறைவனே 'உலகெலாம்' என்று அடியெடுத்துக் கொடுக்க, 'உலகெலாம் உணர்ந்தோதற் கரியவன்' என்று முதற்பாடல் தொடங்குகிறது. இறுதிப்பாடல் 'நின்ற தெங்கும் நிலவி உலகெலாம்' என்று முடிகிறது.

காப்பிய இலக்கணம்

பெருங்காப் பியநிலை பேசும்காலை
வாழ்த்து வணக்கம் வருபொருள் இவற்றினொன்று
ஏற்புடைத் தாகி, முன்வரவு இயன்று,
நூற்பொருள் பயக்கும் நடைநெறித் தாகி,

தன்னிகர் இல்லாத் தலைவனை உடைத்தாய்,
மலை கடல்நாடு வளநகர் பருவம்
இருசுடர்த் தோற்றமென்று இனையன புனைந்து,
நன்மணம் புணர்தல் பொன்முடி கவித்தல்
பூம்பொழில் நுகர்தல் புனல்விளை யாடல்
தேம்பிழி மதுக்களி சிறுவரைப் பெறுதல்
புலவியிற் புலத்தல் கலவியிற் களித்தல் என்று
இன்னின்ற புனைந்த நன்னடைத் தாகி
மந்திரந் தூது செலவிகல் வென்றி
சந்தியிற் றொடர்ந்து, சருக்கம் இலம்பகம்
பரிச்சேதம் என்னும் பான்மையின் விளங்கி,
நெருங்கிய சுவையும் பாவமும் விரும்பக்
கற்றோர் புனையும் பெற்றிய தென்ப

- தண்டியலங்காரம்

நூலின் பாயிரம், திருமலைச் சருக்கம் என்று பெயரிடப்பட்டுள்ளது. இதற்கடுத்து சுந்தரர் வரலாற்றைத் தடுத்தாட்கொண்ட புராணத்தில் சொல்கிறார். நூலின் இறுதியில் வெள்ளானைச் சருக்கம் அமைக்கிறார். இதில் சுந்தரர் வெள்ளையானை மீது அமர்ந்து கயிலைமலை சென்ற வரலாறு சொல்லப்பட்டு, காப்பியம் நிறைவடைகிறது. இக்காப்பியத்தில் அதிகமான பாடல்களைப் பெற்றுள்ளது (1256 பாடல்கள்) சுந்தரர் பற்றிய புராணப் பகுதியாகும். இதனால் சுந்தரரே இக்காப்பியத்தின் நாயகராக ஆகும் தகுதியைப் பெறுகிறார். இவ்வாறு பெரியபுர்ராணம் சிறந்ததொரு தமிழ்க் காப்பியமாகத் திகழ்கிறது.

அட்டவணை - 11

63 நாயன்மார்கள்

1. *சுந்தரர் (ஆதிசைவர்)*
2. *திருநீலகண்டர் (குயவர்)*
3. *இயற்பகையார் (வைசியர்)*
4. *இளையான்குடி மாறனார் (வேளாளர்)*
5. *மெய்ப்பொருளார் (அரசர்)*
6. *விறன்மீண்டார் (வேளாளர்)*
7. *அமர்நீதியார் (வைசியர்)*
8. *எறிபந்தர் (கள் இறக்குபவர்)*
9. *ஏனாதியார் (கள் இறக்குபவர்)*
10. *கண்ணப்பர் (வேடர்)*
11. *குங்குலியக்கலயர் (அந்தணர்)*
12. *மானகஞ்சாரன் (வேளாளர்)*
13. *தாயனார் (வேளாளர்)*
14. *ஆனாயர் (ஆயர்)*
15. *மூர்த்தி (வைசியர்)*
16. *முருகன் (அந்தணர்)*
17. *பசுபதியார் (அந்தணர்)*

18. நந்தனார் (புலையர்)
19. திருக்குறிப்புத் தொண்டர் (வண்ணார்)
20. சண்டேசுவரர் (ஆயர்)
21. திருநாவுக்கரசர் (வேளாளர்)
22. குலச்சிறையார்
23. பெருமிலாலைகுறும்பன்
24. காரைக்கால் அம்மையார்
25. அப்பூதியடிகள் (அந்தணர்)
26. திருநீலநக்கனார் (அந்தணர்)
27. நமிநந்தியடிகள் (அந்தணர்)
28. திருஞானசம்பந்தர் (அந்தணர்)
29. கலிக்காமர் (வேளாளர்)
30. திருமூலர்
31. தண்டியடிகள்
32. மூர்க்கனார் (வேளாளர்)
33. சோமாகிமாறன் (அந்தணர்)
34. சாக்கியர் (வேளாளர்)
35. சிராப்புலியார் (அந்தணர்)
36. சிறுத்தொண்டர் (படைத்தலைவர்)
37. சேரமான் பெருமான் (அரசன்)
38. கணநாதனார் (அந்தணர்)
39. கூற்றுவனார்
40. புகழ்ச்சோழன் (அரசன்)
41. நரசிங்க முனையரையனார்
42. அதிபத்தர் (மீனவர்)
43. கலிக்கம்பனார் (வைசியர்)
44. கலியனார் (வாணியர்)
45. சத்திநாயனார் (வேளாளர்)
46. ஐயடிகள் காடவர்கோன் (மன்னன்)
47. கண்ணம்புல்லனார்
48. காரியார்
49. கூன் பாண்டியன் (மன்னன்)
50. வாயிலார் (வேளாளர்)
51. முனையடுவார் (வேளாளர்)
52. சுழற்சிங்கன் (மன்னன்)
53. இடங்கலியார் (மன்னன்)
54. செருத்துணையார் (வேளாளர்)
55. புகழ்த்துணையார் (ஆதிசைவர்)
56. கோட்புலியார் (வேளாளர்)
57. பூசலார் (அந்தணர்)
58. மங்கையர்க்கரசியார் (அரசியார்)
59. நேசநாயனார் (நெசவாளர்)
60. கோச்செங்கணான் (அரசன்)
61. யாழ்ப்பாணர் (பாணர்)
62. சடையனார் (ஆதிசைவர்)
63. இசைஞானியார் (ஆதிசைவர்)

கந்தபுராணம்

இந்நூல் வடமொழியில் இயற்றப்பட்ட சிவசங்கர சங்கிதையின் ஒரு பகுதியாகிய ஸ்கந்தனின் கதையைத் தமிழில் தரும் காப்பியமாகும். முருகக் கடவுளின் பிறப்பு, அவரைக் கார்த்திகைப் பெண்கள் வளர்த்தல், முருகன் நிகழ்த்திய அருட்செயல்கள், சூரபன்மனை அழித்தல், வள்ளி - தெய்வானையை மணத்தல் ஆகிய செய்திகளை இக்காப்பியம் கூறுகிறது. இந்நூல் ஆறு காண்டங்களில் பதினாயிரத்துக்கும் மேற்பட்ட பாடல்களைக் கொண்டுள்ளது.

இந்நூலுக்குத் 'திகட சக்கரச் செம்முகம் ஐந்துளான்' என்று முருகப் பெருமானே அடியெடுத்துத் தந்ததாகச் சொல்வர். இத்தொடரில் உள்ள 'திகடசக்கரம்' என்ற தொடர்புணர்ப்பிற்கு வீரசோழியத்தில் இலக்கணம் காணப்படுவதால், வீரசோழியத்தின் காலமான 11ஆம் நூற்றாண்டின் இறுதிப் பகுதியில் கந்தபுராணம் எழுதப்பட்டிருக்கலாம் என்பர். காஞ்சிபுரத்திலுள்ள குமரகோட்டத்துச் சிவாசாரியார் கச்சியப்பரால் இக்காப்பியம் இயற்றப்பட்டது.

இந்நூலில் காவியப் பாநயத்தோடு சைவ சித்தாந்தக் கருத்துக்கள் நயமுற விளக்கப்பட்டுள்ளன. முருகப் பெருமானின் ஆற்றலை இக்காப்பியம் முழுவதுமாக வடித்துக் காட்டியுள்ளது.

'முழுமதி யன்னவாறு முகங்களு முந்நான் காகும்
விழிகளி னருளும் வேலும் வேறுள படையின் சீரும்
அழகிய கரமீராறும் அணிமணித் தண்டை யார்க்குஞ்
செழுமல ரடியுங் கண்டா னவன்றவட் செப்பற் பாற்றோ'

என்று முருகப்பெருமான் முழுமுதற் கடவுளாகிய சிவபெருமான் வடிவில் காட்சியளிப்பதைப் பாடுகிறார்.

'ஊரிலான் குணங் குறியிலான் செயலிலா னுரைக்கும்
பேரிலா னாரு முன்னிலான் பின்னிலான் பிறிதோர்
சாரிலான் வரல் போக்கிலான் மேவிலான் மேலிலான் றனக்கு
நேரிலானு யிர்க் கடவுளா யென்னுளே நின்றான்'

என்று முருகப்பெருமானின் உண்மையியல்பினை மொழிகின்றார்.

இக்காப்பியம் ஆறுகாண்டங்களாகவும் அவற்றுள் 10,340 விருத்தப்பாக்களையும் கொண்டுள்ளது. இந்நூலினை கச்சியப்ப சிவாசாரியார் நாள்தோறும் எழுத, அதனை முருகப்பெருமான் இரவில் வந்து பாடல்களைச் சரிசெய்து வைத்ததாகவும் கூறுவர்.

இடைக்கால இலக்கணங்கள்

தொல்காப்பியத்திற்குப் பின்னர் நீண்ட நெடுங்காலமாக மொழிக்கான இலக்கணங்கள் ஏதும் தோன்றவில்லை. தொல்காப்பிய அகத்திணை, புறத்திணை இலக்கணம்போல இறையனார் களவியல் உருவாகியது; புறப்பொருள் வெண்பாமாலையும் இயற்றப்பட்டது. ஆனால் மொழி இலக்கண நூல் எழுதப்படவில்லை. இடைக்காலம் என்று அழைக்கப்படுகின்ற சோழர்கள் காலத்தில் மொழி இலக்கண நூல்களும், செய்யுள் (அணி) இலக்கண நூல்களும் எழுதப்பட்டன. மேலும் எழுத்து, சொல், பொருள், யாப்பு, அணி ஆகியவற்றைப் பற்றிய இலக்கணத்தைச் சொல்லும் ஐந்திலக்கண நூல்களும் இக்காலத்தில்

தோன்றின. எனவே இலக்கண வளர்ச்சிக்குச் சோழர் காலத்தை வளமான காலம் எனலாம். இனி இவற்றை விரிவாகக் காண்போம்.

வீரசோழியம்

சோழமன்னன் இராஜேந்திரனின் மகனாகிய வீரராஜேந்திரன் பெயரால் இந்நூல் வீரசோழியம் என்று அழைக்கப்படுகிறது. இதனை இயற்றியவர் புத்தமித்திரர் ஆவார். இவர் தம்மை ஆதரித்த வீரராஜேந்திரன் (கி. பி. 1063 - 1070) பெயரையே இந்நூலுக்குச் சூட்டினார். தமிழ்மொழியின் எழுத்து, சொல், பொருள், யாப்பு, அணி ஆகிய ஐந்து கூறுகளுக்கும் இலக்கணம் சொல்லும் முதலாவது ஐந்திலக்கண நூல் இதுவேயாகும். இது பெரிதும் தமிழ் மரபைப் போற்றாது பௌத்த மரபைத் தழுவிச் செல்வது. எனவே பரவலாகப் படிக்கப் பெறும் வாய்ப்பினை இந்நூல் காலப்போக்கில் இழந்தது. இந்நூலுக்குப் பெருந்தேவனார் என்பவர் இயற்றிய உரை ஒன்று உள்ளது. இந்நூலாசிரியர் பொன்பற்றி என்ற ஊரினர். இவ்வூர் இன்று அறந்தாங்கிக்கு அருகில் உள்ள பொன்பேத்தி என்ற பெயரில் வழங்கப்படுகிறது என்பர்.

நேமிநாதம்

இந்நூல் சமண சமயத்தவரான குணவீர பண்டிதரால் இயற்றப்பட்டது. இது எழுத்து, சொல் ஆகியவற்றின் இலக்கணத்தை 96.29 நூற்பாக்களில் சுருங்க உரைக்கிறது. இதனால் இதற்குச் 'சின்னூல்' என்ற பெயரும் உண்டு. நேமிநாதர் என்ற தம்முடைய ஆசிரியர் பெயரை இந்நூலாசிரியர் தம் நூலுக்குத் தந்துள்ளார். இவர் வச்சணந்திமாலை எனும் வெண்பாப்பாட்டியலையும் எழுதியுள்ளார். இவரது காலம்
5 13ஆம் நூற்றாண்டு என்பர். இரண்டாம் குலோத்துங்கச் சோழன் காலத்தவர் (1178-1216) என்ற கருத்தும் உண்டு. இவர் காஞ்சியை அடுத்த களத்தூரைச் சேர்ந்தவர்.

வச்சணந்திமாலை

பாட்டியல் நூல்களுள் ஒன்றாகிய இதனை குணவீரபண்டிதர் இயற்றியுள்ளார். செய்யுட்களுக்குரிய இலக்கணத்தை வெண்பாக்களால் சொல்லுவதால் இது வெண்பாப்பாட்டியல் என்று பெயர் பெற்றது. வச்சணந்தி முனிவர் என்ற சமண அடிகளின் பெயரை இந்நூலாசிரியர் தம் நூலுக்குச் சூட்டியுள்ளார். இது மொழியியல், செய்யுளியல், பொதுவியல் என்ற மூன்று பகுதிகளையுடையது. இலக்கியங்களுக்குரிய மங்கலப் பொருத்தம், சொற்பொருத்தம், எழுத்துப் பொருத்தம் போன்று பத்து வகைப் பொருத்தங்களை இந்நூல் முதன்முதலாக எடுத்துக் காட்டுகிறது. இந்திரகாளியம் எனும் பாட்டியல் நூலின் வழிநூல் இது என்பர்.

தண்டியலங்காரம்

தமிழிலுள்ள அணி இலக்கண நூல்களுள் தலைமை தாங்கி நிற்கும் தகுதி இந்நூலுக்கு உண்டு. இது தண்டி என்ற வடமொழி அறிஞர் எழுதிய 'காவ்யாதர்சம்' என்ற வடமொழி நூலைப் பின்பற்றி எழுதப்பட்டது. அணிகளை வடமொழியில் அலங்காரம் என்பர். தண்டி இயற்றிய வடமொழி அணியிலக்கண நூல் இதற்கு மூல நூலாக அமைவதால் இது 'தண்டியலங்காரம்' என்று பெயர் பெற்றது. தமிழில் இதனை எழுதியவர் பெயரும் தண்டி என்றே வழங்குகிறது. பெரும்பாலும் வடநூலார் சொல்லும் அணியிலக்கணங்களை இந்நூல் விளக்கியுரைக்கிறது. பொதுவியல், சொல்லணியியல், பொருளணியியல் என்ற மூன்று பகுதிகளாக இந்நூல் அமைந்துள்ளது. இலக்கணத்திற்கான எடுத்துக்காட்டுச் செய்யுட்கள் பலவற்றை இந்நூலாசிரியரே அமைத்துள்ளார். இவற்றுள்,

'ஓங்க லிடைவந்து உயர்ந்தோர் தொழவிளங்கி
ஏங்கொலிநீர் ஞாலத்து இருளகற்றும் - ஆங்கவற்றுள்
மின்னேர் தனியாழி வெங்கதிர் ஒன்று ஏனையது
தன்னேரி லாத தமிழ்'

என்று தமிழின் பெருமையைப் பறைசாற்றும் எடுத்துக்காட்டுச் செய்யுள் மிகப் புகழ் பெற்றதாகும்.

யாப்பருங்கலம், யாப்பருங்கலக்காரிகை

இவ்விரண்டு நூல்களும் அமிதசாகரர் என்ற சமண முனிவரால் இயற்றப்பட்டவை. யாப்பு பற்றிய அரிய இலக்கணங்களின் கொள்கலனாக இந்நூல் விளங்குவதால் இது யாப்பருங்கலம் என அழைக்கப்பட்டது. முதலாம் குலோத்துங்கச் சோழனின் (1070-1118) மாயூரம் நீடூர்க் கல்வெட்டில் இவரைப் பற்றிய குறிப்புக் காணப்படுகிறது. இவரை வேளாளர் குலத்தைச் சார்ந்த சமணப் புலவர் என்பர்.

யாப்பருங்கல ஆசிரியரே தம் நூலினைச் சுருக்கி யாப்பருங்கலக் காரிகை என்ற சின்னூல் ஒன்று செய்துள்ளார். ஒவ்வொரு நூற்பாவிலும் பெண்ணை விளித்து விளக்கம் தருவதால் (காரிகை - பெண்) இது இப்பெயர் பெற்றது. தொல்காப்பியத்திற்குப் பின்னர் வளர்ச்சி பெற்ற பாவினங்களுக்கான இலக்கணத்தை யாப்பருங்கலத்திலும், யாப்பருங்கலக்காரிகையிலும் காணவியலும். இவ்விரு நூல்களும் அணியிலக்கணப் பயிற்சிக்காகப் பெருமளவில் பயிலப்பட்டன. காரிகை அறிந்தவர்கள் அணியிலக்கணம் முற்றக் கற்றவர்கள் என்பதையும் அதனை முழுவதுமாகப் படித்து அறிந்துகொள்ளுதல் என்பது மிகக் கடினமானது என்பதையும் உணர்த்தும் பொன்மொழி ஒன்று 'காரிகை கற்றுக் கவிபாடுவதிலும் பேரிகை கொட்டிப்

பிழைப்பது நன்று' என்று வழங்கி வருகிறது. யாப்பருங்கலக்காரிகைக்குக் குணசாகரர் இயற்றிய உரை புகழ்பெற்றது.

நன்னூல்

தமிழ்மொழி இலக்கண வரலாற்றில் நன்னூலுக்குச் சிறப்பான இடம் உண்டு. தொல்காப்பியத்திற்கு அடுத்த நிலையில் எழுத்து, சொல் ஆகிய மொழியிலக்கணங்களுக்குத் தோன்றிய சிறந்த நூல் என்ற பெருமையும் இதற்கு உண்டு. தொல்காப்பியர் காலத்திலிருந்து இடைக்காலம் வரையிலான சுமார் கி.பி. முதல் நூற்றாண்டு முதல் கி.பி. 11ஆம் நூற்றாண்டு வரையிலான 1200 ஆண்டுக்கால மொழி வளர்ச்சியை அறிவதற்கு நன்னூல் பெரிதும் பயன்படுகிறது. இக்காலப் பகுதியில் எற்பட்ட புதிய மொழி மரபுகளை நன்னூல் எடுத்துச் சொல்கிறது. பொதுவாகத் தமிழ்மொழியின் இலக்கணம் பயில்வோருக்குத் தொல்காப்பியம் - நன்னூல் ஒப்பீடு அறிமுகப்படுத்தப்படுகிறது.

இந்நூலின் ஆசிரியர் பவணந்தி முனிவராவார். இந்நூலின் காலம் மூன்றாம் குலோத்துங்கனின் ஆட்சிக் காலமாகிய 13ஆம் நூற்றாண்டு என்பர் (1178-1216). இந்நூலை இவர் மைசூரை ஆண்ட சீயகங்கன் எனும் மன்னன் கேட்கப் பாடினார் என்று நூற்பாயிரம் உரைக்கிறது. இந்நூலின் பாயிரத்தில் 'அறம் பொருள் ஐந்தையும் யாவரும் உணர' என்ற தொடர் காணப்படுவதால் இது ஐந்திலக்கண நூலாக எழுதப்பட்டிருக்கலாமென்றும், இப்போது எழுத்தும் சொல்லுமே கிடைக்கப் பெறுகின்றன என்றும் கூறுவர்.

'பழையன கழிதலும் புதியன புகுதலும்
வழுவல கால வகையினானே'   -468

என்று வழக்கிழந்த மரபுகளைக் களையவும், வழக்கில் வந்து விட்ட புதிய மரபுகளைச் சேர்த்துக்கொள்ளவும் இந்நூல் இலக்கணம் கூறுகிறது.

இந்நூலுக்குப் புகழ்பெற்ற பல உரைகள் உள்ளன. இவற்றுள் மயிலைநாதர் உரை, சங்கரநமசிவாயர் விருத்தியுரை, சிவஞான முனிவர் விருத்தியுரை, ஆறுமுக நாவலர் காண்டிகையுரை ஆகியன குறிப்பிடத் தக்கவை. இவ்வாறு எழுந்த உரை நூல்களே இந்நூலின் பெருமைக்குச் சான்று கூறுவனவாகும்.

அகப்பொருள் இலக்கணங்கள்
நம்பியகப் பொருள்

தொல்காப்பியத்திற்குப் பின் அகப்பொருள் மட்டும் உரைக்கும் இலக்கணமாக இறையனார் களவியல் இயற்றப்பட்டது. இறையனார் களவியல் பெரும்பாலும் தொல்காப்பிய அக இலக்கணத்தைத் தழுவிச்

செல்வது. தொல்காப்பியத்திற்குப் பின்னர் இயற்றப் பெற்ற இலக்கியங்கள்-குறிப்பாகக் கோவை நூல்கள் - வளர்ந்து வந்த சில புதிய அகமரபுகளையும் அறிமுகம் செய்தன. இதன் காரணமாக இந்தப் புதிய அகமரபுகளையும் இலக்கணத்தில் சேர்த்துச் சொல்ல வேண்டிய கடப்பாடு தமிழ்நூல் வல்லார்க்கு எழுந்தது. இதன் காரணமாக இயற்றப்பட்ட நூலே நம்பியகப் பொருள் என்பது. தொல்காப்பிய அகத்திணை இலக்கணத்தில் காணப்படாத வரைவியல் எனும் பிரிவினை நம்பியப் பொருள் சுட்டுகிறது.

நாற்கவிராச நம்பி என்பார் எழுதியதால் இது நம்பியகப் பொருள் எனப்பட்டது. இந்நூல் அகத்திணையியல், களவியல், கற்பியல், வரைவியல், ஒழிபியல் ஆகிய ஐந்து இயல்களைக் கொண்டுள்ளது. இலக்கணத்திற்கு இலக்கியம் எழுதும் மரபினை இந்நூல் அறிமுகம் செய்துள்ளதும் ஒரு புதுமையாகும். இந்நூலுக்கான எடுத்துக்காட்டு இலக்கியமாகத் தஞ்சைவாணன் கோவை திகழ்கிறது. இதனை இயற்றியவர் பொய்யா மொழிப் புலவர். நம்பியகப் பொருளில் காணப்படும் அகத்துறைகளுக்குச் சான்றுச் செய்யுட்களாகத் தஞ்சைவாணன் கோவையின் நானூறு பாடல்களும் எடுத்துக்காட்டப்பட்டுள்ளன.

தாம் செய்யும் இலக்கணத்திற்குத் தாமே எடுத்துக்காட்டுப் பாடல்கள் தரும் வழக்கு (புறப்பொருள் வெண்பாமாலை) மறைந்து ஒரு இலக்கணத்தை விளக்குவதற்காகவே மற்றொருவர் அதற்கு இலக்கியம் செய்யும் புதிய வழக்கு அறிமுகமாவதை இங்கு நாம் காண்கிறோம்.

உரையாசிரியர்கள்

தமிழ் இலக்கிய - இலக்கண வளர்ச்சிக்குப் பலவகையாலும் துணைநின்றது, இடைக்கால சூழலாகும். காப்பியங்கள், இலக்கண நூல்கள், பாட்டியல் நூல்கள், உரை நூல்கள், சிற்றிலக்கியங்கள் ஆகியவை இக்காலத்தில் பெருவளர்ச்சி பெற்றன. குறிப்பாக இக்காலப் பகுதியைத் தமிழ் இலக்கியத்தின் பல்வேறு பரிமாணங்களைக் காட்டிய காலப்பகுதி எனலாம். இவற்றுள் உரைநூல்களும் அடங்கும். தமிழில் எழுதப்பட்ட பெரும்பாலான உரைகளும் இக்காலத்தைச் சார்ந்தவையே. தொல்காப்பியத்திற்கு உரையெழுதிய இளம்பூரணர், நச்சினார்க்கினியர், சேனாவரையர் ஆகியோரும், சிலப்பதிகாரத்திற்கு உரைகண்ட அடியார்க்கு நல்லாரும், திருக்குறளுக்கு உரையெழுதிய பரிமேழகரும் இவர்களுள் குறிப்பிடத்தக்கவர்கள் ஆவர்.

இறையனார் களவியல் உரை

தமிழில் தோன்றிய முதல் உரைநூல் இறையனார் களவியல் உரை ஆகும். இறையனார் களவியலுக்கு உரை செய்தவர் நக்கீரர் ஆவார். இது

கி.பி. 9ஆம் நூற்றாண்டில் உரையாக எழுதப் பெற்றது. ஆனால் அதற்கு முன்னர் 9 தலைமுறைகளாகச் செவிவழியாகவே சொல்லப்பட்டு வந்த பழைய உரை என்ற சிறப்பு இதற்கு உண்டு. இறையனார் களவியல் நூலை இறைவனே செய்தார் என்ற ஒரு தொன்மச் செய்தி வழங்குவது போல, இந்நூலுக்கான உரை இறையருள் பெற்ற அடியவர் ஒருவர் வழங்கிய அங்கீகாரத்துடன் ஏற்றுக்கொள்ளப்பட்ட பெருமையை உடையது.

உரை நடந்து வந்த முறை

மதுரைக் கணக்காயனார் மகனார் நக்கீரனார் தம் மகனார் கீரங்கொற்றனார்க்கு உரைத்தார்; அவர் தேனூர்க்கிழார்க்கு உரைத்தார்; அவர் படியங் கொற்றனார்க்கு உரைத்தார்; அவர் செல்வத்தாசிரியர் பெருஞ்சுவனார்க்கு உரைத்தார்; அவர் மணலூர் ஆசிரியர் புளியங்காய்ப் பெருஞ்சேத்தனார்க்கு உரைத்தார்; அவர் செல்லூராசிரியர் ஆண்டைப் பெருங்குமர னார்க்கு உரைத்தார்; அவர் திருக்குன்றத்தாசிரியர்க்கு உரைத்தார்; அவர் முசிறியாசிரியர் நீலகண்டனார்க்கு உரைத்தார்.

இறையனார் களவியல் இலக்கணம் இறைவன் எழுந்தருளியுள்ள பீடத்தின் கீழிருந்து கண்டெடுக்கப்பட்டது என்ற செய்தியை முன்னர் அறிந்தோம். அந்நூலுக்கு உரை சொல்ல இயலாது தவிக்கையில், மன்னன் கனவில் இறைவன் தோன்றி, “நல்லதொரு நாளைத் தேர்ந்தெடுத்து, அந்நாளில் எல்லோர் உரைகளையும் அறிமுகம் செய்க” என்றும், அந்த உரைகளைக் கேட்டு வரும் உருத்திரசன்மன் என்ற மூங்கைப்பிள்ளை (ஊமையும் குருடும்) எந்த உரைக்கு மெய்சிலிர்த்துக் கண்ணீர் பெருக்குகின்றானே அந்த உரையே சிறந்தது என்று ஏற்றுக் கொள்க என்று ஆணையிட்டான். அவ்வாறே மன்னனும் உரைகளின் அரங்கேற்றத்திற்கு ஏற்பாடு செய்ய, நக்கீரர் உரையைக் கேட்ட அளவில் ‘பதந்தோறும் கண்ணீர் வார்த்து, மெய்ம்மயிர் சிலிர்ப்ப இருந்தான். இருப்ப ஆர்ப்பெடுத்து, ‘மெய்யுரை பெற்றாம் இந்நூற்கு’ என்று உருத்திரசன்மன் உணர்த்தினான்.

இவ்வாறு ஏற்றுக்கொள்ளப்பட்ட நக்கீரர் செய்த உரை, இலக்கிய நயம் சிறக்கப் பெற்றதாகக் கவிதை நடையில் எழுதப் பெற்றுள்ளது. ‘நூலின் பொருளை வினா விடைகளால் விளக்கும் தருக்க நூல் மரபும், இயற்கைக் காட்சிகளையும் ஆடவர் மகளிராகிய இருபாலரின் உள்ளத்துணர்வுகளையும் சொல்லோவியமாகப் புனைந்துரைக்கும் கற்பனைத் திறமும், பாடல்களின் பொருள்களை நயம்பெற விளக்கும் இலக்கியச் சுவை நலமும் உலக வாழ்க்கையின் நுட்பங்களைச் சிறந்த உவமைகளாலும், பழமொழிகளாலும் புலப்படுத்தும் நுட்பமும் தமிழ்

மொழியின் இலக்கணங்களைத் தெளிய வைக்கும் திட்பமும் ஒருங்கே பெற்றுத் திகழும் சீரிய உரைநடை இலக்கியம் இறையனார் களவியல் உரையாகும்' என்று தமிழறிஞர் க.வெள்ளைவாரணனார் இந்நூலை வியந்து பாராட்டுகிறார். (இலக்கணச் சிந்தனைகள், ப.142)

தமிழ் உரைநடை வரலாற்றில் இறையனார் களவியல் உரை இன்றியமையாதது குறிப்பிட வேண்டிய முதல் நூலாகும். மூன்று சங்கங்கள் பற்றிய வரலாற்றை இவ்வுரையே முதன்முதலில் குறிப்பிடுகிறது என்பதும் கவனத்திற்குரிய செய்தியாகும்.

இளம்பூரணர்

தொல்காப்பியத்திற்கு முதன்முதலாக உரையெழுதியவர் இவரேயாவார். எனவே உரையாசிரியர் என்றால் இது இளம்பூரணரையே குறிக்கும். உரையாசிரியர்களின் தலைமையாசிரியரும் இவரேயாவார். இவர் சமணத் துறவியர் ஆதலின் 'இளம்பூரண அடிகள்' என்று அழைக்கப்படுகிறார். தொல்காப்பியம் முழுமைக்கும் உரைகண்டவர். இவரது உரை சுருக்கமும், எளிமையும், தெளிவும் கொண்டது. பிற உரையாசிரியர்கள் தொல்காப்பியத்திற்கு விரிவாகவும் நயமாகவும் உரையெழுதுவதற்கு இவரது உரையே அடிப்படையாக அமைந்தது.

அடியார்க்கு நல்லார் தாம் எழுதிய சிலப்பதிகார உரையின் வேனிற்காதையின் தொடக்கத்தில் 'உரையாசிரியராக இளம்பூரண அடிகள்' என்று இவரைக் குறிப்பிடுகின்றார். நச்சினார்க்கினியர், பேராசிரியர், சேனாவரையர் ஆகிய உரையாசிரியர்கள் இவர்மீது வைத்த மதிப்பின் காரணமாகத் தம் உரையில் இவரைப் பெயர் சுட்டாமல் 'உரையாசிரியர்' என்றே குறிப்பிடுகின்றனர். சிவஞான முனிவர் இவரைத் 'தமிழ்நூல் ஒன்றே வல்ல உரையாசிரியர்' என்று போற்றுகிறார்.

'பற்றற்ற தூய துறவி. தூய்மையான வாழ்வு நடத்தி மூத்து முதிர்ந்து காவி உடையுடன் அருள் பழுத்த நெஞ்சத்துடன் முகம் மலர்ந்து நம்மிடம் இன்சொல் பேசுவது போன்ற இன்ப உணர்வை இவர் உரை உண்டாக்குகிறது' என்று இளம்பூரணர் உரையின் சிறப்பைப் போற்றுவர் (உரையாசிரியர், ப.146) இவரது காலம் 12ஆம் நூற்றாண்டின் தொடக்கம் என்பர்.

பேராசிரியர்

தொல்காப்பிய உரையாசிரியர்களுள் இயற்பெயர் மறைந்து பேராசிரியர் என்று தகுதி கருதி அழைக்கப்பெறும் சிறப்பினைப் பெற்றவர் இவர். பொருளதிகாரத்தில் மெய்ப்பாட்டியல், உவமையியல், செய்யுளியல், மரபியல் ஆகிய நான்கு இயல்களுக்கு மட்டுமே தற்போது இவரது உரை கிடைத்துள்ளது. ஆனால் தொல்காப்பியம் முழுமைக்கும் இவர் உரை செய்திருக்க வேண்டும் என்று கருதுவர். மதுரையாசிரியர்

என அழைக்கப்படுவதால் இவர் மதுரையைச் சார்ந்தவராக இருத்தல் கூடும். இவரது உரை, தருக்க முறையில் அமைந்து படிப்போர்க்கு மேலும் படிக்கத் தூண்டும் அவாவினை ஏற்படுத்தும் அழகுடையது என்பர்.

மரபைப் போற்றுதல் என்பது இவரது உரைநூல் நெடுகிலும் காணத்தகும் ஒரு பண்பாகும். மரபியல் 94ஆம் நூற்பாவுக்கு உரை செய்யும்போது 'காலந்தோறும் வேறுபட்ட வந்த அழிவழக்கும், இழிசினர் வழக்கும் முதலாயினவற்றுக்கு எல்லாம் நூல் செய்யின் இலக்கணம் எல்லாம் எல்லைப்படாது இகந்தோடும்' என்று இவர் கூறும் கருத்து இக்காலப் பேச்சுத் தமிழுக்கும் (கொச்சைத் தமிழ்) இலக்கணம் வகுக்க வேண்டும் என்று வற்புறுத்துவார் தம் சிந்தனைக்கு நல்ல மருந்தாகும்!

இலக்கணத்திற்கு மட்டுமின்றி இலக்கியத்திற்கும் உரையெழுதிய பெருமை இவருக்குண்டு. மாணிக்கவாசகர் இயற்றிய திருக்கோவையாருக்குச் சிறந்த உரை ஒன்றை இவர் எழுதியுள்ளார். குறுந்தொகையின் ஓரிரு பாடல்களுக்கு இவர் உரை கிடைத்துள்ளது. இவரது காலம் 13-ஆம் நூற்றாண்டு என்பர்.

சேனாவரையர்

தொல்காப்பியச் சொல்லதிகாரத்திற்கு உரை எழுதியுள்ளார். சேனாவரையர் என்ற வடசொல்லின் பொருள், 'படைத்தலைவர்' என்பதாகும். சொல்லதிகாரம் என்றால் அதற்குச் சேனாவரையர் உரையே சிறந்தது என்ற அளவிற்கு இவர் உரை பெருமை பெற்றுள்ளது. இதனால் இவர் உரை 'சேனாவரையம்' என்று சிறப்பிக்கப்படுகிறது. ஆனாலும் வடமொழி மரபை வலிந்து சொல்பவர் என்ற குறையும் இவர்பால் உள்ளது. இதனால் இவரை 'வடநூற் கடலை நிலை கண்டுணர்ந்த சேனாவரையர்' என்று சிவஞான முனிவர் குறிப்பிடுவார். இவர் பாண்டிய நாட்டைச் சேர்ந்தவர் என்பர்.

இவ்வுரை செறிவும், சுருங்கச் சொல்லி உய்த்துணர வைக்கும் இயல்பும் உடையது. ஆற்றல் வாய்ந்த சொற்களை ஆராய்ந்து எடுத்து ஆழமான பொருளைத் திணித்து, ஆழ்ந்து பலமுறை கற்கும் வகையில் அமைக்கப்பட்டுள்ளது. தருக்கநூல் முறை வழுவாமல் தடைவிடைகள் பல எழுப்பி, பிற உரையினை மறுத்துத் தன் கருத்தை நிலைநாட்டுகின்றது' (உரையாசிரியர்கள். ப.178) என்று சேனாவரையத்தின் சிறப்பினை ஆய்வாளர் எடுத்து மொழிவர். இவரது காலம் 13ஆம் நூற்றாண்டு என்பர்.

நச்சினார்க்கினியர்

இவர் 'உச்சிமேற் புலவர்' என்று பாராட்டப்படுபவர். நூலைக் கற்போருக்கு, நூற்செய்தி மட்டுமல்லாமல் அதனோடு தொடர்புடைய பிற செய்திகளும் தெரிய வேண்டும் என்ற நோக்கில் விரிவாக உரை

சொல்வது இவரது இயல்பாகும். உரைகளின் கரை கண்டவர் நச்சினார்க்கினியர் எனலாம். தொல்காப்பியத்திற்கு மட்டுமின்றி, கலித்தொகை, பத்துப்பாட்டு, சீவகசிந்தாமணி ஆகிய பெருநூல்களுக்கும் விரிவுரை செய்துள்ளார். தம் வாழ்நாள் முழுவதையும் உரையெழுதும் பணியிலேயேசெலவிட்டுள்ளார் எனலாம். குறுந்தொகைக்கும் இவர் உரை செய்துள்ளார் என்பர். ஆனால் அந்த உரை இன்று கிடைக்கவில்லை.

தொல்காப்பிய எழுத்ததிகாரம், சொல்லதிகாரம் முழுமைக்கும், பொருளதிகாரத்தில் செய்யுளியல் வரையிலும் இவரது உரை கிடைத்துள்ளது. கொண்டு கூட்டிப் பொருள் சொல்வது இவரது தனித் தன்மையாகும். வருணாசிரம தர்மம் போற்றப்பட்ட காலத்தில் வாழ்ந்தவராதலின் இவர் உரையில் அதனைச் சார்ந்து எழுதும் போக்கைக் காணலாம். நச்சினார்க்கினியர் பன்னூற் புலமை வாய்ந்தவர் என்பதை அவரது உரை நூல்களின் வாயிலாக அறியலாம். மேலும் கலைகள் பலவற்றிலும் அவர் பயிற்சி பெற்றிருந்தார் என்பதையும் அவரது உரைகள் உணர்த்துகின்றன. இவரது காலம் கி.பி.14ஆம் நூற்றாண்டு என்பர்.

நெடுநல்வாடை அகமா புறமா என்ற ஆராய்ச்சிக்கு வித்திட்டவர் நச்சினார்க்கினியரே ஆவார். குறிஞ்சிப்பாட்டில் கபிலர் தொடுத்த 99 மலர்களுக்கு நச்சினார்க்கினியர் தரும் விளக்கம் அவரது நுண்மாண நுழைபுலத்தை வெளிப்படுத்துகிறது. சங்ககால மலர்களின் பெயர்களைத் தம் காலத்தில் வாங்கும் பூக்களின் பெயரோடு இணைத்துக் காட்டி அகராதி போன்று ஆக்கியுள்ளார். (எ-டு: சுள்ளி-மரமாப்பூ; வகுளம் - மகிழம்பூ; சேடல்- பவழக்கால் மல்லிகைப்பூ; நள்ளிருள் நாறி : இருவாட்சிப்பூ.)

இலக்கிய உரையாசிரியர்கள்

அடியார்க்கு நல்லார்

சிலப்பதிகாரத்திற்கு எழுந்த பழைய உரைகளுள் இரு உரைகள் சிறந்தன. அவை அரும்பத உரையும், அடியார்க்கு நல்லார் உரையும் ஆகும். அரும்பத உரை சில குறிப்புக்களை மட்டுமே நமக்குத் தருகிறது. அடியார்க்கு நல்லார் உரை விரிவான முறையில் எழுதப்பட்டுளள்து. கானல்வரி நீங்கலாக முதல் 23 காதைகளுக்கு இவர் உரை கிடைத்துள்ளது. இவர் பொப்பண்ண காங்கேயன் என்ற கன்னட அரசனால் ஆதரிக்கப் பெற்றவர். இவை போன்ற செய்திகள் அக்காலத்தில் நிலவிய பிறமொழித் தொடர்புக்குச் சான்று பகர்கின்றன.

இவருக்கு முன்னரே சிலப்பதிகாரத்திற்குச் சில உரைகள் இருந்தன என்ற உண்மைய இவரது உரையின் வாயிலாக அறிய முடிகிறது. இயல், இசை, நாடகம் என்னும் முத்தமிழும் நிறைவு பெற எழுதப்

பெற்றுள்ள சிலப்பதிகாரத்திற்கு அனைத்துத் துறை அறிவும் பெற்று உரை எழுதுதல் என்பது மிக அரிய செயலாகும். அந்த அரிய செயலை மிகச் சீரிய முறையில் நிறைவேற்றிய சிறப்பு அடியார்க்கு நல்லார்க்கு உண்டு. பண்டைத் தமிழரின் இசையறிவும், நுண்கலைப் புலமையும், ஆடல் திறமும் இவருடைய உரையின் வாயிலாகவே வெளிப்படுகின்றன. 20ஆம் நூற்றாண்டுத் தமிழிசை மறுமலர்ச்சிக்கு அடியார்க்கு நல்லாரின் சிலப்பதிகார உரை பெருந்தொண்டு ஆற்றியுள்ளது எனில் அது மிகையாகாது.

இவர் உரையாசிரியராக மட்டும் அல்லாது மிகச் சிறந்த திறனாய்வாளராகவும், கலைஞராகவும், ஆராய்ச்சியாளராகவும் விளங்குகிறார் என்று இவரது உரையின் திறம் கண்டோர் கூறுவர். மேலைநாட்டுத் திறனாய்வாளரைப் போல இவர் சிலப்பதிகாரத்தைப் பல்வேறு கோணங்களில் ஆராய்ந்துள்ளார். காப்பிய அமைப்பு, கதையின் கட்டுக்கோப்பு, நிகழ்ச்சி ஒருமைப்பாடு, காப்பிய மாந்தரின் பண்புகள், நூலாசிரியரின் ஆழ்ந்திருக்கும் கவியுள்ளம், செயல் நிகழும் கால எல்லை, இடம் ஆகியவற்றை எல்லாம் அடியார்க்கு நல்லார் நுணுகி நோக்கி ஆராய்ந்து திறம்படக் கூறுகிறார் (உரையாசிரியர்கள், ப. 505). இவரது காலம் கி.பி.12 ஆம் நூற்றாண்டு என்பர்.

பரிமேலழகர்

திருக்குறளுக்கு எழுந்த பழைய உரைகளுள் மிகச் சிறந்த உரையாகக் கருதப்படுவது பரிமேலழகர் உரையே ஆகும். உரைப்பண்புகள் பலவும் ஒரு சேரப் பெற்று உரைநூல்களுக்குரிய இலக்கணமாக இது திகழ்கிறது. இவரது உரைச்சிறப்பை,

'நூலிற் பரித்தவுரை யெல்லாம் பரிமே லழகன்
தெரித்தவுரை யாமோ தெளி'

என்று தொண்டை மண்டலச் சதகம் சொல்கிறது. ஒவ்வொரு அதிகாரத்திற்கும் அறிமுக உரை சொல்லுதல், முன் அதிகாரத்தையும் பின் அதிகாரத்தையும் இயைத்துத் தொடர்பு காட்டுதல், வைப்பு முறையை விளக்குதல், சிறப்பு விளக்கம் தருதல், தொடர்புடைய செய்திகள் தருதல், பிறநூற் குறிப்புகள் தருதல், மக்கள் வழக்கத்தைச் சுட்டுதல், இலக்கணக் குறிப்புத் தருதல் ஆகியவை பரிமேலழகரின் திருக்குறள் உரைச் சிறப்புக்களாம். கருத்தளவில் இவரிடம் சிற்சில இடங்களில் வடமொழிச் சார்பு காணப்படுகிறது. ஆனால் இவரது நடை தமிழழகு வாய்ந்தது.

ஒப்புரவறிதல்

அஃதாவது உலகநடையினை யறிந்து செய்தல், உலகநடை வேதநடைபோல அறநூல்களுள் கூறப்படுவதன்றித் தாமே

யறிந்துசெய்யுய்ந்தன்மைத்தாகலின், ஒப்புரவறித லென்றார். மேல் மனமொழி மெய்களால் தவிரத் தகுவன கூறினார், இனிச்செய்யத்தகுவனவற்றுள் எஞ்சிநின்றனகூறுகின்றாராதலின் இது தீவினையச்சத்தின் பின் வைக்கப்பட்டது.

இவரது உரைச் சிறப்பினைக் குறிப்பிடும் ஆய்வாளர்கள், 'குறட்பாவுக்கு உரை எழுதும்போது ஏனைய உரைகளை நினைவில் குறிப்பிடுகின்றார். பொருத்தமற்ற பாடங்களை விலக்குகிறார். தவறான உரையைக் காரணம் கூறி மறுக்கின்றார். தமக்கு உடன்பாடு இல்லாத கருத்துக்களைச் சுட்டிச் செல்லுகின்றார். மாறுபட்ட கொள்கையை மதிக்கின்றார்; போற்றத் தகுந்த வேறுபாடுகளைப் போற்றுகிறார்' என்று மொழிவர்.

இவர் காஞ்சிபுரத்தைச் சேர்ந்த வைணவர். இவரது காலம் 13-ஆம் நூற்றாண்டு என்பர்.

இடைக்காலப் புலவர்கள்

இடைக்காலச் சோழர்கள் காலத்தில் காப்பியங்கள், உரை நூல்கள் தவிரச் சிறந்த இலக்கியங்கள் பலவும் எழுதப் பெற்றன. இவற்றை இயற்றிய புலவர்கள் தாம் எழுதிய இலக்கியங்களின் சிறப்பால் மறவாது போற்றப்படுகின்றனர். இவர்களுள் செயங்கொண்டார், ஒட்டக்கூத்தர், புகழேந்தியார், ஔவையார் ஆகியோர் குறிப்பிடத்தக்கவர்கள் ஆவர்.

செயங்கொண்டார்

இவர் கலிங்கத்துப்பரணியின் ஆசிரியர். பரணி இலக்கிய வகையின் முதல் நூல் இதுவே ஆகும். இது பிற பரணி நூல்களுக்கு வழிகாட்டி இலக்கியமாக அமைந்தது என்பதைப் 'பரணிக்கோர் செயங்கொண்டான்' என்ற தொடர் சுட்டும். இப்பரணியைத் 'தென்றமிழ் தெய்வப் பரணி' என்று ஒட்டக்கூத்தர் சிறப்பித்துச் சொல்கிறார். சோழர் பெருமைக்கு வேறெந்த நூலும் வேண்டுவதில்லை; இது ஒன்றே போதும் என்று சொல்லத்தக்க அளவுக்கு இது பேரரசின் ஆட்சிச் சிறப்பையும் வெற்றிப் பெருமிதத்தையும் எடுத்துக் காட்டவென்றே எழுந்ததுபோல் அமைந்துள்ளது என்று இந்நூலின் சிறப்பை அறிஞர் மு.அருணாசலம் (தமிழ் இலக்கிய வரலாறு, 12ஆம் நூற்-ப.33) எடுத்து மொழிவார்.

செயங்கொண்டார் சோழநாட்டிலுள்ள திருவாரூரின் அருகில் உள்ள தீபங்குடி எனும் ஊரினர். 'அபயன்' என்ற சிறப்புப் பெயர் பெற்ற முதலாம் குலோத்துங்கனது (1070-1120) அன்பைப் பெற்றவர். கலிங்க நாட்டை வெல்வதற்காகக் கருணாகரத் தொண்டைமான் என்ற தளபதியின் தலைமையில் படை சென்றபோது செயங்கொண்டாரும் உடன் சென்றார். கலிங்க வெற்றியை நேரிற் கண்டு கலிங்கத்துப் பரணி பாடினார். போர்க்களத்தைப் பாடுவதே பரணியின் மையப்

பொருளாகும். *(பரணியின் விரிவைச் சிற்றிலக்கியம் என்ற பகுதியில் காண்க)*

தொல்காப்பியப் புறத்திணை இலக்கணத்தில் காணப்படும் 'களவழி' என்ற துறையைக் கருவாகக் கொண்டு போர்க்களத்தை விரித்துப் பாடுகின்ற பரணி என்ற புதிய இலக்கிய வகையை அறிமுகம் செய்த பெருமை செயங்கொண்டாரையே சாரும்.

ஒட்டக்கூத்தர்

தமிழ் இலக்கிய வரலாற்றில் வேறு எந்தப் புலவருக்கும் கிடைக்காத அரிய வாய்ப்பு ஒட்டக்கூத்தருக்கு வாய்த்தது. சோழர்களின் மூன்று தலைமுறை அரசர்களின் மீதும் (விக்கிரம சோழன், இரண்டாம் குலோத்துங்கன், இராச இராச சோழன்) பல நூல்களைப் பாடிய சிறப்பு இவருக்கு உரியது. இவர்கள் மூவர் மீதும் இவர் உலா நூல்கள் பாடியுள்ளார். இம்மூன்று உலாக்களும் சேர்ந்து 'மூவருலா' என்று அழைக்கப்படுகிறது. குலோத்துங்கன் மீது பிள்ளைத்தமிழ் பாடியுள்ளார். மூன்று அரசர்களிடமும் இவர் அவைக்களப் புலவராக விளங்கியவர்.

தக்கயாகப்பரணி என்று இவர் பாடிய நூல் சிவபெருமானின் புகழைச் சொல்கிறது. இது சைவப்பரணி என்று அழைக்கப்படுகிறது. செங்குந்தர் மரபைச் சார்ந்த இவர் அம்மரபின் பெருமையை விளக்க ஈட்டியெழுபது பாடினார் என்பர். இராமன் முடிசூடிய பின் நடைபெற்ற நிகழ்ச்சிகளை உத்தரகாண்டம் என்று பாடியுள்ளார். அரும்பைத் தொள்ளாயிரம், நாலாயிரக் கோவை ஆகிய நூல்களையும் இவர் இயற்றியுள்ளார்.

அவைக்களப் புலவர்களுள் இவர் புலியாக விளங்கியதால், இவரது சமகாலப் புலவரான புகழேந்தியார் மீது இவர் புலமைக் காய்ச்சல் கொண்டு மன்னனின் நன்மதிப்பைப் பெற்று அவருக்குப் பல இடையூறுகளை விளைவித்தார் என்று கர்ண பரம்பரைக் கதை ஒன்று நிலவுகிறது. இது பிற்காலத்தில் எழுந்த கட்டுக்கதையே ஆகும். ஒட்டக்கூத்தர் கவி ஆற்றல் பெற்ற புலவர் ஆதலின் அவர் பற்றிய கதைகள் பல நிலவுகின்றன. இவரது காலம் கி.பி.12ஆம் நூற்றாண்டு ஆகும் (1118-1163).

புகழேந்திப் புலவர்

மகாபாரதத்தில் இடம்பெற்றுள்ள கிளைக்கதையாகிய நளன் கதையை வெண்பாவில் பாடியவர். இந்நூல் நளவெண்பா என்று அழைக்கப்படுகிறது. வெண்பாவில் அமைந்த தமிழ் நூல்களில் இதுவே தலைசிறந்ததாகக் கருதப்படுகிறது. இது காப்பிய வரிசையில் வைத்துப் போற்றப்படும் நூலாகும். அனைத்துச் சுவைகளும், எண்வகை

மெய்ப்பாடுகளும் ஒருங்கே அமையப் பெற்ற இனிக்கும் இலக்கியம். தொண்டை நாட்டிலுள்ள பொன் விளைந்த களத்தூரில் பிறந்தவர். வைணவ மரபினர். தாம் இயற்றிய நளவெண்பாவில் சந்திரன் சுவர்க்கி என்னும் சிற்றரசனைப் புகழ்ந்து பாடியுள்ளார். வெண்பா இயற்றுவதில் இவர் ஆற்றல் வாய்ந்தவராதலின் 'வெண்பாவிற் புகழேந்தி' என்று சிறப்பிக்கப்பட்டார்.

'கேட்டாலும் இன்பம் கிடைக்கும் கண்ணுீர் கீர்த்தியோடு
பாட்டால் உயர்ந்த புகழேந்தி'

என்று தொண்டைமண்டலச் சதகம் இவரைப் பாராட்டுகிறது.

இதற்கு இவர் சிறந்தவர்

வெண்பாவிற் புகழேந்தி பரணிக்கோர்
செயங்கொண்டான் விருத்த மென்னும்
ஒண்பாவிற் குயர்கம்பன் கோவையுலா
அந்தாதிக் கொட்டக் கூத்தன்
கண்பாய கலம்பகத்திற் கிரட்டையர்கள்
வசைபாடக் காளமேகம்
பண்பாக வுயர் சந்தம் படிக்காச
லாதொருவர் பகரொணாதே

மக்கள் இலக்கியத்தின் மீது இவர் பெரிதும் ஈடுபாடு கொண்டவர் என்பதை இவர் இயற்றியதாகக் கருதப்படும் அல்லியரசாணி மாலை, ஆரவல்லி சூரவல்லி கதை, பவளக்கொடி மாலை, புலந்திரன் களவு மாலை, நல்ல தங்காள் கதை, பாண்டவர் வனவாசம், ஏணி ஏற்றம் ஆகிய நூல்கள் சான்றுகளாக அமைகின்றன. மகாபாரதத்தில் காணப்படும் நளன்கதையை இவர் தனி நூலாகச் செய்ததால், பாரதக் கதையில் காணப்படும் பிற கிளைக்கதைகளையும் மேற்சொன்ன தனிநூல்களாக இவர் செய்திருக்கக்கூடும் என்று கருதியிருப்பர் போலும். ஒட்டக்கூத்தருக்கும் புகழேந்தியாருக்கும் பெருத்த வேறுபாடுகள் இருப்பதை, இவ்விரு புலவர்களையும் ஒப்பிட்டுப் பார்ப்பவர்கள் அறிவர். இதனாலேயே இவர்கள் இருவரும் ஒருவரையொருவர் எதிரிகளாகப் பாவிக்கும் கருத்துருவம் பிற்காலத்தாரால் பின்னப் பட்டிருக்கலாம்.

ஔவையார்

ஔவை என்ற பெயர் கொண்ட பெண்பாற் புலவர்கள் பலர் இருந்துள்ளனர். முற்காலத்தில் பெரும் புகழ்பெற்ற ஒருவரது பெயரைப் பிற்காலத்தவர்கள் தமக்குச் சூடிக் கொள்ளும் மரபு இருந்துள்ளது. கபிலர் என்ற பெயரும் நக்கீரர் என்ற பெயரும் புலவர்

பெருமக்கள் பலருக்கு இருந்ததை காணலாம். அது போன்று சங்ககால ஔவையார் பெயர் இடைக்காலப் பெண்பாற் புலவர் ஒருவருக்கு சூட்டப்பட்டது. இவர் குழந்தைகள் முதல் பெரியவர்கள் வரை அறிந்துள்ள ஆத்திசூடி, கொன்றைவேந்தன், மூதுரை, நல்வழி ஆகிய நீதி நூல்களைப் பாடியுள்ளார். விக்கிரம சோழன் காலம் தொடங்கி (12ஆம் நூற்றாண்டு) பல சோழ மன்னர்களின் ஆட்சியைக் கண்டவர் இவர் என்பர்.

கம்பர், ஒட்டக்கூத்தர், புகழேந்தியார், ஔவையார் ஆகியோரை இணைத்துப் புனைகதைகள் பல வழங்கப்படுகின்றன. இவையெல்லாம் இப்புலவர்கள் தாம் வாழ்ந்த காலத்தில் செல்வாக்குடன் திகழ்ந்தனர் என்பதையே காட்டுகின்றன.

ஒருநாள் உறையூரிலே குலோத்துங்கச் சோழன் தன் சமஸ்தான வித்வானான ஒட்டக்கூத்தனும், பட்ட மகிஷியுடன் பாண்டிய நாட்டிலிருந்து ஸ்திரீதனமாக வந்த புகழேந்திப் புலவரும் தொடர்ந்துவர, பாதசாரியாய் உலவிவரும்போது வீதிகளிலொன்றில் ஒருவீட்டுத் தெருத் திண்ணையில் இரண்டு கால்களையும் நீட்டிக் கொண்டு உட்கார்ந்திருந்த ஔவையார் சோழனைக் கண்டவுடன் ஒரு காலை மடக்கிக் கொண்டார்; அருகிற் புகழேந்திப் புலவர் இருக்கிறதைப் பார்த்தவுடனே மற்றக் காலையும் மடக்கிக் கொண்டார்; அவர்களை அடுத்தாற் போல வந்த ஒட்டக்கூத்தனைக் கண்டவுடனே இரண்டு கால்களையும் நீட்டினார். இதனைக் கண்ணுற்ற ஒட்டக்கூத்தன் அவமானமும் சீற்றமுமூண்டவனாய் ஔவையாரை நோக்கி 'ஓ கிழவீ! இவ்வாறு என்னை அவமதித்தது என்னை?' என, ஔவையார் 'அரசர் கிரீடாதிபதியாதலால் அவனுக்கு ஒரு காலையும் புகழேந்திப் புலவர் ஒரு மகாவித்துவான்னாகையால் அவருக்காக இரண்டு காலையும் மடக்கினேன்; நீயோ கல்வி நிறைவில்லா வீண்புலமை பாராட்டுமொரு மூடனாகையால் இரண்டு காலையும் நீட்டினேன்' என்று சொல்லி....

- விநோதரச மஞ்சரி, ப. 342

ஆத்திசூடி என்பது ஒரு அடிப்பாக்களால் அமைந்த நூல். மொத்தம் 109 அடிகளைக் கொண்டது. தமிழ் நெடுங்கணக்கை நினைவில் இருத்திக் கொள்வதற்காக மாணாக்கர்களுக்குச் சொல்லப்பட்டது போல ஒவ்வொரு அடியும் உயிர் எழுத்து, உயிர்மெய்யெழுத்து ஆகியவற்றை நிரலே முதல் எழுத்தாகக் கொண்டு அமைந்துள்ளது. ஆத்தி மாலையை அணி சூடிய சிவபெருமானை வணங்கி இயற்றப்பட்டதால் 'ஆத்திசூடி' எனப்பட்டது.

எ-டு: **அறஞ்செய விரும்பு,**
ஆறுவது சினம்

'கொன்றைவேந்தன்' என்பதும் சிவபெருமானைக் குறிக்கும். இந்நூலும் ஒவ்வோர் அடியால் அமைந்த 91 பாடல்களை உடையது. 'தெய்வ வழிபாடு, நல்லொழுக்கம், வினைப்பயன், ஊக்கம், மேழிச் செல்வம், கல்வி, இன்சொல், பெற்றோர்ப் பேணல், மகளிர் ஒழுக்கம் முதலியவற்றை இச்சிறுநூல் நயம்படக்கூறிய அளவு வேறெந்த நூலும் கூறவில்லை' என்பர் (மு.அருணாசலம், ப.494)

எ-டு: **அன்னையும் பிதாவும் முன்னறி தெய்வம்**
எண்ணும் எழுத்தும் கண்ணெனத் தகும்
முற்பகல் செய்யின் பிற்பகல் விளையும்

மூதுரை என்பது சென்ற தலைமுறையில் பள்ளியில் சேர்வார்க்கு முதற்பாடமாக அமையும் சிறப்பைப் பெற்றிருந்தது. இதில் வருகின்ற காப்புச் செய்யுளைப் பள்ளிச்சிறார் அனைவரும் ஓதி மனப்பாடம் செய்வர்:

'வாக்குண்டாம் நல்ல மனமுண்டாம் மாமலராள்
நோக்குண்டாம் மேனி நுடங்காது- பூக்கொண்டு
துப்பார் திருமேனி தும்பிக்கையான் பாதம்
தப்பாமல் சார்வார் தமக்கு'

இந்நூலின் வெண்பாவில் இடம்பெறும் 'கெட்டாலும் மேன்மக்கள் மேன்மக்களே' என்ற தொடர் இன்றும் பலராலும் சொல்லப்படும் சிறப்புடையது. இந்நூலில் இடம்பெற்றுள்ள தீயாரைப் பற்றிய பாடலும் மனங்கொள்ளத்தக்கதாகும்:

'தீயாரைக் காண்பதுவும் தீதே; திருவற்ற
தீயார் சொற் கேட்பதுவும் தீதே; தீயார்
குணங்கள் உரைப்பதும் தீதே; அவரோடு
இணங்கி இருப்பதும் தீது'

'நல்வழி' எனும் நூலின் காப்புச் செய்யுள் தமிழ் கற்றார் அனைவரும் அறிந்த பாடலாகும். அது வருமாறு:

'பாலும் தெளிதேனும் பாகும் பருப்பும்இவை
நான்கும் கலந்துனக்கு நான்தருவேன்- கோலம்செய்
துங்கக் கரிமுகத்துத் தூமணியே நீஎனக்குச்
சங்கத் தமிழ் மூன்றும் தா'

நாற்பது பாடல்களால் ஆகிய இந்நூல் வாழ்க்கைக்கான நல்வழியைக் காட்டுகிறது.

பசிப்பிணியின் கொடுமையை இந்நூல் இரக்கவுணர்வு தோன்ற எடுத்துரைக்கிறது :

'ஒருநாள் உணவை ஒழிஎன்றால் ஒழியாய்
இருநாளைக்கு ஏலென்றால் ஏலாய் - ஒருநாளும்
எந்நோ அறியாய் இடும்பைகூர் என்வயிறே
உன்னோடு வாழ்தல் அரிது'

இடைக்காலப் புலவர்கள் செய்யாத ஒரு அமைதிப் புரட்சியைத் தன்னுடைய அறநெறிப் பாடல்கள் வாயிலாகச் செய்து காட்டியவர் இடைக்கால ஔவையார் ஆவார். இவருடைய நூல்கள் பல பதிப்புகளை கண்டுள்ளன; எல்லோராலும் அறியப் பெற்றுள்ளன.

சைவ சித்தாந்த சாத்திரங்கள்

'சைவம்' என்பது 'சிவம்' என்ற சொல்லிலிருந்து வந்தது. சிவம் என்பது செம்பொருள் இன்பம் என்று பொருள்படும். எனவே 'இறைவனாகிய செம்பொருளின்பத்தைப் பற்றிச் சொல்லும் தத்துவம்' சைவம் எனப்பட்டது. சைவத்தின் தத்துவத்தை விளக்கியுரைக்கும் நூல்கள் 'சைவசித்தாந்த சாத்திரங்கள்' எனப்பட்டன. சமய மரபில் சாத்திர நூல், தோத்திர நூல் என்று இருவகை நூல்கள் சொல்லப்படுகின்றன. 'சாத்திர நூல்' தத்துவங்களைச் சொல்வது- கடைப்பிடிப்பதற்கு உரியது; 'தோத்திர நூல்' இறைய இயல்பைச் சொல்வது- உள்ளம் கரையப் பாடுவதற்கு உரியது.

சைவ சமயம் தொன்மைக் காலத்திலிருந்தே தமிழர் வாழ்வோடு ஒன்றிணைந்த சமயமாக உடன் வளர்ந்து வந்தாலும் அது பற்றிய சாத்திர நூல்கள் இடைக்காலம் எனப்படும் 12 முதல் 14 நூற்றாண்டுகளில்தான் எழுதப்பட்டன. இந்நூல்கள் இறை, உயிர், தளை ஆகிய முப்பொருள் உண்மையைச் சொல்லுகின்றன. இறை என்பது இறைவன்; உயிர் என்பது உலகத்து மாந்தர்; தளை என்பது இறைவனை அறியவிடாமல் உயிர்களைப் பிணித்திருக்கும் கட்டு. இவற்றை முறையே பதி, பசு, பாசம் என்று சொல்வர். சைவ சித்தாந்த சாத்திரங்கள் இவற்றின் இயல்புகளை விளக்கியுரைக்கின்றன.

சைவ சித்தாந்த சாத்திரங்கள் 14 என்பர். அவையாவன:

1. திருவுந்தியார்	8. திருவருட்பயன்
2. திருக்களிற்றுப்படியார்	9. வினாவெண்பா
3. சிவஞானபோதம்	10. போற்றிப் பஃறொடை
4. சிவஞானசித்தியார்	11. கொடிக்கவி
5. இருபா இருபஃது	12. நெஞ்சுவிடு தூது

6. உண்மை விளக்கம்   13. உண்மைநெறி விளக்கம்
7. சிவப்பிரகாசம்   14. சங்கற்ப நிராகரணம்

1. திருவுந்தியார்

இந்நூலின் ஆசிரியர் உய்யவந்ததேவர். இது 45 கண்ணிகளால் (கண்ணிகள் என்பவை ஈரடிப் பாடல்களாகும்.) ஆனது. சைவ சித்தாந்தக் கருத்துக்களை உணர்ச்சியோடு குழைத்து நூலாசிரியர் தந்துள்ளார். ஒவ்வொரு கண்ணியும் 'உந்தீபற' என்று முடிகிறது. 'உந்தீபற' என்பது பெண்களின் விளையாட்டுக்களுள் ஒன்றாகும். இவ்வாறு எளிய முறையில் உணர்ச்சி ததும்ப சைவசித்தாந்தக் கருத்துக்களை எடுத்துக் கூறும் இந்நூலில் 'இறைவன் மனித வடிவில் தோன்றுவார்'; 'இல்லறத்தார்க்கும் வீடுபேறு உண்டு' போன்ற சமுதாய இணக்கத்தோடு கூடிய தத்துவங்கள் அமைந்துள்ளன. இந்நூலின் காலம் கி.பி.12ஆம் நூற்றாண்டு (கி.பி.1148).

2. திருக்களிற்றுப்படியார்

இதன் ஆசிரியர் திருக்கடவூரைச் சேர்ந்த உய்யவந்த தேவர் ஆவார். இது 100 வெண்பாக்களால் ஆனது. 63 நாயன்மார்களின் வாழ்க்கை வரலாற்றிலிருந்து சில செய்திகளை இந்நூல் சொல்கிறது. குறட்பாக்கள் சிலவற்றை இந்நூல் எடுத்தாள்கிறது.

3. சிவஞானபோதம்

சைவசித்தாந்த சாத்திர நூல்களில் தலைமை நூலாகக் கருதப்படுவது. இதனை இயற்றியவர் மெய்கண்டார் ஆவார். 12 சூத்திரங்களையும், அதனை விளக்குவதற்கு 81 வெண்பாக்களையும் கொண்டது. பிரமாண இயல், இலக்கண இயல், சாதன இயல் எனும் நான்கு இயல்களாக இந்நூல் பகுக்கப்பட்டுள்ளது. இறை, உயிர், தளை (பதி, பசு, பாசம்) இவற்றின் இயல்பினை விளக்கும் இலக்கண நூலாக இது திகழ்கிறது. இந்நூலாசிரியரான மெய்கண்ட தேவர் சைவ சமயத் தத்துவத்தை விளக்கியுரைக்கும் ஆசிரியராகவும் திகழ்ந்துள்ளார். தமக்குப் பின்னர் ஒரு நீண்ட மாணவர் பரம்பரையை உருவாக்கிய சிறப்பு இவருக்கு உண்டு. இவருக்கு 49 மாணவர்கள் இருந்ததாகக் கூறுவர். இவர்களுள் 'சகலாகம பண்டிதர்' என்ற சிறப்புப் பெற்ற அருள்நந்தி சிவாசாரியார் குறிப்பிடத்தக்கவர் ஆவார். மெய்கண்டார் இந்நூல் செய்த காலம் கி.பி.1215 என்று கருதுவர். இந்நூலுக்குச் சிவஞான முனிவர் மாபாடியம் (பேருரை) ஒன்று செய்துள்ளார். அது சிவஞான மாபாடியம் எனப்படுகிறது.

4. சிவஞான சித்தியார்

மெய்கண்டாரின் மாணவர் அருள் நந்தி சிவாசாரியாரால் இந்நூல் செய்யப்பட்டது. இது சிவஞான போதத்திற்கு வழி நூலாக

அமைந்துள்ளது. சுபக்கம், பரபக்கம் ஆகிய இரு பகுதிகளை உடையது. சுபக்கம் என்பது சைவம் போன்ற அகச்சமயங்களின் இயல்பைக் கூறுகிறது; பரபக்கம் என்பது சமணம் போன்ற புறச்சமயங்களின் இயல்பைச் சொல்கிறது. இவை 629 விருத்தப்பாக்களால் விளக்கம் பெற்றுள்ளன. 'பார் விரித்த நூலெல்லாம் பார்த்தறிதற்குச் சித்தியிலே ஓர் விருத்தப்பா பாதிபோதும்', 'சிவனுக்கு மேல் தெய்வமில்லை; சிவஞான சித்திக்கு மேல் சாத்திரமில்லை' எனும் தொடர்கள் இந்நூலின் பெருமையை விளக்குவன.

5. இருபா இருபஃது

சிவஞான சித்தியின் ஆசிரியர் அருள்நந்தி சிவாசாரியாரே இந்நூலையும் இயற்றியுள்ளார். தம் ஆசிரியரிடம் தாம் கேட்ட விளக்கங்களை இவர் இந்நூலாகச் செய்துள்ளார். அந்தாதித் தொடையில் அமைந்த இந்நூல் நேரிசை வெண்பாக்கள் பத்தும், நேரிசை ஆசிரியப்பா பத்தும் கொண்டது. நூலின் இத்தகு அமைப்பினால் இது 'இருபா இருபஃது' என்று பெயர் பெற்றது.

6. உண்மைவிளக்கம்

மெய்கண்டாரின் மாணவருள் ஒருவராகிய திருவதிகை மனவாசகங் கடந்தாரால் இந்நூல் இயற்றப் பெற்றுள்ளது. இவர் ஆசிரியரிடம் வினவிப் பெற்ற விளக்கங்களின் அடிப்படையில் இந்நூலைச் செய்துள்ளார். இந்நூல் 60 வெண்பாக்களால் ஆனது.

7. சிவப்பிரகாசம்

இதனை இயற்றியவர் அருள்நந்தி சிவாசாரியாரின் மாணவராகிய மறைஞான சம்பந்தரின் மாணவர் உமாபதி சிவாசாரியார் ஆவார். இது சிவஞான போதத்தின் சார்பு நூல் எனப்படுகிறது. இந்நூலின் பாயிரத்தில் உள்ள தொடர் இன்றும் பலராலும் எடுத்துக்காட்டப்படும் சிறப்பினை உடையது.

'தொன்மையவாம் எனும் எவையும் நன்றாகா இன்று
தோன்றியநூல் எனினும் எவையும் தீதாகா'

இவர் திருவருட்பயன், வினாவெண்பா, போற்றிப் பஃறொடை, கொடிக்கவி, நெஞ்சுவிடு தூது, உண்மைநெறி விளக்கம், சங்கற்ப நிராகரணம் ஆகிய நூல்களையும் இயற்றியுள்ளார். இந்நூல்களை இவர் இயற்றிய காலம் 14ஆம் நூற்றாண்டு ஆகும்.

8. திருவருட்பயன்

இந்நூல் பத்து அதிகாரங்களும், அதிகாரத்திற்குப் பத்துக் குறள்களும் ஆக 100 குறள் வெண்பாக்களைக் கொண்டது.

எ-டு: 'அகரஉயிர் போல் அறிவாகி எங்கும்
நிகரில் இறைநிற்கும் நிறைந்து'

9. வினாவெண்பா

தம் ஞானாசிரியரான மறைஞான சம்பந்தரிடம் வினாக்கள் தொடுத்து விளக்கம் பெறுவது போல சைவசித்தாந்த உண்மைகளை இந்நூல் ஆசிரியர் விளக்கியுள்ளார்.

10. போற்றிப் பஃறொடை

கலிவெண்பாவில் அமைந்து இடையிடையே போற்றி எனும் வாழ்த்துச்சொல் இடம்பெறுவதால் இந்நூல் இப்பெயர் பெற்றது.

11. கொடிக்கவி

தில்லை நடராசர் கோவிலில் கொடியேற்றுகின்ற முறையினையும் அதன் சிறப்பினையும் கூறும் இந்நூல் நான்கு பாடல்கள் மட்டுமே கொண்டது. ஒரு பாடல் கட்டளைக் கலித்துறையாகவும் பிற பாடல்கள் வெண்பாவாகவும் அமைந்துள்ளன.

12. நெஞ்சுவிடு தூது

இது சமய அடிப்படையில் இயற்றப் பெற்ற தூது இலக்கியம். ஆசிரியரைத் தலைவனாகவும் தம்மைத் தலைவியாகவும் உருவகம் செய்து உமாபதி சிவாசாரியார் பாடியுள்ளார்.

13. உண்மைநெறி விளக்கம்

ஆறு விருத்தப்பாக்களில் தசகாரியம் என்று சைவசித்தாந்த நூல்கள் குறிப்பிடும் ஆன்ம தரிசனம் தத்துவ தரிசனம், சிவதரிசனம் போன்றவற்றை இந்நூல் விளக்குகிறது.

14. சங்கற்ப நிராகரணம்

பிறமதக் கொள்கைகளை நிராகரித்து மறுப்பதால் இந்நூல் இப்பெயர் பெற்றது. சைவசித்தாந்தக் கருத்துக்களே உலகோர் பின்பற்றப் பொருத்தமானவை என்பதையும் இந்நூல் நிறுவுகிறது.

பன்னிரு திருமுறைகள்

திருமுறைகள் என்றால் அவை சைவ சமய இலக்கியங்களாகிய பன்னிரண்டு நூல்களைக் குறிக்கும் (அட்டவணை 9). சங்க இலக்கியப் பாடல்கள் தனித்தனியே பல காலங்களில் பாடப்பட்டு, பிற்காலத்தோரால் அவை எட்டுத்தொகை, பத்துப்பாட்டு என்று 19 நூல்களடங்கிய இரு தொகுதிகளாகப் பாதுகாக்கப்பட்டன. அதுபோல நாயன்மார்களும் பிற அடியவர்களும் காலந்தோறும்

பாடப்பட்ட இறைநெறிப் பாடல்களை நம்பியாண்டார் நம்பி என்பவர் (11-ஆம் நூற்) பன்னிரு திருமுறைகளாகத் தொகுத்துக் காத்தார். பன்னிரு திருமுறைகளில் தேவாரப் பதிகங்கள் முதல் ஏழு திருமுறைகளாகக் கருதப்படுகின்றன. இவற்றை அழிவிலிருந்து மீட்டது ஒரு சுவையான வரலாறு.

அப்பர், சுந்தரர், சம்பந்தர் ஆகிய அடியவர்கள் பதிகள் தோறும் சென்று பதிகங்கள் பாடினர். அப்பதிகங்கள் உடன் சென்றோரால் ஓலையில் குறித்து வைக்கப்பட்டன. காலத்தின் கோரப்பிடிக்குத் தப்பி வந்த அப்பாசுர ஓலைகள் ஒரு காலகட்டத்தில் மறைக்கப்பட்டன. அப்பாடல்கள் எங்கு போயிற்றென எவருக்கும் தெரியவில்லை. செவிவழிப் பயிற்சியின் காரணமாகப் பல்லாயிரம் பாடல்களில் சிறிய பகுதி மட்டுமே மக்கள் வழக்கில் இருந்தது. இந்த நெடுநாட்கவலைக்கும், பேரிழப்பிற்கும் தீர்வு காண சோழ மன்னன் முதலாம் இராசராசன் (985-1106) முடிவெடுத்தான். தில்லைவாழ் அந்தணர்களின் கட்டுப்பாட்டிலிருந்த தில்லை நடராசர் கோவிலில் தேவார ஏடுகள் இருப்பதை இராசராசன் அறிந்து கொண்டான். ஏடுகளைத் திரும்பத் தரும்படி தில்லை வாழ் அந்தணர்களை மன்னன் வேண்டினான்.

மன்னன் வேண்டுகோளைப் புறக்கணிக்க முடியாத அந்தணர்கள் ‘தேவார ஆசிரியர்கள் மூவரும் நேரில் வந்தால் நாம் ஏடுகளைத் தருவோம்’ என்று தெரிவித்தனர். இராசராசனும் தன் மதி நுட்பத்தபால் தேவாரமூவரது அருட்திரு உருவங்களை கோவிலில் வீதியுலா வரச் செய்தான். அந்தணர்கள் வேறு வழியின்றி ஏடுகளை எடுத்துத் தந்தனர். நெடுங்காலமாகக் காப்பாற்றுவார் அற்று இருட்டறையில் வைக்ககப்பட்டிருந்த ஏடுகள் பல செல்லரித்துக் கிடந்தன. அழிந்தவை போக எஞ்சிய ஏடுகளை இராசராச சோழன், நம்பியாண்டார் நம்பிகளிடம் கொடுத்து அவற்றை நன்னிலைப்படுத்தப் பணித்தான். இட்ட பணியை இறைப்பணியாக ஏற்றுக்கொண்ட நம்பியாண்டார் நம்பி கடுமையாக உழைத்து அவற்றைத் திருமுறைகளாகப் பகுத்தார்.

இவ்வாறு மீண்டுமொருமுறை அழிவிலிருந்து காப்பாற்றப்பட்ட தமிழ்ச் சமயம் 10, 11ஆம் நூற்றாண்டுகளில் பல அடியவர்களால் புதுவாழ்வு பெற்றது. இவ்வடியவர்கள் பாடிய பாடல்களே ஒன்பதாம் திருமுறை என்றும், பதினோராம் திருமுறை என்றும் அழைக்கப்படுகின்றன.

ஒன்பதாம் திருமுறை

ஒன்பது அடியவர்கள் பாடிய 28 பதிகங்கள் ஒன்பதாம் திருமுறையாகத் தொகுக்கப்பட்டுள்ளன. இவர்கள் கி.பி. 10-11ஆம் நூற்றாண்டுகளில் வாழ்நத்வர்களாவர்.

1. திருமாளிகைத் தேவர்

இவர் திருவாவடுதுறையைச் சார்ந்தவர். 11ஆம் நூற்றாண்டினர். இவர் நான்கு திருவிசைப்பாப் பதிகங்களைத் தில்லையில் பாடினார் என்பர். இவர் திருமூலருக்கு மாணவராய் அமைந்த காலங்கிநாதரின் மாணவராகிய போகருக்கு மாணவராய் அமர்ந்த பெருமையை உடையவர். இவரும் சேந்தனாரும் சமகாலத்தவராவர்.

2. சேந்தனார்

இவர் திருவீழிமிழலை, திருவாவடுதுறை, திருவிடைக்கழி ஆகிய தலங்களுக்குச் சென்று திருவிசைப்பாக்கள் பாடியுள்ளார். இவரது திருவிசைப்பாக்கள் புகழ்பெற்றவை.

3. சேதிராயர்

இவர் திருவாரூரைச் சார்ந்தவர். மெய்ப்பொருள் நாயனார் மரபினர். தில்லை நடராசர் மீது திருவிசைப்பா பாடியுள்ளார்.

4. கண்டராதித்தர்

10ஆம் நூற்றாண்டில் ஆட்சி செய்த பராந்தகச் சோழனின் (949-957) மகனாக இவர் கருதப்படுகிறார். இவர் திருவிசைப்பாக்கள் பல பாடியுள்ளார்.

5. பூந்துருத்திநம்பி காடவநம்பி

இவர் முதலாம் இராசராசன் காலத்தவர். திருப்பூந்துருத்தியில் வாழ்ந்தவர். ஆதிசைவர் மரபினர். திருவிசைப்பாக்கள் பாடியுள்ளார்.

6. திருவாலி அமுதனார்

ஆலி என்ற ஊரிற் பிறந்த அமுதனார் எனும் இயற்பெயர்கொண்ட இவ்வடியார் தில்லை நடராசர் மீது நான்கு திருவிசைப்பாப் பதிகங்கள் பாடியுள்ளார்.

7. புருடோத்தமநம்பி

அந்தணர் மரபினரான இவர் தில்லை நடராசர் மீது இரண்டு பதிகங்கள் பாடியுள்ளார்.

8. கருவூர்த்தேவர்

கொங்கு நாட்டிலுள்ள கருவூரைச் (கரூர்) சார்ந்தவர். இவர் சித்தர் மரபினைச் சார்ந்தவராகக் கருதப்படுகிறார். பல தலங்களுக்குத் திருவிசைப்பாப் பதிகங்கள் பாடிய சிறப்பு இவருக்கு உண்டு.

9. வேணாட்டடிகள்

வேணாடு என்று அழைக்கப்படும் தென்திருவிதாங்கூருக்கு அரசராக இருந்தவர். தில்லை நடராசர் மீது ஒரு திருவிசைப்பாப்பதிகம் பாடியுள்ளார்.

பதினோராம் திருமுறை

பதினோராம் திருமுறையில் திருவாலவாயுடையார், காரைக்கால் அம்மையார், கல்லாடர், நக்கீர தேவநாயனார், கபிலதேவர், பரணதேவர், அதிரா அடிகள், இளம்பெருமானடிகள், ஐயடிகள் காடவர்கோன், சேரமான் பெருமாள் நாயனார், பட்டினத்தடிகள் ஆகியோர் பாடிய 31 நூல்கள் அடங்கியுள்ளன. இந்நூல்கள் தமிழ் இலக்கியவகை வரலாற்றில் சிறப்பிடம் பெறுவனவாகும். பல இலக்கியவகைகளை அறிமுகம் செய்த பெருமை இவற்றுக்குண்டு.

'திருவாலவுடையார் திருமுகப்பாசுரம்' என்பது கடித இலக்கிய வகையில் அமைந்த குறிப்பிடத்தக்க நூலாகும். சிலப்பதிகாரத்தில் மாதவி கோவலனுக்கு எழுதிய மடல் இலக்கியமே திருமுகப்பாசுரமாக வளர்ச்சி பெற்றுள்ளது. 'திருமுகம்' என்பது 'கடிதம்' என்று பொருள்படும். பாணபத்திரனது வறுமையைத் தீர்க்குமாறு சேரமன்னன் ஒருவனுக்கு இறைவன் எழுதியதாகக் கற்பனை செய்து இந்நூல் எழுதப்பட்டுள்ளது. பிற்கால சீட்டுக்கவி இலக்கியங்கள் இதனுடைய வளர்ச்சியே எனலாம்.

கல்லாடர் என்ற பெயரில் புலவர்கள் பலர் இருந்துள்ளனர். இவர் பாடிய 'திருக்கண்ணப்ப தேவர் திருமறம்' கண்ணப்ப நாயனார் இறைவன் மீது கொண்டிருந்த பக்தியின் ஆழத்தை மற உணர்வோடு வெளிப்படுத்துகிறது. நக்கீரதேவ நாயனார் என்ற அடியவர் 'கண்ணப்பர் திருமறமு'ம், 'கயிலைபாதி காளத்திபாதி அந்தாதி'யும், 'திருஈங்கோய்மலை எழுபதும்' பாடியுள்ளார். மேலும் திருவலஞ்சுழி மும்மணிக்கோவை, பெருந்தேவபாணி, கோவில்பிரசாதம், காரெட்டு, திருவெழு கூற்றிருக்கை ஆகிய புதிய இலக்கிய வகைகளில் நூல்கள் செய்துள்ளார். இவரது காலம் கி. பி. 10ஆம் நூற்றாண்டு என்பர்.

சைவ சமயத்திற்குப் பெண்டிர் ஆற்றிய தொண்டு பெரிது. இவர்களுள் மங்கையர்கரசியார், திலகவதியார், காரைக்கால் அம்மையார் ஆகியோரது பணி போற்றத்தக்கதாகும். காரைக்காலம்மையார் சைவ இலக்கிய வரலாற்றில் நீங்கா இடம் பெற்றவர். மண வாழ்க்கையில் பற்றில்லாத இவரது அருட்திறம் பற்றிய வரலாறு சுவை மிக்கதாகும். இல்லற வாழ்க்கையை நுகரும் முன்பே புதுமணப் பெண்ணாகத் துறவு மேற்கொண்ட அம்மையார் இவர். திருவாலங்காடு எனும் பதியில்

இறைவனின் ஊழிக்கூத்தைக் கண்டு மகிழ்வெய்திப் பாடியவர். 'திருவாலங்காட்டு மூத்த திருப்பதிகம்' இந்தக் காட்சியை மெய்சிலிர்க்க காட்டுகிறது. அற்புதத் திருவந்தாதி, திருவிரட்டை மணிமாலை ஆகிய நூல்களும் இவர் பாடியுள்ளார். சுந்தரர் தேவாரத்தில் இவரைப் பற்றிய குறிப்பு உள்ளதால் இவர் சுந்தரருக்கு முந்திய காலத்தவர் (கி.பி.6ஆம் நூற்றாண்டு) என்பர்.

அரசராக இருந்து அடியவர்கள் ஆனவர்களுள் குறிப்பிடத்தக்கவர் சேரமான் பெருமாள் நாயனார் ஆவார். திருமங்கை மன்னன், திருமால் மீது அன்பு பூண்டு அரசைத் துறந்து திருமங்கையாழ்வாராக மாற்றம் பெற்றது போன்று சேரமான் பெருமாளும், சிவபெருமான் மீது அன்பு பூண்டு இறைவனால் ஆட்கொள்ளப்பெற்று 63 நாயன்மார்களுள் ஒருவராக ஏற்றம் பெற்றார். இவரது 'திருக்கையிலாய ஞானவுலா', உலா இலக்கிய வகையின் முதல் நூல் ஆதலால் 'ஆதியுலா' என்று அழைக்கப்படுகிறது. அந்தாதி இலக்கிய வகையில் 'பொன்வண்ணத் தந்தாதி' என்ற ஓசைநயம் மிக்க பக்திப் பனுவலைப் பாடியுள்ளார். 'திருவாரூர் மும்மணிக்கோவை' என்ற நூலும் இயற்றியுள்ளார். இவர் சுந்தரரோடு தலயாத்திரை செய்தவர் என்பர். இவர் காலம் கி.பி. 825இல் முடிவடைந்தது எனக் கணக்கிடுவர்.

கபிலர், பரணர் என்ற பெயரில் பல புலவர்கள் இருந்துள்ளனர். பதினோராம் திருமுறையிலும் கபில தேவநாயனார், பரண தேவநாயனார் என்ற இரு அடியவர்கள் எழுதிய நூல்கள் இடம்பெற்றுள்ளன. மூத்த நாயனார் திருவிரட்டை மணிமாலை, சிவபெருமான் திருவிரட்டை மணிமாலை, சிவபெருமான் திருவந்தாதி ஆகிய நூல்களைக் கபில தேவநாயனார் செய்துள்ளார். பரண தேவநாயனாரும் சிவபெருமான் திருவந்தாதி ஒன்று பாடியுள்ளார். இவரது காலமும் கி. பி. 10ஆம் நூற்றாண்டு என்பர்.

இளம்பெருமானடிகள் என்பார் சிவபெருமான் திருமும்மணிக் கோவை செய்துள்ளார். அதிராவடிகள் மூத்த பிள்ளையார் திருமும்மணிக் கோவை பாடியுள்ளார். செல்வந்தராக இருந்து செல்வத்தின் நிலையாமையை உணர்ந்து அனைத்தையும் துறந்து சிவனடியாராக மாறிய பட்டினத்தார் (இவரைப் பற்றிய விரிவை சித்தர் என்ற பகுதியில் காண்க). சித்தர் எனக் கருதப்படுபவர். இவர் தமிழ்நாடு முழுவதும் சுற்றித் திரிந்து பல தலங்களைத் தரிசித்தார். சென்றவிடமெல்லாம் தலத்தில் எழுந்தருளியுள்ள இறைவனை நினைந்து உணர்ச்சிப் பாடல்கள் பல பாடியுள்ளார். அவையனைத்தும் கோயில் நான்மணி மாலை, திருக்கழுமல மும்மணிக்கோவை, திருவிடைமருதூர்

மும்மணிக்கோவை, திருவேகம்பமுடையார் திருவந்தாதி, திருவொற்றியூர் ஒருபா ஒருபஃது ஆகிய நூல்களாகத் தொகுக்கப் பெற்றுள்ளன. இவரது காலம் கி. பி. 10ஆம் நூற்றாண்டு என்பர்.

சைவத் திருமுறைகள் யாவும் பிற்காலத்தார்க்குக் கிடைப்பதற்கு அரும்பாடுபட்டுத் தொகுத்துக் காத்துத் தந்தவர் நம்பியாண்டார் நம்பியாவார். அது மட்டுமின்றி இவர் பாக்களை இயற்றும் புலமையும் பெற்றிருந்தார். இவர் அறுபத்து மூன்று நாயன்மார்களையும் அடையாளம் கண்டு ‘திருத்தொண்டர் திருவந்தாதி’ என்று அடிப்படை நூல் ஒன்றைச் செய்தார். இதுவே பின்னர் சேக்கிழார் ‘திருத்தொண்டர் புராணம்’ எனப்படும் பெரியபுராணம் படை மூலநூலாயிற்று. மேலும் கோயில் திருப்பணி விருத்தம், திருச்சண்பை விருத்தம், திருக்கலம்பகம், திருஉலாமாலை, திருத்தொகை, திருமும்மணிக்கோவை ஆகியனவும் இவர் பாடியுள்ளார்.

பன்னிரு திருமுறைகளுள் தேவாரம், திருவாசகம் அடங்கிய முதல் எட்டுத் திருமுறைகள் பற்றிய செய்தி இந்நூலின் முற்பகுதியில் சொல்லப்பட்டுள்ளது. ஒன்பதாம், பதினொன்றாம் திருமுறைகள் இங்கு விளக்கப்பெற்றன. பத்தாம் திருமுறையாகிய திருமந்திரம் பற்றிய குறிப்பினைச் சித்தர்கள் பகுதியில் காணலாம். பன்னிரண்டாம் திருமுறையாகிய பெரியபுராணம் இந்நூலின் முற்பகுதியில் விளக்கம் பெற்றுள்ளது.

○

8. சிற்றிலக்கியங்கள்

தமிழ் இலக்கிய வரலாற்றில் முக்கிய இடம்பெறும் சில இலக்கியங்கள் சிற்றிலக்கியங்கள் என்று அழைக்கப்படுகின்றன. காப்பியங்கள் போன்று ஒரு பொருள் நுதலிய நூல்களாகவும், பல்வேறு வடிவ வேறுபாடுகளைக் கொண்டுள்ள நூல்களாகவும், புதிய பாடுபொருட்களை அறிமுகம் செய்யும் நூல்களாகவும் புதுமைப் போக்கில் இவை அமைந்துள்ளன. எனவே இவற்றைப் புதுமை இலக்கியம்' எனவும் அழைக்கலாம். இலக்கணத்தார் இதனை 'விருந்திலக்கியம்' என்று சொல்கின்றனர்.

தொல்காப்பியர் தம்முடைய இலக்கணத்தில் எட்டு வகையான இலக்கிய வனப்புகளைக் குறிப்பிடுகிறார். அவையாவன: அம்மை, அழகு, தொன்மை, தோல், விருந்து, இயைபு, புலன், இழைபு என்பன. இவை ஒவ்வொன்றும் தமக்கேயுரிய தனித்தன்மைகளால் இவ்வாறு வகைப்படுத்தப்படுகின்றன. இவற்றுள் 'விருந்து' என்பது புதிய இலக்கிய வகையைக் குறிப்பதாகத் தொல்காப்பியர் விளக்கம் தந்துள்ளார்.

> 'விருந்தே தானும்
> புதுவது கிளந்த யாப்பின் மேற்றே'
>
> -தொல்.செய். 239

என்பது விருந்திலக்கியம் பற்றி தொல்காப்பியர் தரும் குறிப்பாகும்.

இதனடிப்படையில் புதிய புதிய இலக்கியங்களைச் செய்வது பண்டைக் காலத்திலிருந்தே வழக்கில் இருந்தது என்பதை நாம் அறியலாம். காலந்தோறும் புதிய இலக்கியங்கள் செய்யப்பட்டாலும், அவை அதிகமாக இயற்றப்பட்ட காலம் ஒன்று தமிழ் இலக்கிய வரலாற்றில் உண்டு. அதை நாம் 'சிற்றிலக்கியக் காலம்' என்று அழைக்கிறோம். சிற்றிலக்கியங்கள் வளர்ச்சி பெற்ற இந்தக் காலப்பகுதி 11ஆம் நூற்றாண்டளவில் (கலிங்கத்துப்பரணி, மூவருலா இயற்றப்பட்ட காலம்) தொடங்கி, நாயக்கராட்சிக் காலம் வரை (சுமார் 1750 வரை) தொடர்கிறது.

'சிற்றிலக்கியம்' என்ற பெயர் எவ்வாறோ நிலைத்து விட்டது! ஏனெனில் இச்சொல் குறிக்கும் இலக்கியங்கள் அளவில் சிறியவையாக இருந்தாலும் நூற்பொருளிலும், உணர்த்தும் திறனிலும், நெஞ்சையள்ளும் ஆற்றலிலும் பல பேரிலக்கியங்களுக்கு இணையாகக் கருதத்தக்கவை. தமிழ் இலக்கிய வரலாற்றில் பெருவழக்காகக் கையாளப்படும் இச்சொல்லை அறிமுகம் செய்தவர் இன்னார் என்று புலனாகவில்லை. ஏனெனில் பண்டை நூல் வல்லோரால் இவை 'பிரபந்தம்' என்றே அழைக்கப்பட்டு வந்திருக்கின்றன.

'பிரபந்தம்' என்பது செம்மையாகக் கட்டப்பட்டது (ப்ர + பந்தம்) என்று பொருள்படும் வடசொல்லாகும். சிலப்பதிகார அரும்பத உரைகாரரும், அடியார்க்குநல்லாரும் 'பிரபந்தம்' என்ற சொல்லைக் குறிப்பிடுகின்றனர். ஆழ்வார்கள் அருளிச் செய்த பாசுரங்கள் அவற்றின் இலக்கியத் தனித்தன்மை கருதி நாலாயிரத்திவ்வியபிரபந்தம் என்றே அழைக்கப்படுகின்றன. இது போன்றே 11 சிவனடியார்கள் பாடிய 11 இலக்கியப் பாமாலையை நம்பியாண்டார் நம்பி தொகுத்து 'பிரபந்தமாலை' என்று பெயரிட்டார். இதுவே பின்னர் பதினோராம் திருமுறை என்று அழைக்கப்பட்டது.

'பிரபந்தம்' என்பது வடசொல்லாகவும், 'சிற்றிலக்கியம்' என்பது பொருட் பொருத்தம் இல்லாததாலும், 'இலக்கியவகை' என்ற சொல் இன்று பெரும்பாலும் ஏற்றுக்கொள்ளப்படுகிறது. இதற்கு வேறு பல காரணங்களும் உள்ளன. சிற்றிலக்கியங்கள் 96 என்பது மரபாக உள்ளது. ஆனால் இந்த எண்ணிக்கை 300க்கு மேற்பட்டு விரிந்து செல்வதாக இலக்கிய ஆய்வாளர்கள் கண்டுள்ளனர். இவையனைத்தையும் சிற்றிலக்கியங்கள் என்று கணக்கிட்டால் இன்று எழுதப்பட்டு வருகின்ற நாவல், குறுநாவல், சிறுகதை, புதுக்கவிதை, குறும்பா, ஹைகூ கவிதை, வரலாற்று இலக்கியம், கடித இலக்கியம், ஓரங்க நாடகம் என்று விரிந்து வருகின்ற பல்வேறு இலக்கியங்களையும் சிற்றிலக்கியங்கள் என்று அழைப்பது பொருந்துமா?

இவ்வாறு அடுக்கடுக்காக எழும் சிக்கல்களைக் களைவதற்காக இன்றைய இலக்கியத் திறனாய்வாளர்கள் 'இலக்கியவகை' என்ற சொல்லை அறிமுகம் செய்துள்ளனர். இதனை ஆங்கிலத்தில் 'Genre' என்று அழைப்பர். இலக்கிய வகைகள் என்ற சொல் உலகளாவிய நிலையில் இன்று பெரிதும் பொருத்தப்பாடு உடையதாகக் கருதப்படுகிறது. இலக்கியவகைகள் என்பவை அளவாலோ, பெயராலோ, எண்ணிக்கையாலோ, சுவையாலோ இலக்கியங்களை வேறுபடுத்தாமல் உலகளாவிய நோக்கில் நுவல் பொருளையும் வெளியீட்டுத் தன்மையையும் நோக்கி அடையாளம் காணப்படுகின்றன. இந்த அடிப்படையிலேயே உலக இலக்கியங்கள் அனைத்தும் ஆராய்ச்சி செய்யப்படுகின்றன. எனவே இலக்கியவகைகள் என்பவை, தமிழ்

இலக்கியத்தை அவற்றோடு ஒத்த பிற உலக இலக்கியங்களோடு இணையான நோக்கில் ஒப்பிட்டுக் காணப் பெருந்துணை செய்கின்றன எனலாம். இதனால் தமிழ் இலக்கிய வகைகளை உலகத்தரத்திற்கு அழைத்துச் செல்லும் பெரிய வாய்ப்பு நமக்குக் கிடைக்கிறது. எனவே சிற்றிலக்கியங்கள் எனச் சொல்லப்படுவனவற்றை இனி 'இலக்கிய வகைகள்' என்றே நாம் அழைப்போம்.

இலக்கிய வகைகள் 96 என்பது ஒரு மரபாகக் கருதப்பட்டு வருகிறது. ஆனால் 96க்கும் மேற்பட்ட 300 வகைகள் என்று (பெயரளவிலேனும்) எண்ணப்படுகின்ற அளவுக்கு இலக்கிய வகைகள் பெருகியுள்ளன. இதற்குப் புலவர் தம் படைப்பாற்றலும், கற்பனைத் திறனும், காலந்தோறும் மாறிவருகின்ற சமய, சமூக, அரசியல் சூழல்களும் காரணமாகின்றன. இலக்கியம் என்று தோன்றியதோ அன்று முதல் இலக்கியங்களை வகைப்படுத்தும் உணர்வு தோன்றிவிட்டது. தொல்காப்பியர் தம் இலக்கணத்துள் பல்வேறு இடங்களில் இலக்கியங்களை வகைப்படுத்துவதற்கான சில அடிப்படைகளைச் சொல்லிச் சென்றுள்ளார். அவற்றுள் புறத்திணை இலக்கணத்தில் பாடாண்திணைப் பகுதியில் அவர் குறிப்பிடும் ஆற்றுப்படை, உலா, பிள்ளைத்தமிழ், பள்ளியெழுச்சி போன்ற வகைகளும், வாகைத்திணைப் பகுதியில் குறிப்பிடும் மறக்களவழி போன்ற வகைகளும் பொருளடிப்படை வகைகளாகும். மேலும் பாடலின் வடிவம், எண்ணிக்கை, எழுத்துக்கள், பாவகை, உத்தி ஆகியவற்றின் அடிப்படையிலும் இலக்கியத்தை வகைப்படுத்த இயலும் என்று தொல்காப்பியர் உணர்த்தியுள்ளார்.

தொல்காப்பியத்திற்குப் பின்னர் காலந்தோறும் எழுந்த இலக்கிய வகைகளுக்கான இலக்கணம் நீண்ட காலத்திற்குப் பின் கி. பி. 12ஆம் நூற்றாண்டளவில் எழுதப்பெற்றது. இலக்கிய வகைகளுக்கான (சிற்றிலக்கியம்) இலக்கணத்தைச் சொல்லும் முதல் நூல் என்ற பெருமையைப் பன்னிருபாட்டியல் பெற்றது (12ஆம் நூற்றாண்டு). இதனைத் தொடர்ந்து நூற்றாண்டுகள் தோறும் பல பாட்டியல் நூல்கள் தோன்றின.

அட்டவணை - 12
பாட்டியல் நூல்கள்

வரி எண்	நூல்	ஆசிரியர்	காலம்
1.	பன்னிரு பாட்டியல்	...	12ஆம் நூற்.
2.	வெண்பாப் பாட்டியல்	குணவீர பண்டிதர்	12ஆம் நூற்.
3.	நவநீதப் பாட்டியல்	நவநீத நடர்	14ஆம் நூற்.
4.	பிரபந்த மரபியல்	...	16ஆம் நூற்.

5.	சிதம்பரப் பாட்டியல்	பரஞ்சோதி முனிவர்	16ஆம் நூற்.
6.	தொன்னூல் விளக்கம்	வீரமாமுனிவர்	18ஆம் நூற்.
7.	முத்துவீரியம்	முத்துவீரிய உபாத்தியாயர்	19ஆம் நூற்.
8.	பிரபந்த தீபிகை		19ஆம் நூற்.
9.	சுவாமிநாதம்	சுவாமிநாத தேசிகர்	19ஆம் நூற்.

இலக்கியவகைகள் பலவற்றிற்கு இப்பாட்டியல் நூல்கள் இலக்கணம் சொன்னாலும், எல்லாப் பாட்டியல் நூல்களிலும் இடம்பெறும் இலக்கிய வகைகள் சிலவே உள்ளன. மேலும் இவற்றுள் காணப்படும் பல இலக்கிய வகைகளுக்கு எடுத்துக்காட்டு இலக்கியங்கள் இல்லை. பெயரளவிலேயே அவை தெரிய வருகின்றன. வேறு சில இலக்கிய வகைகள் போற்றுவார் இல்லாமல் வழக்கொழிந்து விட்டன. இந்நிலையில் பலராலும் தொடர்ந்து பாடப்பட்டும் பாராட்டப்பட்டும் தொடர் வாழ்வு பெற்ற இன்றியமையாத இலக்கிய வகைகளை இங்குக் காணலாம்.

ஆற்றுப்படை

இது சங்க காலத்திலேயே முதிர்ந்த வளர்ச்சியைப் பெற்ற இலக்கிய வகை ஆகும். ஆற்றுப்படைக்கான தெளிவான இலக்கணம் தொல்காப்பியத்திலேயே வகுக்கப்பட்டுள்ளது.

'கூத்தரும் பாணரும் பொருநரும் விறலியும்
ஆற்றிடைக் காட்சி உறழத் தோன்றிப்
பெற்ற பெருவளம் பெறாஅர்க்கு அறிவுறீஇச்
சென்று பயனெதிரச் சொன்ன பக்கமும்'

-*தொல்.1037*

கூத்தர், பாணர், பொருநர், விறலியர் என்போர் ஆடலும் பாடலும் வல்ல கலைக்குழுவினர். இவர்கள் ஓரிடத்தில் நிலையாகத் தங்கித் தம் வாழ்க்கையை நடத்துபவர்கள் அல்லர். வள்ளல்கள் இருக்குமிடங்களை நாடிச்சென்று அவர்களிடம் தம் ஆடல் பாடல் திறமையைக் காட்டிப் பரிசில் பெற்று வருபவர்கள். இவ்வாறு வள்ளல் ஒருவனிடம் பரிசில் பெற்றுத் திரும்பும் வழியில் எதிர்ப்படும் தங்களையொத்த கலைக்குழுவினரிடம் தாம் பரிசில் பெற்ற செய்தியைச் சொல்லி, வள்ளலைக் காணச் செல்வதற்குரிய வழியைச் சொல்லி அவர்கள் ஆற்றுப்படுத்துவர். 'ஆறு' என்பது 'வழி' என்று பொருள்படும். வளமான பரிசில் பெற வழிகாட்டுவதால் இது ஆற்றுப்படை என்று அழைக்கப்பட்டது. இது ஒரு இலக்கிய உத்தி. இந்த இலக்கிய உத்தியைக் கருவாகக் கொண்டு பரிசில் நல்கும் மன்னன் / வள்ளல் புகழ்,

வீரம், கொடைத்திறம், அவன் நாட்டு வளம் ஆகியவற்றைப் பாராட்டிப் பாடுவதற்கு இந்த இலக்கியவகை கை கொடுக்கிறது. இவ்வாறு பாடப்பட்டவையே பத்துப்பாட்டில் இடம்பெற்றுள்ள சிறுபாணாற்றுப்படை, பெரும்பாணாற்றுப்படை, பொருநராற்றுப்படை, கூத்தராற்றுப்படை (மலைபடுகடாம்), புலவராற்றுப்படை (திருமுருகாற்றுப்படை) ஆகிய பாடல்களாகும். புறநானூற்றிலும் சில ஆற்றுப்படைப் பாடல்கள் காணப்படுகின்றன.

பண்டைய ஆற்றுப்படை நூல்கள் தமிழரின் சமுதாய இலக்கியமாகக் கருதத்தக்கவை. பண்டைத் தமிழர்களின் வாழ்க்கை முறையையும், பண்டைத் தமிழகத்தின் நிலவியல்பையும், அறிந்து கொள்வதற்கு இவை பெருந்துணை புரிகின்றன. இன்றும் தொடர்ந்து பாடப்படுகின்ற சிறப்பினை ஆற்றுப்படை இலக்கியம் பெற்றுள்ளது. செந்தமிழ் ஆற்றுப்படை, பூம்புகார் ஆற்றுப்படை, மாணாக்கர் ஆற்றுப்படை, அச்சக ஆற்றுப்படை, நெஞ்சாற்றுப்படை, தமிழ்மகள் ஆற்றுப்படை என்று ஆற்றுப்படையின் வாழ்வு தொடர்கிறது. முப்பதுக்கும் மேற்பட்ட ஆற்றுப்படை நூல்கள் அச்சில் வெளிவந்துள்ளன என்பர்.

எ-டு:

'பழியறு சிறப்பின் குழித்தலை ஆகும்
மேற்கில் கருவூர் கிழக்கில் திருச்சி
ஏற்புடை இவ்விரு நகரிடை நிலந்தனில்
குழிந்து கிடக்கு மிடமாய் இருத்தலின்
குழித்தலை யாமென்று 'சேது' செப்புவர்'

- கடவூர் மணிமாறனின் 'மாணாக்கராற்றுப்படை'

பிள்ளைத்தமிழ்

இன்றும் பரவலாக எழுதப்பட்டும் படிக்கப்பட்டும் வருகின்ற செல்வாக்குப் பெற்ற இலக்கிய வகையாகப் பிள்ளைத்தமிழ் திகழ்கிறது. பிள்ளைத்தமிழ் நூல்கள் போலப் பாடுபொருளின் அடிப்படையிலான வேறு எந்த வகைக்கும் பெருவாரியான அளவில் இலக்கியங்கள் தோன்றவில்லை எனலாம்.

அரசனையோ, வள்ளலையோ, தான் மதிக்கும் தலைவரையோ குழந்தையாக உருவகம் செய்து பாடலாம் என்று தொல்காப்பியர் பின்வருமாறு இலக்கணம் செய்துள்ளார்:

'குழவி மருங்கினும் கிழவதாகும்' - தொல். 1030

சங்ககாலத்தில் பிள்ளைத்தமிழ் நூல்கள் இருந்ததாகத் தெரியவில்லை. ஆனால் பிற்காலப் பாட்டியல் நூல்கள் கூறும் பிள்ளைத்தமிழ்ப் பருவங்களில் அமைந்த பாடல்கள் ஆங்காங்கே காணப்படுகின்றன.

இவற்றுள் சிறுபறை, சிறுதேர், தளர்நடை ஆகிய பருவங்கள் பாடப்பட்டுள்ளன. புறநானூற்றில் இடம்பெற்றுள்ள பாண்டியன் அறிவுடைநம்பியின் 'குறுகுறு நடந்து' என்று தொடங்கும் பாடல் பிள்ளைச் செல்வத்தை அழகொழுகும் எழிலோவியமாகக் காட்டும் பாடலாகும்.

பிள்ளைத்தமிழ் இலக்கியத்திற்கு அடியுரம் இட்ட பெருமை ஆழ்வார்களையே சாரும். குறிப்பாகவும் சிறப்பாகவும் பெரியாழ்வார், கண்ணனைக் குழந்தையாகப் பாவித்து, பல்வேறு பிள்ளைப் பருவத்துச் செய்திகளைப் பாடுகிறார். குலசேகர ஆழ்வார் பாடல்களில் திருமாலின் பிள்ளைப் பருவத்துத் திருவிளையாடல்களைக் காண்கிறோம்:

'மன்னுபுகழ் கோசலையின் மணிவயிறு வாய்த்தவனே
தென்னிலங்கைக் கோன்முடிகள் சிந்துவித்தாய் செம்பொன்சேர்
கன்னிநன்மா மதில்புடைசூழ் கணபுரத்தென் கருமணியே
என்னுடைய இன்னமுதே இராகவனே தாலேலோ'

என்று குலசேகர ஆழ்வார் தாலாட்டுப் பாடல்கள் பல பாடியுள்ளார். இவ்வாறு ஆழ்வார்களால் வளர்க்கப்பெற்ற பிள்ளைத்தமிழ்க் கூறுகள் கி. பி. 12ஆம் நூற்றாண்டளவில் ஒட்டக்கூத்தரால் முழு இலக்கியமாகச் செய்யப்பட்டது. கி. பி. 1133 - 1150 காலப்பகுதியில் அரசாண்ட குலோத்துங்கச் சோழன் மீது இவர் பாடிய பிள்ளைத்தமிழ் இலக்கியமே இவ்வகையின் முதல் நூலாகக் கருதத்தக்கதாகும்.

பிள்ளைத்தமிழின் இலக்கணத்தை எல்லாப் பாட்டியல் நூல்களும் விரிவாகக் கூறுகின்றன. ஆண்குழந்தையாக உருவகித்துப் பாடுவது ஆண்பாற் பிள்ளைத்தமிழ் என்றும், பெண்குழந்தையாக உருவகித்துப் பாடுவது பெண்பாற் பிள்ளைத்தமிழ் என்றும் அழைக்கப்படுகின்றன. பிள்ளைத்தமிழ் 10 பருவங்கள் அமையப் பாடவேண்டும் என்பது விதி. காப்பு, செங்கீரை, தால், சப்பாணி, முத்தம், வருகை, அம்புலி, சிற்றில், சிறுபறை, சிறுதேர் ஆகியன ஆண்பாற் பிள்ளைத்தமிழில் இடம்பெறும் பருவங்களாகும். பெண்பாற் பிள்ளைத்தமிழில் இறுதி மூன்று பருவங்களுக்குப் பதிலாகச் சிற்றில் இழைத்தல், சிறுசோறாக்கல், ஊசல் ஆகிய மூன்று பருவங்கள் இடம்பெறும். பருவத்திற்குப் பத்துப் பாடல்களாக மொத்தம் 100 பாடல்கள் அமையப் பிள்ளைத்தமிழ் பாடப்பெறும்.

இன்று கிடைக்கின்ற பிள்ளைத்தமிழ் நூல்களுள் மிகவும் புகழ்பெற்றது குமரகுருபரர் பாடிய மீனாட்சியம்மை பிள்ளைத்தமிழ் (17ஆம் நூற்றாண்டு) ஆகும். இந்நூலை குமரகுருபரர் மீனாட்சியம்மையின் சன்னதியில் திருமலைநாயக்க மன்னன் முன்னிலையில் அரங்கேற்றினார் என்பர். அப்போது இவர் பாடிய 'தொடுக்கும் கடவுட் பழம்பாடல்'

என்று பாடலுக்கு உருகி மீனாட்சியம்மையே குழந்தை வடிவில் வந்து குமரகுருபரருக்கு முத்துமாலை அணிவித்து மறைந்தாள் என்று கூறுவர். இவர் 'முத்துக்குமாரசாமி பிள்ளைத்தமிழ்' பாடியுள்ளார். பகழிக் கூத்தர் பாடிய 'திருச்செந்தூர் பிள்ளைத்தமிழும்' புகழ்பெற்றதாகும். (18ஆம் நூற்றாண்டு). மகாவித்துவான் மீனாட்சிசுந்தரம்பிள்ளை சேக்கிழார் மீது பிள்ளைத்தமிழ் பாடியுள்ளார்.

ஏறத்தாழ 120 பிள்ளைத்தமிழ் நூல்கள் கிடைப்பதாகச் சொல்வர். இன்றும் பெருவாரியாக எழுதப்படும் இலக்கிய வகையாகப் பிள்ளைத்தமிழ் திகழ்கிறது. தன் மனம் கவர்ந்த வள்ளலை, தலைவரை ஏற்றிப் போற்றுவதற்குச் சிறந்ததொரு இலக்கிய உத்தியாக இது திகழ்வதே இவ்வகையின் செல்வாக்கிற்குக் காரணம் எனலாம். பாட்டியல் நூல்கள் சொல்லும் இலக்கணத்தைப் பிள்ளைத்தமிழ் நூல்கள் அப்படியே பின்பற்றுகின்றன என்று சொல்லவியலாது. பிள்ளைத்தமிழ் நூலாசிரியர்கள் தம் கற்பனைத் திறத்திற்கும் புலமை நயத்திற்கும் ஏற்பப் பல்வேறு புதிய முயற்சிகளைச் செய்து பார்த்துள்ளனர். பெரியார் பிள்ளைத்தமிழ், கலைஞர் பிள்ளைத்தமிழ், எம். ஜி. ஆர். பிள்ளைத்தமிழ், ஏசுநாதர் பிள்ளைத்தமிழ், நபிகள்நாயகம் பிள்ளைத்தமிழ் ஆகியவை புதுமை நோக்கோடு இயற்றப்பட்ட பிள்ளைத்தமிழ் நூல்களாகும்.

எ-டு:

'பெரியாரின் திருமணமோ பேதமையை விதைக்க
பெரிதான விரிவதுவோ பேரிடியாய்த் தைக்க
எறியீட்டி உள்ளமுடன் இளைஞரினம் வதைய
எதுவழியோ என்றநிலை எரிச்சலினை வாட்டத்
தெரிவதுவோ புரிவதுவோ தெளிவதனை உயர்த்தத்
தேவையதும் உறுதியதே என்றுணர்ந்து நிமிர்ந்தே
அரிதான திமுக-வையே ஆரம்பித்த தலைவ'

(சிந்துப் பாவலர் 'சமாச' எழுதிய அறிஞர் அண்ணா பிள்ளைத்தமிழ்)

பரணி

இது போர்க்களத்தைப் பாடும் இலக்கியம். அதிலும் குறிப்பாக யானைப் போரைச் சிறப்பித்துப் பாடுகின்றது. பரணிக்கு வகுக்கப்பட்ட பிற்காலப் பாட்டியல் இலக்கணம்,

'ஆனை ஆயிரம் அமரிடை வென்ற
மான வனுக்கு வகுப்பது பரணி'

- இலக்கணவிளக்கப் பாட்டியல்

என்று யானைப் போரை முன்வைத்தே பேசுகின்றது.

பரணி இலக்கியத்திற்கான வித்து, தொல்காப்பியத்தில் காணப்படுகிறது. (தொல். 1022). அங்குப் புறத்திணையியல் பகுதியில் வாகைத்திணையின் துறைகளை விளக்கும் தொல்காப்பியர் 'மறக்களவழி' என்ற துறையைக் குறிப்பிடுகிறார். இதற்கு உரையெழுதிய இளம்பூரணரும் நச்சினார்க்கினியரும் போர்க்களத்தை ஏர்க்களமாக உருவகித்துப் பாடுவது என்று பொருள் சொல்லியுள்ளனர். விளைநிலத்தில் நீர் பாய்ச்சி, ஏர் ஓட்டி, நெல் விதைத்து, அறுவடை செய்து, நெற்கதிர்களை எருதுகள் கொண்டு சூட்டடித்து, விளைச்சலைத் தந்த தெய்வத்திற்குப் பலியிட்டு வணங்குவர். அதுபோலவே போர்க்களத்தில் மாண்டு விழுந்த வீரர்கள் இரத்தம் ஆறாக ஓட, தேர்க்கால்களால் அவற்றை உழுது, வீரர்களின் தலைகளும், உறுப்புகளும் விதையாகி வெற்றியை அறுவடை செய்கின்றனர். போர்க்களத்தில் மாண்டு வீழ்ந்த வீரர்களின் தலைகளும், உறுப்புகளும், குடலும் பேய்களுக்கு உணவாக, அவற்றைக் கொண்டு கூழ் சமைத்துக் காளிக்குப் பலியிட்டு பேய்கள் வணங்கி மகிழ்கின்றன. இத்தகுப் பொருண்மையில் பாடப்படுவதே பரணி இலக்கியமாகும்.

மறக்களவழித் துறையிலமைந்த சில பாடல்கள் புறநானூற்றில் காணப்படுகின்றன. இவற்றோடு காலந்தோறும் பாடப்பட்ட போர்க்களக் காட்சிகளும், பேய்களின் வருணனையும், பிற்காலத்தில் பரணி என்ற இலக்கியவகை உருவாவதற்கு அடிப்படைகளை அமைத்துத் தந்தன. பின்னர் மன்னர்களின் பரம்பரையைக் கூறும் இராசபாரம்பரியம் என்ற பகுதியும், பிறப்புச் சிறப்பு கூறும் அவதாரம் என்ற பகுதியும், அகச்சுவை நிரம்பிய கடைதிறப்பு என்ற பகுதியும் அமைய, பரணி ஒரு புதுவகை இலக்கியமாக உருவெடுத்தது.

பரணி இலக்கியங்களுள் தலையாயதாகத் திகழ்வது கலிங்கத்துப் பரணியாகும். குலோத்துங்கச் சோழனின் கலிங்க வெற்றியைச் சிறப்பித்து செயங்கொண்டார் இந்நூலைச் செய்தார் (கி.பி. 1110).

காப்பியம் எனத்தகும் அளவிற்கு இந்நூலில் சொற்சுவை, பொருட்சுவை, அணிநலன்கள், மெய்ப்பாடுகள், வருணனையாற்றல்கள் அனைத்தும் நயமுற அமைந்துள்ளன. போர் நடைபெறுவதை நூலாசிரியர் வல்லெழுத்துக்களால் வருணிக்கிறார்:

'எடும்எடும் எடும்என எடுத்ததோர்
இகல்ஒலி கடல்ஒலி இகக்கவே
விடுவிடுபரி கரிக்குழாம்
விடும்விடும் எனும்ஒலி மிகைக்கவே'

போரின் கொடுமையைக் காட்டவரும் செயங்கொண்டார்,

'குருதியின் நதிவெள்ளம் பரக்கவே
குடையினம் நுரையென மிதக்கவே
கரிதுணி பருமுடல் அடுக்கவே
கரையென இருபுடை கிடக்கவே'

என்று பாடுகிறார்.

புறப்பொருளைப் பற்றிய இந்நூலில் 'கடைதிறப்பு' என்று பகுதியில் அகச்சுவையையும் 'உப்பமைமந்தற்றால்' என்பது போல அளவோடு கலந்து தந்துள்ளார் செயங்கொண்டார்.

'பேணும் கொழுநர் பிழைகளெல்லாம்
பிரிந்த பொழுது நினைத்தவரைக்
காணும் பொழுது மறந்திருப்பீர்
கனகப்பொற் கபாடந் திறமினோ'

போரைப் பாடுகின்ற பரணி இலக்கியம் சமயத்தைப் பாடவும், ஞானத்தைப் பாடவும், தலைவர்களைப் பாடவும் காலப்போக்கில் கைகொடுத்தது. ஒட்டக்கூத்தர் (1118 - 1163) பாடிய தக்கயாகப்பரணி சைவசமயத்தின் மேன்மையை எடுத்துரைக்கிறது. தக்கன் செய்த யாகத்தைச் சிவபெருமான் அழித்து அவனை வென்ற பெருமையை இது எடுத்துரைக்கிறது. இரணியவதைப்பரணி (கி. பி. 1552) வைணவப் பரணி என்று அழைக்கப்படுகிறது. தத்துவக் கருத்துக்கள் மேலோங்கிய காலத்தில் அஞ்ஞானத்தை வெல்வதாக அஞ்ஞவதைப் பரணி (16ஆம் நூற்றாண்டு) பாடப்பட்டது. மோகத்தையும் பாசத்தையும் வென்றழித்ததாக மோகவதைப்பரணியும், பாசவதைப் பரணியும் கூறுகின்றன.

போர்ச்சூழல் நிலவுகின்ற தற்காலத்திலும் பரணி இலக்கிய வகை வாழும் இலக்கியமாக வளம் பெற்று வருகிறது. இந்திய - சீனப் போர் மூண்டபோது 'சீனப்பரணி' பாடப்பட்டது. இந்தியா - பாகிஸ்தான் போரின்போது 'வங்கத்துப் பரணி' பாடப்பட்டுள்ளது. இவ்வாறு பரணி இலக்கியம், அரசியல், சமய, சமூக சூழல்கள் மாறினாலும் அவற்றுக்கு ஈடுகொடுத்துக் காலத்திற்கேற்றவாறு சிற்சில மாறுதல்களை ஏற்றுத் தொடர்ந்து வாழ்ந்துவரும் இலக்கிய வகையாகத் திகழ்கிறது.

உலா

தன் மனங்கவர்ந்த இறைவன், மன்னன், தலைவன், வள்ளல் வீதியுலா வரும்பொழுது அவன் புகழ் உரைப்பதாகப் பாடப்படுவது உலா இலக்கிய வகையாகும். தலைவன் வீதியுலா புறப்படுவதற்கு முன்னர் அவனது பள்ளியெழுச்சி, அவன் நீராடற் சிறப்பு,

அணிபூணுதல், பரிவாரங்கள் புடைசூழ உலாவருதல், அவனை ஏழு பருவ மகளிரும் வியந்து பார்த்தல், அவனைக் கண்ட அவர்கள் நிலை, அதன்வழி அவன் புகழ் பாடுதல், உலா முடிந்து அரண்மனை அடைதல் ஆகிய செய்திகள் உலாவில் சொல்லப்படுகின்றன.

உலாவிற்கான இலக்கணக்கரு தொல்காப்பியத்தில் காணப்படுகிறது.

'ஊரொடு தோற்றமும் உரித்தென மொழிப' - *தொல்.1031*

இறைவனோ, அரசனோ உலா வருதலும் அதனை வருணித்தலும் சங்க இலக்கியத்திலும் பக்தி இலக்கியங்களிலும் காப்பியங்களிலும் ஒரு கூறாக இடம்பெற்று வந்துள்ளது. இவ்வகையில், திருநாவுக்கரசர் தேவாரத்தில் இடம்பெற்றுள்ள சிவபெருமான் உலா, பெருங்கதையில் வரும் உதயணன் உலா, சிந்தாமணியில் சீவகன் உலா, இராமாயணத்தில் இராமன் உலா, முத்தொள்ளாயிரத்தில் மூவேந்தர் உலா ஆகியவை இவ்வாறு அமைந்தவையாகும். இதனைத் தனி இலக்கிய வகையாக்கும் தகுதியைத் தந்தவர் சேரமான் பெருமாள் நாயனார் ஆவார். இதனால் அவர் இயற்றிய 'திருக்கயிலாய ஞானவுலா' எனும் முதல் உலா இலக்கியம் 'ஆதியுலா' எனும் சிறப்பைப் பெற்றது.

உலா இலக்கிய வகையைப் பிரபல இலக்கிய வகையாக ஆக்கியவர் ஒட்டக்கூத்தர் ஆவார். அவர் விக்கிரமசோழன் (கி. பி. 1118), அவன் மகன் 2ஆம் குலோத்துங்கன் (கி. பி. 133), அவன் மகன் இராசராசன் (கி. பி. 1146) ஆகியோர் மீது உலாக்கள் பாடினார். இம்மூன்று உலாக்களும் ஒரு சேர 'மூவருலா' என்று அழைக்கப்படுகின்றன. உலா நூல்களில் எழுபருவ மகளிரின் வருணனையும், உலாவரும் தலைவன் மீது அவர்கள் கொள்ளும் காதலும் முக்கிய இடம் பெறுகின்றன. எழுபருவ மகளிரை அவர்தம் வயதிற்கேற்ப பேதை (5-7), பெதும்பை (8-11), மங்கை (12-13), மடந்தை (14-19), அரிவை (20-25), தெரிவை (26-31), பேரிளம் பெண் (32-40) என்று பகுத்து அவர்தம் வயதிற்கேற்ற மன உணர்வுகளுடன் உலாவரும் தலைவனைக் கண்டனர் என்று பாடுவது மரபு. ஆனால் இறைவன் தலைவனாக அமையும் உலாக்களில் இந்த உணர்வுகளில் சிற்சில மாறுபாடுகள் காட்டப்பெற்றன. இவ்வாறு மாறுபட்டு அமைவனவற்றுள் நம்பியாண்டார் நம்பியின் ஆளுடைப்பிள்ளையார் திருஉலாமாலை, திரிகூட இராசப்பக் கவிராயரின் திருக்குற்றாலநாதருலா, வேதநாயக சாஸ்திரியாரின் ஞான உலா, தத்துவராயரின் ஞானவிநோதன் உலா ஆகியவை குறிப்பிடத்தக்கன.

பெண்ணியம் போற்றப்படும் இந்நாளில் எழுபருவ மகளிர் உலாவரும் ஒரு தலைவன் மேல் காதல் கொண்டதாகப் பாடுதல் மரபன்று. எனவே எழுபருவ மகளிர் தலைவரைக் கண்டு வாழ்த்துவதாக மரபு மாற்றம் செய்து பாடியுள்ளனர். சான்றாக அ. கு. ஆதித்தர் பாடிய

'காமராசர் உலா'வில், மக்கள் குறைகளைக் காமராசர் தம்முடைய உலாவின் போது கேட்டு அவர்களுக்கு ஏற்றமுறையில் பதிலளித்து மக்கள் வாழ்த்தைப் பெற்றார் என்று மரபை மாற்றிப் பாடியுள்ளார்:

'உடுக்க இரண்டாடை உண்ணச்சிறு சோறு
படுக்க ஒருபாய்தான் போதும் - நடப்பால்
ஒழுக்க மடக்க முதாரமோடுக்கம்
விழுப்ப மனைத்தும் விளங்கும் - முழுமுதலார்
இத்தேய முய்ய உழைக்கும் பெருநோன்பார்
உத்தமனார் சென்றார் உலா'

இதில் இடம்பெற்றுள்ள பேதைப்பருவப் பெண்ணைப்பற்றிக் கூறும்போது,

'சினிமாக் கவிதைப் பொருள்தெரி யாராய்
இனிதாகப் பாடும் எழிலார் - நனிசிறந்த
செல்லுலாயிட் பிளாஸ்டிக் பொம்மை சிலவாங்கி
நல்ல விளையாட்டு நாடுவார்'

என்று காலச்சூழலுக்கேற்ப நூலாசிரியர் பாடுகிறார்.

பெண்டிரை இன்பப் பொருளாகக் கருதி இவ்விலக்கியம் பாடுவதால், இன்றைய சூழலில் உலா இலக்கியம் பாட எவரும் முன் வருவதில்லை என்பதே உண்மை. சற்றேறக்குறைய 70 உலா நூல்கள் உள்ளதாகச் சொல்வர்.

தூது

தூது என்பது அகப்பொருண்மையைக் கொண்ட ஓர் இலக்கிய வகை, தலைவி, தலைவனிடம் ஏதேனும் ஒரு பொருளைத் (உயிருள்ளது உயிரற்றது) தன்னுடைய காதலைச் சொல்லுமாறு தூது விடுத்துப் பாடுவதே தூது இலக்கியத்தின் பாடுபொருளாகும். அக இலக்கிய மரபுகளை வெளிப்படுத்துவதில் தனிப்பெருஞ் சிறப்புடன் விளங்கிய சங்க இலக்கியத்தில் தலைவி, தலைவனுக்கு இவ்வாறு தூது விடுத்துப் பாடும் பல பாடல்களைக் காணலாம். அவை உயிருள்ள பொருள்களாக இருந்தாலும், உயிரற்ற பொருள்களாக இருந்தாலும், பேசும் ஆற்றல் அற்றவையாக இருந்தாலும், அவை தன்னுடைய நிலையைக் கேட்பது போலவும், அவற்றைத் தலைவனுக்கு எடுத்துச் சொல்வது போலவும் தலைவி கூற்று நிகழ்த்துவாள் என்று தொல்காப்பியர் இலக்கணம் செய்துள்ளார்.

'வாரா மரபின வரக் கூறுதலும்
என்னா மரபின எனக் கூறுதலும்

அன்னவை எல்லாம் அவற்றவற் றியல்பான்
இன்ன என்னும் குறிப்புரை யாகும்' - தொல் 905

இதனையே பின்னர் வந்த நன்னூலும்,

'கேட்குந போலவும் கிளக்குந போலவும்
இயங்குந போலவும் இயற்றுந போலவும்
அஃறிணை மருங்கினும் அறையப் படுமே' - நன். 58

என்று வழிமொழிகிறது. இவ்வாறு தலைவி தன்னுடைய அகமன உணர்வுகளைத் தலைவனுக்கு எடுத்துச் சொல்வதற்கான (நேரடியாகச் சொல்ல இயலாது ஆகையால்) ஒரு இலக்கிய உத்தியாகப் பண்டைத் தமிழ் இலக்கணிகளும், இலக்கியம் வல்லோரும் தூது இலக்கியத்தை வளர்த்தனர்.

சங்க அக இலக்கியங்களில் தூதுப் பொருண்மையில் அமைந்த பல பாடல்கள் காணப்படுகின்றன.

'கானலும் கழறாது; கழியும் கூறாது
தேனிமிர் நறுமலர்ப் புன்னையும் மொழியாது
ஒருநின் அல்லது பிறிது யாதும் இலனே
இருங்கழி மலர்ந்த கண்போல் நெய்தல்
கமழ்இதழ் நாற்றம் அமிழ்தென நசைஇ
தண்தாது ஊதிய வண்டினம் களிசிறந்து
பறைஇ தளரும் துறைவனை நீயே
சொல்லல் வேண்டுமால் அலவ' - அக 170 : 1-8

என்று வண்டினை விளித்துத் தன் அகமன உணர்வினைச் சொல்லத் தொடங்கும் தலைவியின் நிலையைக் காண்கிறோம். இதுபோன்று நாரையைத் தூது விடுத்துப் பாடுவதாகவும் (நற். 45, 70), கிளியைத் தூது விடுத்துப் பாடுவதாகவும் (நற். 102), வண்டினைத் தூது விடுத்துப் பாடுவதாகவும் (நற். 277, குறுந். 392) தன் நெஞ்சையே தூது விடுத்துப் பாடுவதாகவும் (ஐங். 317) பாடல்கள் பல சங்க இலக்கியத்துள் காணப்படுகின்றன.

இவ்வாறு சங்கஅகஇலக்கியத்தில் செல்வாக்குப் பெற்றிருந்த தூது இலக்கிய உத்தியைப் பக்தி இயக்கக் காலத்து நாயன்மார்களும் ஆழ்வார்களும் பரவலாகப் பயன்படுத்தி அதனை மேலும் வளர்த்தனர். தங்களைத் தலைவியாகவும் இறைவனைத் தலைவனாகவும் உருவகம் செய்து, தாம் இறைவன் மீது கொண்ட பக்தியாகிய காதலை அவனிடம் சென்று சொல்ல வேண்டும் என்று அகஇலக்கிய மரபை பக்தி இலக்கியத்திற்கும் பொருந்துமாறு செய்தனர். இதனை நாயக - நாயகி

பாவம் என்று அழைத்தனர். அப்பர், சுந்தரர், சம்பந்தர் ஆகிய அனைவரது பாடல்களிலும் இத்தகுத் தூதுப் பொருண்மையமைந்த பகுதிகள் உள்ளன.

எ-டு: முதல் திருமுறை - 60ஆம் பதிகம்

4ஆம் திருமுறை - 12ஆம் பதிகம்

7ஆம் திருமுறை - 37ஆம் பதிகம்

மாணிக்கவாசகரின் திருவாசகத்தில் திருக்கோத்தும்பி, குயிற்பத்து ஆகிய பகுதிகள் முறையே தும்பியையும், குயிலையும் இறைவனிடம் தூது விடுத்துப் பாடுவனவாக அமைந்துள்ளது.

எ-டு:

'கண்ணப்பன் ஒப்பதோர் அன்பினைக் கண்டான்
என்னப்பன் என்னொப்பில் என்னையும் ஆட்கொண்டருளி
வண்ணப் பணித்தென்னை வாவென்ற வான்கருணைச்
சுண்ணப் பொன்நீற்றற்கே சென்றூதாய் கோத்தும்பி'

நாயன்மார்களைப் போன்றே ஆழ்வார்களும் திருமாலிடத்துத்தூது விடுத்துப் பாடுவதாக அமைந்த பகுதிகள் நாலாயிரத் திவ்வியப் பிரபந்தத்தில் உள்ளன. இவற்றுள் பெரியாழ்வார் (பெரிய திருமொழி பத்தாம்பத்து 1942- 1947) ஆண்டாள் (நாச்சியார் திருமொழி 173), திருமங்கையாழ்வார், நம்மாழ்வார் ஆகியோர் பாடல்கள் உள்ளம் உருகச் செய்யும் தன்மை வாய்ந்தவையாகும்.

'....
அங்குயிலே! உனக்கென்ன மறைந்துறைவு
ஆழியும் சங்குமொண் தண்டும்
தங்கியகை யவனைவரக் கடலில்நீ
சாலரத் தருமம் பெறுதி'

என்று ஆண்டாள் குயிலைத் தூது விடுத்துப் பாடுகிறார்.

'நீஅலையே சிறுபூவாய் நெடுமதாலார்க்கு என்தூதாய்
நோய்எனது நுவல்என்ன நுவலாதே இருந்தொழிந்தாய்
சாயலொடு மணிமாமை தளர்ந்தேன்நான் இனிஉனது
வாயலகில் இன்னடிசில் வைப்பாரை நாடாயே'

என்று நம்மாழ்வார் அலையைத் தூது விடுக்கிறார்.

காப்பியங்களிலும் தூதுப் பொருண்மை தொடர்வளர்ச்சியைப் பெற்றது. நளவெண்பா அன்னத்தின் தூதினை மையமாக வைத்துப் பின்னப்பட்ட காப்பியம் என்பதை நாமறிவோம்.

சங்க இலக்கியத்திலும், பக்தி இலக்கியங்களிலும், காப்பியங்களிலும் தூதுப் பொருண்மை மிகச் செல்வாக்குப் பெற்ற இலக்கிய உத்தியாகத் தொடர் வளர்ச்சியைப் பெற்றாலும் தனிநூலாக அது பாடப்படும் தகுதியை மிகப் பிற்காலத்தில்தான் பெற்றது. தம்முடைய ஆசிரியர் கொற்றவன்குடி உமாபதி சிவாச்சாரியார் மீது மறைஞான சம்பந்தர் (கி.பி. 1313) பாடிய 'நெஞ்சு விடுதூது' என்ற நூலே தூது இலக்கிய வகையின் முதல் நூல் எனக் கருதப்படுகிறது.

தூது இலக்கிய வகையின் பெருஞ்சிறப்பு, அது பல்வேறு பாடற் பொருண்மையை ஏற்கும் இலக்கியமாகத் திகழ்கிறது என்பதுதான். அகப்பொருளிலும், பக்திப் பொருளிலும், தத்துவப் பொருளிலும், அரசியற் பொருளிலும், மொழிக்காப்புணர்வுப் பொருளிலும், நட்புப் பேணும் பொருளிலும் பல்வகை நோக்கங்களையும் நிறைவு செய்யும் இலக்கியமாகத் தூது திகழ்கிறது. இவ்வாறு பலபட்டடைச் சொக்கநாதப் புலவரின் அழகர் கிள்ளைவிடு தூது, பிற புலவர்கள் இயற்றிய தமிழ்விடு தூது, புகையிலைவிடு தூது, காக்கைவிடு தூது, பணவிடு தூது, பொடிவிடு தூது, ஆனைவிடு தூது, செருப்புவிடு தூது ஆகிய தூது நூல்கள் தொடர்ந்து எழுதப்பட்ட வண்ணம் உள்ளன.

எ-டு:

'ஆகையினால் யானவற்றை அன்புமனத் தூதாகப்
போகவிடாது புறக்கணித்தேன் - ஏகமுறக்
கற்றவர்பால் செல்வார்க்குக் கல்விநலம் நூற்புலமை
முற்றறிந்த நற்பண்பு முன்வேண்டும் - சிற்றுயிர்கட்
கோங்குத் துணையாகும் ஒப்பரிய நற்றமிழே!
ஈங்கிவையே நின்பால் இயைந்தன காண்'

(இலாங்குடி புலவர் ப. அரங்சாமி இயற்றிய
திருக்குறள்வேள் வரதராசர் தமிழ் விடுதூது)

அன்னம், மயில், கிளி, மேகம், பூவை, தோழி, குயில், நெஞ்சு, தென்றல், வண்டு என்ற பத்தையும் தூது விட்டுப் பாடலாம் என்று பாட்டியல் இலக்கணங்கள் சொல்கின்றன. ஆனால் இலக்கிய வளர்ச்சியில் இலக்கணங்களை அப்படியே பின்பற்ற இயலுமா? எனவே காலச் சூழலுக்கேற்ப, பணம், தமிழ், மான், வசனம், காக்கை, கழுத்தை, யானை, நெல், சவ்வாது, புகையிலை, பொடி, செருப்பு, பழையது, துகில் ஆகியவற்றையும் தூது விடுத்துப் பாடுவதாக அவ்வப்பொழுது தூது இலக்கியங்கள் செய்யப்படுகின்றன.

தூது இலக்கியங்களுள் விறலி விடுதூது என்பது காமச்சுவை மிக்கது. இது பிற்கால ஜமீன்தார்கள் ஆட்சியில் ஆட்சியாளர்கள் நிறைவு செய்வதற்காக அவர்களைச் சார்ந்து வாழ்ந்த புலவர்கள்

பாடியது. இதன் வளர்ச்சியாக 'விலாசம்' (சமுத்திர விலாசம்) எனும் இலக்கிய வகை உருவானது.

கோவை

'கோவை' என்பது கோர்த்தல், தொகுத்தல் என்ற பொருளில் பெயர்பெற்ற அக இலக்கிய வகையாகும். இதில் தலைவனும் தலைவியும் சந்தித்தது முதல் (இயற்கைப் புணர்ச்சி), திருமணம் வரை நடைபெறுகின்ற களவு நிகழ்ச்சிகள் ஒன்றன்பின் ஒன்றாக வரிசையாக விவரிக்கப்படுகின்றன. சங்க அகப்பாடல்கள் களவு - கற்பு எனும் அக ஒழுகலாறுகளைப் பாடுகின்றன என்றாலும் அவை வரிசையாகவோ, ஒன்றாகத் தொகுக்கப்பட்டோ தனி நூலாகப் பாடப்படவில்லை. சங்க இலக்கியத்தில் அவை தன்னுணர்ச்சிப் பாடல்களாக ஒரு கூற்று அல்லது இருவர் கூற்றுப் பாடல்களாக அமைகின்றன. பக்தி இலக்கியக் காலத்தில் மாணிக்கவாசகர் இவற்றைத் தொகுத்து இறைவனைத் தலைவனாகவும் தன்னைத் தலைவியாகவும் எண்ணி அகப்பொருட்கோவை பாடினார். இதுவே 'திருக்கோவையார்' எனப்படுகிறது. 'திருச்சிற்றம்பலக்கோவை' என்றும் இதனை அழைப்பர். தொல்காப்பிய உரையாசிரியராகிய பேராசிரியர் இதற்கும் உரை கண்டுள்ளார். திருக்கோவையார் கி.பி. 9ஆம் நூற்றாண்டில் இயற்றப்பட்டதாகும். இதற்கு முன்னர் கி.பி. 7ஆம் நூற்றாண்டில் பாண்டியன் நின்றசீர் நெடுமாறன் மீது ஒரு கோவை நூல் பாடப்பட்டது. ஆனால் இது முழுவதுமாக நமக்குக் கிடைக்கவில்லை. இந்நூலின் சில பாடல்கள் மட்டுமே கிடைக்கின்றன. இது இறையனார் அகப்பொருளுக்கு மேற்கோள் இலக்கியமாகக் காட்டப்பட்டுள்ளது. ஆசிரியர் பெயரும் தெரியவில்லை. மாணிக்கவாசகருக்கு இந்நூலே திருக்கோவையார் பாடுவதற்கான அடிப்படையாக அமைந்திருக்கலாம்.

'ஆரணங் காணென்பர் அந்தணர்; யோகியர் ஆகமத்தின்
காரணங் காணென்பர்; காமுகர் காமநன் னூலதென்பர்
ஏரணங் காணென்பர் எண்ணர்; எழுத்தென்பர் இன்புலவர்
சீரணங் காய சிற்றம்பலக் கோவையைச் செப்பிடினே'

என்று இந்நூலின் பெருமையைப்பழம்பாடல் ஒன்று எடுத்துரைக்கிறது.

இதற்கடுத்து கி.பி. 13ஆம் நூற்றாண்டில் பொய்யாமொழிப் புலவர் 'தஞ்சைவாணன் கோவை'யை இயற்றினார். இது நம்பியகப்பொருள் எனும் அக இலக்கண நூலுக்கு எடுத்துக்காட்டு இலக்கியமாக அமைகிறது. இவ்வரிசையில் அம்பிகாபதி கோவையும் குறிப்பிடத் தக்கதாகும். கோவை இலக்கியத்தில் கிளவித் தலைவனாக ஒருவரும், பாட்டுடைத் தலைவனாக ஒருவரும் அமைகின்றனர்.

பொதுவாக 400 செய்யுட்களைக் கொண்டு கோவை இலக்கியம் பாடப்பெறுகிறது. எனினும் அதிகமான பாடல்கள் கோவை இலக்கியங்களில் காணப்படுகின்றன. இதனுடைய வளர்ச்சியாக ஒரு துறைக்கோவை, வருக்கக்கோவை என்ற இலக்கிய வகைகள் உருவாயின. பல துறைகளுக்குப் பல பாடல்கள் பாடும் நிலை மாற்றம் பெற்று, ஒரு துறையைப் பற்றியே 400 பாடல்கள் பாடும் வளர்நிலையை அமிர்தகவிராயர் பாடிய 'நாணிக்கண்புதைத்தல் எனும் ஒரு துறை கோவை'யில் (17ஆம் நூற்றாண்டு) காணலாம். வட்டார ஆட்சிமுறை (ஜமீன்) செல்வாக்குப் பெற்றிருந்த 18ஆம் நூற்றாண்டுக் காலத்தில் இவை போன்ற காமச்சுவை இலக்கியங்கள் பல தோன்றின.

குறவஞ்சி

தலைவி மனதில் இருக்கும் காதலைப் புலப்படுத்தும் வண்ணம் குறத்தி குறி சொல்வதை மையமாகக் கொண்டு அதைச் சுற்றிப் புனைந்த செய்திகளால் அமைவது குறவஞ்சி இலக்கியமாகும். சங்ககாலத்தில் குறி சொல்லும் மகளிர் 'அகவன் மகள்' என்று அழைக்கப்பட்டனர். மகளின் உடல் வேறுபாடு உணர்ந்த செவிலித்தாய் அதற்கான காரணத்தை அறிய மாட்டாளாய்க், குறிசொல்லும் அகவன் மகளை நாட, வேறுபாட்டிற்கான காரணத்தை உணர்ந்து, தலைவன், தலைவி இருவருக்குமான கூட்ட உண்மையை நயமாக எடுத்துரைப்பாள். இதைத்தான் தொல்காப்பியர்,

'கட்டினும் கழங்கினும் வெறியென இருவரும்
ஒட்டிய திறத்தாற் செய்திக் கண்ணும்' - தொல். கள. 25

என்று குறிப்பிடுகிறார். இவர்களது பணி இலக்கியத்தில்,

'அகவன் மகளே அகவன் மகளே
மணவுக்கோப் பன்ன நன்நெடுங் கூந்தல்
அகவன் மகளே பாடுக பாட்டே' - குறுந். 23

என்று குறுந்தொகையில் போற்றப்படுகிறது.

சங்க இலக்கியத்தில் தோற்றம் பெற்ற இவர்களது பங்கும் பணியும் மிகப் பிற்காலத்திலேயே நூல்வடிவம் பெற்றுள்ளது. இவ்வகையின் முதல் இலக்கியம் திரிகூடராசப்பக் கவிராயர் (கி.பி. 1715) பாடிய திருக்குற்றாலக் குறவஞ்சியாகும். ஆனால் குறவஞ்சி இலக்கிய வகைக்கான இலக்கணம் இதற்கு முன்னாலேயே பன்னிரு பாட்டியலில் (12ஆம் நூற்றாண்டு).

'இறப்பு நிகழ்வெதிர் வெண்ணுமுக் காலமும்
திறப்பட உரைப்பது குறத்திப் பாட்டே' - பன். பாட். 217

என்றும்,

'குறத்திப் பாட்டும் அதனோ ரற்றே' - பன். பாட். 218

என்றும் குறிப்பிடப்பட்டுள்ளது.

குறவஞ்சி என்பது நாட்டியமும், நாடகமும் இணைந்த ஒரு இலக்கிய வகையாகக் கருதப்படுகிறது. எனவே இது குறவஞ்சி நாடகம், குறவஞ்சி நாட்டியம், குறம் என்று பல பெயர்களில் அழைக்கப்படுகிறது. குறவஞ்சியில் தலைவன் பவனி வரல், மகளிர் காமுறுதல், தலைவி வரவு, உலாப் போந்த தலைவனைக் கண்டு தலைவி காதல் நோய் கொள்ளுதல், திங்கள், தென்றல் ஆகியவற்றோடு புலம்புதல், பாங்கியிடம் தன் நிலையைக் கூறி தூது செல்ல வேண்டுதல், குறத்தி வருதல், அவளது மலை நாட்டு வளம், தலைவனது நாட்டு வளம், பெருமை பேசுதல், தலைவி அவளைக் குறி கூறுமாறு வேண்டுதல், குறத்தி குறி சொல்லுதல், குறவன் வரவு, இருவரும் பாட்டுடைத் தலைவனாகிய இறைவனை வணங்கிப் பாடுதல் ஆகியவை குறவஞ்சியின் பாடுபொருள் கூறுகளாக அமைகின்றன.

இறைவனைப் பாடுகின்ற சமயக் குறவஞ்சிகளோடு, ஞானக் குறவஞ்சி, தத்துவக் குறவஞ்சி, மெய்ஞானக் குறவஞ்சி ஆகியவையும் பாடப்பட்டுள்ளன. காலத்திற்கேற்றவாறு பாடுபொருளில் சில மாற்றங்கள் செய்து பாடப்படும் குறவஞ்சி இலக்கியங்களும் தற்போது தோன்றியுள்ளன. இவற்றுள் கவிஞர் தஞ்சைவாணன் எழுதிய 'கூட்டுறவுக் குறவஞ்சி' குறிப்பிடத்தக்கதாகும்.

பள்ளு

குறவஞ்சியும் பள்ளுவும் எளிய மக்கள் இலக்கியங்கள். உழைக்கும் மக்களின் இரங்கத்தக்க நிலைமை இவ்விரு இலக்கிய வகைகளிலும் எடுத்துக் காட்டப்படுகிறது. குறவர்களின் வாழ்க்கை நிலையையும், தொழிற் சிக்கல்களையும் குறவஞ்சி காட்ட, உழவுத் தொழில் பார்க்கும் பள்ளர்களின் வாழ்க்கை நிலையையும் தொழிற் சிக்கல்களையும் பள்ளு இலக்கியங்கள் காட்டுகின்றன. தொல்காப்பியர் குறிப்பிடும் அம்மை, அழகு, தொன்மை, தோல், விருந்து, இயைபு, இழைபு, புலன் ஆகிய எண்வகை இலக்கியங்களுள், புலன் என்பது இத்தகு எளிய மக்களின் இலக்கியங்களைக் குறிப்பிடுகிறது. இதனைத் தொல்காப்பியர்,

'சேரி மொழியாற் செவ்விதிற் கிளந்து
தேர்தல் வேண்டாது குறித்தது தோன்றிற்
புலனென மொழிப புலனுணர்ந் தோரே' - தொல். செய். 233

என்று விரித்துரைத்துள்ளார். ஆனால் இதற்கான இலக்கியங்கள் இருந்ததற்கான சான்றுகள் இல்லை. உழத்திப்பாட்டு என்று பன்னிரு

பாட்டியல் குறிப்பிடுவது-பிற்காலப் பள்ளு இலக்கியம் தோன்றுவதற்கான இலக்கணக் கருத்துக்களைத் தந்தது என்பர். இதனை அடியொற்றி கி.பி. 16ஆம் நூற்றாண்டில் திருவாரூர்பள்ளு இயற்றப்பட்டது. 17ஆம் நூற்றாண்டில் இயற்றப்பட்ட முக்கூடற்பள்ளுவே பள்ளு நூல்களில் புகழ்பெற்றுள்ளது. இந்நூலே பரவலாகப் பயின்று வரும் நூலாகவும், பள்ளு இலக்கியத்திற்குச் சிறந்ததொரு எடுத்துக்காட்டு இலக்கியமாகவும் இருந்து வருகிறது.

'நெல்லுவகையை எண்ணினாலும் பள்ளு வகையை எண்ண இயலாது' என்று ஒரு பழமொழி நிலவுகிறது. அந்த அளவுக்குப் பள்ளு நூல்கள் பல உள்ளன. பள்ளு இலக்கியம் உழவுத் தொழில் பார்க்கும் பண்ணைத் தொழிலாளர்களின் வாழ்க்கை நிலையை எடுத்துக் காட்டுகிறது. பெரும்பாலும் பண்ணைக்காரர்களிடம் அடிமைகளாக வேலை பார்க்கின்ற இவர்களின் அவல வாழ்வு இதில் சுட்டப்படுகிறது.

பள்ளன் என்பவன் இத்தகு இலக்கியத்தின் கதைத் தலைவன். அவனுக்கு மூத்த பள்ளி, இளைய பள்ளி என்று இரு மனைவியர், இவர்கள் மூவரும் முதலில் அறிமுகப்படுத்தப்படுவர். பின்னர் மழைவரவுகளும், ஆற்றின் வெள்ளப்பெருக்கைப்பாடுதல், பண்ணைத் தலைவன் தோற்றம், அவனிடம் பள்ளனைப் பற்றி பள்ளியர் இருவரும் முறையிடுதல், பள்ளன் தோற்றம், அவனிடம் உழவுத் தொழில் பற்றி வினவுதல், நிறைவு பெறாத பண்ணைத் தலைவன் அவனைத் தொழுவில் மாட்டித் துன்புறுத்தல், பள்ளனை மீட்க வேண்டிப் பண்ணயாரைப் பள்ளிகள் வேண்டுதல், பள்ளன் தன் ஆற்றலை வெளிப்படுத்தல், விதை வகைகள், நெல் வகைகள், மீன் வகைகள், காளை வகைகள் கூறுதல், பள்ளன் விடுதலை பெறுதல், உழவுத் தொழிலை மேற்கொள்ளுதல், நாற்று நடல், விளைந்த பின் அறுத்தல், நெல் அடித்தல் என்றவாறு பள்ளு இலக்கியம் பாடப்படுகிறது. முழுக்க முழுக்கப் பள்ளர்களைப் பற்றிய ஒரு சமுதாயம் இலக்கியமாகப் பள்ளு மலர்ந்துள்ளது எனலாம்.

உழவுத்தொழில் பெருமை

'பள்ளர்கள் எல்லோரும் ஏர்பூட்டி
வளமாகத் தரிசடித்த பின்பு
மெள்ள விரட்டித்து முச்சலித்து
விட்டுத்தடவி நாலுழவு உழுது
பள்ளியர் எல்லோரும் நாற்றெடுத்துப்
பாங்காய் முடித்துக் குப்பஞ் சேர்த்துத்
துள்ளு மயில்பரியானை வாழ்த்தித்
தோத்திரஞ் செய்து பணிந்தாரே'

- வையாபுரிப்பள்ளு: 175

குறிப்பிட்ட ஒரு சமூகத்தைப் பற்றிய சமுதாய இலக்கியமாக மலர்ந்துள்ள பள்ளு இலக்கிய வகையை எந்தப் பாட்டியல் நூலும் குறிப்பிடதாகத் தெரியவில்லை. சுவாமிநாதம் மட்டும் பள்ளு நாடகம், ஏசல் என்ற குறிப்புக்களைச் சொல்கிறது. நவநீதப் பாட்டியல் மிகைச் செய்யுட்களில் உழத்திப்பாட்டு, பள்ளு இரண்டையும் ஒன்றெனக் கருதி இலக்கணம் செய்துள்ளது.

வடிவ அடிப்படையிலான இலக்கிய வகைகள்

பொருள் அடிப்படையிலான இலக்கிய வகைகளைக் காட்டிலும் வடிவ அடிப்படையிலான இலக்கிய வகைகளே தமிழில் மிகுதியாக உள்ளன. இவற்றுள் மாலை, அந்தாதி எனும் இலக்கிய வகைகள் குறிப்பிடத்தக்கனவாகும். மாலை இலக்கிய வகையில் அகராதி மாலை, அங்கமாலை, அந்தாதிமாலை, அக்ஷரமாலை, இரட்டை மணிமாலை, சதமணி மாலை, இணைமணிமாலை, பல்சந்தமாலை, வருக்கமாலை, சித்திரகவி மாலை போன்றவை வடிவ அடிப்படையில் பல்கிப் பெருகின.

அந்தாதி இலக்கிய வகையில் ஆறெழுத்தந்தாதி, எட்டெட்டந்தாதி, நூற்றந்தாதி, பதிற்றுப் பதிற்றந்தாதி, முதலொலியந்தாதி, நடுயொலியந்தாதி, பேரொலியந்தாதி, இதழகலந்தாதி, திரிபந்தாதி, யமக அந்தாதி, நிரோட்டக அந்தாதி, நிரோட்டக யமக அந்தாதி என்பன வடிவ நோக்கில் பல்கிப் பெருகிய அந்தாதிகளுக்குச் சான்றுகளாகும். இவ்வாறு வடிவ அடிப்படையிலான புலமை பெற்ற செல்வாக்கின் உச்சகட்ட வளர்ச்சியாக சித்திரகவிகள் உருவாயின.

அட்டவணை - 13

மாலை வடிவ இலக்கிய வகைகள்	எண்ணிக்கை அடிப்படை இலக்கிய வகைகள்
அகராதி மாலை	பஞ்சரம்
அங்கமாலை	பஞ்சரத்திரம்
அந்தாதி மாலை	சட்டகம்
அனுராக மாலை	அட்டகம்
அக்ஷரமாலை	எட்டு
உற்பவ மாலை	நவகம்
ஒருதிணை மாலை	நவரத்தினம்
காப்பு மாலை	தசகம்
சந்திரகலாமாலை	பத்து

சித்திரக்கவிமாலை	பதிகம்
சிலேடை மாலை	ஒருபா ஒருபஃது
சோடசமாலை	குவிபா ஒருபஃது
தாண்டகமாலை	இருபா இருபஃது
நட்சத்திரமாலை	முப்பது
பல்சந்த மாலை	முப்பா முப்பஃது
பாமாலை	மும்மணிக்கோவை
புகழ்ச்சிமாலை	நாற்பா
வருக்கமாலை	நாற்பா நாற்பது
இரட்டை மணிமாலை	ஐம்பது
மும்மணிமாலை	அறுபது
நான்மணிமாலை	எழுபது
பஞ்சரத்தினமாலை	எழுபா எழுபஃது
நவமணிமாலை	சதகம்
ஏகாதசமாலை	பதிற்றுப்பத்து
சதமணி மாலை	தொள்ளாயிரம்

9. சைவத் திருமடங்களின் தமிழ்த் தொண்டு

தமிழகம் தனியுரிமையை இழந்து வேற்றரசர் ஆட்சியின்கீழ் நலிவுற்றிருந்த சூழலில் தமிழர்தம் இலக்கிய - இலக்கண மரபையும் சிந்தனை மரபையும் போற்றிக்காத்த பெருமை சைவத் திருமடங்களுக்கு உண்டு. இவற்றின் தொண்டினைப் பற்றி அறிஞர் மு.வ. அவர்கள் தரும் பாராட்டுரை மிகவும் ஏற்புடையது ஆகும்.

"சைவ மடங்கள் சமயத்துறையில் பெரும் பணியாற்றிய போதிலும் தமிழ் இலக்கியங்களைக் காப்பதிலும் பரப்பு வதிலும் முனைந்திருந்தன. பழைய நூல்களின் அரணாகவும் புதிய நூல்களின் பிறப்பிடமாகவும் மடங்கள் விளங்கின. அவற்றின் தலைவர்கள் பலர் தமிழ் இலக்கண இலக்கியங்களைக் கற்றுத் தேர்ந்து புலமை நிரம்பியவர்களாக விளங்கினர். ஆதலின் மடங்களில் புலவர்க்குச் சிறப்பான இடம் இருந்தது. அவ்வக் காலத்துச் சிறந்த புலவர் பலர் மடங்களில் இருந்து இலக்கியத் தொண்டு புரிந்து வந்தனர்.

(கலைக்களஞ்சியம், தொகுதி V, பக். 486- 487)

தமிழகத்துள் தோன்றிய சைவத்திருமடங்களுள் திருவாவடுதுறை மடம், தருமபுரம் மடம், திருப்பனந்தாள் காசி மடம் ஆகியவற்றின் தமிழ்ப் பணிகள் குறிப்பிடத்தக்கதாகும்.

திருவாவடுதுறை மடம்

சைவசித்தாந்தத்தின் பெருமையை உலகோர்க்கு உணர்த்தும் வகையில் சாத்திர நூல்களும் தோத்திர நூல்களும் 14ஆவது நூற்றாண்டின் தொடக்கத்தில் தோன்றின. இவற்றை இயற்றியவர்களுள்

முக்கியமாகக் குறிப்பிடத் தகுந்தவர் உமாபதி சிவாசாரியார் ஆவார். இவரது தலைமாணாக்கர் அருள் நமச்சிவாய தேசிகர் திருவாவடு துறையிலிருந்த சித்தர் சிவப்பிரகாசருக்கு சைவத் தத்துவங்களைப் போதித்தார். அவர் நமச்சிவாய மூர்த்திகளுக்குத் தத்துவம் ஓதினார். இவரே திருவாவடுதுறையில் சைவமடம் ஒன்றை நிறுவினார்.

நமச்சிவாய மூர்த்திகள் பின்னர் மறைஞான தேசிகருக்கு ஞானம் உரைத்தார். இவர் அம்பலவாண தேசிகருக்கும் தட்சிணாமூர்த்தி தேசிகருக்கும் உபதேசம் செய்தார். தட்சிணாமூர்த்தி தேசிகர், தசகாரியம், உபதேசப் பஃறொடை ஆகிய ஞான நூல்களை நல்கினார். இவை இரண்டும் 15ஆம் நூற்றாண்டில் எழுதப்பட்டவையாகக் கருதப்படுகின்றன. இவருக்குப் பின்னர் தலைமையேற்ற அம்பலவாண தேசிகர், தசகாரியம், சன்மார்க்க சித்தியார், நமச்சிவாய மாலை ஆகியவை. தலைவர்கள் இயற்றியதால், இவை 'பண்டார சாத்திரம்' என அழைக்கப்படுகின்றன.

நன்னூலுக்கு உரையெழுதிய சங்கர நமச்சிவாயர், சிவஞான முனிவர் ஆகியோர் இம்மடத்தைச் சார்ந்தவர்களேயாவர். சங்கர நமச்சிவாயரின் நன்னூல் உரை எளிய முறையில் அமைந்தது. கருவிலேயே திருவுடைய சிவஞான முனிவர் யமகம் திரிபு அணிகளை விளக்கும் வகையில் முல்லை வாயிலந்தாதி, திருக்குறளை உதாரணச் செய்யுட்களுடன் விளக்கும் சோமேசர் முதுமொழிவெண்பா, அமுதாம்பிகை பிள்ளைத்தமிழ், காஞ்சிபுராணம் ஆகியவற்றை இயற்றினார். மகாவித்துவான் மீனாட்சி சுந்தரம்பிள்ளை, அவரது மாணாக்கர் உ.வே.சா. ஆகியோரையும் இம்மடம் போற்றிக் காத்தது.

தருமபுர மடம்

மாயவரம் என அழைக்கப்படும் மயிலாடுதுறையில் அமைந்துள்ளது இம்மடம். உமாபதி சிவாசாரியாரின் மாணவராகிய மச்சுச் செட்டியாருக்கு மாணவராய் அமைந்தவர் கங்கை மெய்கண்டார் ஆவார். சிற்றம்பல நாடிகள் இவரது மாணவராக அமைந்தார். இவர் துகளறு போதம், திருச்செந்தூர் அகவல் போன்ற நூல்கள் இயற்றினார். இம்மாணாக்கர் பரம்பரையில் வந்தவர் ஞானசம்பந்த தேசிகர் ஆவார். இவரே தருமபுர மடத்தை நிறுவினார். சிவயோக சாரம், சொக்கநாத வெண்பா, பரமானந்த விளக்கம், முதலிய நூல்களை இவர் இயற்றியுள்ளார். இவரைத் தொடர்ந்து பட்டத்திற்கு வந்த ஆதினகர்த்தர்கள் தமிழ் இலக்கியமும் சைவ தத்துவமும் தழைப்பதற்குப் பல தொண்டுகளை ஆற்றியுள்ளனர். இம்மடத்தின் சார்பாகக் கலைக்கல்லூரி ஒன்றும் சித்தாந்தக் கல்லூரியும் சிறப்பாக

நடைபெற்று வருகின்றன. 'ஞானசம்பந்தம்' என்ற இதழையும் இம்மடம் வெளியிடுகிறது. இம்மடத்தினர் பல பழைய அரிய தமிழ் இலக்கியங்களை மறுபதிப்பு செய்யும் பணியில் ஈடுபட்டுள்ளனர். இம்மடத்தின் பதிப்பாக வெளிவந்துள்ள 'திருக்குறள் உரை விளக்கம்' கற்றோர் பலராலும் போற்றப்படும் சிறப்பினை உடையதாகும். இம்மடத்தைச் சார்ந்த நூல் நிலையத்தில் பல அரிய தமிழ்நூல்கள் காக்கப்பட்டு வருகின்றன.

திருப்பனந்தாள் மடம்

குமரகுருபரர் காசியில் நிறுவிய குமாரசாமி மடத்தைச் சார்ந்த காசிவாசி தில்லை நாயக சுவாமிகள் 1720இல் திருப்பனந்தாளில் இம்மடத்தை நிறுவினார். எனவே இது காசிவாசி திருப்பனந்தாள் மடம் என அழைக்கப்பெறுகிறது. இது தருமபுர மடத்தின் சார்பு மடமாகக் கருதப்படுகிறது. இம்மடத்தின் சார்பாக வெளிவந்த நூல்களுள் குமரகுருபரசுவாமிகள் பிரபந்தத் திரட்டு, ஸ்ரீ கொட்டையூர் சிவக்கொழுந்து தேசிகர் பிரபந்தங்கள் ஆகியன குறிப்பிடத்தக்கன. இம்மடத்தின் ஆதரவோடு தமிழ்க் கல்லூரி ஒன்று இயங்கி வருகிறது. தேவாரம், திருவாசகம், பெரியபுராணம், திருக்குறள் உரைக்கொத்து ஆகிய பல அடிப்படை நூல்களை அடக்க விலையில் வெளியிட்டு இம்மடம் தமிழ்த் தொண்டு செய்து வருகிறது. அண்ணாமலைப் பல்கலைக்கழகத்தின் வாயிலாக வெள்ளைவாரணனார் அவர்களைப் பதிப்பாசிரியராகக் கொண்டு இம்மடம் வெளியிட்ட 'பன்னிரு திருமுறை வரலாறும், திரு. நீ. கந்தசாமி அவர்கள் எழுதி அண்ணாமலைப் பல்கலைக்கழகத்தின் சார்பாக இம்மடம் வெளியிட்ட 'திருவாசகமு'ம் குறிப்பிடத்தக்கவை ஆகும். 'குமரகுருபரன்' என்ற திங்கள் இதழையும் திருப்பனந்தாள் காசிமடம் வெளியிட்டு வருகிறது.

இவ்வாறு தமிழ்நாட்டிலுள்ள சைவத்திருமடங்கள் நிறுவப்பட்ட நாள் தொட்டுத் தமிழ் இலக்கியத்தைப் பேணிக்காத்து வளர்ப்பதிலும், தமிழ்க் கல்வியைத் தொடர்ந்து அளிப்பதிலும், சைவத் தத்துவங்களை ஆராய்ச்சி செய்வதிலும், தமிழ்ப் புலவர்களைப் புரந்து வருவதிலும் பெரும் பங்களிப்பினை ஆற்றி வந்துள்ளன. குறிப்பாகத் தமிழ்நாட்டில் வேற்றரசர் ஆட்சியின் கீழ் இவை 'தமிழ்க் காப்பு நிறுவனங்'களாகச் செயல்பட்டன என்றால் அது மிகையாகாது.

10. வைணவர்களின் தமிழ்த் தொண்டு

சைவம் போன்றே வைணவமும் தமிழ்நாட்டில் தொன்றுதொட்டு தழைத்து வந்த சமயமாகும். 'நீலமேனி வாலிழை பாகத்து ஒருவன் போல மன்னுக பெரும நீயே' என்று ('உமையம்மையை ஒருபக்கம் கொண்ட சிவபெருமான்போல மன்னனே, நீ நீடுழி வாழ்வாயாக') தனக்கு நெல்லிக்கனி தந்த அதியமானை ஔவையார் வாழ்த்தினார். இது புறநானூற்றுப் பாடலில் உள்ளது. இதுபோன்று வைணவசமயம் தொடர்பான குறிப்புகள் பல சங்கப் பாடல்களில் இடம்பெற்றுள்ளன. முல்லைப்பாட்டில் மேகங்கள் சூழ்ந்து மழை வரப்போகின்ற காட்சியைச் சொல்லும்போது, 'நீர்செல நிமிர்ந்த மாஅல்போல' (திருமாலைப் போன்று மேகங்கள் நீலநிறத்தில் உயர்ந்து திரண்டு மழை பொழிவதற்காக எழுந்தன) என்று குறிப்பிடப்படுகிறது. இதுபோன்று வைணவ சமயம், வழிபாடு, கடவுளர் பற்றிய பல குறிப்புகள் சங்க இலக்கியத்தில் காணப்படுகின்றன. இவ்வாறு சைவமும் வைணவமும் பண்டைத் தமிழர் வாழ்வில் இரு கண்கண்ட நெறிகளாகப் பின்பற்றப்பட்டு வந்துள்ளன.

இருண்ட காலத்தில் ஏற்பட்ட ஏறக்குறைய முந்நூறு ஆண்டு இடைவெளிக்குப் பின்னர் பல்லவர் காலத்தில் முதல்ஆழ்வார்கள் மூவர் வாயிலாக மீண்டும் வைணவம் தழைத்தது. தொடர்ந்து பிற ஆழ்வார்களின் பக்தி மேலீட்டினால் தமிழகத்தில் வைணவம் வேரூன்றியது. ஆழ்வார்களின் பாசுரங்கள் நாலாயிரத் திவ்யப்ப பிரபந்தமாக மலர்ந்தது.

தேவார, திருவாசகம் அடங்கிய சைவத் திருமுறைகளை நம்பியாண்டார் நம்பி தொகுத்தது போல, ஆழ்வார்கள் பாடிய

பாசுரங்களை நாதமுனிகள் என்பார் (கி.பி.1063-1117) தேடித் தொகுத்தார். இத்தொகுதியே நாலாயிர திவ்யப்பிரபந்தம் என்று அழைக்கப்படுகிறது.

நாதமுனிகளுக்கு நான்கு தலைமுறைகளுக்குப் பின்னர் (2ஆம் குலோத்துங்கன் காலம்) வாழ்ந்த இராமானுசர் (1017-1137) வைணவப் பரம்பரையினால் சீர்திருத்தவாதி என்று கருதப்படுபவர். இவர் ஸ்ரீ பெரும்புதூரில் பிறந்தவர். வைணவரான இராமானுசரை சைவனாக இருந்த 2ஆம் குலோத்துங்கள் மன்னன் துன்புறுத்தினான் என்று கூறுவதுண்டு. ஆளவந்தாருக்குப் பின் வைணவ சமயத்தலைமை இவருக்கு உரியதாயிற்று. வைணவ சமய, தத்துவங்களில் சங்கரர், மத்வாச்சாரியார் ஆகியோரது தத்துவங்கள் முறையே அத்வைதம், துவைதம் என்று பெயரிடப்பட்டுள்ளன. துவைதம் என்பது கடவுள் வேறு; உயிரிர்கள் வேறு என்னும் இருமைத் தத்துவத்தை வலியுறுத்துவது. அத்வைதம் என்பது கடவுளும், உயிரும் ஒன்று என்ற ஒருமைத் தத்துவத்தை வலியுறுத்துவது. சங்கரரைப் பின்பற்றி இராமானுஜர் பிரம்ம சூத்திரத்திற்கு உரை எழுதியுள்ளார். இவரது உரை ஸ்ரீ பாஷ்யம் என்றழைக்கப்படுகிறது. இது சமஸ்கிருதத்தில் எழுதப்பட்டுள்ளது என்பது குறிப்பிடத்தக்கதாகும். வைணவராகிய இராமானுஜருடைய தத்துவங்களும், தருக்கங்களும் அவருடைய காலத்தில் மிகுந்த செல்வாக்கைப் பெற்றமையால், சைவர் மத்தியில் அவருக்குப் பெரும் எதிர்ப்புக் கிளம்பியது என்றும், தீவிர சைவனான 2ஆம் குலோத்துங்கள் அவருக்குப் பல தொல்லைகள் தந்தான் என்றும் கூறுவர்.

வைணவ சமய மரபுகளில் பல சீர்திருத்தங்களை இராமானுஜர் செய்தார். துறவு வாழ்க்கையின்போது ஆசிரமங்களில் பெண்கள் தங்கக்கூடாது என்ற கட்டுப்பாடு விதிக்கப்பட்டிருந்தது. இக்கட்டுப் பாட்டைத் தளர்த்தி பெண்களும் ஆசிரமத்தில் தங்கலாம் என்ற சீர்திருத்தத்தை இராமானுஜர் அறிமுகம் செய்தார். இவரது ஆசிரியரான திருக்கோட்டியூர் நம்பி இவரிடம் கூறிய திருமந்திர ரகசியத்தை, அனைவருக்கும் தெரிவிப்பதற்காகக் கோயில் கோபுரத்தில் ஏறி, அந்த ரகசியத்தை எல்லோருக்கும் கேட்கும்படி கூவித் தெரிவித்தார் என்பர். மைசூருக்கு இவர் சென்றிருக்கையில் அங்குத் தாழ்த்தப்பட்டோர் சமயத்தின் வழியாக உய்தி அடைவதற்கான உரிமையைப் பெறுவதற்காக அவர்களுக்குத் 'திருக்குலத்தார்' என்று பெயரிட்டார். அவர்களுக்கு ஆலயப் பிரவேச அனுமதியையும் பெற்றுத் தந்தார்.

வைணவ இலக்கியம், தத்துவம் ஆகியவற்றின் வாயிலாகத் தமிழ்ப் பணி ஆற்றியது மட்டுமன்றி, சமூகச் சீர்திருத்த வாதியாகவும் திகழ்ந்தவர் இராமானுஜர். தமிழில் மட்டுமன்றி சமஸ்கிருதத்திலும் வல்லவராக விளங்கியவர். தம்முடைய இறுதி நாளில் திருவரங்கத்தில் அடங்கினார் என்பர். இவரை 'உடையவர்' என அழைப்பது மரபு.

திருக்குருகைப் பெருமான் பிள்ளான்

இவர் இராமானுஜரின் மாணவர். ஆளவந்தாரின் திருவாய்மொழி உரையை முதன்முதலில் வெளிக்கொணர்ந்தவர். இவ்வுரை ஆறாயிரப்படி எனப்படுகிறது. இந்நூல் ஆராயிரம் கிரந்தங்களை உடையதாகக் கருதப்படுகிறது (ஒற்றெழுத்துக்களை நீக்கிவிட்டு உயிரும்மெய் எழுத்துமாக அமைந்த 32 எழுத்துக்களைக் கொண்டது ஒரு கிரந்தம். படி என்பது அளவு)

கூரத்தாழ்வார்

இராமானுஜரின் மற்றொரு மாணவரான இவர் இராமானுஜர் சமஸ்கிருத மொழியில் ஸ்ரீ பாஷ்யம் எழுதப் பெரிதும் துணை செய்தார் என்பர்.

திரு வரங்கத்தமுதனார்

இவர் கூரத்தாழ்வாரின் மாணவர். இராமானுஜ நுற்றந்தாதி பாடியவர்.

பராசரபட்டர்

கூரத்தாழ்வாரின் புதல்வர். இவரை சீ பட்டர் எனவும் அழைப்பர். வேதாந்தாசாரியார் எனவும் அழைக்கப்படுகிறார். சகஸ்ரநாம பாஷ்யம் எனும் நூலை இயற்றியுள்ளார்.

நஞ்சீயர்

இவர் பராசரபட்டரின் மாணாக்கர். வைணவ உரையாசிரியர். திருவாய்மொழி உரை (ஆறாயிரப்படி), பெரியதிருமொழி உரை, ஆகியவற்றை எழுதியுள்ளார்.

நம்பிள்ளை

இவர் நஞ்சீயரின் மாணவர். ஒன்பதாயிரப்படி, பெரிய திருமொழி உரை, திருவாய்மொழி உரை, திருப்பள்ளியெழுச்சி, திருவிருத்த உரை ஆகியவை செய்துள்ளார். தமக்குப் பின்னர் பெரியவாச்சான் பிள்ளை, வடக்குத் திருவீதிப் பிள்ளை, பின்பழகிய பெருமாள் ஜீயர் ஆகியோர் அடங்கிய சிறப்பான மாணவர் பரம்பரையை உருவாக்கியவர்.

பெரியவாச்சான் பிள்ளை

இவர் நாலாயிரப்பிரபந்த உரை இருபத்தி நாலாயிரம் படி இயற்றியவர். தத்துவத்திரய உரை, பாசுரப்படி ராமாயணம் ஆகியவையும் இயற்றினார். திருவாய்மொழி தவிர நாலாயிரப் பிரபந்தத்தில் 3000 பாடல்களுக்கு விளக்கவுரை எழுதியுள்ளார். இவர் உரைகள் மணிப் பிரவாளத்தில் அமைந்துள்ளன. தென்கலை வைணவர்களால் பெரிதும் போற்றப்படுபவர்.

வடக்குத் திருவீதிப்பிள்ளை

திருவாய்மொழிக்கு முப்பத்தி ஆறாயிரப்படி உரை எழுதியவர். இது பகவத்விஷயம் என்று அழைக்கப்பெறும் சிறப்பினை உடையது.

பின்பழகியபெருமாள் ஜீயர்

இவர் குருபரம்பரை பிரபாவம் ஆறாயிரப்படி உரை எழுதியவர். குருபரம்பரையை முதன்முதலாகத் தொகுத்தும் வகுத்தும் கூறியவர் இவரே.

வேதாந்த தேசிகர்

வடகலையைப் போற்றிய இவர் தமிழ்மொழி, வடமொழி இரண்டிலும் வல்லவர். காஞ்சி வரதராசப் பெருமாள் பெருமையை அத்திகிரிமான்மியம் என்ற நூலில் பாடினார். அடைக்கலப்பத்து, நவரத்தின மாலை, திருச்சின்னமாலை ஆகிய பல நூல்கள் இயற்றினார். வடமொழியில் 95 நூல்களும் தமிழில் 24 நூல்களும் செய்துள்ளார் என்பர். இவரது இயற்பெயர் திருவேங்கடமுடையான் என்பதாகும். செங்கற்பட்டில் 'நுப்புல்' எனும் சிற்றூரில் பிறந்தவர். சமயப் போரில் பலரை வென்றார். பகவத்கீதையின் சாரத்தைக் 'கீதார்த்த சங்கிரகம்' எனும் நூலில் கூறியுள்ளார். 'பரதபத பங்கம்' என்ற நூலில் புறச்சமயங்களை மறுத்துள்ளார். வைணவர்கள் நாள்தோறும் செய்வதற்குரிய கடமைகளை 'சீ வைணவ தினசரி' எனும் நூலில் காட்டியுள்ளார்.

பிள்ளை லோகாசாரியார்

இவர் வடக்குத் திருவீதிப் பிள்ளையின் புதல்வராவார். இவர் காலத்தில் தமிழகத்தில் சுல்தான்களின் ஆட்சித் தொடங்கிவிட்டது (15ஆம் நூற்றாண்டு) என்பர். இவர் அட்டதச ரகசியம் எனும் பதினெட்டு தத்துவ நூல்கள் இயற்றினார். என்பர். தத்துவ சேகரம், தத்துவத் திரயம், நவரத்தினமாலை, பரந்தபடி, முமுட்சுப்படி, அர்த்த பஞ்சகம் ஆகியவை அவற்றுள் சில.

மணவாள மாமுனிகள்

பிள்ளை லோகாசாரியாரின் மாணவருள் ஒருவராகிய அண்ணர் என்பவரின் மகன் திருவாய்மொழிப்பிள்ளை. இவருக்கு மாணவராய் அமைந்தவரே மணவாள மாமுனிகள் ஆவார். இவருக்குப் பெரிய ஜீயர் என்ற சிறப்பு உண்டு. இவர் தென்கலை வைணவர்க்குத் (திருவரங்கத்தைச் சார்ந்தவர்கள்) தலைவராகக் கருதப்படுகிறார். இவருக்கு யதீந்திரப் பிரணவர் என்ற பட்டப் பெயரும் உண்டு. இவர் நூல்கள் பல இயற்றிய சிறப்பினை உடையவர். இவற்றுள் உபதேசரத்தின மாலை, திருவாய்மொழி நூற்றந்தாதி முதலியவை குறிப்பிடத்தக்கன. திரு ஆராதனைக் கிரமம், விரோதி பரிகாரம் முதலிய உரைநடை நூல்களை இயற்றியுள்ளார். இராமானுச நூற்றந்தாதி உரை, ஞானசார உரை, ஆகிய உரைநூல்களும் செய்துள்ளார். இவரது காலம் 15ஆம் நூற்றாண்டின் முற்பகுதி என்பர்.

அழகிய மணவாளதாசர்

பிள்ளைப்பெருமாள் ஐயங்கார் என்றழைக்கப்படும் மணவாளதாசரின் பணியைக் குறிப்பிடாமல் வைணவர் தமிழுக்கும் சமயத்திற்கும் ஆற்றிய தொண்டினை நிறைவு செய்துவிட முடியாது. இவரை திவ்வியகவி என்று அழைப்பர். இவர் இயற்றிய நூல்கள் அஷ்டப்பிரபந்தம் எனப்படும். அவையாவன: திருவரங்கத்தந்தாதி, திருவரங்கக் கலம்பகம், திருவேங்கடத்தந்தாதி, திருவேங்கடமாலை, திருவரங்கத்து மாலை, அழகரந்தாதி, நூற்றெட்டுத் திருப்பதி அந்தாதி, சீரங்க நாயகர் ஊசல். தலங்களின் பெருமை பாடப்பட்ட காலகட்டத்தில் வாழ்ந்தவர் என்பது அவர் இயற்றிய இலக்கியங்களின் வழி புலனாகிறது. அந்தாதி, கலம்பகம், மாலை, ஊசல் ஆகிய இலக்கியவகைகளின் தன் ஆற்றலை நாட்டியவர் அழகிய மணவாளதாசர் ஆவார். இவரது காலம் 17ஆம் நூற்றாண்டு என்பர்.

11. சித்தர் இலக்கியம்

பொதுவாக மனிதர்களிடம் காணப்படாத அதிசயிக்கத்தக்க ஆற்றலைக் கொண்டவர்கள் சித்தர்கள் என்று அழைக்கப்படுகின்றனர். இவர்கள் மெய்ஞானம் வல்லவர்கள்; மருத்துவம், மந்திரம், இரசவாதம் தெரிந்தவர்கள்; எளிய வாழ்க்கை வாழ்ந்தவர்கள். ஆடம்பரமான சமய நெறியில் ஆர்வமில்லாதவர்கள். ஆனால் ஆழமான யோகமும் ஞானமும் பற்றிப் பல பாடல்களைப் பாடியவர்கள். இவர்கள் பாடலில் மக்கள் வழக்கிற்கேற்ற நடையும் வடிவமும் தென்பட்டாலும், அவை ஆழமான பொருள் கொண்டவை.

காலந்தோறும் பல சித்தர்கள் தோன்றி மறைந்தனர் என்றாலும் 'பதினெண்சித்தர்கள்' என்ற வழக்கு சித்தர்களைக் குறிப்பிடும் மரபாக இருந்து வருகிறது. அவர்கள்,

1. அகத்தியர்
2. புலத்தியர்
3. புகண்டர்
4. நந்தி
5. திருமூலர்
6. காலாங்கதிநாதர்
7. போகர்
8. கொங்கணர்
9. உரோமமுனி
10. சட்டைமுனி
11. மச்சமுனி
12. கருவூரார்
13. தன்வந்திரி
14. தேரையர்
15. பிண்ணாக்கீசர்
16. கோரக்கர்
17. யூகிமுனி
18. இடைக்காடர்

ஆகியோர் ஆவர். சித்தர்கள் பற்றிய பட்டியலில் இன்று, புலிப்பாணி சித்தர், பாம்பாட்டிச் சித்தர், அகப்பேய்ச் சித்தர், குதம்பைச் சித்தர், அழுகிணிச் சித்தர், கடுவெளிச் சித்தர், சிவவாக்கியர் ஆகியோர் பெயர்களும் காணப்படுகின்றன.

திருமூலர்

சித்தர் தத்துவத்தின் மூலவராகக் கருதப்படுபவர் திருமூலர் ஆவார். இவர் பிற சித்தர்களுக்கு மிகவும் முற்பட்டவர். பிற சித்தர்களின் காலம் 10ஆம் நூற்றாண்டு (கா.சு. பிள்ளை) என்றும் 15 முதல் 18ஆம் நூற்றாண்டு என்றும் சொல்லப்படுகிறது. திருமூலரின் காலம் கி.பி. 6ஆம் நூற்றாண்டு ஆகும்.

இவர் பாடிய திருமந்திரம் 10வது திருமுறையாக வைக்கப் பெற்றுள்ளது. இது சித்தர் இலக்கியங்களில் தலைமை தாங்கும் தகுதி படைத்தது. சுந்தரர் தாம் இயற்றிய திருத்தொண்டத் தொகையில் இவரைத் 'தம்பிரான் திருமூலர்' என்று குறிப்பிடுகின்றார். எனவே இவரை நாயன்மார்களுள் ஒருவராகக் கருதி 'திருமூல நாயனார்' என்று அழைக்கின்றனர். இவரது வாழ்க்கையில் அற்புதங்கள் பல நிகழ்ந்ததாகக் கூறுவர். இவர் 3000 ஆண்டுகள் உயிர் வாழ்ந்தாரென்றும் ஆண்டுக்கொரு பாடலாக 3000 பாடல்கள் இயற்றினார் என்றும் சொல்வர். இவை அனைத்தும் இப்பாடல்களின் பொருள் ஆழம் கருதிச் சொல்லப்பட்டவை எனலாம்.

சைவ சமயத்தை மக்கள் சமயமாக ஆக்கியத்தில் திருமூலருக்கு மிகுந்த பங்குண்டு. மக்களை விடுத்த சமயமும் இலக்கியமும் வாழும் தகுதியை இழந்து விடும் என்ற உண்மையை உணர்ந்த திருமூலர் போன்ற பெருமக்கள் 'மக்கள் வாயில் வழங்கும்படியான' சொற்கள், தொடர்கள், வடிவங்கள் ஆகியவற்றினால் அரிய சமய, தத்துவக் கருத்துக்களை எளிய பாடல்களின்வழி எடுத்துச் சொன்னார்கள். உடலின் இயல்பினைப் பற்றி

'உடம்பார் அழியின் உயிரார் அழிவர்
திடம்பட மெய்ஞ்ஞானம் சேரவும் மாட்டார்
உடம்பை வளர்க்கும் உபாயம் அறிந்து
உடம்பை வளர்த்தேன் உயிர் வளர்த்தேனே'

என்று பாடுகிறார். இறைவனை உணர ஞான அனுபவமே தேவை என்பதை,

'நான் பெற்ற இன்பம் பெறுக இவ்வையகம்
வான் பற்றி நின்ற மறைப்பொருள் சொல்லிடின்
ஊன் பற்றி நின்ற உணர்வுறு மந்திரம்
தான் பற்றப் பற்றத் தலைப்படும் தானே'

என்ற பாடலில் உணர்த்துகிறார்.

ஐம்பூதங்களை அடக்கி ஆளவேண்டும் என்பதை,

'பார்ப்பா னகத்திலே பாற்பசு ஐந்துண்டு
மேய்ப்பா ருமின்றி வெறித்தே திரிவன
மேய்ப்பாரு முண்டாய் வெறியு மடங்கினால்
பார்ப்பான் பசுவைந்தும் பாலாய்ச் சொரியுமே'

என்று உணர்த்துகிறார்.

சிவவாக்கியர்

தாயுமானவர், பட்டினத்தடிகள் போன்றோர் இவரை வியந்து பாடியுள்ளனர். இவர் 10ஆம் நூற்றாண்டுக்கு முற்பட்டவராகக் கருதப்படுகிறார். 'நமச்சிவாய' எனும் ஐந்தெழுத்தின் தத்துவத்தை மிக எளிமையான பாடல்களில் மக்களுக்கு உணர்த்தியவர் இவர்.

'ஆன அஞ்செழுத்துக்களே அண்டமும் அகண்டமும்
ஆன அஞ்செழுத்துக்களே ஆதியான மூவரும்
ஆன அஞ்செழுத்துக்களே அகாரமும் மகாரமும்
ஆன அஞ்செழுத்துக்களே அடங்கலாவல் உற்றவே'

'அஞ்செழுத்திலே பிறந்து அவ்வஞ்செழுத்திலே வளர்ந்து
அஞ்செழுத்தை ஓதுகின்ற பஞ்சபூத பாவிகாள்!
அஞ்செழுத்தில் ஓரெழுத்து அறிந்துகூட வல்லீரேல்
அஞ்சலஞ்சல் என்று நாதன் அம்பலத்தில் ஆடுமே'

இவர் உருவ வழிபாட்டைக் கடிந்து பாடல்கள் பல பாடியுள்ளார். பொய்வேடமிட்டுத் தெய்வத்தைத் தொழுவாரை இடித்துரைக்கின்றார்:

'நேசமுற்றுப் பூசை செய்து நீறுபூசிச் சந்தனம்
வாசமோடு அணிந்து நெற்றிமை திலகம் இட்டுமே
மோசம் பொய்புனை சுருட்டு முற்றிலும்செய் மூடர்காள்
வேசரி களம்புரண்ட வெண்ணீறாகும் மேனியே'

ஔவையார்

ஔவையார் என்ற பெயர் கொண்ட பெண்பாற் புலவர்கள் பலர் இருந்ததை நாம் அறிவோம். இவர் பெண்பாற் சித்தர். இவர் ஞானக்குறள் எனும் தத்துவ நூல் இயற்றியுள்ளார். இது 310 குறட்பாக்களை உடையது; ஔவைகுறள் என்னும் அழைக்கப்படுகிறது. வீட்டு நெறிப்பால் திருவருட்பால், தன்பால் ஆகிய மூன்று பகுதிகளை உடையது. வீட்டுநெறிப்பாலில் பிறப்பின் நிலைமை, உடம்பின் பயன், உள்ளுடம்பின் நிலை, உயிர்நாடிகள், அர்ச்சனை, உள்ளுணர்தல், பக்தி

நிலை ஆகியவை சொல்லப்படுகின்றன. திருவருட்பால் பகுதியில் அருள்பெறுதல், நினைப்புருகல், தெரிந்து தெளிதல், கலை ஞானம், முக்தி காண்டல், பிறப்பறுத்தல், தூயஒளி காண்டல், சதாசிவ இயல்பு ஆகியவை விளக்கப்படுகின்றன. தன்பால் எனும் பகுதியில் குருவின் மேன்மை, மெய், கண்ணாடி போன்ற உடம்பின் இயல்பு, சூனிய காலம் அறிதல், சிவயோக நிலை, ஞான நிலை ஆகியவை எடுத்துக் காட்டப்படுகின்றன.

அறம், பொருள், இன்பம், வீடு ஆகியவற்றிற்கு ஔவை குறள் அகராதி போல பொருள் தருகிறது.

'ஈதல் அறம், தீவினைவிட்டு ஈட்டல் பொருள், எஞ்ஞான்றும்
காதல் இருவர் கருத்தொருமித்து ஆதரவு
பட்டதே இன்பம் பரனை நினைந்து இம்மூன்றும்
விட்டதே பேரின்ப வீடு'

பட்டினத்தார்

திரைகடலோடி திரவியம் சேர்த்துப் பெரும் செல்வந்தராக விளங்கிய இவர், 'காதற்ற ஊசியும் வாராதுகாண் கடைவழிக்கே' என்று முருகனுடைய அவதாரமாக விளங்கிய தன் தவப்புதல்வனால் உணர்த்தப்பெற்று, செல்வம் அனைத்தையும் துறந்து ஞானியானார்: தமிழ் நாடெங்கிலும் சுற்றித் திரிந்து தன்னுடைய எளிய இனிய பாடல்கள் வாயிலாக வாழ்க்கை நிலையாமையையும், செல்வம் நிலையாமையையும், இளமை நிலையாமையையும் மனமுருகப் பாடியவர். துன்பம் என்றால் இன்னது என்று அறியும் வாய்ப்பைப் பெற்றிராத இவர், வாழ்க்கை உண்மையை உணர்ந்து பிறரை உய்விக்கும் பொருட்டுத் தன்னை வருத்திக் கொண்டார். செல்வந்தராக இருந்தபோது அலை பாய்ந்த மனம், செல்வத்தைத் துறந்த பிறகு அமைதி கொள்கிறது. அந்த இன்பத்தைப் பற்றி இவர் பலபடப் பாடியுள்ளார். ஆசையை அறுக்க முடியாதவர்களுக்கு இவரது பாடல்கள் கைவாள் போல் பயன்படுவதாகும். இவரது துறவு வாழ்க்கையைப் பற்றிச் சொல்லும்போது, 'பேய்போல் திரிந்து, இட்ட பிச்சையெல்லாம் நாய்போல் அருந்தி, உலகுயிர்க்குத் தாய்போலும், இதன்பின் சேய் போலும் வாழ்ந்தவர் பட்டினத்தார்' என்பர். இவர் சிதம்பரம், திருச்செங்கோடு, திருவிடைமருதூர், திருக்கழுக்குன்றம், திருக்காளத்தி ஆகிய இடங்களுக்குச் சென்று இறுதியில் திருவொற்றியூரில் சமாதியானார்.

இவர் வாழ்க்கையில் இவரது சித்து ஆற்றல்கள் பற்றிய குறிப்புகள் நிரம்ப உண்டு. தமக்கையார் தந்த அப்பத்தில் நஞ்சு இருப்பதை உணர்ந்த இவர் அதனை வீட்டுக் கூரையில் எறிய, வீடு தீப்பிடித்தது;

தாய் இறந்த போது பச்சை வாழைமட்டைகளை அடுக்கித் தீ மூட்ட, அது கொழுந்துவிட்டு எறிந்தது; இவரது கையில் உள்ள கரும்பின் மேற்புறம் இனித்தது; கீழ்ப்புறம் கசந்தது.

'உடையகோவணம் உண்டு, உறங்கப் புறத்திண்ணை உண்டுஉணவிங்கு
அடைகாய் இலையுண்டு அருந்தத் தண்ணீர் உண்டு, அருந்துணைக்கே
விடையேறும் ஈசர் திருநாமம் உண்டு இந்த மேதினியில்
வடகோடு உயர்ந்தென்ன தென்கோடு சாயந்ததென்ன வான்பிறைக்கே'

எனும் பாடல் அவரது வாழ்க்கை நிலையைச் சுட்டுகிறது.

'ஒன்றென்றிரு தெய்வம் உண்டென்றிரு உயர்செல்வ மெல்லாம்
அன்றென்றிரு பசித்தோர் முகம்பார் நல்லறமும் நாட்டில்
நன்றென்றிரு நடுநீங்காமலே நமக்கு இட்டப்பட்டி
என்றென்றிரு மனமே உனக்கே உபதேசம் இதே'

எனும் பாடல் அவர் உலகோர்க்கு உணர்த்திய வாழும் அநெறியைச் சொல்கிறது.

இவரது 'உடற்கூற்று வண்ணம்' மனிதனின் பிறப்பு வளர்ப்பு இறப்பு எனும் வாழ்க்கை நிலைகளை உள்ளம் உருக எடுத்தரைக்கிறது.

பத்திரகிரியார்

இவர் பட்டினத்தாரின் சீடராய் அமைந்தவர். புலம்பல் என்ற இலக்கியவகையில் பல பாடல்களைப் பாடியவர். 'பத்திரகிரியார் புலம்பல்' என்று இவர் பெயராலேயே இது அழைக்கப்படுகிறது. இவ்வுலகத் துன்பத்தை விடுத்து வீட்டுலக இன்பத்தை அடைவதற்கான ஏக்கத்தை 'எக்காலம்?' என முடியும் இவர் பாடல்களில் காணலாம்.

'ஆறாத புண்ணில் அழுந்திக் கிடவாமல்
தேறாத சிந்தைதனைத் தேற்றுவதும் எக்காலம்?
'பாவி என்று பேர்படைத்துப் பாழ்நரகில் வீழாமல்
ஆவி என்ற சூத்திரத்தை அறிவது இனி எக்காலம்?'

அகப்பேய்ச்சித்தர்

அலைபாயும் மனத்தின் இயல்பைப் பேய்க்கு உவமை காட்டிப் பாடியதால் இவர் அகப்பேய்ச் சித்தர் எனப்பட்டார். தான் எனும் (ego) அகங்கார உணர்வைக் கண்டு கிள்ளி எறிந்துவிட்டால் மனம் அமைதி யாகும் எனப் பாடியவர்.

> 'கண்டு கொண்டேனே அகப்பேய்
> காதல் விண்டேனே
> உண்டு கொண்டேனே அகப்பேய்
> உள்ளது சொன்னாயே'

பாம்பாட்டிச்சித்தர்

பாண்டிய நாட்டில் பிறந்த இவர், கொங்கு நாட்டிலுள்ள மருத மலையை அடைந்து மறைந்தார் என்பர். கோவையிலுள்ள மருதமலையில் இன்றும் அவர் வாழ்ந்த குகையும் அவருக்கென வழிபாட்டிடமும் உள்ளது. மகுடிக்கு ஆடும் பாம்பினை ஆட்டி வைக்கும் பாம்பாட்டி போல தகுதிக்கு மேல் ஆடும் மாந்தன் நிலையை இடித்துரைத்துப் பல பாடல்கள் பாடியுள்ளார். இதனால் இவர் பாம்பாட்டிச் சித்தர் என்று அழைக்கப்படுகிறார். சுருண்ட பாம்பு வடிவத்தில் கிடக்கும் குண்டலினி சக்தியை எழுப்புவதாலும் இவர் பாம்பாட்டிச் சித்தர் எனும் பெயர் பெற்றிருக்கலாம். உலகைத் திருத்துவதற்கும், உள்ளத்தை திருத்துவதற்கும் பலவழிகளை இவர் சொல்கிறார். இவர் பாடல்களில் சமயச் சீர்திருத்தக் கருத்துக்கள் பரவலாகக் காணப்படுகின்றன. யோகத்தின் உயர்வைத் தன்பாடல்களில் இவர் எடுத்துக் காட்டியுள்ளார்:

> 'ஊத்தைக் குழிதனிலே மண்ணை எடுத்தே
> உதிரப் புனலிலே உண்டை சேர்த்தே
> வாய்த்த குயவனார் அவர்பண்ணும் பாண்டம்
> வறையோட்டுக்கும் ஆகாதென்று ஆடுபாம்பே'

என்று உடம்பினை, மண்பாண்டத்திற்கு உவமை செய்கிறார்.

இடைக்காட்டுச்சித்தர்

காட்டில் ஆடு மாடு மேய்க்கும் இடையர்கள் பாடுவது போன்று இவரது பாடல்கள் உள்ளதால் இவர் இடைக்காட்டுச் சித்தர் எனப்படுகிறார். உயிர்களைப் 'பசு' என்று குறிப்பிடுவது சைவ மரபு. இத்தகு உயிர்களைப் பசுவாகக் கருதி, அவற்றை நன்னெறியில் செலுத்த வேண்டும் என்று தன்னை இடையனாகக் கருதி இப்பாடல்களைப் பாடியுள்ளார் எனலாம்.

> 'முத்திக்கு வித்தானோன் - பசுவே!
> மூலப் பொருளானோன்
> சத்திக்கு உறவானோன் - பசுவே!
> தன்னைத் துதிப்பாயே

இவையன்றியும், பலரொடு கிளத்தல், நெஞ்சொடு கிளர்த்தல், அறிவொடு கிளத்தல், சித்தத்தொடு கிளத்தல், குயிலொடு கிளத்தல், மயிலொடு கிளத்தல், அன்னத்தொடு கிளத்தல், புல்லாங்குழல் ஊதுதல், பால்கறத்தல், கிடைகட்டுதல் போன்ற நிலைகளில் பாடல்கள் பல பாடியுள்ளார்.

'மனமென்னும் மாடு அடங்கில் தாண்டவக் கோனே! முத்தி
வாய்த்ததென்று எண்ணேடா தாண்டவக்கோனே!
சினமென்னும் பாம்பு இறந்தால் தாண்டவக்கோனே - யாவும்
சித்தி யென்றே நினையேடா தாண்டவக்கோனே!'

என்பது நாராயணக்கோனார் கூற்றாக வரும் பாடல். இதுபோன்று தாண்டவராயக்கோனார் கூற்றாகவும் பாடல்கள் அமைந்துள்ளன.

கடுவெளிச்சித்தர்

'கடு' என்பது பெரிய என்று பொருள்படும் உரிச்சொல்லாகும். எனவே கடுவெளி என்பது பரந்த வெளியைக் குறிக்கிறது. பரந்த வெளியாக மனதை நோக்கி அதனைக் கட்டுப்படுத்தும் நோக்கில் இவர் பாடல்கள் அமைந்துள்ளதால் இவர் கடுவெளிச்சித்தர் என்று அழைக்கப்படுகிறார். உண்மையைத் தேடும் நாட்டம் இவர் பாடல்களில் காணப்படுகிறது. உண்மைக்காக எதையும் துறக்கலாம்; ஆனால் எதற்காகவும் உண்மையைத் துறக்கக்கூடாது என்று வலியுறுத்துகிறார். சுவைப் புலன்களுக்கு அடிமையாகாதே; வெகுளியை விட்டுவிடு; விழிப்புணர்வு கொள்; சிவனைச் சிந்தையில் நாடு என்பது போன்ற அறிவுரைகளை இவர் பாடலில் காணலாம்.

'நல்லவழிதனை நாடு - எந்த
நாளும் பரமனை நந்தியே தேடு
நல்லவர் கூட்டத்தில் கூடு - அந்த
வள்ளலை நெஞ்சினில் வாழ்த்திக் கொண்டாடு
'வைதோரைக் கூடவை யாதே; - இந்த
வையம் முழுதும் பொய்த்தாலும் பொய்யாதே
வெய்ய வினைகள் செய்யாதே - கல்லை
வீணிற் பறவைகள் மீதில் எய்யாதே'

என்பது போன்ற அறிவுரைப் பாடல்கள் பலவற்றை இவர் பாடியுள்ளார்.

குதம்பைச்சித்தர்

குதம்பை என்பது காதணி. குதம்பை எனும் காதணி அணிந்த மகளிரை விளித்துக் 'குதம்பாய்' என்று இவர் தம் பாடல்களைப் பாடியுள்ளதால் 'குதம்பைச் சித்தர்' என்று அழைக்கப்படுகிறார்.

மெய்ப்பொருள் ஒன்றே கைப்பொருள்; மற்றவையெல்லாம் பொய்ப் பொருள். கற்றவர்க்கு எத்திசைச் சென்றாலும் புகழுண்டு போன்ற கருத்துக்களை இவர் பாடல்களில் காணலாம். பெண்களைப் பெரிதும் போற்றிப் பாடுபவர் இவர். இல்லறத்தை வரவேற்றுத் தம் பாடல்களில் உயர்ந்த இடம் தந்துள்ளார். நெஞ்சமே நல்ல கையேடு, பட்டறிவே சிறந்த ஆசிரியன், உலகமே பல்கலக்கழகம், கடவுளே சிறந்த நண்பர் போன்ற நடைமுறை வாழ்க்கைக் கருத்துக்கள் இவர்பாடல்களில் நிறைந்துள்ளன. மாங்காய்ப்பாலையும், தேங்காய்ப்பாலையும் இணைத்துப் பாடிய புகழ்மிகு பாடல் இவருடையதேயாகும்.

'மாங்காய்ப் பாலுண்டு மலைமேல் இருப்பவர்க்குத்
தேங்காய்ப்பால் ஏதுக்கடி? - குதம்பாய்
தேங்காய்ப்பால் ஏதுக்கடி'?

அழுகுணிச்சித்தர்

இவரது பாடல்கள் இரக்க உணர்வினைத் தூண்டும் புலம்பல் பாங்கில் அமைந்திருக்கின்றன. நாகைக் காயாரோகணக் கோயிலில் எழுந்தருளியிருக்கும் நீலதயாட்சி அன்னையிடம் முக்தியை அழுது வேண்டிப் பெற்றதால் இவர் அழுகுணிச்சித்தர் எனப்படுகிறார். இவரது ஜீவ சமாதி அக்கோயிலில் உள்ளது. 'சொல்லியழுதால் குறை தீரும்' என்பது இவர் முடிவு. இதற்கேற்ப இவர் பாடல்கள் அமைந்துள்ளன. உண்மையும் பகுத்தறிவுமே நேர்மையான வாழ்வின் பயன்கள் என்பதை வலியுறுத்துகிறார். 'உன்னையே நீ அறி' என்பது இவரது நெறி. எதற்கும் யாரிடமும் சென்று இரக்காமல் தன் தேவைகளைத் தானே நிறைவேற்றிக் கொள்ள வேண்டும் என்பது இவர் வழி. இவர் பாடல்களை நோக்கும்போது பாரதியார் பராசக்தியை வேண்டும் வரிகள் நினைவுக்கு வருகின்றன:

'சம்பா அரிசியடி சாதம் சமைத்திருக்க
உண்பாய் நீயென்று சொல்லி உழக்கு நெய்வார்த்து
முத்துப்போல் அன்னமிட்டு முப்பழமும் சர்க்கரையும்
தித்திக்கும் தேனமிழ்தம் என் கண்ணம்மா தின்றிகளைப் பாறேனோ!

'புல்லரிடத்தில் போய் பொருள் தனக்குக் கையேந்திப்
பல்லைமிகக் காட்டாமல் காட்டிப் பரக்க விழிக்காமல்
புல்லரிடம் போகாமல் என் கண்ணம்மா
பொரு ளெனக்குத் தாராயோ'

கொங்கணச்சித்தர்

இவர் கொங்கு நாட்டிலுள்ள ஊதியூர் மலையில் வாழ்ந்தவர் என்பர். இம்மலைக்குக் கொங்கணமலை என்ற பெயரும் உண்டு. இவர் திருமழிசை ஆழ்வார் காலத்தவர் என்பாரும் உளர். சித்தர் பாடல்கள்

தவிர, கொங்கணர் ஞானம், குணவாகடம் ஆகிய நூல்களும் இயற்றியுள்ளார்.

கடவுளோன் ஒருவன் உண்டே வேதம் ஒன்றே
காரண சற்குரு தீட்சை தானும் ஒன்றே
அடைவுடனே அவனருள் உள்ளும் பதவி ஒன்றே
அம்புவியின் மனுப்பிறவி யான தொன்றே
நடைவழியும் பலமனுவோர்க் கொன்றே அல்லால்
நால்வேத மறுசமய நடத்தை வேறாய்த்
திடமுடைய வேதர் பலருண் டென்போர்கள்
நரகுக்குள்ளாவர் திண்ணம் தானே'

என்பது கொங்கணர் ஞானப் பாடல்.

இவர் பெண்களைச் சக்தியின் வடிவமாகப் பார்க்கிறார். தாய்த் தெய்வ வழிபாட்டைப் பெரிதும் போற்றுகிறார். பெற்று வளர்த்து ஆளாக்குகிற தாயை எக்காலத்திலும் மறவாதிருக்க வேண்டும் என்று அறிவுறுத்துகிறார். இதனைப் பாடும் வாலைக்கும்மிப் பாடல் புகழ் பெற்றதாகும்.

'கற்புள்ள மாதர் குலம் வாழ்க நின்ற
 கற்பை யளித் தவரே வாழ்க
சிற்பரனைப் போற்றிக் கும்மியடி
 கற்பரனைப் போற்றிக் கும்மியடி'

போகர்

இவர் திருமூலரின் மாணவராகிய காலங்கநாதரின் மாணவராய் இருந்தவர். பழநி மலையில் வாழ்ந்ததாகச் சொல்வர். இவர் செய்த நூல்கள் போகர் ஏழாயிரம், நிகண்டு பதினேழாயிரம், சூத்திரம் எழுநூறு, போகர் திருமந்திரம் ஆகியன. இவரைப் பற்றிய வரலாறும், இவர் இயற்றிய நூல்கள் பற்றிய விவரமும் குழப்பமாக உள்ளன. இவர் அதி அற்புத சக்திகள் படைத்தவர் என்பர்.

சட்டைமுனி

இவர் போகரின் மாணவர். சட்டைமுனி ஞானம், சடாட்சரக்கோவை, கலம்பகம் நூறு, ஞானநூறு, வாதநிகண்டு ஆகியவை பாடியுள்ளார்.

உரோமமுனி

இவர் சட்டை முனி காலத்தவர். உடலெங்கும் உரோமங்கள் வளமாக இருந்ததால் இப்பெயர் பெற்றார். இவர் பாடியவை உரோமமுனி நூறு, உரோமமுனி ஐந்நூறு, ஐம்புள் நூல் ஆகியவை.

கருவூர்ச்சித்தர்

கருவூரைச் சேர்ந்த இவர், சக்தியைப் பெண்ணாக உருவகித்துப் பாடியுள்ளார். பூசை செய்யும் விதிமுறைகளையும் பாடியுள்ளார். இது கருவூரார் பூசைவிதி என்றழைக்கப்படுகிறது.

'காணப்பா இவளுடைய கற்பு மெத்த
கண்டவர்க்குப் பெண்ணரசு நானே யென்பாள்
ஊணப்பா அமிழ் தமிவ ளூட்டி வைப்பாள்
உள்வீட்டுக் குள்ளிருந்து மேலே யேறப்
பூணப்பா மனமுறைந்து வாவா வென்பாள்
புத்திரனே என் மகனே யென்று சொல்லி
வேணப்பா வேணலெல்லாம் தருவே னென்பாள்
வேதாந்த சூட்சமெல்லாம் விளங்குந் தானே'

தமிழ் இலக்கியத்திற்குச் சித்தர்கள் ஆற்றிய தொண்டு குறிப்பிடத்தக்கதாகும். அவர்களது இலக்கியம், பிற்காலத்தில் தாயுமானவர், இராமலிங்க வள்ளலார், பாரதியார் போன்றோர் தங்கள் கருத்துக்களை எளிய வடிவில் மக்களுக்கு வழங்குவதற்கு அடிப்படையாக அமைந்தது. தமிழ் இலக்கிய உலகில் சித்தர் இலக்கியம் ஒரு புதிய பாதையை வகுத்துத் தந்தது எனலாம். சித்தர் வரிசை நீண்டது. பிற்காலச் சமயச் சான்றோர்கள் பலர் சித்தர்களாக விளங்கியுள்ளனர். பட்டினத்தாரோடு இணைத்துப் பார்க்கத்தக்க சமயச் சான்றோர்களாகிய தாயுமானவர், இராமலிங்க வள்ளலார் ஆகியோர் சமயச் சித்தர்கள்! பாரதியாரும் தம்மை ஒரு சித்தராகவே கருதியவர். அவருக்குச் சித்தர்கள் பலருடன் தொடர்புண்டு.

'எனக்கு முன்னே சித்தர் பலர் இருந்தாரப்பா
நானும் ஒரு சித்தனாய் இங்கு வந்தேனப்பா'

என்று தன் ஞானக் கதையைக் கூறும் 'பாரதி அறுபத்தியாறி'ல் பாரதியார் குறிப்பிடுகிறார். தமிழ் இலக்கிய வரலாற்றில் தவிர்க்க இயலாத தாக்கத்தை ஏற்படுத்திய சித்தர் இலக்கியம் பற்றிய ஆய்வுகள் விரிவாக மேற்கொள்ளப்பட வேண்டும்.

○

12. தமிழகத்தில் வேற்றரசர் ஆட்சி

தமிழகத்தில் அரசாண்ட சேரர் பற்றிய தெளிவான செய்திகளைப் பதிற்றுப்பத்து வாயிலாக அறிகிறோம். அதற்குப் பின்னர் சேரநாட்டு ஆட்சியைப் பற்றிய தெளிவான வரலாறுகள் கிடைக்கவில்லை. ஆனால் சோழர்கள், பாண்டியர்கள் பற்றிய வரலாற்றுச் சான்றுகள் பல்வேறு ஆவணங்கள் வாயிலாக நமக்குக் கிடைக்கின்றன. இவர்களைப் பிற்காலச் சோழர்கள் என்றும், பிற்காலப் பாண்டியர்கள் என்றும் குறிப்பிடுகின்றனர். பிற்காலச் சோழர்கள் கி.பி. 850 முதல் 1279 வரை ஆட்சி செலுத்தினர். பிற்காலப் பாண்டியர்கள் கி.பி. 1090 முதல் 1352 வரை ஆட்சி செலுத்தினர். அதற்குப் பின்னர் தமிழ் நிலத்தில் வேற்றரசு ஆட்சிகளே நிலவின. இத்தகு வேற்றரசு ஆட்சிகளுக்கு வழிகோலியவர்கள் சோழர்களும் பாண்டியர்களுமே ஆவர்.

பிற்காலச் சோழர் மரபினை மீண்டும் வலிமையாக நிலைநாட்டியவன் விஜயாலயச் சோழன் ஆவான். இவன் உயிர்ப்பித்த சோழ அரசு கி.பி.1070 வரை தொடர்ந்தது. இக்காலகட்டத்தில் ஆதித்த சோழன், முதல் பராந்தகன், உத்தமசோழன், முதலாம் இராஜராஜன், முதலாம் இராஜேந்திரன் போன்றோர் திறமையாகத் தனியாட்சி செலுத்தினர். அதற்குப் பின்னர் சோழர்குலம் ஆண்வாரிசற்றுப் போனதாலும் சாளுக்கியரோடு ஏற்பட்ட மணஉறவு காரணமாகவும் குலோத்துங்கன் வாரிசாக நியமிக்கப்பட, அது முதல் தமிழர் தம் தனியாட்சி மறைந்து சோழர் - சாளுக்கியர் கலப்பின ஆட்சி மலர்ந்தது. குலோத்துங்கனுக்குப் பின் விக்கிரம சோழன் (விக்கிரமசோழன் உலா), இரண்டாம் குலோத்துங்கன் (குலோத்துங்கச் சோழனுலா), இரண்டாம் இராஜராஜன் (இராஜராஜ சோழனுலா), இரண்டாம் இராஜாதி ராஜன், மூன்றாம் குலோத்துங்கன், மூன்றாம் இராஜராஜன் ஆகியோரோடு சோழ அரசு நலிவுற்று வலிமைமிக்க பாண்டிய நாட்டோடு இணைக்கப்பட்டது.

நீண்ட நாட்களாகச் சோழர் பிடியில் இருந்து வந்த பாண்டிய நாடு, சோழர் வலி குன்றவும் மீண்டும் தலைதூக்கத் தொடங்கியது. சடையவர்மன் சீவல்லபன் காலம் முதல் (கி.பி. 1090) வீரபாண்டியன்

காலம் வரை தொடர்ந்த பிற்காலப் பாண்டியராட்சி கி.பி. 1352இல் வீழ்ச்சியடையத் தொடங்கியது. இதற்கு வாரிசுரிமைப் போரும் உள்நாட்டுக் கலகங்களும் முக்கிய காரணங்களாகும். தமிழகத்தில் தனியாட்சி செய்துகொண்டிருந்த பாண்டியர் மரபில் ஏற்பட்ட வாரிசுரிமைப் போர் டெல்லி சுல்தான் அலாவுதின் கில்ஜியின் தளபதி மாலிக்காபூர் தமிழ்நாட்டின் மீது படையெடுக்க வழிவிட்டது. மாலிக்காபூரின் படையெடுப்பு பாண்டியர் வலிமையை முற்றிலுமாகச் சிதைத்துவிட்டது. இதனால் ஆங்காங்கே ஒடுங்கியிருந்த சிற்றரசர்கள் அவ்வப்பகுதிகளில் தனியாட்சி செலுத்தத் தொடங்கினர். இந்தச் சூழலில் தமிழ்நாட்டில் தொடர்ந்து டில்லி சுல்தான்களின் படையெடுப்பு நிகழ்ந்தது. இவற்றுள் 1318இல் நிகழ்ந்த குஸ்ரூகானின் படையெடுப்பு, 1323இல் நிகழ்ந்த உலூக்கானின் படையெடுப்பு ஆகியவை குறிப்பிடத்தக்கவையாகும். டில்லி சுல்தான்களின் பிரதிநிதிகள் 1334இல் மதுரையில் நிலையாகத் தங்கி ஆட்சி செலுத்தினர். இந்த ஆட்சி சிக்கந்தர் ஷாவின் காலம் வரையில் - கி.பி. 1350 வரை நீடித்தது.

இந்தச் சமயத்தில் ஹரிஹர புக்கர் எனும் சகோதரர்களால் தோற்றுவிக்கப்பட்ட விஜயநகர சாம்ராஜ்யம் தென்னிந்தியாவில் இஸ்லாமியர் ஆட்சியை முடிவுக்குக் கொண்டுவந்தது. இந்த ஆட்சி 1529இல் கிருஷ்ணதேவராயர் காலத்தில் உச்சநிலையை அடைந்தது. இந்தத் தருணத்தில் தமிழகத்தில் நிலவிய குழப்பமான சூழலைப் பயன்படுத்தி கிருஷ்ணதேவராயர், விஸ்வநாத நாயக்கரை மதுரையில் தன்னுடைய ஆட்சிப்பிரதிநிதியாக நியமித்தார். இதுமுதற் கொண்டு தமிழகத்தில் சுல்தான்களின் ஆட்சிக்குத் தற்காலிகமாக முற்றுப்புள்ளி வைக்கப்பட்டது. இதைத் தொடர்ந்து 1706 வரை தமிழகத்தில் நாயக்கர் ஆட்சி நீடித்தது.

தமிழகத்தில் நிலவிய நாயக்கராட்சியும் ஒரே தலைமையின் கீழ் இல்லை. மதுரையில் ஒரு பிரிவினர், தஞ்சையில் வேறொரு பிரிவினர், செஞ்சியில் மற்றொரு பிரிவினர், திண்டுக்கல்லில் இன்னொரு பிரிவினர் என்று நாயக்கர்கள் பல பிரிவினர்களாகத் தமிழகத்தை ஆண்டு கொண்டிருந்தனர். இதனால் இஸ்லாமிய ஆட்சியாளர்களும், நவாபுகளும், மராட்டியரும், ஆங்கிலேயரும் அவ்வப்பொழுது தமிழக அரசியலில் தலையிடுவதற்கு வாய்ப்பான சூழல் தமிழகத்தில் நிலவியது.

பிற்காலப் பாண்டியர்கள் தங்கள் வாரிசுரிமைப் போருக்குத் துணை செய்ய டில்லி சுல்தான்களை நாடியதுபோல, நாயக்கராட்சியின் கடைசி காலக்கட்டத்தில் - மங்கம்மாளின் ஆட்சியின் போது - டில்லி பாதுஷாவின் தலையீடு மீண்டும் தொடங்கியது. கர்நாடகம் வரை வந்து வென்ற ஔரங்கசீபின் தளபதி சுல்பிர்கான் மதுரைக்கு வந்தபோது அவனுக்குப் பரிசுப் பொருள்கள் பல தந்து, அவன் உதவியால்

மராட்டியர்களிடம் தான் இழந்த பகுதிகளை அரசி மங்கம்மாள் மீட்டுக்கொண்டாள். 1732இல் ஆண்வாரிசு இல்லாததால் நாயக்க அரசி மீனாட்சி ஆட்சிப் பொறுப்பேற்றார். இதற்கு ஆற்காடுநவாபின் படைத்தளபதி சந்தாசாகிபின் உதவியை மீனாட்சி நாடினாள். ஆனால் சந்தாசாகிபு மீனாட்சியைச் சிறை வைக்கவே, தமிழகத்தில் நவாபுகளின் ஆட்சி தொடங்கியது.

தஞ்சை நாயக்கரிடையே ஏற்பட்ட அரசியல் மோதலில் மராட்டியர் தலையிட்டு 1676இல் அங்கு வெங்காஜி என்ற எக்கோஜி தலைமையில் ஆட்சியை அமைத்தனர். மராட்டியர் ஆட்சியும் இரண்டாம் சரபோஜியின் மகன் சிவாஜி (1833 - 1855) காலத்தில் நலிந்தது. இந்த வாய்ப்பைப் பயன்படுத்தி 1856இல் ஆங்கிலேய கவர்னர் ஜெனரல் டல்ஹெசி பிரபு, தஞ்சையின் ஆட்சிப் பொறுப்பை ஏற்றார்.

மதுரை, தஞ்சை, ஆர்க்காடு, செஞ்சி ஆகியவற்றின் நிலைமை இவ்வாறிருக்க, தென் தமிழகமாகிய திருநெல்வேலி இராமநாதபுரம் பகுதிகளில் முறையே பாளையக்காரர்கள் ஆட்சியும், மறவர்கள் (சேதுபதி வழியினர்) ஆட்சியும் நடைபெற்றது. இவர்களைத் தவிர, தென்தமிழ் நாட்டில் இருந்த சிறுசிறு ஊர்ப்பகுதிகள் அவ்வப்பகுதிகளில் தலைமை பெற்றிருந்த ஜமீன்தார்களின் ஆட்சியில் இருந்தது. குறிப்பாக சிவகிரி ஜமீன், ஊத்துமலை ஜமீன், சேத்துமலை ஜமீன், எட்டயபுரம் ஜமீன், கன்னிவாடி ஜமீன் ஆகியவற்றைச் சொல்லலாம். இவர்களோடு 1700க்கும் 1850க்கும் இடைப்பட்ட தமிழகத்து அரசியலில் ஆங்கிலேயக் கிழக்கிந்தியக் கம்பெனியின் தலையீடும், கிறிஸ்தவ மிஷினரிகளின் இடையீடும் தொடர்ந்து இருந்து வந்தது.

மேற்குறிப்பிட்டவாறு சற்றேறக்குறைய 14ஆம் நூற்றாண்டு முதல் 18ஆம் நூற்றாண்டு வரை சுமார் 500 ஆண்டுகள் வேற்றரசர்களின் ஆட்சியின் கீழ் தமிழகம் இருந்தது என்று அறிகிறோம். இக்கால இடைவெளியில் தமிழகத்தின் அனைத்துப் பகுதிகளிலும் போராட்டம், பூசல், நிர்வாகக் கோளாறுகள், வரிக்கொடுமை, வறுமை, பஞ்சம், அடக்குமுறை, பொருளாதாரச் சீர்குலைவு போன்ற தடுமாற்றங்கள் நிகழ்ந்தன. இதனால் ஒருங்கிணைந்த தமிழகத்தை முன்னிறுத்துவது போன்ற பேரிலக்கியங்கள் தோன்ற வாய்ப்பில்லாமல் போயிற்று. இக்காலகட்டத்து இலக்கியங்களில் வட்டார மணமே தலைமை பெற்றது. எனவே இதனை 'வட்டார இலக்கியக் காலம்' என்று அழைக்கலாம்.

இக்காலத்தில் ஊர்தோறும் கோயில்தோறும் பாடப்பட்ட தலபுராணங்கள், இதற்குச் சிறந்த சான்றுகளாகத் திகழ்வதாகும். மேலும் அந்தந்த ஊர்ப் பெருமையையும், கோயிலின் புகழையும்,

கோயில்களில் எழுந்தருளியுள்ள இறைவன் - இறைவியின் சிறப்பையும் போற்றிப் பல சிற்றிலக்கியங்கள் எழுந்தன. இவற்றுக்கும் மேலாக ஒவ்வொரு வட்டாரத்திலுள்ள ஆட்சியாளர்களைப் புகழ்ந்து அவர்கள் பெயரிலேயே அவரவர்களுக்குப் பல இலக்கியங்கள் பாடப்பட்டன. சிவந்தெழுந்த பல்லவராயன் உலா, சேதுபதி விறலிவிடு தூது, நாகம கூளப்ப நாயக்கன் மீது விறலிவிடு தூது, சேற்றூர் ஜமீன் மீது பள்ளு, பெரியசாமித்தேவர் மீது பள்ளு, கூளப்ப நாயக்கன் மீது காதல், முத்திருளப்ப பிள்ளை மீது காதல் ஆகிய நூல்களை இதற்குச் சான்று காட்டலாம்.

பலவகை நூல்கள்

நிலையில்லாத வேற்றரசுகளின் ஆட்சியில் பேரிலக்கியங்கள் ஏதும் எழுதுவதற்கான சூழல் நிலவவில்லை. ஆனாலும் தமிழ் இலக்கிய மரபு இற்று விடாமல் ஆங்காங்கே சில புலவர்கள் தம் முயற்சிகளைத் தொடர்ந்தனர். இதில் நல்ல பல இலக்கியங்கள் தோன்றின. சிற்றிலக்கியங்கள், புராணங்கள், காப்பியங்கள், தனிப்பாடல்கள் ஆகியவை இக்காலத்தில் தோன்றிய சில குறிப்பிடத்தக்க இலக்கியங்களாகும். மொழிபெயர்ப்புகளும், அக இலக்கணங்களும், நிகண்டுகளும் கூட இக்காலப் பகுதியில் தோன்றின. இவற்றின் விரிவை இப்பகுதியில் காணலாம்.

அதிவீரராம பாண்டியர்

இவர் தென்காசியைத் தலைநகராகக் கொண்டு ஆண்ட (1562 - 1604) பிற்காலப் பாண்டியர் மரபைச் சார்ந்தவராவார். இவரது இயற்பெயர் அழகர் பெருமாள் என்பதாகும். 'தமிழ் வளர்த்த தென்னவன்' என்று இலக்கிய வரலாற்றாசிரியர்களால் குறிப்பிடப் பெறுகிறார். பிள்ளைப் பாண்டியன் என்ற பெயரும் இவருக்கு உண்டு. புகழேந்திப் புலவரின் நளவெண்பாவை அடியொற்றி 'நைடதம்' என்ற காப்பியத்தை (1172 பாடல்கள்) இவர் இயற்றினர். இக்காப்பியத்தில் காமச்சுவை மிகுதியும் இடம்பெற்றுள்ளது என்பர். ஆயினும் இலக்கியச் சுவைகள் அனைத்தும் அமையப் பெற்றதாய் மெய்ப்பாடுகள் பலவற்றையும் காட்டும் உணர்ச்சி இலக்கியமாக இது மலர்ந்துள்ளது. இதனால் இந்நூல் 'நைடதம் புலவர்க்கு ஔடதம்' என்று போற்றப்படுகிறது. நைடதம் தவிர, குட்டித் திருவாசகம் எனும் திருக்கருவை பதிற்றுப்பந்தாதி, திருக்கருவை வெண்பா அந்தாதி, கூர்மபுராணம், இலிங்க புராணம், மகாபுராணம், காசிகாண்டம், வாயு சங்கிதை, வெற்றிவேற்கை ஆகிய நூல்களையும் அதிவீரராம பாண்டியன் இயற்றியுள்ளார்.

நளனை எண்ணி அவன் நினைவாகவே இருந்த தமயந்தியின் நிலையை அதிவீரராம பாண்டியர் பின்வருமாறு பாடுகிறார்:

'பூசு சாந்தம் மெய்யினிற் பொருக்கெழுந்து தீய்ந்தன
வீசு ஆலவட்டம் நெஞ்சில் விரக வெம்மை மூட்டின
வாசம் வீசு நெட்டு யிர்ப்பின் மாலை தீய்ந்து வாடின
ஆசை நோயின் வெம்மை தன்னை ஆற்றலாகுமே கொலாம்'

அகச்சுவை இலக்கியம் செய்த அதிவீரராம பாண்டியன் பக்தி உணர்வு ததும்பும் திருக்கருவைப் பதிற்றுப்பத்தந்தாதியும் பாடினார்.

'சிந்தனை உனக்குத் தந்தேன் திருவருள் எனக்குத் தந்தாய்;
வந்தனை உனக்குத் தந்தேன் மலரடி எனக்குத் தந்தாய்;
பைந்துணர் உனக்குத் தந்தேன் பரகதி எனக்குத் தந்தாய்;
கந்தனைப் பயந்த நாதா, கருவையில் இருக்கும் தேவே'

அந்தகக்கவி வீரராகவ முதலியார்

காஞ்சிபுரத்துக்கு அருகிலுள்ள பூதூரில் பிறந்தவர் (1694). இவர் இலங்கை அரசன் பரராசசேகரனிடம் பரிசில் பெற்ற சிறப்பை உடையவர். சிற்றிலக்கியங்கள் பல பாடியுள்ளார். அவை : சேயூர் முருகன் பிள்ளைத் தமிழ், சேயூர்க் கலம்பகம், திருவாரூருலா, கயத்தாற்றரசன் உலா, சந்திரவாணன் கோவை, திருக்கழுக்குன்ற புராணம், திருக்கழுக்குன்ற மாலை. இவர் இருபொருள் தரும் சிலேடைச் சொற்கள் அமையப் பாடுவதில் வல்லவர்.

'ஏடாயிரங்கோடி எழுதாது தன்மனத்து எழுதிப்படித்த விரகன்
இமசேது பரியந்தம் எதிரிலாக்கவி வீரராகவன்'

என்று இவரைப் புகழ்வர்.

அமிர்தகவிராயர்

பதினேழாம் நூற்றாண்டின் பிற்பகுதியில் வாழ்ந்தவர் (1637 - 72). இராமநாதபுரத்தை ஆண்ட தளவாய் இரகுநாத சேதுபதியின் அவைக்களப் புலவராக விளங்கியவர். 'நாணிக்கண் புதைத்தல் என்னும் ஒரு துறை'யைப் பற்றி மட்டும் 400 பாடல்கள் பாடிய பெருமை உடையவர். இது 'நாணிக்கண்புதைத்தல் என்னும் ஒருதுறைக்கோவை' என்று வழங்குகிறது.

அருணகிரிநாதர்

தமிழ் இலக்கியத்தில் சந்தப் பாடல்களுக்கு வளமான வாழ்வு தந்தவர் அருணகிரிநாதர் (1370 - 1450) ஆவார். திருப்புகழ் (1300 பாடல்கள்), கந்தரந்தாதி (102 பாடல்கள்), கந்தரலங்காரம் (102 பாடல்கள்), கந்தரனுபூதி (51 பாடல்கள்) வேல்விருத்தம், மயில்விருத்தம், சேவல்விருத்தம், உடற்கூற்று வண்ணம் ஆகியவற்றைப் பாடியுள்ளார். இவருடைய பாடல்கள் முருகனை மையமாகக் கொண்டுள்ளன.

சந்தக் குழிப்புக்களின் செழிப்பு இவர் பாடல்களில் அதிகமாகக் காணப்படுவதால், இவற்றில் சமஸ்கிருதத்தின் தாக்கம் செல்வாக்குப் பெற்றுள்ளது என்பர். தமிழ்ப் பாடல்களின் ஓசைநயம் கணக்கிடப்படுகின்ற 'அசை' முறையும், சமஸ்கிருதப் பாடல்களின் ஓசைநயம் கணக்கிடப்படுகின்ற 'அக்ஷர' (எழுத்து) முறையும் இவர் பாடல்களில் விரவிக் காணப்படுகிறது. இத்தகு ஓசை நயங்களே பிற்காலத்தில் அருணாசல கவிராயர், கோபாலகிருஷ்ண பாரதியார், அண்ணாமலை ரெட்டியார் போன்றோர் கீர்த்தனை, சிந்து போன்ற இலக்கிய வகைகளை அறிமுகப்படுத்த அடித்தளமாயிற்று எனலாம். இவர் பாடல்களில் 1008க்கும் மேற்பட்ட சந்த வேறுபாடுகள் காணப்படுகின்றன என்று இசை ஆய்வாளர்கள் கூறுகின்றனர். இவர் நூல்களுள் கந்தரனுபூதி மந்திர நூலாகும் பண்பு வாய்ந்தது என்று மொழிவர். இந்நூலின் சிறப்பினை,

'கந்தரனு பூதிபெற்றுக் கந்தரனு பூதிசொன்ன
எந்தையருள் நாடியிருக்குநாள் எந்நாளோ'

என்று தாயுமான சுவாமிகள் போற்றுகிறார்.

எளிய பதங்களும் இனிய சந்தங்களும் நிறைந்த திருப்புகழிலிருந்து ஒரு பாடல் வருமாறு.

'ஏறுமயி லேறிவிளை யாடுமுக மொன்றே
ஈசருடன் ஞானமொழி பேசுமுகமொன்றே
கூறுமடி யார்கள்வினை தீர்க்குமுக மொன்றே
குன்றுருவ வேல்வாங்கி நின்றமுக மொன்றே
மாறுபடு சூரரைவ தைத்தமுக மொன்றே
வள்ளியைம ணம்புணர வந்தமுக மொன்றே
ஆறுமுக மானபொருள் நீயருளல் வேண்டு
ஆதியரு ணாசல மமர்ந்த பெருமாளே'

இரட்டைப் புலவர்கள்

ஒன்றாகவே சென்று ஒன்றாகவே பாடி ஒன்றாக வாழ்ந்த இரு புலவர்களை இரட்டைப் புலவர்கள் என்று அழைக்கின்றனர். இவர்கள் காலம் 15ஆம் நூற்றாண்டு. இவர்கள் இரட்டையர்களாகப் பிறந்தவர்கள் என்றும் சொல்லுவர். இவர்களுள் ஒருவர் முடவர் என்றும், மற்றவர் குருடர் என்றும் கருதுகின்றனர். முடவரைக் குருடர் தன் தோளில் ஏற்றிச் செல்ல, குருடருக்கு முடவர் வழி சொல்வாராம். ஒவ்வொரு பாடலிலும் முதற்பாதியை ஒருவர் பாட, பிற்பாதியை அடுத்தவர் பாடி நிறைவு செய்வார் என்பர். இவர்கள் திருவாமாத்தூர் கலம்பகம், ஏகம்பரநாதர் உலா, தில்லைக்கலம்பகம், கச்சிக்கலம்பகம் ஆகிய நூல்களையும் ஏராளமான தனிப்பாடல்களையும் பாடியுள்ளனர்.

கலம்பகம் பாடுவதில் இவர்கள் வல்லவர்கள் என்பது 'கலம்பகத்திற்கு இரட்டையர்கள்' என்ற தொடர் புலப்படுத்தும். நந்திக்கலம்பகத்திற்கு நானூறு ஆண்டுகளுக்குப்பின் தில்லைக் கலம்பகத்தின் வாயிலாகக் கலம்பக இலக்கியத்தை மீண்டு வாழவைத்த பெருமை இரட்டையர்க்கு உண்டு. இவர்களுக்கு இளஞ்சூரியர், முதுசூரியர் என்ற பெயரும் உண்டு. இரட்டைப் புலவர்கள், காளமேகப் புலவர்கள், அருணகிரிநாதர், வில்லிப்புத்தூரார் ஆகியோர் சமகாலத்தவர்களாவர்.

கடிகைமுத்துப்புலவர்

இவர் எட்டயபுர அரசவைப் புலவராக விளங்கியவர் (1665 - 1730). சமுத்திர விலாசம், காமரச மஞ்சரி ஆகிய இருநூல்களை இவர் இயற்றியுள்ளார். பெரியசாமித்தேவர் மீது ஒரு பள்ளு இலக்கியமும் பாடியுள்ளார். சிவகிரி ஜமீன்தார் மீது சிவகிரி வரகுணபாண்டிய வன்னியனார் திக்குவிசயம் என்ற நூலும், ஊத்துமலை ஜமீன் மீது மதனவித்தார மாலையும் பாடியுள்ளார். கடலின் கரையோரத்தில் பிரிந்து சென்ற தலைவனின் வரவுக்காகக் காத்திருக்கும் தலைவியின் ஏக்கத்தைப் பாடுவது சமுத்திரவிலாசமாகும். பெண்ணின் காமச்சுவையை விதந்து கூறுவது காமரச மஞ்சரி. மன்மதனின் கொடுமையை அகச்சுவை ததும்ப எடுத்துரைப்பது மதனவித்தார மாலை.

தூர்த்தர் செயலும் கணிகையர் செயலும்

'குல்லச் சலவைகட்டிக் கொண்டைத் தலையசைத்து
மெல்ல நடந்திருகை வீசியே - செல்லையிலே

முன்கையிற் சந்தனத்தை மூக்காலே மோந்து கொண்டு
தக்கையிண லாழி தனைத்திருத்திப் - பொன்குலவு

காதுக் கடுக்கனிலே கையைவைத்துப் பூசியசவ்
வாதைத் துடைத்து மணம்பார்த்து வீதியிலே

தூர்த்தர்வரு வார்களவர் தூரநின்று பார்க்கையிலே
வார்த்தை சொல்லா ரிந்த மடவார்கள் - பார்த்து

தெளித்தி ரவிக்கை நெகிழ்ந்துநகிற் சேவை
அளித்து மனைக்கே அகல்வார்

- மதன வித்தாரமாலை 70-71

இவரது நூல்களில் யமகம், திரிபு, அந்தாதி ஆகியவற்றின் ஆட்சி மிகுதியும் உண்டு. எட்டயபுர மன்னன் வெங்கடேசுவர எட்டப்பபூபதி மீது பல தனிப்பாடல்கள் பாடியுள்ளார்.

காளமேகப்புலவர்

வரதன் என்னும் இயற்பெயரைக் கொண்ட இவர், கும்பகோணத்தைச் சார்ந்தவர். திருவரங்கக் கோவில் மடைப்பள்ளியில் பணியாற்றியவர்.

திருவானைக்கா உலா, சரசுவதி மாலை, பரப்பிரம்ம விளக்கம், சித்திரமடல் ஆகிய நூல்களும் ஏராளமான தனிப்பாடல்களும் பாடியுள்ளார். இவரது பாடல்களில் சிலேடை நயங்கள் மிகுந்திருக்கும். இத்தகுப் பாடல்கள் யமகண்டம் என்று அழைக்கப்பட்டன.

எ-டு:

'நஞ்சிருக்கும் தோலுரிக்கும் நாதர்முடி மேலிருக்கும்
வெஞ்சினத்திற் பாற்பட்டால் மீளாது - விஞ்சுபுகழ்
தேன்பாயுஞ் சோலை திருமலைராயன் படியிற்
பாம்பாகும் வாழைப்பழம்

(பாம்புக்கும் வாழைக்கும் சிலேடை)

திருவானைக்காவில் எழுந்தருளியுள்ள அகிலாண்டநாயகியின் தம்பலம் பெற்றதால் இவர் வரகவியானார் என்று இவர் பாடல்கள் பிரபலமானதற்குக் காரணம் சொல்வர். 'எம்முறையில் எச்சொல்லை எப்புலவர் எவ்வாறு அமைத்துப் பாடினாலும், அவ்வாறே உடனே தெளிதமிழில் பாடவல்ல ஆசுகவி' என்பர் (கா.சு. பிள்ளை, ப. 398).

வலியும் திறனுமற்ற குதிரையை அரச சேவகர்கள் நான்கைந்து பேர் இழுத்துக் கொண்டும் தள்ளிக் கொண்டும் சென்றதைப் பார்த்துப் பின்வருமாறு பாடினார்:

'முன்னே கடிவாளம் மூன்றுபேர் போட்டிழுக்கப்
பின்னே, இருந்திரண்டு பேர்தள்ள - எந்நேரம்
வேதம்போம் வாயான் விகடரா மன்குதிரை
மாதம்போம் காத வழி'

குமரகுருபரர்

திருநெல்வேலியிலுள்ள ஸ்ரீவைகுண்டத்தில் பிறந்த இவர் காசி வரை சென்று சைவ சமயத்தின் பெருமையை நிலைநாட்டியவர். ஐந்து வயது வரை ஊமையாக இருந்த இவர் திருச்செந்தூர் முருகன் அருளால் பேசும் திறம் பெற்றார். அப்பொழுதே கந்தர் கலிவெண்பா பாடி அனைவரையும் வியப்பில் ஆழ்த்தினார் என்பர். ஊர்கள் தோறும் சென்று இறைவனையும் இறைவியையும் பல்வகை இலக்கியங்களால் பாடி மகிழ்ந்தார். தம் ஊரிலுள்ள கயிலாயநாதர் மீது 'கயிலைக்கலம்பகம்' பாடினார். மதுரை சென்று இறைவி மீது 'மீனாட்சியம்மை பிள்ளைத்தமிழ்' பாடினார். இறைவன் மீது 'மதுரைக் கலம்பம்' பாடினார். அறவுரைகள் பல சொல்லும் 'நீதிநெறி விளக்கம்' இயற்றினார்.

பின்னர் திரிசிரபுரம் (திருச்சிராப்பள்ளி) சென்று பிள்ளைப் பெருமாள் அய்யங்காரை வாதிட்டு வென்று திருவாரூர் சென்றார். அங்கு திருவாரூர் நான்மணிமாலை பாடினார். அங்கிருந்து தருமபுரம்

அடைந்தார். தருமபுர மடத்தில் நான்காவது ஆதீனமாக வீற்றிருந்த ஸ்ரீலஸ்ரீ மாசிலாமணி தேசிகரிடம் தீட்சை பெற்றார். அங்குத் தங்கியிருந்து தத்துவமும், சமஸ்கிருதமும் கற்றார். ஆதீனத்தாரின் ஆசிபெற்று தம் சமயப்பயணத்தைத் தொடர்ந்தார். வைத்தீசுவரன் கோயில் சென்று அங்குள்ள முருகப்பெருமான் மீது 'முத்துக்குமாரசாமி பிள்ளைத்தமிழ்' பாடினார். சிதம்பரம் சென்று 'சிதம்பர மும்மணிக்கோவை' அருளினார். சிவகாமியம்மை மீது 'இரட்டைமணி மாலை' பாடினார். மீண்டும் தருமபுரம் திரும்பினார். தேசிகரால் ஆட்கொள்ளப்பெற்று 'பண்டார மும்மணிக்கோவை' இயற்றினார். இதனைச் சைவசித்தாந்தச் சிறு காப்பியம் என்பர்.

தேசிகர்தம் அறிவுரைப்படி இந்து சமய மாநாட்டில் கலந்துகொள்ள காசி சென்றார். செல்லும் வழியில் தில்லி சென்று அங்குள்ள முகலாய மன்னரிடம் இந்துஸ்தானியிலேயே பேசும் ஆற்றலைக் கலைவாணியின் அருளால் பெற்றார். இந்த அருளைப் பெறுவதற்காக அவர் பாடியதுதான் சகலகலாவல்லி மாலை. குமரகுருபரர் 1655ஆம் ஆண்டு தில்லிக்குச் சென்றார் என்றும், அப்போது டில்லியை ஆண்டு கொண்டிருந்தவர் ஔரங்கசீப் என்றும் சொல்வர். குமரகுருபரரின் இந்துஸ்தானிப் பொழிவைக் கேட்டு மகிழ்ந்த முகலாய மன்னன், குமரகுருபரரின் வேண்டுகோளை ஏற்றுக் காசியில் மடம் நிறுவ, பரந்த இடம் தந்து உதவினான். அங்கு குமாரசாமி மடம் ஒன்றைக் குமரகுருபரர் நிறுவினார். இன்றும் அம்மடம் காசியில் தன் புகழ் பரப்பி வருகிறது. இக்காசி மடத்தின் கிளைமடமாகத் தஞ்சாவூர்க்கு அருகில் திருப்பனந்தாள் மடம் ஏற்படுத்தப்பட்டது. குமரகுருபரர் காசியில் 1688இல் இயற்கை எய்தினார்.

சிவஞான முனிவர்

தமது வடமொழிப் பயிற்சியால் தமிழைத் தழைக்க வைத்த சிறப்புடையவர் சிவஞான முனிவர். திருநெல்வேலியிலுள்ள அம்பாசமுத்திரத்திற்கருகில் உள்ள விக்கிரமசிங்கபுரம் என்ற சிற்றூரில் பிறந்த இவர் தமிழ்கூறு நல்லுலகம் என்றும் நினைத்துப் போற்றும் பெருமைமிக்க நூல்கள் இயற்றினார். திருவாவடுதுறை ஆதீனத்தில் வேலப்ப தேசிகரிடம் ஞானம் பெற்றார். அதன் பின்னர் சிவஞான யோகிகள் என்று அழைக்கப் பெற்றார். அங்கு மாணவர்கட்கு இலக்கணம், இலக்கியம், தர்க்கம், சித்தாந்த சாத்திரம் முதலியவற்றை அருளிச் செய்தார். கச்சியப்ப முனிவர், தொட்டிக்கலை சுப்பிரமணிய முனிவர், இலக்கணம் சிதம்பரநாத முனிவர் ஆகியோர் இவரிடம் மாணவர்களாக அமர்ந்தவர்களாவர். இலக்கணம், இலக்கியம், சமயம்,

தத்துவம் ஆகியவற்றில் நூல்கள் பல இயற்றியுள்ளார். வடமொழியிலும் வல்ல இவர் சமஸ்கிருத நூல்கள் பலவற்றையும் மொழிபெயர்த்துள்ளார்.

தொல்காப்பியர் சூத்திர விருத்தி, இலக்கணவிளக்கச் சூறாவளி, சங்கர நமச்சிவாயப் புலவர் நன்னூல் விருத்தியுரைத் திருத்தம் ஆகிய இலக்கண நூல்களைச் செய்துள்ளார். காஞ்சிபுராணத்தின் முதற்காண்டத்தை இயற்றியுள்ளார். இந்நூல் சித்திரகவிநயங்கள் நிறைந்தது என்று கூறப்படுகிறது. திருக்குறட் பாக்களுக்கு புராணச் செய்யுட்கள் தந்து சோமேசர் முதுமொழிவெண்பா எழுதினார். யமகம், திரிபு ஆகியவற்றின் புலமையைக் காட்டுவது முல்லைவாயிலந்தாதி. அமுதாம்பிகை பிள்ளைத் தமிழ் கற்பனை நயம் சிறந்தது. குளத்தூர் பதிற்றுப்பத்தந்தாதி, இளசைப் பதிற்றுப்பத்தந்தாதி, கலைசைப் பதிற்றுப்பத்தந்தாதி ஆகிய அந்தாதி நூல்கள் இயற்றியுள்ளார். திருவேகம்பர் ஆனந்தக் களிப்பு, திருவேகம்பரந்தாதி ஆகியன காஞ்சி ஏகாம்பரநாதர் மீது பாடியுள்ளார். செங்கழுநீர் விநாயகர் பிள்ளைத்தமிழ், கச்சி ஆனந்தருத்ரேசுரர் பதிகம், திருத்தொண்டர் திருநாமக் கோவை, பஞ்சாக்கர தேசிகமாலை ஆகிய பல்வேறு இலக்கிய வகைகளிலும் நூல்கள் செய்துள்ளார்.

சமய தருக்க நூல்கள் பலவற்றையும் எழுதியுள்ளார். தருக்க சங்கிரகம் சிவதத்துவ விவேகம், சிவசமவாத உரை மறுப்பு, சித்தாந்த பிரகாசிகை, சிவஞான சித்தியார் பொழிப்புரை (சுபக்கம்), சிவஞான போதச் சிற்றுரை, சிவஞானபோதப் பேருரை ஆகியவற்றை இயற்றியுள்ளார். இவற்றுள் சிவஞானபோதப் பேருரை திராவிட மாபாடியம் என்று சிறப்பிக்கப்படுகிறது. இந்நூல் ஒன்றே இவர் பெருமையைப் பறைசாற்றப் போதுமானதாகும். இவர் 1785இல் இயற்கை எய்தினார் என்பர்.

சிவப்பிரகாசர்

தொண்டை நாட்டிலுள்ள துறைமங்கலம் என்னும் ஊரில் வாழ்ந்தவர் (1652). 'கற்பனைக் களஞ்சியம்' என்று பெயர் பெற்றவர். திருச்செந்தூர் முருகன் மீது வாயிதழ்கள் சேராமல் நிரோட்டக யமக அந்தாதி பாடினார். சைவசித்தாந்த சமயத் தலைவர்களின் பெருமையை விளக்கும் நால்வர் நால்மணிமாலை எனும் நூலை இயற்றினார். அந்நூலில் ஒரு பாடல் வருமாறு:

. . . .

வேத மோதின் விழிநீர் பெருகி
நெஞ்சநெக் குருகி நிற்பவர்க் காண்கிலேம்;
திருவா சகமிங் கொருகால் ஓதில்
கருங்கன் மனமும் கரைந்துகக் கண்கள்

தொடுமணற் கேணியில் சுரந்துநீர் பாய
மெய்ம்மயிர் பொடிப்ப விதிர்விதிப் பெய்தி
அன்ப ராகுந ரன்றி
மன்பதை யுலகில் மற்றைய ரிலரே'

நன்னெறி என்ற நீதி நூலும், சீகாளத்திப் புராணத்தில் இரண்டு சருக்கங்களும் இவரால் இயற்றப்பட்டன. சீகாளத்திப் புராணம் மூவரால் பாடப்பட்டது என்பது ஒரு சுவையான செய்தி. இவரது தம்பி கருணைப் பிரகாசர் சீகாளத்திசருக்கம் வரை பாடினார்; இவர் இரண்டு சருக்கங்கள் பாடினார். இவரது மற்றுமொரு தம்பி வேலையதேசிகர் எஞ்சிய 12 சருக்கங்கள் பாடி நூலை நிறைவு செய்தார். சிவப்பிரகாசர் திருக்கூவப் புராணம், வெங்கைக் கோவை, சோணசைல மாலை ஆகிய நூல்களும் செய்துள்ளார். இவரது பிரபுலிங்கலீலை என்ற சைவசமயக் காப்பியம் கற்பனை வளம் செறிந்தது என்று பாராட்டப் பெறுகிறது. இதனால் இவர் கற்பனைக்களஞ்சியம் என்று போற்றப்படுகிறார். இவர் வீரமாமுனிவர் காலத்தில் வாழ்ந்தவர். வீரமாமுனிவர் கிறித்தவ மதத்தைப் பரப்புவதை எதிர்த்து 'ஏசுமத நிராகரணம்' என்ற நூலை வெளியிட்டார்.

செவ்வைச்சூடுவார்

இவர் வடமொழி பாகவதத்தைத் தமிழில் தந்துள்ளார். இது 'விண்டுபாகவதம்' என்று அழைக்கப்படுகிறது. 4970 பாடல்களைக் கொண்டது. இப்பாடல்கள் இசைநயம் கொண்ட எளிய இனிய பாடல்களாக அமைந்துள்ளன என்பர். வடமொழி பாகவதம் மூன்று முறை தமிழாக்கம் செய்யப்பட்டுள்ளது. ஒன்று செவ்வைச்சூடுவார் செய்தது. இன்னொன்று 1543இல் 9157 விருத்தங்களால் அருளாளதாசர் செய்தது. இது மகாபாகவதம் என்று அழைக்கப்படுகிறது. மற்றொன்று 19ஆம் நூற்றாண்டில் 4970 விருத்தங்களால் கும்பகோணத்தைச் சார்ந்த அரியப்புலவர் பாடியது.

சைவ எல்லப்ப நாவலர்

எல்லப்ப நாவலர் என்ற இயற்பெயர் கொண்ட இவர் சைவ சமய மேன்மையைத் தாம் செய்த இலக்கியங்களில் அழகுபட எடுத்துரைத்ததால் 'சைவ' எனும் சிறப்புப் பெயர் கொண்டு அழைக்கப்பட்டார். அருணைக்கலம்பகம், திருவெண்காட்டுப் புராணம், தீர்த்தகிரிப் புராணம், திருச்செங்காட்டான்குடிப் புராணம், திருவிரிஞ்சைப் புராணம், செவ்வந்திப் புராணம் ஆகியவற்றை இவர் இயற்றியுள்ளார். அருணைக் கலம்பகத்தில் சைவத்தின் மேன்மையைப் பின்வருமாறு பாடுகிறார்:

'சைவத்தின் மேற்சமயம் வேறில்லை அதிற்சார் சிவமாம்
தெய்வத்தின் மேற்றெய்வம் இல்லெனும் நான்மறைச் செம்பொருள்வாய்
மைவைத்த சீர்திருத் தேவார மும்திரு வாசகமும்
உய்வைத் தரச்செய்த நால்வர்பொற் றாள்எம் உயிர்த்துணையே'

இவரது காலம் கி.பி. 17ஆம் நூற்றாண்டு.

நல்லாப்பிள்ளை

தமிழில் எழுதப்பட்டதாகத் தெரியவரும் இராமாயணம் கம்பராமாயணம் மட்டுமே. ஆனால் பாரதங்கள் பல எழுதப்பட்டதாக அறிகிறோம். எட்டுத்தொகைப் பாடல்களுக்குக் கடவுள் வாழ்த்துப் பாடிய பெருந்தேவனார் ஒரு பாரதம் பாடியுள்ளார். பாரத வெண்பா என்ற ஒரு நூல் இருந்துள்ளது. வில்லிப்புத்தூரார் ஒரு பாரதம் பாடியுள்ளார். இவை தவிர நல்லாப்பிள்ளையும் பாரதம் பாடியுள்ளார். தம்முடைய 21வது வயதில் இவர் பாரத்தை எழுதத் தொடங்கிப் பல்லாண்டுகள் தொடர்ந்து எழுதினார் என்பர். இது 15,300 வெண்பாக்களை உடையது. இந்நூல் 1732க்கும் 1744க்கும் இடையில் செய்யப்பட்டது. இவர் தெலுங்கு, சமஸ்கிருத மொழிகளிலும் வல்லவர் என்று தெரிகிறது.

நிரம்பவழகிய தேசிகர்

இவர் சிவஞான சித்தியார் சுபக்கத்திற்குச் சிறந்த உரை ஒன்று எழுதியுள்ளார். மேலும் சேதுபுராணம், திருவருட்பயன் உரை, திருப்பரங்கிரிப்புராணம், குருஞானசம்பந்தர் மாலை ஆகிய நூல்களும் இயற்றியுள்ளார். வேதாரண்யத்தில் பிறந்த இவர் கமலை ஞானப்பிரகாசரிடம் கல்வி கற்று மதுரையில் வாழ்ந்தார். இவரது காலம் 16ஆம் நூற்றாண்டு. திருவிளையாடற்புராணம் பாடிய பரஞ்சோதி முனிவரும் இவரும் ஒருசாலை மாணாக்கர் என்பர். அதிவீரராம பாண்டியரும், வரதுங்க பாண்டியரும் இவருடைய மாணவர்கள் என்ற கருத்தும் உண்டு.

தத்துவராயர்

சிற்றிலக்கிய வகைகள் பலவற்றிலும் தன்புலமையை நிலைநாட்டியவர். தனிப்பாடல்கள் பல பாடியவர். இவர் பாடிய தனிப்பாடல்கள் குறுந்திரட்டு, (1340 பாடல்கள்) பெருந்திரட்டு (2821 பாடல்கள்) ஆகிய இரு தொகுதிகளாகத் தொகுக்கப்பட்டுள்ளன. இவை சைவ சமயத்தின் பெருமையை எடுத்துக் காட்டுகின்ற மாலை, அம்மானை, பள்ளியெழுச்சி, பல்லாண்டு, அந்தாதி, கலம்பகம், உலா, தூது, பரணி, மடல் ஆகிய இலக்கிய வகைகளில் பல நூல்களைப் பாடிய சிறப்பினை உடையவர்; இவர் செய்த சிற்றிலக்கியங்கள் வருமாறு.

அஞ்ஞவதைப்பரணி	கலிமடல்
மோகவதைப்பரணி	திருத்தாலாட்டு
இரட்டைமணிமாலை	சின்னப்பூ வெண்பா
நான்மணிமாலை	சிவப்பிரகாச வெண்பா
மும்மணிக்கோவை	அமிர்தசார வெண்பா
வெண்பா அந்தாதி	திருவடி மாலை
கலித்துறை அந்தாதி	புழ்ச்சி மாலை
ஞானவிநோதன் கலம்பகம்	போற்றி மாலை
சிலேடையுலா	திருவருட்கழன் மாலை

நெஞ்சுவிடுதூது

இவர் பாடுதுறை என்ற பெயரில் ஒரு நூல் எழுதியுள்ளார். இது 138 பகுதிகளைக் கொண்ட 1140 பாடல்களால் ஆகியது. இந்நூலில் சைவசித்தாந்த குருபரம்பரையை பல்வேறு சந்த வேறுபாடுகள் கொண்டு விளக்கியுள்ளார். சைவகுருபரம்பரை முழுமுதற் கடவுள் (சிவபெருமான்) தொடங்கித் தம்காலத்து வரை தொடர்வதாகப் பாடியுள்ளார். இவரது பாடல்கள் எளிமையும் இனிமையும் நிறைந்தவை என்றும், தம் காலத்துச் சமுதாயப் பிரிவுகளைத் தம் இலக்கியத்தில் பதிவு செய்துள்ளார் என்றும் இவரைப் பற்றிக் கூறுவர் (கமில் சுவலபில், ப. 52). இவ்வாறு அமைந்துள்ள இப்பாடல்களில் இவர் காலத்துத் தச்சர்கள், நாவிதர்கள், வண்ணார், செட்டியார்கள், பறையர்கள் ஆகியோர் நிலை கூறப்பட்டுள்ளது என்பர். கிளி, பல்லி, பாம்பு, சேவல் ஆகியவற்றை இவர் பாடியுள்ளார்.

தாயுமானவர்

நாயக்கராட்சியின் இறுதிக் காலப்பகுதியில் வாழ்ந்தவர். (1704 - 1742). இவரது தந்தையார் கேடிலியப்பபிள்ளை திருச்சியைத் தலைநகராகக் கொண்டு அரசாண்ட விசயரகுநாத சொக்கலிங்க நாயக்கரிடம் கணக்கராக வேலை பார்த்தவர். தந்தை இறந்தபின் தாயுமானவர், அடுத்து அரியணை ஏறிய அரசி மீனாட்சியிடம் அமைச்சராகப் பணி ஏற்றார். அரசி இவர்பால் தவறான காதல் கொண்டாள். இறை நாட்டம் கொண்ட தாயுமானவர் வேலையை விடுத்து இராமநாதபுரத்தில் தம் தமையனாரிடம் சேர்ந்தார். உறவினர்களின் வற்புறுத்தலுக்கு இணங்கி மட்டுவார்குழலி எனும் மங்கையை மணந்தார். பின் இல்லறத்தை வெறுத்துத் துறவு பூண்டார். இறையருள் நாடிப் பல தலங்களையும் தரிசித்து இராமநாதபுரம் அடைந்து அங்கு இறைவனடி சேர்ந்தார்.

தாயுமானவர் பாடல்கள் குறிப்பிடத்தக்க வடிவ அமைப்புகளையும், முறையீடு போக்கையும் கொண்டுள்ளன. இவரது பாடல்கள் தொகுப்பில் 1452 பாடல்கள் உள்ளன. இவற்றுள் தனிப்பாடல்கள் 587, கண்ணிகள் 863, ஒரு அகவல், ஒரு வண்ணம் ஆகியவை அடங்கும். இவரது தனிப்பாடல்கள் உள்ளத்தை உருக்குவன. இன்று தமிழில் பலராலும் வழங்கப்படுகின்ற பொன்மொழிகளைத் தாயுமானவர் பாடல்களில் காணலாம். (எ-டு) 'ஆசைக்கோர் அளவில்லை' (2. 10 - 1), 'கல்லாத பேர்களே நல்லவர்கள், நல்லவர்கள்' (7: 10.)

இவரது பாடல் தொகுப்பில் உள்ள கண்ணிகள் பாடலின் கடைசிச் சொல்லைக் கொண்டு பெயரிடப்பட்டுள்ளன. சான்றாகப் 'பராபரமே' என்று முடியும் கண்ணிகள் 'பராபரக் கண்ணி' என்றும், 'எந்நாளோ' என்று முடியும் கண்ணிகள் 'எந்நாட் கண்ணி' என்றும் அழைக்கப்படுகின்றன. 30 பாடல்கள் அடங்கிய ஆனந்தக்களிப்பு என்ற பகுதியும் காணப்படுகிறது. 'சங்கர சங்கர சம்போ' என்ற தொடர்களால் இந்தப் பாடல்கள் முடிகின்றன.

'எல்லோரும் இன்புற்றிருக்க நினைப்பதுவே அல்லாமல் வேறொன்றும் அறியேன் பராபரமே' என்ற பொதுமை நோக்கில் பாடப்பட்ட இவர் பாடல்களில் சமயப்பொறை நிறைந்துள்ளது. குறிப்பிட்ட சமயத்தையோ, குறிப்பிட்ட இறைவனையோ பெரிதும் போற்றிப் பாடிய பாடல்களை இவரிடம் காண்பது அரிது. 'நெஞ்சகமே கோயில், நினைவே சுகந்தகம், அன்பே மஞ்சன நீர்' என்று உருவ வழிபாட்டை மறுத்து, உள்ள வழிபாட்டை அப்பர் வழியில் நின்று போற்றியவர். தாயுமானவர் பாடல்களிலும் நெறிகளிலும் தமிழறிஞர் மு. வ. தணியாத பற்றுக் கொண்டவர் என்பது குறிப்பிடத்தக்கது.

திருக்குருகைப் பெருமாள் கவிராயர்

திருநெல்வேலியிலுள்ள ஆழ்வார் திருநகரியில் பிறந்தவர். இறையனார் அகப்பொருள், நம்பியகப்பொருள் ஆகிய வரிசையில், மாறன் அகப்பொருள் எனும் இலக்கணம் செய்த சிறப்பிற்குரியவர். மாறன் அலங்காரம் என்ற அணி இலக்கண நூலும் (1548 - 1552) இயற்றியுள்ளார். மாறன் கிளவிமாலை, நம்பெருமாள் மும்மணிக்கோவை, திருப்பதிக்கோவை ஆகிய நூல்களும் செய்துள்ளார்.

படிக்காசுப் புலவர்

இராமநாதபுரத்தில் இரகுநாத சேதுபதியின் அரசவைப் புலவராக வீற்றிருந்தவர். காயல்பட்டினத்து வள்ளல் சீதக்காதியைப் புகழ்ந்து பல தனிப்பாடல்கள் பாடியுள்ளார். சிற்றிலக்கியங்கள் பல பாடிய சிறப்புடையவர். தொண்டைமண்டல சதகம், சிவந்தெழுந்த பல்லவன்

உலா, சிவந்தெழுந்த பல்லவன் பிள்ளைத்தமிழ், புள்ளிருக்கு வேளூர் கலம்பகம், பாம்பலங்கார வருக்கக் கோவை ஆகியவற்றைப் பாடியுள்ளார். இவர் இலக்கண விளக்கம் இயற்றிய வைத்தியநாத தேசிகரின் மாணவர். இவரது காலம் 1686 - 1723.

பரஞ்சோதி முனிவர்

இவர் திருவிளையாடற்புராணம் பாடியவர். இவருக்கு முன் 'திருவாலவாயுடையார் திருவிளையாடற்புராணத்'தைப் பெரும்பற்றப் புலியூர் நம்பி என்பார் பாடியுள்ளார். பொதுவாக மதுரையைப் பற்றிய புராணங்கள் பெரும்பாலும் வடமொழித் தழுவல்களாகவே கருதப்படுகின்றன. 16ஆம் நூற்றாண்டில் கடம்பவன புராணம் ஒன்றை வீமநாத பண்டிதர் இயற்றினார். இது சமஸ்கிருதத்தில் எழுதப்பட்ட கடம்பவன புராணத்தின் தழுவலாக அமைந்துள்ளது. இதே போன்று சமஸ்கிருதத்தில் இயற்றப்பட்ட சுந்தரபாண்டியம் 1563இல் அநந்தாரி என்பவரால் தமிழில் மொழிபெயர்க்கப்பட்டது. 'அஷ்டமிபிரதாக்ஷினம்' எனும் சமஸ்கிருத நூல் 1880இல் இராமசாமிபிள்ளை என்பவரால் தமிழில் தரப்பட்டது. சமஸ்கிருதத்தில் எழுதப்பட்ட 'சார சமுக்கியம்' என்ற நூலைத் தழுவி பெரும்பற்றப்புலியூர் நம்பி (13ஆம் நூற்றாண்டு) திருவிளையாடல் புராணம் செய்தார். வடமொழியின் ஹாலாஸ்ய மான்மியத்தைத் தழுவி பரஞ்சோதி முனிவர் (16ஆம் நூற்றாண்டு) திருவிளையாடற் புராணம் எழுதினார்.

திருமறைக்காட்டில் (வேதாரண்யம்) பிறந்த இவர் மதுரை மடத்தில் தம்பிரானாக விளங்கினார். நிரம்பவழகிய தேசிகருடன் கல்வி பயின்றவர். வேதாரண்யமான்மியம் என்னும் சமஸ்கிருத நூலை வேதாரண்ய புராணம் என்று தமிழ்ப்படுத்தினார். இவர் பாடிய திருவிளையாடற்புராணம் 3363 பாடல்களடங்கிய 68 படலங்களை உடையது.

பிள்ளைப்பெருமாள் ஐயங்கார்

தமிழ்ச் சிற்றிலக்கியங்களை வளம்பெறச் செய்த புலவர்களில் பிள்ளைப்பெருமாள் ஐயங்கார் குறிப்பிடத்தக்கவர் ஆவார். இவர் 108 வைணவத் திருத்தலங்கள் மீது பல அந்தாதிகள் பாடியுள்ளார். இதன் தொகுப்பு 'அஷ்டப்பிரபந்தம்' என்று அழைக்கப்படுகிறது. மேலும் அழகர் அந்தாதி, திருவரங்கத்தந்தாதி, திருவேங்கடந்தந்தாதி, திருப்பதி அந்தாதி, எதிராசரந்தாதி, திருவரங்கக் கலம்பகம், திருவரங்கத்துமாலை, திருவரங்கத்து ஊசல் திருநாமம், திருவேங்கடமாலை ஆகிய நூல்களை இயற்றியுள்ளார். சிலேடை, யமகம், திரிபு முதலியவை அமைத்துப் பாடுவதில் வல்லவர். இதனால் இவர் 'திவ்யகவி' என்று சிறப்பிக்கப் பெற்றார்.

வில்லிப்புத்தூரார்

அருணகிரிநாதர் காலத்தில் வாழ்ந்தவர். தமிழ்நாட்டில் சங்ககாலந்தொட்டு இராமாயணக் கதையும் பாரதக் கதையும், இலக்கியங்களில் சிறு சிறு செய்திகளாகவும், தனி இலக்கியமாகவும் அவ்வப்பொழுது பாடப்பட்டு வந்துள்ளது. இந்நிலையில் பாரதக் கதையை 4339 விருத்தப்பாக்களடங்கிய 10 பருவங்கள் கொண்ட பெரு நூலாகச் செய்த பெருமையை வில்லிப்பூத்தூரார் பெற்றார்.

இந்நூலில் வடசொற் கலப்பு மிகுதியுண்டு என்று அறிஞர்கள் பலர் கருத்துரைத்துள்ளனர். 'இவர்தான் வடமொழிச் சந்தங்களையும், தத்திதாக்தம், அவ்வியம் முதலிய சொல்வகைகளையும் மிகுதியாகச் சிதைத்துத் தமிழ்ப் பெருங்காப்பியத்தில் வழங்கியவர்' (கா. சு. பிள்ளை, ப. 406) என்ற குற்றச்சாட்டும் இவர் மீது உண்டு. திருவக்கபாகையில் அரசாண்ட கொங்கர் குலமன்னன் வரபதி ஆட்கொண்டானுக்காக இவர் பாரதம் பாடினார் என்பர். அம்மன்னன் சிறப்பைத் தம் பாரதத்துள் இவர் சிறப்பித்துப் பாடியுள்ளார்.

திருமுனைப்பாடி நாட்டில் பிறந்த இவருக்கு இவர் தந்தையார் பெரியாழ்வார் மீதிருந்த ஈடுபாட்டின் காரணமாக ஆழ்வார் திருநாமமாகிய வில்லிப்புத்தூரார் என்ற பெயரையே இவருக்குச் சூட்டினார்.

இவர்கள் தவிர வேறு பல புலவர்கள் 15, 16, 17 ஆம் நூற்றாண்டுகளில் இலக்கியங்கள் பலவற்றை இயற்றினர். பழைய இலக்கிய வகைகளைப் பின்பற்றியும், பழைய இலக்கிய வகைகளில் புதிய மாற்றங்களைச் செய்தும் புதிய இலக்கிய வகைகளை அறிமுகம் செய்தும் இவர்கள் தமிழ் இலக்கியத்தை இயங்கச் செய்தனர். இவ்வாறு வேற்றரசர் ஆட்சியிலும் பல்வேறு நிலைகளில் தமிழ் இலக்கிய மரபு தொடர்ந்து வாழ்வு பெறுவதற்கு இப்புலவர்கள் உற்ற துணையாக விளங்கினர்.

அரிதாசர் (1507-1530) என்னும் வைணவ சமயத்தைச் சார்ந்த புலவர் இரண்டாயிரம் பாடல்களடங்கிய 'இருசமய விளக்கம்' எனும் நூலை எழுதினார். இதில் சைவ, வைணவ சமயத் தத்துவங்கள் விளக்கப் பட்டுள்ளன. சமயத் தத்துவங்களை விளக்கும் நூல்களுள் இரு சமயத் தத்துவங்களையும் விளக்கும் வகையில் இது தனித்து விளங்குகிறது. ஆற்றுக்கு நீராடச் செல்லும் இரு பெண்கள் சைவம், வைணவம் ஆகிய இரு சமயங்களின் தத்துவங்களையும் தம்முள் விவாதித்து, வைணவ சமயத்தின் பெருமையை வெளிப்படுத்துவதாக இந்நூல் அமைந்துள்ளது. இவர் கிருஷ்ணதேவராயர் காலத்தவர் என்பர்.

அரிச்சந்திர புராணம் (1524) பாடிய வீரகவிராயர், புராண இலக்கிய வரலாற்றில் குறிப்பிடத்தக்கவராவர். இப்புராணம் 16 பகுப்புகளைக்

கொண்ட 1225 விருத்தப்பாக்களால் இயற்றப்பட்டது. உள்ளத்தை உருக்கும் இயல்புடையது. இவர் பொற்கொல்லர் மரபைச் சார்ந்தவர். பாண்டி நாட்டிலுள்ள நல்லூரில் பிறந்தவர். தம் நூலை இராமநாதபுரம் பகுதியிலுள்ள திருப்புல்லாணி திருமால் கோவிலில் அரங்கேற்றினார் என்பர்.

சைவ சித்தாந்த உரையாசிரியர்களில் குறிப்பிடத்தக்கவர் சிவாக்கிர யோகிகள் ஆவார். இவர் சோழ நாட்டிலுள்ள சூரியனார் கோயில் ஆதீனத் தலைவராக இருந்தவர். தஞ்சை சரபோஜி மன்னன் காலத்தவர். சைவ சித்தாந்தத்தை விளக்கிப் பல நூல்கள் செய்துள்ளார். இவற்றுள் சிவஞான சித்தியார் சுபக்க உரை (1504), சித்தாந்த தீபிகை, வேதாந்த தீபிகை, தத்துவ தரிசனம், சைவ பரிபாஷை, வடமொழிச் சிவஞான போத சங்கிரக வியாக்கியானம் ஆகியவை குறிப்பிடத்தக்கவை.

அழகிய சிற்றம்பலக் கவிராயர் (1647) இயற்றிய 'தளசிங்கமாலை' எனும் சிறுகாப்பியம் தளவாய் இரகுநாத சேதுபதியின் திருப்பணிகளையும் புகழையும் பாடுகிறது. இது பல நயங்களை உடையது. பின்வரும் பாடல் கிழமைகள் அமையப் பாடப் பெற்றுள்ளதை அறியலாம்.

'ஞாயிறு போய்விழத் திங்கள்வந் தெய்திட நண்ணியசெவ்
வாயனல் வீசப் புதன்பு தூவநல் வியாழன் வர
வேயுறு வெள்ளி வளை சோர நானுனை மேவுதற்குத்
தாய்சனி யாயின ளேரகு நாத தளசிங்கமே'

இலங்கையிலிருந்து தமிழ்நாட்டுக்கு வந்து தமிழ் இலக்கிய சமய நூல்களைக் கற்று நூல்கள் இயற்றும் வழக்கும் இருந்து வந்துள்ளது. இதனை அரசகேசரி என்பாரின் தமிழ்ப்பணி வாயிலாக அறிகிறோம். யாழ்ப்பாணத்து நல்லூரில் பிறந்த இவர், திருநெல்வேலி யிலுள்ள ஆழ்வார்திருநகரிக்கு வந்து அங்கிருந்த அட்டாவதானம் இராமசாமிக் கவிராயரிடம் கல்வி கற்று, காளிதாசரின் இரகுவம்சத்தைத் தமிழில் மொழிபெயர்த்தார். இந்நூல் அரிய சொல்நயம் உடையது என்றும், சங்கத் தமிழ் நடையில் அமைந்துள்ளது என்றும் பாராட்டுவர் (கா. சு. பிள்ளை, ப. 420) இவரது காலம் பதினேழாம் நூற்றாண்டு. இவர் அப்போது இலங்கையை அரசாண்ட பரராசசேகரனின் மருமகன் என்பர்.

நன்னூலையும், பொருள், யாப்பு, அணி நூல்களையும் பின்பற்றி ஐந்திலக்கணங்களையும் விளக்கும் இலக்கண விளக்கம் என்ற நூலை வைத்தியநாததேசிகர் செய்தார். இவர் பாடிய பாசவதைப்பரணியும் பரணி இலக்கிய வகை வளர்ச்சியில் குறிப்பிடத்தக்கது ஆகும். பிரபோத சந்திரோதயம் என்ற வேதாந்த நூலை நாடகவடிவில் ஆக்கியுள்ளார்.

நல்லூர்ப்புராணம், மயிலம்மை பிள்ளைத்தமிழ், திருவாரூர் நான்மணிமாலை ஆகிய நூல்களும் இயற்றியுள்ளார். இவரது காலம் 17ஆம் நூற்றாண்டு.

இலக்கிய, சமய தர்க்க நூல்கள் எழுதிப் புகழ் பெற்றவர் ஈசானதேசிகர் என்று சிறப்பிக்கப்படும் சுவாமிநாத தேசிகர் ஆவார். பாண்டிநாட்டைச் சேர்ந்த இவர் தமிழும் வடமொழியும் தக்காரிடம் தகுதிபெறக் கற்றுப் பல நூல்கள் இயற்றினார். திருவாவடுதுறை ஆதீனத் தலைவராயிருந்த மாசிலாமணி தேசிகரிடம் ஞானதீக்கை பெற்றார். நன்னூலுக்கு உரை எழுதிய சங்கர நமச்சிவாயப் புலவருக்கு நன்னூற் பாடம் சொன்னவர் இவரேயாவர். இலக்கணக்கொத்து, தசகாரியம் முதலிய நூல்கள் இயற்றினார். இவரது இலக்கண விளக்கம் வடமொழிச் சார்புடையது என்று குறை கூறுவர். இவருடைய வடமொழிப் பற்றை,

'ஐந்தெழுத் தாலொரு பாடையு முண்டென
அறையவு நாணுவ ரறிவுடை யோரே'

என்று இவர் குறிப்பிடுவதிலிருந்து அறியலாம். மேலும் தொல்காப்பியம், திருக்குறள் திருக்கோவையார் மூன்றிலும் சிறந்த கருத்துக்கள் உளவென்றும், இவற்றுக்கு மேலும் உள்ள சிறந்த கருத்துக்களை வடமொழி இலக்கியங்களில் காணலாம் என்றும் கருத்துரைத்துள்ளார். இவரது காலம் 17ஆம் நூற்றாண்டு.

தமிழ்நாட்டுச் சைவ மடங்களுள் கோவையிலுள்ள பேரூர் மடமும் குறிப்பிடத்தக்கதாகும். இதனை நிறுவியவர் பதினெட்டாம் நூற்றாண்டின் முற்பகுதியில் வாழ்ந்த சாந்தலிங்க சுவாமிகள் ஆவார். இவர் தொண்டைநாட்டைச் சார்ந்தவர். வைராக்கிய சதகம், வைராக்கிய தீபம், அவிரோதி உந்தியார், கொலை மறுத்தல், நெஞ்சுவிடு தூது ஆகிய சமய தத்துவ இலக்கியங்களைச் செய்தார். இவருடைய மாணவராகிய சிதம்பர சுவாமிகள் இயற்றிய திருப்போரூர் சந்நிதிமுறை, சிறந்த துதிநூலாகக் கருதப்படுகிறது. திருப்பாதிரிப்புலியூர் புராணமும் இவர் இயற்றியுள்ளார். இவரது காலம் 18ஆம் நூற்றாண்டு.

தூது இலக்கியங்களுள் இன்றும் பரவலாகப் பாடப்பட்டு வரும் சிறப்பினை உடையது, அழகர் கிள்ளைவிடு தூது இலக்கியமாகும். இது தூது இலக்கியத்திற்குரிய நல்ல எடுத்துக்காட்டாகத் திகழ்வது. தூது இலக்கியத்தைப் பற்றி அறிய விழைவோர் இந்நூலைக் கற்று உணர்வது இன்றியமையாதது ஆகும். இதனை இயற்றியவர் பலபட்டடைச் சொக்கநாதப் புலவர்.

எல்லாப் பறவைகளைக் காட்டிலும் கிளி மேன்மையுடையது என்பதை விளக்க வந்த ஆசிரியர்.

'எவ்வண்ண மாய்ப்பறக்கும் எப்பறவை ஆயினும் உன்
ஐவண்ணத் துள்ளே யடங்கும்'

என்று பாராட்டுகிறார்.

இறைவனின் எங்கும் பரந்திருக்கும் இயல்பை,

'எங்கு மிலாதிருந்தே யெங்கு நிறைந்திருப்போன்
எங்கு நிறைந்திருந்தே யெங்கு மிலான்'

என்று முரண்சுவை தோன்ற விளங்குகிறார். இவரது காலம் பதினெட்டாம் நூற்றாண்டின் முற்பகுதி.

வேற்றரசர் ஆட்சிக்காலத்தில் பெண்டிரும் புலமை பெற்று விளங்கினர் என்பதற்குச் சான்றாக தாசி காளிமுத்து என்பாள் பாடிய வருணகுலாதித்தன் மடல் திகழ்கிறது. காலம் 18ஆம் நூற்றாண்டின் முற்பகுதி.

தமிழ் நாடக இலக்கிய வளர்ச்சியில் அருணாசல கவிராயரின் (1712-1777) இராம நாடகக் கீர்த்தனை குறிப்பிடத்தக்க ஒரு நூலாகும். அசோமுகி நாடகம் என்ற நாடக நூலையும் இயற்றியுள்ளார். சீகாழிக் கோவை, அனுமார் பிள்ளைத்தமிழ் ஆகிய சிறந்த இலக்கியங்களையும் இவர் செய்துள்ளார். இவரது இராம நாடகக் கீர்த்தனையே கீர்த்தனை இலக்கியங்களின் முதல் நூல் என்றும், மிகப் புகழ்பெற்ற நூல் என்றும், ஆற்றல் மிக்க நூல் என்றும் பலபடச் சிறப்பிக்கப்படும் பெருமைகளை உடையது. வாழ்க்கையில் ஏதேனும் இடர் நேரிடும்போது, இராம நாடக ஓலைச் சுவடிகளுக்கிடையில் நூலை நுழைத்துப் பார்ப்பார்கள் என்றும், நூல் எந்தச் சுவடியின் மீது விழுந்திருக்கிறதோ, அந்தச் சுவடியில் உள்ள பாடலைப் படித்தால் இடர் விலகும் என்றும் நெடுநாட்களாக மக்கள் நம்பி வந்தனர். கம்பாராமாயணத்தை இந்நூல் நாடகமாக்கிக் காட்டுகிறது என்பர் (கமில் சுவலபில், பக். 223-23). இந்நூலை அரங்கேற்றியபோது பல பரிசில்களை இவர் பெற்றார். இவர் தஞ்சைக்கருகில் உள்ள தில்லையாடியைச் சார்ந்தவர்.

13. இஸ்லாமியரின் தமிழ்த் தொண்டு

இறைத்தூதர் நபிகள் நாயகம் நிறுவிய இஸ்லாம் மார்க்கத்தைத் தழுவியவர்கள் இஸ்லாமியர்கள் என்று அழைக்கப்படுகின்றனர். பண்டைத் தமிழகத்தோடு அறபு நாட்டைச் சார்ந்த இஸ்லாமியர்கள் நீண்டகாலமாகத் தொடர்பு கொண்டிருந்தார்கள் என்று சொல்லப்படுகிறது. இவையனைத்தும் வணிகம் மற்றும் பணி நிமித்தமான தொடர்புகளாகவே இருந்தன. ஆனால் கி.பி. 1300இல் மதுரையை ஆண்ட சுந்தர பாண்டியன் அழைப்பின் பேரில் வாரிசுரிமைப்படி அவனுக்கு ஆட்சியைப் பெற்றுத் தருவதற்காக மாலிக்காபூர் நடத்திய படையெடுப்பு, தமிழகத்தில் இஸ்லாமிய ஆட்சிக்கு நிலையான வழி செய்தது. வலிமையற்ற தமிழகத்தின் மேல் வலிமை பொருந்திய டில்லி பாதுஷாக்கள் அடிக்கடி படையெடுக்கும் சூழல் உருவானது. டில்லியை அரசாண்ட முபாரக்ஷா என்பான் 1318இல் குஸ்ரூகான் தலைமையில் படையை அனுப்பினான். 1323இல் கியாஜுதீன் துக்ளக், உலூக்கானின் தலைமையில் படையை அனுப்பி வைத்தான். இந்த உலூக்கான் மதுரையை வென்றபின் ஜமாலுதீன் இசன்ஷா என்பவரைத் தன் பிரதிநிதியாக மதுரையில் அமர்த்திவிட்டு டில்லியில் முகம்மது பின் துக்ளக் என்ற பெயரில் சுல்தானாக ஆட்சி புரிந்தான். இது முதல் தமிழகத்தில் ஐம்பது ஆண்டுகளாக இஸ்லாமியர் ஆட்சி இடைவிடாது தொடர்ந்தது.

அப்போது தமிழகத்தில் நிலவிய அரசியல் டில்லியோடு தொடர்புடையதாக இருந்தாலும், தமிழ்நாட்டிலேயே நெடுங்காலமாகத் தங்கி வசித்து வந்த இஸ்லாமியர்களும், மாலிக்காபூர் படையெடுப்புக்குப் பின்னர் தமிழகத்தில் குடியேறிய இஸ்லாமியர்களும் மண்ணின் மரபை அறிந்தவர்களாதலின் அவர்கள் செய்த இலக்கியத்தில் தமிழ் மணம்

கமழ்ந்தது. மரபு வழியாக வந்த தமிழ் இலக்கிய வகைகளை வளம் செய்ததோடு, அறபு, உருது ஆகிய மொழிகளில் காணப்படும் இலக்கிய வகைகளையும் தமிழுக்கு அறிமுகம் செய்தனர்.

தமிழ் வளர்த்த இஸ்லாமியப் புலவர்களுள் உமறுப் புலவர், வண்ணக்களஞ்சியப் புலவர், அவியார் புலவர், சர்க்கரைப் புலவர், சவ்வாதுப் புலவர், சேகனாப் புலவர், காசீம் புலவர், குணங்குடி மஸதான் சாகிபு, செய்குத்தம்பிப் பாவலர் ஆகியோர் குறிப்பிடத் தகுந்தவர்கள் ஆவர்.

உமறுப்புலவர்

தமிழில் இயற்றப்பட்ட இஸ்லாமியக் காப்பியம் என்றால் உடனே நினைவுக்கு வருவது சீறாப்புராணம் ஆகும். நூலின் நடையும், கற்பனையும் வருணனையும் இது தமிழகத்தையே களமாகக் கொண்ட இலக்கியம் போன்று தோன்றுகிறது. பண்டைத் தமிழ் இலக்கண - இலக்கிய மரபையும், தமிழில் தோன்றிய முந்தைய காப்பியங்களையும் அடியொற்றிச் செய்யப்பட்டது. இக்காப்பியத்தில் இடம்பெறும் மாந்தர்களின் பழக்கவழக்கங்கள் தமிழ் மரபுப்படியே காட்டப்பட்டுள்ளன.

நபிகள் நாயகத்தின் வரலாற்றைச் சொல்லும் இந்நூல் விலாதத்து காண்டம், நுபுவத்து காண்டம், ஹிஜரத்து காண்டம் ஆகிய மூன்று காண்டங்களை உடையது. இது 92 படலங்களாகப் பிரிக்கப்பட்டுள்ளது. மொத்தம் 5027 பாடல்களைக் கொண்டது.

இராமநாதபுரம் மன்னர் இரகுநாத சேதுபதியிடம் அமைச்சராக இருந்த வள்ளல் சீதக்காதி எனும் செல்வர் உமறுப்புலவரைப் போற்றினார். இவ்வள்ளலைப் பற்றிய புகழ்மொழிகளும் தனிப்பாடல்களும் உள்ளன. இந்நூல் 1715இல் எழுதி முடிக்கப்பட்டது. சீறாப்புராணத்தின் முதற்காண்டமாகிய விலாதத்துக் காண்டம் தமிழ் மயமாக்கப்பட்ட அரேபியச் சிற்றூர்களையும் நகரங்களையும் வருணிப்பதாக உள்ளது என்றும், இது திருத்தக்க தேவரையும், கம்பரையும் நினைவூட்டுகிறது என்றும் குறிப்பிடுவர் (Kamil Zvelebil, p. 162). இரண்டாவதாகிய நுபுவத்து காண்டம் நபிகள் நாயகம் அருள் பெற்ற வரலாற்றையும், மூன்றாவதாகிய ஹிஜரத்துக் காண்டம் அவர் மக்காவிலிருந்து மதீனாவுக்குச் சென்றதையும் விவரிக்கின்றன.

சேகனாப் புலவர்

இவரது இயற்பெயர் செய்கப்துல் காதிர் நயினார் லெப்பை என்பதாகும். லெப்பை, இராவுத்தர் என்போர் இஸ்லாமியருள் தொழில் அடிப்படையிலான பெயர்களாகும். இவர் வணிகத்திற்குப் பெயர்

பெற்ற காயல்பட்டினத்தில் இரத்தின வணிகரின் மகனாகப் பிறந்தார். குணங்குடிமஸ்தான் சாகிபு இவருடன் பயின்றவர். சாகுல் அமீது ஆண்டகை வரலாற்றையும், முகையதீன் ஆண்டவர் வரலாற்றையும் இவர் காப்பியங்களாகப் பாடினார்.

குணங்குடி மஸ்தான்சாகிபு

சேகனாப் புலவருடன் கல்வி பயின்ற இவர் சித்தர்களுள் ஒருவராக வைத்து எண்ணப்படுகிறார் (1788 - 1835). இவரது இயற்பெயர் சுல்தான் அப்துல்காதர் என்பதாகும். காயல்பட்டினத்தில் பிறந்த இவர் துறவு பூண்டு சென்னையிலுள்ள இராயபுரத்தில் வசித்து வந்தார். அப்போது இவர் தம் பாடல்களைத் தெருக்களில் வாய்விட்டுப் பாடிக்கொண்டே செல்வார். தாயுமானவர் பாடல்களைப் போன்று இவரது பாடல்களும் சமய சமரச நிலையையும் உள்ளத்தை உருக்கும் தன்மையையும் கொண்டவை. இவரது பாடல்களில் நபிகள் நாயகத்தின் திருநாமம் இல்லாவிடில் இதனை இஸ்லாமிய இலக்கியம் எனக் கருதவியலாது. இவரது பாடல்களின் இத்தன்மையால் குணங்குடி மஸ்தான் சாகிபையும் - தாயுமானவரையும் ஒப்பிட்டு ஆய்வுகள் பல நிகழ்ந்துள்ளன. அகத்தீசர் சதகம், நந்தீசர் சதகம், நிராமயக் கண்ணி, ஆனந்தக்களிப்பு ஆகிய நூல்களை இயற்றியுள்ளார். அகத்தீசர்சதகத்தில் குருவணக்கம், காட்சிநிலை, துறவுநிலை, உள்நிலை, தொகைநிலை, பொறைநிலை, தியானநிலை, சமாதி நிலை ஆகியன பற்றிப் பாடியுள்ளார். இது 1700 பாடல்களைக் கொண்டது. நிராயமக் கண்ணி என்பது தாயுமானவரின் பராபரக்கண்ணி போன்று பாடப்பட்டது. வெண்பா, விருத்தம், கண்ணி ஆகிய மூன்று பாக்களிலும் தம் புலமையை குணங்குடியார் நிறுவியுள்ளார்.

இவருடைய பாடல்கள் சமயப் பணிகளில் ஈடுபட்டோர்க்கு மட்டுமின்றி, எழுதவும் படிக்கவும் அறியாத ஏழை எளிய மக்களும் விரும்பிப் பாடும் அளவுக்குப் புகழ்பெற்று விளங்கின. இவரது சிறப்பினைப் போற்றி ஐயாசாமி முதலியார், 'குணங்குடி நாதர் பதிற்றுப் பத்தந்தாதி' செய்துள்ளார். திருத்தணிகை சரவணப் பெருமாளையர் இவர் மீது 'நான்மணிமாலை' பாடியுள்ளார்.

சர்க்கரைப் புலவர்

சர்க்கரைப் புலவர் என்ற பெயரில் மூவர் இருந்துள்ளனர். 1645-70 காலகட்டத்தில் வாழ்ந்த சைவப்புலவர் ஒருவரும், இவருடைய மூன்றாவது புதல்வரும் சர்க்கரைப் புலவர் என்று பெயர் பெற்றிருந்தனர். இஸ்லாமியப் புலவர்களுள் 18ஆம் நூற்றாண்டில் வாழ்ந்தவர்

சர்க்கரைப் புலவர். இவர் இஸ்லாமியர்களின் புண்ணியத்தலமான மக்காவின் மீது மதீனா அந்தாதி பாடியுள்ளார்.

சவ்வாதுப் புலவர்

சவ்வாதுப் புலவர் என்ற பெயரிலும் இருவர் இருந்துள்ளனர். 17ஆம் நூற்றாண்டில் இராமநாதபுரம் அரசவையில் சர்க்கரைப் புலவர் என்ற பெயரில் ஒருவர் விளங்கினார். இஸ்லாமிய சமயத்தைச் சார்ந்த சர்க்கரைப் புலவர் முகையதீன் எனும் இயற்பெயர் கொண்டவர். காஞ்சிபுரத்தில் வாழ்ந்தவர். காலம், 18ஆம் நூற்றாண்டு. நபிகள் நாயகம் மீது ஆண்டவன் பிள்ளைத் தமிழ் பாடியுள்ளார். மதீனத்தந்தாதியும், நாகைக் கலம்பகமும் இயற்றியுள்ளார்.

காசிம்புலவர்

தாயுமானவர் மீது ஈடுபாடு கொண்டு குணங்குடியார் பாடல்கள் இயற்றியது போல, காசிம்புலவர், திருப்புகழில் உள்ளம் பறிகொடுத்து அருணகிரியார் போன்றே பாடல்கள் இயற்றத் தலைப்பட்டார். நபிகள் நாயகம் மீது இவர் பாடிய திருப்புகழ்ப் பாடல்கள் சந்தத் குழிப்புகள் கொண்டுள்ளன. இவரது கவியாற்றல் கண்டு வியந்த சவ்வாதுப் புலவர் இவரை ‘மதுரகவி’ எனப் புகழ்ந்துள்ளார்.

அலியார் புலவர்

இவர் அலியார் புலவர் என்றும், அவியார் புலவர் என்றும் குறிப்பிடப்படுகிறார். போர்க்களம் பாடும் அறபு இலக்கியவகை மரபைப் பின்பற்றி இந்திராயன் படைப்போர், இபுனி ஆண்டான் படைப்போர் ஆகிய படைப்போர் இலக்கியங்களைச் செய்துள்ளார். இது தமிழில் உள்ள பரணி இலக்கியவகையுடன் ஒப்பிடத்தக்கது.

வண்ணக்களஞ்சியப் புலவர்

மதுரைக்கு அருகிலுள்ள மீசல் என்ற ஊரில் பிறந்த இவரது இயற்பெயர் அமீது இபுராஹிம் என்பதாகும். பாடும் திறம் வாய்க்கப்பெற்றபின் இவர் நாகூரில் வாழ்ந்தார் என்பர். சைவ சமயத்தில் வண்ணப் பாடல்களைப் பாடும் வல்லவரான தண்டபாணி சுவாமிகளை ‘வண்ணச்சரபம்’ என்ற அடைமொழி தந்து சிறப்பித்தது போன்று, இஸ்லாமியச் சமயப் பாடங்களில் பல வண்ணங்களை அமைத்துப் பாடும் திறம் பெற்ற அமீது இபுராஹீமை ‘வண்ணக் களஞ்சியப் புலவர்’ என்று சிறப்பித்தனர். இதனால் இவர் இயற்பெயர் மறைந்து போயிற்று. ‘இராசநாயகம்’ என்ற பெயரில், நபிகளின் கதை கூறும் காப்பியத்தைப் பாடினார். இது 2240 பாடல்கள் கொண்டது.

'தீன்விளக்கம்' என்ற புராணத்தையும் இவர் இயற்றியுள்ளார். நாகூரில் இவர் காப்பியத்தை அரங்கேற்றியபோது, அதில் மகிழ்ந்த அங்குள்ள செல்வர் ஒருவர் தம் மகளையே இவருக்குப் பரிசாகத் தந்தார் என்பர்.

தமிழ் இலக்கிய வகைகளில் தம் புலமையை நாட்டிய இஸ்லாமியப் புலவர்கள் அறவு இலக்கிய வகைகளையும், உருது இலக்கிய வகைகளையும் அறிமுகம் செய்து தமிழ் இலக்கியத்திற்கு வளம் சேர்த்துள்ளனர். மஸ்-அலா, படைப்போர், கூன், முனாஜாத்து ஆகியவை இவற்றுள் குறிப்பிடத்தக்கதாகும். 'மஸ்-அலா' என்பது கேள்விகள் என்று பொருள்படும். இறைத்தத்துவம் பற்றிய கேள்விகள் அடங்கிய நூல் மஸ் அலா என்று அழைக்கப்படுகின்றது. வைணவ இறைத் தத்துவ இலக்கியங்கள் எழுத்துக்களின் எண்ணிக்கையில் பதினாயிரப்படி, முப்பத்திரண்டாயிரப்படி என்று அழைக்கப்படுவது போன்று இஸ்லாமிய இறைத் தத்துவ இலக்கியங்கள் கேள்விகளுடைய எண்ணிக்கையின் அடிப்படையில் ஆயிர மசலா, நூறு மசலா என்று பெயரிடப்பட்டுள்ளன. படைப்போர் என்பது இஸ்லாமிய சமயத்தைப் பரப்புவதற்காக அறபு நாட்டின் சிறு சிறு அரசுகளுக்கிடையே நிகழ்ந்த போர்களைப் பற்றிய இலக்கியங்களாகும். இவற்றைத் தமிழ் இலக்கியத்தின் பரணி இலக்கிய வகையோடு ஒப்பிடலாம்.

தமிழில் மரபு இலக்கிய வகைகளான பிள்ளைத்தமிழ், அந்தாதி, கலம்பகம், புராணம் ஆகிய இலக்கிய வகைகளை வளர்த்ததில் இஸ்லாமியப் புலவர்களின் பணி போற்றத்தக்கதாகும்.

O

14. மறுமலர்ச்சிக்கால இலக்கியம்

தமிழ் இலக்கிய வரலாற்றில் பத்தொன்பதாம் நூற்றாண்டினை மறுமலர்ச்சிக் காலம் என்பது மிகவும் ஏற்புடையதாகும். பதினெட்டாம் நூற்றாண்டின் இறுதியில் தமிழகத்தில் ஆங்காங்கே வட்டார ஆட்சி நடத்திக்கொண்டிருந்த பல சிற்றரசுகள் வலியிழந்து நலிந்து போயின. உலக அளவில் பெரும் வல்லரசாவதற்கான வாய்ப்புகளை உருவாக்கிக் கொண்டிருந்த ஆங்கில அரசு இந்தச் சூழலை நன்கு பயன்படுத்தித் தன் ஆட்சியைத் தமிழகத்தில் நிலைநிறுத்தியது.

தஞ்சாவூரை ஆண்ட மராட்டிய மன்னர் இரண்டாம் சரபோஜியின் காலத்தில் கலை, இலக்கியம், மருத்துவம், வானநூல், சோதிடம் ஆகியவை செழித்தோங்கின என்றாலும் அரசியலிலும் ஆட்சியியலிலும் போதிய கவனம் செலுத்தப்படவில்லை. எனவே அப்போது ஆங்கில அரசின் பிரதிநிதியாகத் தமிழகத்தில் இருந்த டல்ஹௌசி பிரபு தஞ்சாவூரின் ஆட்சியைத் தன் பொறுப்பில் ஏற்றுக்கொண்டார் (1856). இத்தகு ஆட்சிமாற்றம் எந்தவிதப் போராட்டமோ சிக்கலோ இன்றி மிக எளிதாக நிகழ்ந்தேறியது (smooth transfer). சரபோஜி மரபினரின் ஒப்புதலுடன் தஞ்சாவூரில் ஆங்கிலேயராட்சி தொடர்ந்தது. மெல்ல மெல்ல இது தமிழகமெங்கும் பரவியது.

ஆங்கிலேயராட்சி அறிமுகமான பத்தொன்பதாம் நூற்றாண்டின் முற்பகுதியில் வாழ்ந்த புலவர்கள் பலர் தங்கள் புலமைத் திறத்தால் தமிழுக்கு வளம் சேர்த்தனர். அவர்கள் சரவணப் பெருமாள் கவிராயர், இராமானுஜ கவிராயர், இராமச்சந்திர கவிராயர், சேறைக் கவிராச பிள்ளை, விசாகப்பெருமாள் ஐயர், சரவணப் பெருமாள் ஐயர் ஆகியோர் குறிப்பிடத்தக்கவர்கள் ஆவர்.

சரவணப் பெருமாள் கவிராயர்

இவர் சிவஞான முனிவரின் மாணவராகிய இராமநாதபுரம் சோமசுந்தரம் பிள்ளையிடம் கல்வி பயின்றார். முத்துராமலிங்க சேதுபதியின் அவைக்களப் புலவராக விளங்கினார். கவிதை ஆற்றல் கைவரப் பெற்ற இவர் நகைச்சுவையாகப் பாடுவதிலும், வசைபாடுவதிலும் வல்லவர் என்பர். தனக்கு இன்னின்ன பரிசில்கள் வேண்டும் என்று கட்டளையிட்டு இவர் பாடுவாராம். இவ்வாறு

பரிசில் தர மனமின்றி இவரைக் கண்டதும் ஒளிந்து கொள்வோரை எள்ளல் சுவை தோன்றப் பின்வருமாறு பாடுகிறார்:

'ஆரடி வீதியிலொ ரேடுகொண் டோடியே
யவசரம தாய்வருகிறார்
ஐயையோ புலவன்மார் போலே யிருக்கின்ற
தியாரென்று மெல்லவெட்டிப்
பாரடி தலைமறைய நின்றுகொண் டவர்நெடும்
பாதைவழி போகிறதுதான்
பரண்மே லெனைத்தூக்கி விட்டுவிடு தாளையடை
பழிகாரி கதவுபோடு
கூர்மைமொழி கேட்டதிக சீக்கிரம் வந்திடுவார்
குதிருக்குள் ளேயொளித்துக்
கொள்ளடி யெனப் புகலும் லோபியர்கள். . .

ஜமீன்தார்களையும் வள்ளல்களையும் நாடி அவர்கள் புகழ் பாடுவதிலேயே பெரும்பாலான புலமை கழிந்தது என்பதைப் பத்தொன்பதாம் நூற்றாண்டின் தொடக்க காலப் பகுதியின் இலக்கிய ஆக்கங்கள் நமக்குக் காட்டுகின்றன. இவ்வாறு பிறரை அண்டி இலக்கியம் செய்யும் போக்கு, ஐரோப்பியர்களுடன் தமிழர்களுக்கு ஏற்பட்ட தொடர்பால் சிறிது சிறிதாக மறையலாயிற்று என்பதே உண்மை. இலக்கிய ஆக்கத்தில் புதிய சிந்தனைகள், புதியபோக்குகள் அரும்பின. இதற்கு முக்கிய காரணமாக சமயம் பரப்ப வந்த ஐரோப்பிய குருமார்கள் பலருக்குத் தமிழ்ப் புலவர்கள் ஆசிரியர்களாக இருந்ததைச் சொல்லலாம். சான்றாக பெஸ்கி என்ற வீரமாமுனிவர்க்கு (1680-1746) 'நாகமகூளப்பநாயக்கன் காதல்' எனும் நூலை இயற்றிய சுப்பிரதீபக் கவிராயர் துணை செய்துள்ளார். தமிழகராதி உருவாக்கிய டாக்டர் வின்சுலோவுக்கு விசாகப் பெருமாளையர் உதவியுள்ளார். தமிழில் பல மொழிபெயர்ப்புகளை உருவாக்கிய பெர்சீவல் பாதிரியாருக்கு உதவியாளராக நியமிக்கப்பட்டவர் ஆறுமுகநாவலராவார் (1822-1889). டாக்டர் ஜி.யூ.போப்புக்கு இராமானுஜ கவிராயர் (1785-1853) ஆசிரியராக இருந்தார். இவரிடம் வின்ஸ்லோ (அகராதி), ட்ரியூ, ரீனியஸ் (திருக்குறள் மொழிபெயர்ப்பு) ஆகிய ஐரோப்பியர்கள் தமிழ் கற்றார்கள். இவ்வாறு தமிழர்களிடம் ஐரோப்பியர்கள் கொண்ட தொடர்பால் தமிழ் இலக்கியப் போக்கில் மறுமலர்ச்சி தோன்றத் தலைப்பட்டது. செய்யுள் என்ற கவிதை வடிவத்தோடு உரைநடை என்ற இலக்கிய வடிவமும் பரவலாகப் பழக்கத்திற்கு வந்தது. உரைநடையைத் தொடர்ந்து மொழிபெயர்ப்பு, அகராதி, ஆராய்ச்சி போன்ற தமிழ் வளர்ச்சிப் பணிகள் பல நிலைகளிலும் மேற்கொள்ளப்பட்டன. இதற்கு ஐரோப்பியர்களின் பங்கு பெரிதும் போற்றத்தக்கதாகும். எனவே இதனைத் தமிழ் இலக்கியத்தின் மறுமலர்ச்சிக் காலம் என்று சொல்கிறோம்.

இக்காலப் பகுதியின் தொடக்கத்தில் தமிழ்ப் பணியாற்றிய இராமானுஜ கவிராயர், இராமச்சந்திர கவிராயர், தாண்டவராய முதலியார், விசாகப் பெருமாளையர், சரவணப் பெருமாளையர், ஆறுமுக நாவலர், இராமலிங்க அடிகள், மீனாட்சிசுந்தரம் பிள்ளை, கோபாலகிருஷ்ண பாரதியார், வண்ணச்சரபம் தண்டபாணி சுவாமிகள், சுந்தரம்பிள்ளை ஆகியோர் தமிழை உயர் வளர் தளத்திற்கு இட்டுச் சென்ற பெரியோர்கள் ஆவர்.

இராமானுஜ கவிராயர்

இராமநாதபுரத்தில் பிறந்து சென்னையை வாழிடமாகக் கொண்டவர். முன்னரேயே குறிப்பிட்டபடி சமயப் பணியாற்ற தமிழகம் வந்த ஐரோப்பிய பாதிரியார்கள் பலருக்கு ஆசிரியராக இருந்துள்ளார். அவர்களது பணிகளில் பெரும் பங்கு ஆற்றியுள்ளார். திருக்குறள், நறுந்தொகை, நன்னூல், ஆத்திசூடி, கொன்றைவேந்தன் முதலிய நூல்களுக்குக் காண்டிகையுரை வகுத்துள்ளார். ஆத்மபோதப் பிரகாசிகை என்ற வடமொழி நூலைத் தமிழில் மொழிபெயர்த்தார். கிறித்தவ பாதிரியாரான ட்ரூ (Rev. W.H.Drew). 1840, 1852இல் வெளியிட்ட திருக்குறள் ஆங்கில மொழிபெயர்ப்புக்கு இவர் விளக்க உரை எழுதியுள்ளார்.

தாண்டவராய முதலியார்

இவர் 1824இல் மராட்டிய மொழியில் எழுதப்பெற்ற பஞ்சதந்திரக் கதைகளைத் தமிழில் மொழிபெயர்த்துத் தந்தார். சிறுவர்களுக்காக இலக்கண வினா - விடை, கதாமஞ்சரி எனும் நூல்களை இயற்றினார். திவாகரம், சூடாமணி, சதுரகராதி ஆகிய நூல்களை முதன்முதலாக அச்சியற்றியவர். சிறுவர் இலக்கியம், மொழிபெயர்ப்பு, பதிப்புப்பணி ஆகியவற்றில் இவரது பணி குறிப்பிடத்தக்கதாகும்.

இராமச்சந்திர கவிராயர்

தொண்டைமண்டலத்தில் பிறந்த இவர் சென்னையில் வாழ்ந்து வந்தார். நாடக இலக்கிய வளர்ச்சியில் இவரது பணி போற்றத்தக்கதாகும். கடிகை முத்துப் புலவரின் சமுத்திரவிலாசம் போன்று, சகுந்தலை விலாசம், தாருகா விலாசம், இரங்கோன் சண்டை நாடகம், இரணிய வாசகப்பா ஆகிய நாடக நூல்களை இயற்றினார். சதபங்கி, நவபங்கி ஆகிய சித்திர கவிகளைப் பாடவல்லவர் என்பர். சதுரகராதியை 1824இல் அச்சிட்ட பெருமையும் இவரைச் சாரும். சமுதாய நிலையை நகைச்சுவையாகப் பாடவல்லவர்:

'கல்லாத ஒருவனைநான் கற்றாய் என்றேன்
காடெறியு மறவனைநா டாள்வாய் என்றேன்
பொல்லாத ஒருவனைநான் நல்லாய் என்றேன்
போர்முகத்தை அறியானைப் புலியேறு என்றேன்

மல்லாரும் புயம்என்றேன் சூம்பல்தோளை
வழங்காத கையனைநான் வள்ளல் என்றேன்
இல்லாது சொன்னேனுக்கு இல்லை என்றான்
யானும் என்தன் குற்றத்தால் ஏகின்றேனே'

விசாகப் பெருமாளையர்

இவர் சென்னை மாகாண கல்விச்சங்கத்தில் தமிழாசிரியராகத் திகழ்ந்தார். நன்னூலுக்கு காண்டிகையுரையும், யாப்பிலக்கண அணி இலக்கண வினாவிடையும் இயற்றினார். வின்சுலோவின் தமிழகராதித் தொகுப்பிற்குப் பெருந்துணை புரிந்தவர்.

சரவணப் பெருமாளையர்

விசாகப் பெருமாளையரும், சரவணப் பெருமாளையரும் சகோதரர்களாவர். சரவணப் பெருமாளையர் இராமனுச கவிராயரின் மாணவராவார். இவர் ஆத்திசூடி, கொன்றைவேந்தன், நறுந்தொகை, நன்னெறி, மூதுரை, வெங்கைக் கோவை, பிரபுலிங்கலீலை, திருவள்ளுவமாலை ஆகியவற்றிற்கு உரை செய்துள்ளார். பாலபோத இலக்கண வினாவிடை, இயற்றமிழ்ச் சுருக்கம், அணியியல் விளக்கம் ஆகிய நூல்களையும் இயற்றியுள்ளார். 1830இல் திருக்குறள் பரிமேலழகர் உரையை முதன்முதலாக அச்சிட்ட பெருமை இவரையே சாரும். திருவாசகம், திருவிளையாடல், நாலடியார் ஆகியவற்றையும் இவர் பதிப்பித்துள்ளார் என்பர். சிறுவர்கள் கல்வி கற்பதற்கு வாய்ப்பாக இலக்கண இலக்கிய எளிய விளக்க நூல்களை இயற்றினார்.

ஆறுமுக நாவலர் (1823–1879)

இலங்கையிலுள்ள நல்லூரில் பிறந்த இவர் தமிழின் பல்கோண வளர்ச்சிக்குப் பெரிதும் காரணமாவார். மொழிபெயர்ப்பு, சிறுவர் பாடநூல்கள், உரைநூல்கள், பதிப்புகள், நிகண்டுகள், சமயநூல்கள் முதலிய பல நிலைகளிலும் தமிழின் வளர்ச்சிக்குப் பெருந்தொண்டு செய்துள்ளார். ஆசிரியராக அமர்ந்தும் பல மாணவர்களை உருவாக்கியுள்ளார். கல்லூரிகளை நிறுவிக் கல்வித் தொண்டு செய்தவர். பெர்சிவல் பாதிரியாரின் மொழிபெயர்ப்புப் பணிகளுக்குப் பெருந்துணையாக இருந்தவர். பைபிளை மொழிபெயர்த்துள்ளார். 'சிறிஸ்தவ மதக்கண்டனம்' என்ற நூலையும் இயற்றியுள்ளார். இவ்வாறு நாவலர் மொழிப்பணியையும் சமயப்பணியையும் வேறு வேறாகக் கண்ட நல்லவர் ஆவார்.

முதல் பாலபாடம், இரண்டாம் பாலபாடம், நான்காம் பாலபாடம் என்று சிறுவர்கள் கல்விகற்பதற்குகந்த பாடநூல்களை உருவாக்குவதில் முன்னோடியாக விளங்கினார். பெரியபுராண வசனம், திருவிளையாடற் புராண வசனம், கோயில் புராண உரை, சைவசமய நெறி உரை, நன்னூல் காண்டிகை உரை ஆகிய உரைநூல்கள் எழுதினார்.

சிறுவர்களுக்குச் சமய நெறிகளை அறிவுறுத்த முதற் சைவ வினா - விடை, இரண்டாம் சைவ வினா - விடை, இலக்கண வினா - விடை போன்ற வினா-விடை அமைப்பிலான எளிய நூல்களை உருவாக்கியுள்ளார்.

பல நூல்களைப் பதிப்பித்துக் காத்த பெருமை இவரைச் சாரும். கந்தபுராணம், பெரியபுராணம், சேதுபுராணம், திருக்குறள், பரிமேலழகர் உரை, திருக்கோவையார் உரை, தொல்காப்பியம் சேனாவரையர் உரை இலக்கணக்கொத்து, தொல்காப்பியச் சூத்திரவிருத்தி, பிரயோக விவேகம், தருக்கசங்கிரகம் உரை, நன்னூல்விருத்தி, சூடாமணி நிகண்டு, கோயில் புராணம், கந்தபுராணம், சிவஞானபோதம் ஆகிய நூல்களைப் பதிப்பித்துள்ளார்.

இராமலிங்க அடிகள் (1823 – 1874)

'வள்ளலார்' என்று அழைக்கப்படும் இராமலிங்க அடிகள் சமய - சமூகச் சீர்திருத்தச் சிந்தனைகளோடு இலக்கியம் செய்தவர். இவரது பாடல்கள் திருவருட்பா என்ற பெருந்தொகுதியாகத் தொகுக்கப் பட்டுள்ளன. திருவாசகம் போன்றும், திருப்புகழ் போன்றும் திருவருட்பாப் பாடல்கள் உள்ளத்தை உருக்கும் தன்மையன. இறைவனைத் தொழுதும், மன்றாடியும், வேண்டியும், முறையீடு செய்தும் பாடப்பட்ட பாடல்களின் தொகுப்பாக இது விளங்குகிறது. இது 6 திருமுறைகளாகப் பகுக்கப்பட்டுள்ளது; 399 பதிகங்களைக் கொண்டது. 5818 பாடல்களால் அமைந்தது. மக்களிடம் வழங்கப் பெறுகின்ற கும்மி, கண்ணி, ஆனந்தக்களிப்பு ஆகிய பல்வேறு இலக்கிய வடிவங்களைக் கொண்டது. இவை விதவிதமான சந்த நயங்களுடன் வாய்விட்டுப் படிப்பதற்கு ஏற்றவாறு அமைந்தவை.

எத்தகு அரிய கருத்தையும் தமிழில் எளிதாக விளக்க முடியும் என்பதற்கு இவரது திருவருட்பாப் பாடல்கள் சான்றாக விளங்கின. அதே நேரத்தில் அவற்றை ஆற்றல் மிகுந்த பாடல்களாகவும் ஆக்கமுடியும் என்பதையும் இப்பாடல்கள் அக்காலத்தில் மெய்ப்பித்துக் காட்டின. சைவ சமயத்தில் வழிவழியாக வந்த உருவ வழிபாட்டு நெறிகள், மக்களைப் புறந்தள்ளி வைக்கும் சடங்குகள் ஆகியவற்றை எதிர்த்தார். இவற்றைத் தம் பாடல்களில் பரவலாகப் பாடி வைத்தார். குறிப்பாக 6ஆம் திருமுறையில் 'அருட்பெருஞ்சோதி அகவல்' என்ற பகுதியிலுள்ள ஏறத்தாழ 1500 அடிகள் இவ்வாறு அமைந்துள்ளன. சடங்குகளையும் கடின நெறிகளையும் எதிர்த்த திருவருட்பா மீது, இவரது சமகாலப் புலவரான ஆறுமுக நாவலர் 'இது அருட்பா அன்று மருட்பா' என்று வழக்குத் தொடர்ந்தார். இறுதியில் வள்ளலாரின் மதிப்பு உணர்ந்து வழக்கைத் திரும்பப் பெற்றார் என்பர்.

விலங்குகளின்பால் மிகுந்த அன்பு கொண்ட இவர், மனுநீதிச் சோழன் வரலாற்றை 'மனுமுறை கண்ட வாசகம்' என்ற நூலாக எழுதினார். கொல்லாமையைப் போற்றிய இவர் ஜீவகாருண்ய

ஒழுக்கத்தைப் பரப்புவதைத் தம் குறிக்கோளாகக் கொண்டார். சமய ஒற்றுமை, சமுதாய நல்லிணக்கம் ஆகியவற்றை வலியுறுத்தும் வகையில் சமரச சுத்த சன்மார்க்க சங்கத்தை நிறுவினார். மக்களின் துன்பத்திற்கும், நெறி தவறிய வாழ்க்கைக்கும் பசியே காரணமாகிறது என்பதை உணர்ந்த வள்ளலார் 'சத்திய தருமச் சாலை'யை நிறுவினார். இங்கு எப்போதும் எல்லோர்க்கும் உணவு வழங்கும் முறையை ஏற்படுத்தினார்.

'அருட்பெருஞ்சோதி தனிப்பெருங்கருணை' என்று போற்றப்பட்ட இவரது நெறியை இன்றும் சுத்த சன்மார்க்க சங்கத்தினர் பின்பற்றி வருகின்றனர். இவரது உள்ளொளி, சிறுபிள்ளைப் பருவம் முதலே இவரிடம் கருக்கொண்டது. தென்னார்க்காட்டிலுள்ள மருதூரில் பிறந்த இவர் சிறுவயதிலேயே சென்னைக்கு வந்து தம் அண்ணியார் ஆதரவில் 24 ஆண்டுகள் வாழ்ந்தார். 13ஆம் ஆண்டிலேயே துறவு பெற்றுப் பல திருப்திகளுக்குச் சென்று இறைவனடிப் பாடித் தொழுது, வடலூரில் தங்கினார். அங்கு சத்திய தருமச்சாலை நிறுவி, 53ஆம் வயதில் ஜோதியில் கலந்தார். இராமலிங்கரின் பணி, தமிழக சமய, சமூக, இலக்கிய, அரசியல் வரலாற்றில் நீங்காத இடம்பெற்ற ஒன்றாகும். பாரதியாரின் பல பாடல்களுக்கு இராமலிங்கரின் இலக்கியங்கள் ஊற்றுக்கண்ணாக அமைந்தன என்பது குறிப்பிடத்தக்கதாகும். உள்ளத்தை உருக்கும் இவரது பாடல்களுக்குச் சான்றுகள் பல உள்ளன.

எ-டு:

வாடிய பயிரைக் கண்ட போதெல்லாம்
வாடினேன் பசியினால் இளைத்தே
வீடுதோறிரந்தும் பசியறா தயர்ந்த
வெற்றரைக் கண்டுளம் பதைத்தேன்!
நீடிய பிணியால் வருந்துகின்றோர் என்
நேருறக் கண்டுளம் துடித்தேன்!
ஈடில் மானிகளாய் ஏழைகளாய் நெஞ்
சிளைத்த வர்தமைக் கண்டே இளைத்தேன்'

மகாவித்துவான் மீனாட்சி சுந்தரம்பிள்ளை [1815–1876]

புலமைத் திறம் நிரம்பப் பெற்ற இவரை 'இலக்கியக் கடல்' எனலாம். நூல்களை இயற்றுவதில் இவரை விஞ்சியவர் இல்லை என்பதும் பொருந்தும். நாளொன்றுக்கு முந்நூறு பாடல்கள் பாடினார் என்ற குறிப்பும், 16 தலபுராணங்களும், 13 கோவைகளும், 16 அந்தாதிகளும் இயற்றினார் என்ற குறிப்பும் இவரது புலமைத் திறத்திற்குச் சான்றுகளாக உள்ளன. திருச்சிராப்பள்ளியில் பிறந்த இவர், திருவாவடுதுறை மடத்தின் புலவராக வீற்றிருந்தார். பண்டைத்தமிழ் நூல்கள் பலவற்றைப் பதிப்பித்துப் பாதுகாத்த உ.வே. சாமிநாதய்யர் இவரது மாணவராவார். இவரது நூல்களில் சில வருமாறு. திருநாகைக்காரோண புராணம், திருக்குடந்தைப் புராணம், மாயூரப் புராணம், திருவானைக்கா அகிலாண்டநாயகி பிள்ளைத்தமிழ்,

சேக்கிழார் பிள்ளைத்தமிழ், வாட்போக்கிக் கலம்பகம், திருச்சிராப்பள்ளி அந்தாதி, திருஞானசம்பந்தர் பதிற்றுப்பத்தந்தாதி, திருவானைக்கா மாலை, திருவிடைமருதூர் உலா. தனிப்பாடல்கள் பலவும் இவர் பாடியுள்ளார். தமக்குப்பின் சிறந்த மாணவர் பரம்பரையை உருவாக்கிய பெருமை இவரைச் சாரும்.

கோபாலகிருஷ்ண பாரதியார் [1705 – 1896]

புலவர்கள் ஏட்டில் தவழ்ந்த இலக்கியத்தை மக்கள் நாவில் ஏற்றிய பெருமை இவருக்குண்டு. கீர்த்தனை, கும்மி, சிந்து, கண்ணி போன்ற மக்கள் இலக்கிய வடிவங்களைப் பயன்படுத்தி மக்களை இலக்கியங்களின்பால் ஈர்த்தார். ஒடுக்கப்பட்ட சமுதாயத்தின் பிரதிநிதியாகக் கருதப்படும் அடியவரான நந்தனார் வரலாற்றை 'நந்தனார் சரித்திரக் கீர்த்தனை' என்ற இசைநாடகமாக வடித்தார். மக்கள் நீண்டநேரம் ஒரே இடத்தில் அமர்ந்து இவற்றைச் செவி மடுக்கக்கூடிய புதிய நிலையை கோபாலகிருஷ்ண பாரதியார் தம்முடைய இசைநாடகங்களின் வழி உருவாக்கினார். முதன்முறையாக நாடகத்தைப் பார்ப்பதாலும் கேட்பதாலும் தங்கள் உணர்வுகள் கிளர்ந்தெழுவதை மக்கள் அனுபவித்தனர். இதற்குச் சான்றாகப் பின்வரும் பாடலைக் காட்டலாம்:

'குதித்தார் எக்களித்தார் உளங் களித்தார் - பள்ளு
படித்தார் கண்ணீர் வடித்தார் பற்களைக்
கடித்தார் ஒருதரந் துடித்தார் இருதரம் நடித்தார்
இப்படித் தரிசனஞ் செய்தார். நந்தனார் தரிசனம் செய்தாரே!

(தில்லை நடராஜரைத் தரிசித்த நந்தனார் மெய்ப்பாடு)

நந்தன் கதையை இவர் இசை நாடகமாகத் தாம் பிறந்த நாகப்பட்டினத்தில் இயற்றிப் பாடியபோது, இதனை முழுவடிவமாக இலக்கிய வடிவில் ஆக்கித் தரும்படி இவருக்கு வேண்டுகோள்கள் பல வந்தன. இவற்றினடிப்படையிணல் பெரியபுராணத்தில் காணப்படும் நந்தன் சரித்திரத்தை, 'நந்தனார் சரித்திரக் கீர்த்தனை' என்ற பெயரில் பாடினார். இது மக்களிடம் யாரும் எதிர்பார்க்காத பெரும் வரவேற்பைப் பெற்றது. நவீன தமிழ் இலக்கிய மலர்ச்சிக்குக் கோபாலகிருஷ்ண பாரதியாரின் பங்களிப்பு மிகப்பெரிது என்பதில் ஐயமில்லை என்று ஆய்வாளர்கள் கருத்துரைத்துள்ளனர். (Gopalakrishna Bharathi - undoubtedy the greatest Tamil poet of the pre-modern era - Jamil Zvelebil, p. 228).

நந்தனார் சரித்திரக் கீர்த்தனை

பல்லவி

தில்லையம் பலத் தானைக் கோவிந்த ராஜனைத்
தரிசித்துக கொண்டேனே

அநுபல்லவி

தொல்லுலகம் படியளந்து மனதுக் கேற்கும்
தொண்டர் கலிகள்தீரக் கருணைபொழியு மெங்கள் (தில்லை)

சரணங்கள்

தும்பைப் பூ மாலைகள் தொடுத்துக்கொடுப்பதிங்கே
துளசிக் கொழுந் தெடுத்துத் தொட்டுக் கொடுப்பதங்கே
அம்பல ரகசியம் அறிந்து கொள்வ திங்கே
அஷ்டாக்ஷரமென்று அன்பு செய்வதுமங்கே

வண்ணச்சரபம் தண்டபாணி சுவாமிகள் [1833 – 1898]

'முருகதாசர்' என்ற இயற்பெயர் கொண்ட இவர் 'திருப்புகழ் சுவாமிகள்' என்றும் அழைக்கப்பட்டார். இவர் பாடிய 'புலவர் புராணம்' இன்றும் இவர் புகழைப் பறைசாற்றிக் கொண்டுள்ளது. முருகனின் அருள் இவருக்குக் கனிந்து வந்தமையால் அவனருளால் பல இலக்கியங்கள் செய்தார் என்பர். இவரை 'நம்கால அருணகிரி' என்று இராமலிங்க வள்ளலார் போற்றினார். இவர் இயற்றிய 'புலவர் புராணம்' 74 இயல்களாக அமைந்து 3000 பாடல்களைக் கொண்டுள்ளது. இதில் 70 புலவர்களின் வரலாறுகள் சொல்லப்படுகின்றன.

முருகன் வீற்றிருக்கும் தலங்கள்தோறும் சென்று இறைவன் புகழைப் பல்வேறு சிற்றிலக்கியங்களில் பாடியவர். தில்லைத் திருவாயிரம், தெய்வத் திருவாயிரம், ஏழாயிரப் பிரபந்தம் ஆகிய துதி நூல்களையும், திருச்செந்தூர்க் கோவை, திருச்செந்தூர்த் திருப்புகழ், திருமயிலைக் கலம்பகம், சென்னைக் கலம்பகம், ஆமாத்தூர்த் தலபுராணம், அருணகிரிநாதர் புராணம் ஆகியவற்றையும் இயற்றியுள்ளார். ஐந்திலக்கணத்திற்குப் பின் அறுவகை இலக்கணம் ஒன்று செய்த பெருமை இவருக்குரியது. ஓசைநயங்களின் அடிப்படையிலான அந்தாதி நூல்கள் பலவற்றைப் பாடியுள்ளார். இவருடைய பாடல்களில் ஆங்கிலேயர்கள் பற்றிய குறிப்புகளைக் காணலாம்.

சி.வை. தாமோதரம் பிள்ளை [1832–1901]

தமிழ் நூல்களின் பதிப்பு வரலாற்றில் சி. வை. தாமோதரம் பிள்ளை முதல் இடம் பெறுபவராவார். யாழ்ப்பாணத்தில் பிறந்த இவர் தமிழ் நாட்டிற்கு வந்து அரசுப் பணியோடு தமிழ்ப் பணியைத் தம் தலையாய பணியாகக் கருதி உழைத்தார். உயர்நீதிமன்ற நீதிபதியாக இருந்தவர். இதனால் இவரது தமிழ்ப்பணிகள் அறிவுப்பூர்வமாகவும் ஆராய்ச்சிக்கு உகந்தவையாகவும் இருந்தன. பண்டைய இலக்கியங்களை முதன் முதலாகப் பதிப்பித்த பெருமை இவரையே சாரும். வீரசோழியம் (1881), இறையனார் அகப்பொருள் (1883), கலித்தொகை (1883), தொல்காப்பியப் பொருளதிகாரம் (1885), தொல்காப்பியம் சொல்லதிகாரம் நச்சினார்க்கினியர்

உரை (1900) ஆகியவற்றைப் பதிப்பித்துள்ளார். இப்பதிப்புக்களின் முகவுரைகள் ஆராய்ச்சி நுட்பமுடையன என்பர். ஓலைச்சுவடிகளில் கவனிப்பாரற்றும், காப்பாற்றுவாரற்றும் கிடந்த பழந்தமிழ் இலக்கியங்களை அரிதின் முயன்று தேடி ஆராய்ந்து ஒழுங்கு செய்துப் பதிப்பித்துக் காத்த இவர் பணி என்றும் போற்றுதற்குரியதாகும்.

மனோன்மணியம் சுந்தரம்பிள்ளை [1855 – 1897]

தமிழ்நாடக இலக்கியத்தின் தந்தை என்று போற்றப்படுபவர் மனோன்மணியம் நாடகத்தை இயற்றிய சுந்தரம்பிள்ளை ஆவார். கேரளாவில் உள்ள ஆலப்புழையில் பிறந்தவர். திருவிதாங்கூர் மகாராஜா கல்லூரியில் தத்துவப் பேராசிரியராகப் பணியாற்றியவர். லிட்டன் என்பவர் ஆங்கிலத்தில் எழுதிய 'The Secret Way' என்ற நாடகத்தைத் தழுவி 'மனோன்மணியம்' என்ற நாடகத்தை எழுதினார். தமிழ்நாடக வரலாற்றில் சிலப்பதிகாரத்திற்குப் பின் பெரும் புகழ்பெற்ற நாடகமாக இது விளங்குகிறது. இன்றும்கூட தமிழ் இளங்கலை நிலையில் மனோன்மணியம் பாடமாக இருந்து வருகிறது. நாடக இலக்கணங்கள் அனைத்தையும் தழுவி மரபுக்கும் புதுமைக்கும் பாலமாக இந்நாடக நூல் விளங்குகிறது. இதில் இடம்பெறும் கதைமாந்தர்கள் அனைவரும் அவரவர்க்குரிய பண்புகளுக்கேற்பப் பாங்காகப் படைக்கப்பட்டுள்ளனர். கதைத் தலைவன் நடராசன், தலைவி வாணி, அரசன் சீவகன், வஞ்ச நெஞ்ச அமைச்சன் குடிலன் ஆகியோரின் பாத்திரப்படைப்பு என்றும் நெஞ்சில் நிலைத்து நிற்கத்தக்கது. 'நீராடும் கடல் உடுத்த' என்று தொடங்கும் தமிழ்த்தாய் வாழ்த்து இந்நாடக நூலில் உள்ளதே.

தமிழ் ஆராய்ச்சிக்கு வித்திட்டவர் இவர் என்பது தமிழறிஞர்களின் துணிபு. 'தமிழும் தமிழரும் ஆரிய வகுப்பு முறையுட் படாத தனிப்பெருமை உடைமையை நிலைநாட்டித் தமிழ்ப்புலவர் கண்களைத் திறந்தவர்' என்றும் 'தமிழாராய்ச்சிக் குறைபாடுடைய ஐரோப்பிய ஆரியப் புலவருடைய தப்புக் கொள்கைகளைக் கண்டொதுக்கித் தமிழ் வரலாற்றின் உண்மையை விளக்கியவர்' (கா. சு. பிள்ளை, ப. 471) என்றும் இவரது தமிழ்ப் பணி போற்றப்படுகிறது. தமிழ் இலக்கியத்தில் கால ஆராய்ச்சியைத் தொடக்கி வைத்தவர் இவரேயாவார்.

பரிதிமாற்கலைஞர் [1870–1903]

இவரது இயற்பெயர் வி.கோ. சூரியநாராயண சாஸ்திரியார் என்பதாகும். தமிழார்வத்தின் காரணமாகத் தம் பெயரைத் தனித்தமிழ் விளங்குமாறு பரிதிமாற் கலைஞர் என மாற்றிக் கொண்டார். நாடக இலக்கியத்திற்குப் புத்துயிர் தந்தவர் சுந்தரம்பிள்ளை என்றால், அதற்கு இலக்கண நூல்கள் பல ஆக்கித் தந்தவர் பரிதிமாற் கலைஞர் ஆவார். மாறி வந்த சூழலுக்கேற்ப நவீன நாடகங்களையும் அதற்குரிய இலக்கணங்களையும் செய்த பெருமை இவருக்கு உரியதாகும். இவர்

எழுதிய கலாவதி, மானவிஜயம், ரூபாவதி, மதிவாணன் ஆகிய நாடகங்கள் புகழ் பெற்றவையாகும். 'நாடகவியல்' என்ற நாடக இலக்கண நூல் செய்துள்ளார். சென்னைக் கிறித்தவக் கல்லூரியில் தமிழ்ப் பேராசிரியராகப் பணியாற்றியவர். 'முத்திரா ராக்ஷஸம்' என்ற வடமொழி நாடகத்தைத் தமிழில் மொழிபெயர்த்துள்ளார். தமிழ்மொழி வரலாறு, தமிழ்ப்புலவர் சரித்திரம் ஆகிய நூல்களும் இயற்றியுள்ளார். தமிழ்நாடக வளர்ச்சிக்கு ஈடுபட்டு உழைத்த இவர் தமது இளமைக்காலத்திலேயே (33 வயதில்) இயற்கையெய்தியது தமிழரின் தவக்குறையே ஆகும்.

பாண்டித்துரைத்தேவர் (1867 – 1911)

இராமநாதபுரம் சேதுபதிகளின் பரம்பரையில் வந்த பொன்னுச்சாமித்தேவரின் மகனாகப் பிறந்தவர். 'நான்காம் தமிழ்ச் சங்கம்' என்று போற்றப்படும் மதுரைத் தமிழர்ச் சங்கத்தை நிறுவியவர். இச்சங்கம் தமிழ்வளர்ச்சிக்குச் செய்த பணிகள் என்றும் போற்றுதற்குரியன. புலவர்கள் பலரை ஆதரித்த பெருமையை உடையது இந்தச் சங்கம். ஏட்டுச்சுவடியில் இருந்த பல சிற்றிலக்கியங்கள் இத்தமிழ்ச் சங்கத்தின் வாயிலாக அச்சிடப் பெற்றன. இச்சங்கத்தின் புலவர்கள் பலர் இலக்கியங்கள் இயற்ற, அவையும் நூல் வடிவத்தைப் பெற்றன. இச்சங்கத்தின் வாயிலாகத் தமிழ் அகராதி ஒன்று வெளியிடப்பெற்றது. தமிழறிஞர்கள் ரா. ராகவையங்கரும், மு. ராகவையங்காரும் இச்சங்கத்தில் புலவர்களாக வீற்றிருந்தனர். இவர்கள் இருவரும் ஓலைச்சுவடிகள் பலவற்றை ஆராய்ந்து அவற்றைப் பதிப்பிக்கும் அரிய பணியைச் செய்தனர். நல்ல இலக்கியங்கள் பலவும் இச்சங்கத்தில் அரங்கேறின. 'செந்தமிழ்' என்ற தமிழாராய்ச்சி இதழ் இச்சங்கத்தின் வாயிலாக நீண்ட காலமாக வெளியிடப்பெறுகிறது.

தமிழ்கூறு நல்லுலகம் என்றும் போற்றும் வண்ணம் பண்டைத் தமிழ்ச்சங்க மரபின் தொடர்ச்சியாக மதுரையில் மீண்டும் ஒரு தமிழ்ச்சங்கம் நிறுவிய வள்ளல் பாண்டித்துரைத் தேவர் தாமே ஒரு புலவராகவும் ஆராய்ச்சியாளராகவும் விளங்கினார். சைவ மஞ்சரி, துதி மஞ்சரி, பன்னூல் திரட்டு ஆகிய தொகைநூல்கள் செய்துள்ளார். தம் ஆசிரியராகிய சிவஞான யோகிகள் மீது 'சிவஞான யோகிகள் இரட்டை மணிமாலை' எனும் நூல் செய்துள்ளார்.

இலக்கியம் இயற்றுதல், பயிற்றுவித்தல், பதிப்பித்தல், ஆராய்ச்சி செய்தல் ஆகியவற்றில் ஐரோப்பியர்களின் அணுகுமுறைகளைத் தமிழ்ப் புலவர்கள் உள்வாங்கிக் கொண்ட காலமாக இது அமைகிறது. அறிஞர்களும் மரபுவழியாகத் தாம் பெற்ற புலமையோடு, இவற்றை இணைத்தனர். இதன் பயனாகப் புதுயுகத்தை நோக்கிப் பயணம் புறப்பட்ட மறுமலர்ச்சி அறிமுகக் காலமாக இது திகழ்கிறது.

15. ஐரோப்பியர்களின் தமிழ்ப்பணி

வணிகத்தின் காரணமாகத் தமிழகம் வந்த ஆங்கிலேயர்களின் கிழக்கிந்தியக் கம்பெனி, ஆட்சி செய்யும் அதிகாரத்தை மெல்லக் கைப்பற்றியது. ஆனால் அதற்கு முன்னதாகவே 16ஆம் நூற்றாண்டளவில் சமயம் பரப்ப வந்த போர்த்துக்கீசியர்கள் கொல்லத்தில் தரையிறங்கினர். 1517இல் கோவாவில் அச்சியந்திரசாலை நிறுவி, தமிழ் எழுத்துக்களை வடித்தனர். இதன் பயனாக 20-2-1577இல் 'தம்பிரான் வணக்கம்' என்ற முதல் தமிழ்நூல் கொல்லத்தில் அச்சானது. இதுவே இந்திய மொழிகளில் அச்சான முதல் நூலாகும். சமயப்பணியில் ஈடுபட்டிருந்த அன்றீக்கு அடிகளார் (Anrique Anriqez) இந்நூலை இயற்றினார். இதைத் தொடர்ந்து 14-11-1579இல் 120 பக்கங்களைக் கொண்ட கிறீஸ்தியானி வணக்கம் (Doctrina Christam). என்ற நூல் கொச்சியில் வெளியிடப்பட்டது. 1586இல் தூத்துக்குடிக்கு அருகில் உள்ள புன்னைக்காயல் என்ற இடத்தில் அமைக்கப்பட்ட அச்சகத்தில் ஹென்ரிக் அடிகளார் (Henriauez) இயற்றிய Flows sanctorum என்ற 'அடியார் வரலாறு' வெளியிடப்பட்டது. தூத்துக்குடி பரதவரின் பேச்சு மொழிகள் பல இந்நூலில் காணப்படுகின்றன. இந்நூல் 669 பக்கங்களைக் கொண்ட பெருநூலாகும். தமிழ்நூல் வரலாற்றில் இது ஒரு மைல் கல்லாகக் கருதப்படுகிறது.

> *நம்முடைய நாயகன் இசேசுக்கிரீசித்து மனுதனாய்ப் பிறந்த காலத்திலே சூதருந் தமிளருமொழிந்து சோனகரில்லை. அவர் பிறந்தவுடனே சூதர் மாற்கத்திலுள்பட்ட இடையருக்கு ஒரு (ஆஞ்சு) தோன்றி அவர் பிறந்த செய்தி அவர்களுக்கு அறிவித்தது. அப்படியே அவர் பிறந்தவுடனே தமிளராயிருக்கிற மூவிராசாக்களுக்கு ஒரு நற்கேந்திரந் தோன்றிச்சு. தோன்றின பொழுது நம்முடைய நாயகன் பிறந்த செய்தியும் அவர்கள் அவனை உடனே வணங்கப் போக வேணுமென்றதையும் அவர்களுக்குத் தம்பிரான் வெளிப்படுத்தினான். அதனாலே அவர்கள் நம்முடைய நாயனைத் தெரிசிக்கத் தக்கதாகவுடனே பிறப்பட்டார்கள்.*

-அடியார் வரலாறு, ப. 4

இந்நூல் வெளியானதைத் தொடர்ந்து சமயப்பணிகளைத் தீவிரமாக்கக் கருதிய போர்த்துக்கீசிய சமய அமைப்புகள் அம்பலக்காட்டிலும் (1679), தரங்கம்பாடியிலும் அச்சகங்களை நிறுவின.

இராபர்ட்–டி–நோபிலி

இக்காலப் பகுதியில்தான் இராபர்ட் டி நோபிலி என்ற இத்தாலிய நாட்டுச் சமய போதகர் தமிழ்நாட்டிற்கு வந்து மதுரையில் தங்கி கிட்டத்தட்ட தமிழ் முனிவராகவே மாறித் தமிழ் வளர்த்தார் (1605 - 1656). இவர் தம் பெயரையும் 'தத்துவபோதகர்' என்று மாற்றிக் கொண்டார். தமிழ் தெலுங்கு, சமஸ்கிருதம் ஆகிய மொழிகளை முயன்று கற்றார். மூன்று மொழிகளிலும் வல்லவராக விளங்கிப் பல நூல்களை எழுதினார். இவர் ஏறத்தாழ 15 நூல்களை எழுதியுள்ளார் என்பர். கிறித்துவ சமய உரையாடல்கள், தத்துவங்கள், போதனைகள் ஆகியவற்றை இந்நூல்கள் எடுத்துச் சொல்கின்றன. கிறித்தவ சமயம் குறித்த முதல் உரைநடை இலக்கியங்களாக இவை கருதப்படுகின்றன. ஞானோபதேசக் காண்டம், ஆத்தும நிர்ணயம், மந்திரமாலை, தத்துவக் கண்ணாடி, சேசுநாதர் சரித்திரம் ஆகியவை இவர் இயற்றிய நூல்களுள் சில.

வீரமாமுனிவர்

இராபர்ட் டி நோபிலியைத் தொடர்ந்து அவர் வகுத்துத் தந்த உரைநடை இலக்கியப் பாதையில் பயணம் செய்து 'சிறுகதைகள்' என்ற புதிய இலக்கிய வகையைத் தமிழுக்கு அறிமுகம் செய்தவர் 'ஜோசப் பெஸ்கி' என்ற வீரமாமுனிவர் (1680-1747) ஆவார். இவரும் இராபர்டி நோபிலி போன்று இத்தாலி நாட்டைச் சார்ந்தவர். கிரேக்கம், இலத்தீன், இத்தாலி, பிரெஞ்சு, ஹீப்ரூ, ஆங்கிலம், தமிழ், வடமொழி, தெலுங்கு ஆகிய பன்மொழி அறிந்த புலவர். இயேசுபெருமான் வரலாற்றைத் தேம்பாவணி எனும் பெருங்காப்பியமாகப் பாடிப் புகழ் சேர்த்தவர். இந்து சமயத்திற்குக் கம்பராமாயணமும், இஸ்லாமியச் சமயத்திற்குச் சீறாப்புராணமும் இலட்சியக் காப்பியங்களாகத் திகழ்வது போன்று, கிறித்துவ சமயத்திற்கு வீரமாமுனிவர் இயற்றிய தேம்பாவணி இலட்சியக் காப்பியமாகத் திகழ்கிறது. கிறித்துவசமயக் காப்பியமான இது எருசலேம் முதலிய மேற்காசியப் பகுதிகளைக் கதைநிகழ் களங்களாகக் கொண்டிருந்தபோதும் தமிழ்நாட்டுக் காப்பியம் போன்றே தமிழ்க் களச் சூழல்களாகக் கருதி எழுதப்பட்டது. டேவிட், ஜோசப், டேராட் ஐஸக், ஜான் போன்ற அயன்மொழிப் பெயர்களை முறையே வளன், தாவீது, கருணையன், யோவான் என்று தமிழ்ப் பெயர்களாகவே ஆக்கியுள்ளார். பெயருக்கேற்றாற்போல் இனிமை ததும்பும் இக்காப்பியம் 3 காண்டங்களாகவும் 36 படலங்களாகவும் 3615 விருத்தப்பாக்களில் ஆக்கப்பட்டுள்ளது.

வீரமாமுனிவரின் புகழ் தேம்பாவணிக் காப்பியத்தாலும் 'பரமார்த்த குருகதை' என்ற கதை இலக்கியத்தாலும் இன்றும் நினைவுகூரப்படுகிறது. இவர் எழுதிய 'பரமார்த்த குருகதை' தமிழ்க்கதை இலக்கியத்தின் முன்னோடி நூல் என்று கருதப்படுகிறது. நகைச்சுவையும், அங்கதமும், எள்ளலும் இழைந்தோடும் இக்கதைநூல் தமிழில் வாசிக்கும் ஆர்வத்தை வளர்த்ததில் பெரும்பங்கு ஆற்றியுள்ளது. வேதியர் ஒழுக்கம், வேதவிளக்கம், பேதகம் மறுத்தல், உலுத்தர் இயல்பு ஆகிய உரைநடை நூல்களும் இவர் இயற்றியுள்ளார்.

எழுத்துச்சீர்திருத்தத்திலும் வீரமாமுனிவரின் பணி குறிப்பிடத் தக்கதாகும். எ. ஏ. ஒ. ஓ ஆகிய எழுத்துக்களுக்கான குறில் - நெடில் வேறுபாடுகளை எழுத்தில் அமைத்துக் காட்டியவர் இவரே ஆவார். அதற்கு முன்னார் எ, ஒ என்பவை குறிலாகவும், எ, ஒ என்பவை நெடிலாகவும் கருதப்பட்டன. இக்குழப்பத்தைப் போக்கி, எ - எழுத்தின் கீழே சாய்வுக் கோடிட்டும் (ஏ), ஒ எழுத்தின் இறுதியல் சுழித்தும் (ஓ) காட்டி நெடில் எழுத்துக்களாக இவர் மாற்றினார்.

நிகண்டுகள் என்ற கலைச்சொற்றொகுதிகள் 'அகராதி' என்ற உயர்நிலையடைய வழிவகை செய்தவர் வீரமாமுனிவர். இவர் இயற்றிய 'சதுரகராதி'யே தமிழின் முதல் அகராதிநூல் எனப்படுகிறது. இந்நூலில்தான் சிற்றிலக்கியங்கள் 96 என்று முதன்முதலாக வகைப்படுத்தப்பட்டுள்ளது கவனிக்கத்தக்கதாகும். தமிழ் - இலத்தீன் அகராதி, போர்ச்சுக்கீஸ் - தமிழ் - இலத்தீன் அகராதி ஆகிய இருமொழி அகராதிகளும், மும்மொழி அகராதிகளும் உருவாக்கித் தமிழின் வளர்த்திற்கு வழிகாட்டியுள்ளார்.

'குட்டித்தொல்காப்பியம்' எனப் போற்றப்படும் 'தொன்னூல் விளக்கம்' எனும் ஐந்திலக்கண நூலை இவர் செய்துள்ளார். தமிழ்ப் புலவராக மாறிய இவர் திருக்காவலூர்க் கலம்பகம், கித்தேரி அம்மன் அம்மானை, கருணாம்பாள் பதிகம், அழுங்கல் அந்தாதி ஆகிய சிற்றிலக்கியங்கள் படைத்துள்ளார். திருக்குறளின் அறத்துப்பால், பொருட்பால் இரண்டையும், தொன்னூல் விளக்கத்தையும் இலத்தீனில் மொழிபெயர்த்துள்ளார்.

வீரமாமுனிவர் செய்த தமிழ்ப்பணி, இவருக்குப்பின் வந்த கிறித்தவ பாதிரியார்களுக்குப் புதிய வெளிச்சத்தைத் தந்தது. இந்தப் புதிய வெளிச்சத்தில் அவர்கள் தமிழ் இலக்கியத்தின் புதிய தடங்களைக் கண்டனர்.

சீகன் பால்கு

ஜெர்மானியரான சீகன் பால்கு (Ziegenbalg: 1663-1717). பைபிளின் தமிழ்மொழிபெயர்ப்பை (Biblia Damulica :1714-1728). வெளியிட்டார்.

தமிழ்நூல் விவரப்பட்டியலை (Biblotheca malabarica) 1708இல் வெளியிட்டார். இந்த தமிழ்நூல் விவரப்பட்டியல் தமிழ் ஆராய்ச்சி செய்பவர்களுக்கு அடிப்படை நூலாக ஆயிற்று. தமிழ் இலக்கிய வரலாற்றில், தமிழ்நூல்களின் பட்டியலை முதன்முதலாகத் தொகுத்துத் தந்த நூல் இதுவேயாகும். தமிழ் - இலத்தீன் அகராதி, தமிழ் - இலத்தீன் ஒப்பிலக்கணம் ஆகியவற்றையும் இவர் உருவாக்கினார். பைபிளைத் தமிழில் மொழிபெயர்த்துள்ளார். நீதிவெண்பா, கொன்றை வேந்தன் ஆகியவற்றை ஆங்கிலத்தில் மொழிபெயர்த்துள்ளார். இவரைத் தமிழ்நூல் பதிப்புத் துறையின் முன்னோடி என்பர்.

எல்லிஸ் பாதிரியார்

எல்லிஸ் பாதிரியாரின் திருக்குறள் ஆங்கிலமொழி பெயர்ப்பு (1796) மிகப் புகழ்பெற்றதாகும். திருக்குறளின் முதல் 13 அதிகாரங்களை மட்டும் இவர் பெயர்த்திருந்தாலும் ஐரோப்பிய நாடுகள் பலவற்றிலும் திருக்குறள் பரவுவதற்குக் காரணமாக இருந்தது இவரது மொழிபெயர்ப்பாகும். இவர் இராமச்சந்திரக் கவிராயரிடம் தமிழ் கற்றார்.

ஃபேப்ரிஷியஸும், ரேனியஸும்

ஃபேப்ரிஷியஸ் என்பாரின் (Fabricius) பைபிள் மொழிபெயர்ப்பும், அகராதியும் ஐரோப்பியரின் தமிழ் வளர்ச்சிப் பணியில் குறிப்பிடத்தக்கதாகும். இந்த மொழிபெயர்ப்பை ரேனியஸ் (Rhenius : 1790 - 1838) என்பார் வளமாக்கினார். வேத உதாரணத்திரட்டு, தமிழ் ஞானநூல் ஆகிய உரைநடை நூல்களையும் எழுதினார். தமிழ்ப் பழமொழிகளைத் தொகுத்து வெளியிட்ட பெருமை லாசரஸ் என்ற ஐரோப்பிய அறிஞரைச் சாரும். இந்நூல் 10,000க்கும் மேற்பட்ட பழமொழிகளைக் கொண்டுள்ளது. நன்னூலையும் திருக்குறளையும் ஆங்கிலத்தில் மொழிபெயர்த்துள்ளார்.

கால்டுவெல்

தமிழ்மொழிக்கு உலக அளவில் பெருமையையும் பெருமதிப்பையும் தேடித் தந்த சிறப்பு கால்டுவெல் (1814 - 1891) என்ற ஐரோப்பிய மொழியியல் அறிஞரைச் சாரும். திருநெல்வேலியிலுள்ள இடையன்குடியில் நெடுநாட்கள் தங்கி மொழியாராய்ச்சி செய்தார். தமிழ், தெலுங்கு, கன்னடம், மலையாளம், துளு ஆகிய திராவிட மொழிகளையும் சமஸ்கிருதத்தையும் நன்கு கற்றார். தன் நுண்மாண் நுழைபுலம் கொண்டு, 'தமிழே திராவிட மொழிகளுக்குத் தாய்மொழி' என்றும், திராவிட மொழிகளுக்குத் தனிச்சிறப்பியல்புகள் உள்ளன என்றும், இவை வடமொழியினின்றும் வேறானவை என்றும் பல உண்மைகளைத் தம் நூலில் நிறுவினார். இதன் வாயிலாக தமிழும் வடமொழியும் வேறு

வேறு மொழிக் குடும்பங்களைச் சார்ந்தவை என்பது முதன்முதலாக உலகிற்கு உணர்த்தப்பட்டது. இதன் பின்னர்த் தமிழ்மொழி ஆராய்ச்சி புதிய திருப்புமுனையைக் கண்டது. திராவிட மொழிகளின் ஒப்பிலக்கணம் (A Comparative Grammar of Dravidian Languages) எனும் இந்நூல் தமிழர்களின் மொழி ஆய்வு வளர்ச்சியில் ஒரு மைல்கல்லாகும்.

ஜி.யூ.போப்

தமிழ் இலக்கியத்தை மேலை நாட்டினர்க்கு அதிக அளவில் அறிமுகம் செய்த பெருமை ஜி.யூ.போப் (1820 - 1907) அவர்களைச் சாரும். இவரும் இராமானுஜ கவிராயரிடம் தமிழ் பயின்றார். திருநெல்வேலியிலுள்ள சாயர்புரத்தில் தங்கியிருந்து தமிழ்ப்பணி செய்தார். திருக்குறள் (1886), நாலடியார் (1903), திருவாசகம் (1897) ஆகியவற்றை முழுமையாக மொழிபெயர்த்துள்ளார். புறநானூற்றுப் பாடல்கள் சிலவற்றையும், மணிமேகலைக் கதையையும் மிக அழகாக ஆங்கிலத்தில் மொழிபெயர்த்துள்ளார். ஆங்கிலேயர்கள் தமிழ் கற்றுக்கொள்வதற்கு எளிதாகத் தமிழ் இலக்கணநூல் சுருக்க வினா - விடை (1846), தமிழ் இலக்கணநூல் (1858) ஆகியவற்றை இயற்றினார். திருக்குறளையும் புறநானூற்றையும் உலகறியச் செய்த பெருமை இவரையே சாரும். இவர் தாம் பணியாற்றிய சாயர்புரத்திலேயே உயிர் நீத்தார். அங்கேயே இவருக்குச் சமாதி எழுப்பப்பட்டது. அச்சமாதியில் இவர் வேண்டுகோளுக்கிணங்க 'ஒரு தமிழ் மாணவன்' என்ற தொடர் பொறிக்கப்பட்டது. இவர் பெயரால் சாயர்புரத்தில் இன்றும் ஒரு கல்லூரி (போப் கல்லூரி) இயங்கி வருகிறது.

இவ்வாறு சமயப் பணியாற்ற வந்த ஐரோப்பியர்கள் தமிழ்ப் பணியில் தங்களை முழுமையாக ஈடுபடுத்திக் கொண்டது தமிழர்களின் தவப்பேறேயாகும். இலக்கியங்களைப் படைப்பது மட்டுமல்லாது, மொழிபெயர்ப்புகள், நூற்பட்டியல் தொகுப்புகள், அகராதிகள், திறனாய்வு, ஆராய்ச்சி, இலக்கண நூல்கள், உரைகள், உரைநடை நூல்கள் எனப் பல்வேறு பரிமாணங்களிலும் தமிழ் இலக்கியத்தை மறுமலர்ச்சிகொள்ள வைத்ததில் இவர்களின் பணி அளவிடற்கரியது. எனவேதான் இவர்களை 'ஐரோப்பியத் தமிழறிஞர்கள்' என்று அழைக்கிறோம்.

16. கிறித்தவர்களின் தமிழ்ப்பணி

ஐரோப்பிய கிறித்தவ பாதிரியார்கள் பெரிதும் வலியுறுத்தி வந்த அன்பு, கருணை, இரக்கம், ஓரிறைக் கோட்பாடு அகியவற்றின் மீது ஈடுபாடு கொண்ட தமிழர்கள் சிலர் கிறித்தவ சமயத்தைத் தழுவினர். இவ்வாறு கிறித்தவ சமயத்தைத் தழுவிய தமிழ்ப் புலவர்களின் மரபினர், சமயத்தை இலக்கிய மரபோடு குழைத்துத் தந்தனர். பெரும்பாலும் சைவ சமயத்தைச் சார்ந்த தமிழ்ப் புலவர் மரபினரே கிறித்தவ சமயத்தைச் சார்ந்தனர் என்பதை அவர் தம் பெயர்களாலும் படைப்புக்களாலும் அறிகிறோம். இவர்களுள் குறிப்பிடத்தக்கவர்கள், வேதநாயக சாஸ்திரியார் (1774 - 1864). மாயூரம் வேதநாயகம் பிள்ளை (1826-1889), எச்.ஏ. கிருஷ்ணபிள்ளை (1827-1900) , ஆபிரகாம் பண்டிதர் (1859-1919) ஆகியோர் ஆவர்.

வேதநாயக சாஸ்திரியார்

இவர் தஞ்சை வேதநாயக சாஸ்திரியார் என்று அழைக்கப்படுகிறார். திருநெல்வேலியில் பிறந்த இவர் பெத்தலகேம் குறவஞ்சி, ஞானக்கும்மி, ஞான ஏற்றப்பாட்டு, பராபரன் மாலை, சென்னைப் பட்டினப் பிரவேசம் ஆகிய நூல்களை இயற்றியுள்ளார். இவற்றுள் முன்னைய மூன்றும் இவர் புகழை இன்றும் பறைசாற்றி வருகின்றன. குறவஞ்சி இலக்கிய வகை வளர்ச்சியில் பெத்தலகேம் குறவஞ்சி குறிப்பிடத்தக்க இடத்தைப் பெறுகிறது. சரபோஜி மன்னன் அவையில் புலவராய் வீற்றிருந்தார். 112க்கும் மேற்பட்ட நூல்களை இவர் இயற்றியுள்ளார் என்பர். இவருடைய கீர்த்தனைகள் பல இன்றும் கிறித்தவ ஆலயங்களில் இசையோடு பாடப்பட்டு வருகின்றன.

மாயூரம் வேதநாயகம் பிள்ளை

திருச்சிக்கு அருகே உள்ள குளத்தூரில் பிறந்த இவர் மாயவரம் நீதிமன்றத்தில் நீதிபதியாகப் (முனிசீப்) பணியாற்றினார். மகாவித்துவான் மீனாட்சி சுந்தரம் பிள்ளையின் நண்பராக விளங்கியவர். தமிழில் நாவல்

இலக்கிய வகையை முதன்முதலில் அறிமுகம் செய்த பெருமை இவருக்குண்டு. வேதநாயகர் எழுதிய 'பிரதாப முதலியார் சரித்திர'மே (1879) தமிழின் முதல் நாவல் என்று போற்றப்படுகிறது. (இதனைப் பற்றிய விரிவை 'நாவல்' எனும் பகுதியில் காண்க).

பெண்கள் முன்னேற்றத்தில் அதிக அக்கறை காட்டியவர் வேதநாயகம் பிள்ளை. இவரது நூல்கள் பெண்களை அக்காலத்தில் விழிப்புணர்வு கொள்ளச் செய்த நூல்கள் என்பர். சமயநல்லிணக்கத்தில் இவருக்கிருந்த ஈடுபாட்டினை 'இவரது சர்வசமயக் கீர்த்தனை' நூலின் வழி அறியலாம். 'சுகுணசுந்தரி சரித்திரம்' என்ற நாவலையும் எழுதினார். ஆனால் பிரதாப முதலியார் சரித்திரம் போன்று இது சிறந்ததாகக் கருதப்படவில்லை. அறங்களையும் ஒழுக்கத்தையும் சொல்லும் நீதிநூல் ஒன்றையும் இயற்றியுள்ளார்.

எச்.ஏ. கிருஷ்ணபிள்ளை

வைணவ மரபைச் சார்ந்த இவர் தமது முப்பதாம் வயதில் கிறித்தவ சமயத்தைத் தழுவினார். தம் பெயரை ஹென்றி ஆல்பிரட் கிருஷ்ணபிள்ளை என்று மாற்றிக் கொண்டார். இயேசு கிறிஸ்துவின் இரட்சண்யத்தில் மிகுந்த பற்றுக் கொண்ட இவர், தம்முடைய நூல்களை கிறிஸ்துவின் இந்த இரட்சிக்கும் பண்பை மையப்பொருளாக விளங்குமாறு அமைத்தார். இரட்சண்ய யாத்திரீகம், இரட்சண்ய சமய நிர்ணயம், இரட்சண்ய மனோகரம், இரட்சண்யக் குறள் என்று பல நூல்களை இவர் எழுதினார். பன்யன் (Lord Bunyan) என்பார் எழுதிய 'மோட்சப் பயணம்' (Pilgrims Progress) எனும் நூலைத் தழுவி இரட்சணிய யாத்திரிகம் எழுதப்பட்டது. இந்நூலில் கம்பன் நடையைக் காணலாம் என்பர். இதனால் கிருஷ்ணபிள்ளை 'கிறித்துவக் கம்பன்' என்று அழைக்கப்படும் சிறப்பினைப் பெற்றார். இந்நூல் 47 படலங்களும் 4000 பாடல்களும் உடையது.

ஆபிரகாம் பண்டிதர்

தமிழிசை வளர்ச்சியில் குறிப்பிடத்தக்கதொரு நூல் கருணாமிர்தசாகரம். தமிழில் இசைப் பேரிலக்கணம் எனப் போற்றப்படும் இந்நூலைச் செய்தவர் ஆபிரகாம் பண்டிதர் ஆவார். இவரும் தஞ்சாவூரைச் சார்ந்தவரே.

இவ்வாறு மேலை இலக்கியப் பாடுபொருட்கள் தமிழ் இலக்கிய மரபிற்கேற்றவாறு கிறித்தவ சமயத்தைத் தழுவிய தமிழ்ப் புலவர்களால் புதிய வண்ணத்தையும் வடிவத்தையும் பெற்றன. தமிழுக்கு மேலும் ஓர் அணிகலன் இவர்களால் சூட்டப் பெற்றது.

17. இக்கால இலக்கியம்

தமிழகத்திற்கு ஐரோப்பியர் வரவுக்குப் பின் தமிழ் இலக்கியத்தில் பெரிய மாற்றம் ஏற்பட்டது. இலக்கியப் படைப்பைப் பொறுத்த வரையில் வடிவ மாற்றம் உருவானது. கவிதையின் இடத்தை உரைநடை பிடித்துக்கொண்டது. இலக்கியத்தை நுகர்வோர் செவிப்புலனுக்கு முதலிடம் தந்த நிலை மாறி, கட்புலனுக்கு முதலிடம் தந்தனர் 'கேட்பு' (auditory) நிலை மாறி, 'வாசிப்பு' (visual) என்ற நிலை வந்தது. இதற்கேற்றாற்போல் ஏடுகளிலும் ஓலைகளிலும் கைகளால் எழுதும் நிலை மாறி, நினைத்த அளவில் ஆயிரக்கணக்கான பிரதிகளை அச்சிடும் நிலை உருவானது. இதனால் உரைநடை இலக்கியங்கள் பெருமளவில் எழுதப்படுவதற்கான வாய்ப்புக்கள் வளர்ந்தன. இதைத்தான் மறுமலர்ச்சிக்கால இலக்கியச்சூழல் நமக்குக் காட்டுகிறது.

தமிழில் பண்டைக்காலத்திலிருந்தே உரைநடை இலக்கியங்கள் எழுதப்பட்டன என்பதற்கான சான்றுகள் உள்ளன. பாட்டு, உரை, நூல், வாய்மொழி, பிசி, அங்கதம், முதுசொல் என்று ஏழுவகையான இலக்கியங்களைப் பாகுபடுத்தும் தொல்காப்பியர் 'உரை'யையும் அதில் சேர்த்திருப்பது கவனிக்கத்தக்கது.

புறநானூறு 27ஆம் பாடலில் 'பாட்டும் உரையும் உடையோர் சிலரே' என்ற அடி காணப்படுகிறது. கவிதை என்பதற்கு வேறான உரைநடையே இங்கு 'உரை' என்று குறிப்பிடப்படுகிறது. பண்டைய கல்வெட்டுக்களும் சாசனங்களும் 'உரை' என்பது வழக்கில் இருந்ததைக் காட்டுகின்றன. சிலப்பதிகாரத்தில் இடம்பெற்றுள்ள 'உரைபெறு கட்டுரையும்' இதற்குச் சான்று பகரும். மேலும் இக்காப்பியத்தை 'உரையிடையிட்ட பாட்டுடைச் செய்யுள்' என்று அழைக்கப் பெறுவதும் கவனிக்கத்தக்கது. பெருந்தேவனார் இயற்றிய பாரத வெண்பாவிலும் இடையிடையே உரைப்பகுதிகள் அமைந்துள்ளன. இறையனார் களவியல் உரையும் உரைநடை வளர்ச்சியில் ஒரு குறிப்பிடத்தகுந்த சாதனையாகும். ஆசிரியரும் மாணவரும் நேரில் அமர்ந்து உரையாடுவது போன்றும், கவிதை நடையில் அமைந்த

உரையாகவும் இஃது அமைந்துள்ளது. தொடர்ந்து தமிழ் உரைநடையை இலக்கிய - இலக்கண உரையாசிரியர்கள் வளர்த்து வந்துள்ளனர். 17ஆம் நூற்றாண்டில் ஐரோப்பிய பாதிரியார்களின் வரவினால் தமிழ் உரைநடை புதிய பரிமாணத்தைப் பெற்றது. அன்றாட நாட்குறிப்புகள், கதையிலக்கியம் போன்ற புதிய உரைநடை இலக்கிய வகைகள் தோற்றம் பெற்றன.

சமயம் பரப்ப வந்த வீரமாமுனிவர், சமய போதகர்களுக்கு எளிய தமிழை - மக்கள் வழக்கிலுள்ள தமிழை - அறிமுகம் செய்வதற்காக 'பரமார்த்தகுரு கதைகள்' என்ற கதை இலக்கிய நூலை இயற்றித் தந்தார். அறிவிலிகளாக அமைந்த சீடர்கள், குருவின் கட்டளைகளை எவ்வாறு புரிந்துகொண்டு ஏறுக்கு மாறாகச் செயல்படுகிறார்கள் என்பதை இக்கதைத் தொகுப்பு நகைச்சுவையாக விளக்குகிறது. தமிழைப் படிப்பதற்குச் சுவையாக செய்யப்பட்ட இந்நூல் அக்காலத்தில் மிகப் புகழ்பெற்று விளங்கியதோடு மட்டுமல்லாமல், இன்றும் படிக்க இனிமை பயப்பதாக உள்ளது. இந்நூல் இலத்தீன், ஆங்கிலம், ஜெர்மன், பிரெஞ்சு, மொழிகளில் மொழிபெயர்க்கப்பட்ட பெருமையை உடையது.

தமிழ் உரைநடை வளர்ச்சியில் ஆனந்தரங்கப் பிள்ளையின் நாட்குறிப்புப் புதுமையானதாகும். சென்னையில் 1709ஆம் ஆண்டில் பிறந்த இவர், பாண்டிச்சேரியில் பிரெஞ்சு அரசின் கவர்னர் ஜெனரலாக இருந்த துப்ளேயிடம் தலைமை அமைச்சராகப் (துவிபாஷி-துபாஷ்) பணியாற்றியவர். தம்முடைய தினசரி அலுவல் குறிப்புகளையும் மக்களின் அன்றாட நடைமுறை வாழ்க்கை நிகழ்வுகளையும் 'தினப்படி சேதிக்குறிப்பு : சொஸ்தலிகிதம்' என்ற பெயரில் எழுதினார். இந்த நாட்குறிப்பு 6-9-1736லிருந்து தொடங்குகிறது.

அட்டவணை 13

தமிழ் அச்சுக்கலை வரலாறு

	ஆண்டு	இடம்
1. ஆங்கில வரிவடிவில் அச்சான முதல் தமிழ்நூல் 'போர்ச்சுக்கீஸ் - தமிழ் கையேடு'	11.2.1554	லிஸ்பன்
2. முதல் தமிழ் அச்செழுத்துக்கள் உருவாக்கம்	1577	கோவா
3. முதல் தமிழ் அச்சகம்	1578	கொல்லம்

4. இந்தியாவில் அச்சான முதல் இந்திய நூல் : (தமிழ்) தம்பிரான் வணக்கம்	20.2.1577	கொல்லம்
5. இரண்டாவது நூல்; கிறீஸ்தியானி வணக்கம்	14.11.1579	கொச்சி
6. Flos sanctrorum என்ற அடியார் வணக்கம்	1586	புன்னக்காயல்
7. அம்பலக்காடு அச்சியந்திரசாலை	1679	அம்பலக்காடு
8. தரங்கம்பாடி அச்சியந்திரசாலை	1710	தரங்கம்பாடி
9. முதல் தமிழ் மொழிபெயர்ப்பு Pilgrims progress	1793	
10. பிரெஞ்சு சிறுவர் கதைகள் (L'ami des enfants)	1838	

சிறுகதை

பண்டைத் தமிழகத்தில் கதை சொல்லும் வழக்கம் இருந்தது என்பதைத் தொல்காப்பியக் குறிப்புக்கள் வாயிலாக அறிகிறோம். ஆனால் இன்று நாம் கருதுகின்ற இலக்கணங்களோடும் வடிவங்களோடும் கதைகள் எழுதப்பட்டோ, சொல்லப்பட்டோ இருந்திருக்க வாய்ப்பில்லை. தலைவனைப் பிரிந்திருக்கும் தலைவியின் பிரிவுத் துயரத்தைப் போக்குவதற்காகச் செவிலித்தாயும் தோழியும் தலைவிக்குச் சில வேடிக்கைக் கதைகளும் பொழுது போக்குக் கதைகளும் சொல்லி அவளுடைய துயரத்தைப் போக்குவர். இதனைத் தொல்காப்பிய உரையாசிரியர்கள் தரும் விளக்கங்கள் வாயிலாக அறிகிறோம். இதனைத் தெரிவிக்கும் தொல்காப்பிய நூற்பா வருமாறு:

'பாட்டிடை வைத்த குறிப்பி னானும்
பாவின்று எழுந்த கிளவி யானும்
பொருளொடு புணராப் பொய்ம்மொழியானும்
பொருளொடு புணர்ந்த நகைமொழியானும்
உரைவகை நடையே நான்கென மொழிப'

-தொல்.1429

அட்டவணை - 14

தமிழ்க் கதை இலக்கிய வரலாறு

கதையிலக்கியம்	ஆசிரியர்	ஆண்டு
1. பரமார்த்தகுரு கதைகள்	பெஸ்கி என்ற வீரமாமுனிவர்	1740
2. கதாமஞ்சரி	தாண்டவராய முதலியார்	1826
3. விநோதரசமஞ்சரி	அட்டாவதானம் வீரசாமிச் செட்டியார்	1888
4. அபிநவக் கதைகள்	செல்வக் கேசவராய முதலியார்	1900
5. குசிகர் குட்டிக் கதைகள்	வ. வே. சு. ஐயர்	1927
6. மங்கையர்க்கரசியின் காதல்	மாதவைய்யா	1920
7. மணிக்கொடி இதழ்	----	1933

அட்டவணை - 15

தமிழ்ப் புதின இலக்கிய வரலாறு

புதின இலக்கியம்	ஆசிரியர்	ஆண்டு
1. அதியூரவதனி	சேஷையங்கார்	1875
2. பிரதாபமுதலியார் சரித்திரம்	மாயூரம் வேதநாயகம் பிள்ளை	1879
3. கமலாம்பாள் சரித்திரம்	ராஜம் அய்யர்	1896
4. பத்மாவதி சரித்திரம்	மாதவய்யா	1900
5. தில்லை கோவிந்தன்	மாதவய்யா	-
6. விஜய மார்த்தாண்டன்	மாதவய்யா	-
7. கிளாரிந்தா	மாதவய்யா	-
8. தானவன்	நடேச சாஸ்திரி	1902
9. கோமளம் குமரியானது	நடேச சாஸ்திரி	1902
10. திக்கற்ற இரு குழந்தைகள்	நடேச சாஸ்திரி	1902
11. மதிகெட்ட மனைவி	நடேச சாஸ்திரி	1903
12. ஸ்ரீமாமி கொலுவிருக்கை	நடேச சாஸ்திரி	1903
13. கலமாக்ஷி சரித்திரம்	பொன்னுசாமி பிள்ளை	1903
14. துப்பறியும் நாவல்கள்	ஆரணி குப்புசாமி முதலியார்	-

15. துப்பறியும் நாவல்கள்	வடுவூர் துரைசாமி ஐயங்கார்	-
16. துப்பறியும் நாவல்கள்	கே. ஆர். ரங்கராஜு	-
17. சமூக நாவல்கள்	வை. மு. கோதைநாயகி அம்மாள்	1926 1950
18. சமூக நாவல்கள்	வ. ரா.	-
19. சமூக நாவல்கள்	சங்கர்ராம்	-
20. வரலாற்று நாவல்கள்	'கல்கி' கிருஷ்ணமூர்த்தி	1899- 1954

தாண்டவராய முதலியார் என்பவர் முதன்முதலில் 1826இல் கதாமஞ்சரி என்ற கதை இலக்கியத் தொகுப்பை வெளியிட்டார். செல்வக் கேசவராய முதலியார் (1864-1921) 'புதுமைகள் நிறைந்தது' என்ற பொருள் தொனிக்கும் 'அபிநவக் கதைகள்' என்ற கதைத் தொகுப்பை வெளியிட்டார். இவர் பச்சையப்பன் கல்லூரியில் தலைமைத் தமிழ்ப் பேராசிரியராக இருந்தவர். தமிழ்க் கதை இலக்கிய வரலாற்றில், சிறுகதை இலக்கணங்களோடு கூடிய முதற் கதைத்தொகுதி என்ற சிறப்பினைப் பெற்றது வ. வே.சு. ஐயர் எழுதிய 'மங்கையர்க்கரசியின் காதல்' என்ற சிறுகதைத் தொகுப்பாகும் (1927).

> 'புதிய ஓர் இலக்கிய வகையைப் படிக்கின்றோம் என்ற உணர்விலாது தமிழுக்கு இயல்பான ஒன்றையே படிக்கின்றோம் என்ற உணர்வுடன் தமிழ் மக்கள் ஏற்கும் வகையில் எழுதினார்'

என்று இதன் சிறப்பை கா. சிவத்தம்பி குறிப்பிடுகிறார். (தமிழில் சிறுகதையின் தோற்றமும் வளர்ச்சியும், ப. 22)

பாரதியாரும் சிறுகதைகள் எழுத முயற்சிகள் செய்துள்ளார். அவருக்கு நீண்ட கதைகளே கைவந்த கலைகளாயின. ஆனாலும் பஞ்சதந்திரக் கதைகளை நினைவூட்டும் நவதந்திரக் கதைகள், சில வேடிக்கைக் கதைகள் ஆகியன குறிப்பிடத்தக்கவையாகும். வேடிக்கைக் கதைகள் தொகுதியில் சிறுகதை என்ற தலைப்பிட்டு ஒரு கதை எழுதியுள்ளார்.

சிறுகதை

ஒரு வீட்டில் ஒரு புருஷனும் ஸ்திரீயும் குடியிருந்தார்கள். ஒருநாள் இரவில் புருஷன் வீட்டுக்கு வரும்போது ஸ்திரீ

சமையல் செய்துகொண்டிருந்தாள். சோறு பாதி கொதித்துக் கொண்டிருந்தது. அந்த ஸ்திரீ அன்றிரவு கொஞ்சம் உடம்பு அசௌகரியமாயிருந்தபடியால், தனக்கு ஆகாரம் வேண்டா மென்று நிச்சயித்துப் புருஷனுக்கு மாத்திரமென்று சமைத்தாள்.

புருஷன் வந்தவுடன் 'நான் இன்றிரவு விரதமிருக்கப் போகிறேன். எனக்கு ஆகாரம் வேண்டாம்' என்றான்.

உடனே பாதி கொதிக்கிற சோற்றை அவள் அப்படியே சும்மா விட்டுவிட்டு அடுப்பை நீரால் அவித்து விடவில்லை. தங்களிருவருக்கும் உபயோகமில்லாவிடினும் மறுநாள் காலையில் வேலைக்காரிக்கு உதவுமென்று நினைத்து, அது நன்றாகக் கொதிக்கும் வரை காத்திருந்து வடித்து வைத்துவிட்டுப பிறகு நித்திரைக்குச் சென்றாள்.

அதேபோலவே, கர்மயோகி தான் ஒரு தொழில் செய்யத் தொடங்கி, இடையிலே அது தனக்குப் பயனில்லையென்று தோன்றினால், அதை அப்படியே நிறுத்தி விடமாட்டான். பிறருக்குப் பயன் தருமென்பதைக் கொண்டு, தான் எடுத்த வேலை முடித்த பிறகே வேறு காரியம் தொடங்குவான்.

-பாரதியார்

மணிக்கொடி கதைகள்

தமிழ்ச் சிறுகதை வரலாற்றில் 'மணிக்கொடி' என்ற பெயர் மறக்க முடியாத ஒன்றாகும். கே. சீனிவாசன் என்பவரால் 1933இல் தொடங்கப்பட்ட இந்த இதழுக்கு வ. ரா. பதிப்பாசிரியராக இருந்தார். சிறுகதைப் படைப்பில் புதிய முயற்சிகளைத் தொடங்கி வைத்த இந்த இதழின் பணி ஓர் இயக்கமாகவே கருதப்பட்டது. எனவே மணிக்கொடி இதழின் காலம், 'மணிக்கொடி இயக்கம்' எனப்படுகிறது (1933 - 1947). பி. எஸ். இராமையா, புதுமைப்பித்தன், ந. பிச்சமூர்த்தி வ. ரா., கு. ப. ராஜகோபாலன், சி. சு. செல்லப்பா, சிதம்பர சுப்பிரமணியம், லா. ச. ரா. ஆகியோர் இவ்விதழ்களில் தொடர்ந்து சிறுகதைகள் எழுதி வந்தனர். இதனால் இவர்கள் மணிக்கொடி எழுத்தாளர்கள் என்று அழைக்கப் படுகின்றனர்.

சாதி எதிர்ப்பு, சமயப்பொறை, ஆங்கிலேயராட்சி எதிர்ப்பு, காந்திய சிந்தனைகள், மக்கள் ஒற்றுமையுணர்வு என்று தேசியக் கண்ணோட்டத்துடனும் விடுதலை வேட்கையுடனும் அக்காலத்தில் பல பத்திரிகைகள் சிறுகதைகளை வெளியிட்டு வந்தன. தேசபக்தன், நவசக்தி (திரு. வி. க.), காந்தி (டி. எஸ். சொக்கலிங்கம்), சுதந்திரச்சங்கு (சங்கு கணேசன்) ஆனந்தவிகடன் (எஸ். எஸ். வாசன்), கலாமோகினி முதலியவை இவற்றுள் குறிப்பிடத்தக்க பத்திரிகைகளாகும். மணிக்கொடி,

இந்நிலையை மாற்றி சமூக விழிப்புணர்வு நோக்குடனும், உளவியல் சிந்தனையுடனும், மக்கள் வாழ்க்கையில் காணப்படும் அன்றாடப் பிரச்சினைகளைக் கருப் பொருளாகக் கொண்டும் 'சமூகத்தின் கன்னத்தில் அறைகின்றாற்போல' கதைகளை வெளிட்டது. மணிக்கொடி தொடங்கப்பட்ட ஓராண்டிற்குப்பின் 1934இல் இது டி. எஸ். சொக்கலிங்கத்தின் 'காந்தி' பத்திரிகையுடன் இணைந்தது. ஆனால் விரைவில் மணிக்கொடி ஒரு முழு சிறுகதை இதழாக மாறியது. 1936இல் இவ்விதழ் நின்றுபோனது. மீண்டும் 1937இல் தொடங்கப் பெற்றாலும் விரைவில் நின்று போயிற்று.

தமிழ்ச் சிறுகதைகளின் வடிவத்திலும் கதைப் பொருளிலும் புதிய சோதனைகள் செய்வதற்குக் களமாக அமைந்தது மணிக்கொடியாகும். எழுத்துக்கள் நடைமுறை வாழ்க்கையையே பிரதிபலிக்க வேண்டும் என்பதில் வ.ரா. உறுதியாக இருந்தார். சமுதாயச் சீர்திருத்தத்தில் பெரும் ஈடுபாடு கொண்டவர் வ. ரா. தன்னுடைய கருத்துக்களுக்குத் தானே எடுத்துக்காட்டாக அமையுமாறு தீவிர வைணவ மரபைச் சார்ந்த இவர் கலப்புத் திருமணம் செய்துகொண்டார். சாதாரண மக்களுக்கும் புரியும் நடையில் கதை அமைய வேண்டும் என்று வலியுறுத்தியவர் வ. ரா.

குசிகர் குட்டிக் கதைகள்
'ஓர் அபாயகரமான திரிசக்கர வண்டி'
(கதையின் இறுதிப் பகுதி)

விதவைகள் நிறைந்த இப்புண்ணிய பூமியில் போதாக் குறையாய் இருந்த இடத்தை நிரப்பவோ இன்னும் இரண்டு பெண்கள் விம்மி நொந்து வைதவ்யம் அடைந்தனர்! தொட்டில் தொட்டு சுடுகாடு மட்டும் அஞ்ஞானத்திலேயே ஆழ்ந்து போலியான ஜாதி மதாசாரங்களெனும் தளைகளால் கட்டுண்டு தவிக்கும் நாம் இவ்விதக் கட்டுப்பாடுகளை ஒழித்துவிட்டு, நம் பூர்வீக ஆண்மையையும் கீர்த்தியையும் திரும்பப் பெற்று விளக்குமாறு எல்லாம் வல்ல ஜகதீசன் அருள் புரிவானாக'

-அ.மாதவையா

பி. எஸ். ராமையா

மணிக்கொடியின் தலைமை எழுத்தாளராக விளங்கியவர் பி.எஸ். ராமையா ஆவார். 'சமூகச் சிக்கல்களைக் கூர்ந்து நோக்கும் திறன் ராமையாவிடம் உண்டு' என்று டாக்டர் மா. இராமலிங்கம் கூறுகிறார் (ப. 117) நட்சத்திரக் குழந்தை என்ற சிறுகதை அவரது படைப்புக்களில் சிறந்ததாகக் கருதப்படுகிறது. மதுரை மாவட்டத்திலுள்ள வத்தலக்குண்டில் பிறந்தவர் (23-3-1905). காட்சிகளை வருணிப்பதில் கைதேர்ந்தவர்.

கதைகளில் கருத்து மோதல்களுக்கு அதிக இடம் தருபவர். இவரது கதைகள் எதிர்பாராத முடிவுகளைக் கொண்டிருக்கும் என்று போற்றப்படுகிறது. (எ-டு: பணம் பிழைத்தது). 'மலரும் மணமும்' என்ற இவரது முதல் கதை 1933இல் வெளியானது. கதைப்பொருளைத் தேர்ந்தெடுப்பதில் இவரது படைப்பாற்றல் சிறந்து நின்றாலும் கதைப் பின்னலில் நேர்த்தி இருக்காது என்று கூறப்படுகிறது. இவர் தமது கதைகளில் கதைமாந்தர்களின் சிந்தனைக்கு முக்கியத்துவம் கொடுத்தவர் (எடு: நட்சத்திரக் குழந்தைகள்). நடப்பியல் தன்மைகள் குறைந்து காணப்படும் என்பர்.

கு. ப. ராஜகோபாலன்

கு. ப. ரா. (1901 - 1944) என்று அழைக்கப்பட்ட இவரது கதைகள் 4 தொகுதிகளாக வெளிவந்தன (புனர் ஜென்மம், கனகாம்பரம், காணாமலே காதல், சிறிது வெளிச்சம்). 'இரட்டை மனிதன்' என்ற பெயரில் Dr. Jekyll and Mr. Hyde என்ற கதையை மொழிபெயர்த்துள்ளார். காளிதாசர், ஷெல்லி, கீட்ஸ் ஆனியோரிடம் இவர் கொண்ட ஈடுபாட்டின் காரணமாக இவர் கதைகளில் கவித்துவத்தைக் காணலாம் என்பர். உணர்ச்சிகளை அடிப்படையாகக் கொண்டு கதை புனைவதில் இவர் வல்லவர். குறிப்பாக ஆண் - பெண் அகமன உணர்வுகளை ஓவியமாகச் சித்திரித்துக் காட்டுவதில் இவருக்கு நிகர் இவரே. பாலியல் உணர்வுகளைக் கதைப் பொருளாகக் காட்டுவதற்குரிய தகுதியை இவர் தந்தார்.

நூல் வடிவம் பெற்றுள்ள கு. ப. ராவின் கதைகள் மொத்தம் 77 என்று கணக்கிட்டுள்ளனர். கதைகள் மட்டுமல்லாது நாவல்கள், நாடகங்கள், புதுக்கவிதைகள், மொழிபெயர்ப்பு நூல்கள், இலக்கியத் திறனாய்வு, வாழ்க்கை வரலாறு முதலிய பல்வேறு இலக்கிய வகைகளிலும் தம் ஆற்றலைக் காட்டியவர் கு. ப. ரா. இவரது நாவல் முயற்சி ஆரம்பக் கட்டத்திலேயே நின்று போனது. ஓரங்க நாடகங்கள் 'அகலியை' என்ற பெயரில் (13) தொகுப்பாக வந்துள்ளன. புதுக்கவிதைகள் (21) 'சிறிது வெளிச்சம்' என்ற பெயரில் வெளிவந்துள்ளது. சிட்டி சிவபாத சுந்தரத்துடன் சேர்ந்து 'கண்ணன் என் கவி' எனும் திறனாய்வு நூலை எழுதியுள்ளார்.

என் கதைகள்

என் கதைப்புத்தகத்தை விமரிசனம் செய்தவர்களில் யாரோ ஒருவர் நான் உடைந்த மனோரதங்கள், நிறைவேறாத ஆசைகள், தீய்ந்த காதல்கள் இவற்றைப் பற்றித்தான் எழுதுகின்றேன் என்று எழுதிய ஞாபகம். இது குற்றச் சாட்டானால் நான் குற்றவாளிதான். நான் கவனித்த வரையில் என் அனுபவத்திலும் வாழ்க்கையிலும் அவைதாம் எங்கே திரும்பினாலும் கண்ணில் படுகின்றன.

- கு. ப.ரா.

இவரது கதைகளின் கலைநுட்பத்திற்கு 'விடியுமா?' என்ற கதை சான்றாக அமைகிறது.

புதுமைப்பித்தன்

சொ. விருத்தாச்சலம் (25.4.1906 - 1948) என்ற இயற்பெயர் கொண்ட புதுமைப்பித்தன் 200க்கும் மேற்பட்ட கதைகள் எழுதியுள்ளார். இவருடைய கதைகள் பல தொகுதிகளாக வெளிவந்துள்ளன. குறுநாவல், ஓரங்க நாடகம், புதுக்கவிதைகள், கட்டுரைகள் பலவும் எழுதியுள்ளார். இவரது கதைகளைப் போன்றே கட்டுரைகளிலும் எள்ளலும் அங்கதமும் தாமிரவருணி ஆற்று மீன்கள் போல நிறைந்து துள்ளும். கலை, இலக்கியம் பற்றிய தமது சிந்தனைகளை இந்தக் கட்டுரைகளில் விமரிசனமாகத் தந்துள்ளார். 'மணிக்கொடிப் பத்திரிகையில் எழுதியவர்களில் பெரும் கேலிக்கும் 'நூதனம் என்பதனால் ஏற்படும் திக்பிரமைக்கும் ஆளான ஒரே கதாசிரியன் நான்' என்று தன்னைப் பற்றி அவர் கூறிக்கொள்கிறார்.

என் கதைகள்

> *'நான் கேட்டது, கண்டது, கனவு கண்டது, காண விரும்பியது, காண விரும்பாதது ஆகிய சம்பவக் கோவைகள் தான் இவை. வேதாந்திகளின் கைக்குள் சிக்காத கடவுள் மாதிரி நான் பிறப்பித்து விட்டவைகளும். அவை உங்கள் அளவுகோல்களுக்குள் அடைபடாதிருந்தால் நானும் பொறுப்பாளியல்ல; நான் பிறப்பித்து விளையாட விட்டுள்ள ஜீவராசிகளும் பொறுப்பாளிகளல்ல.'*

- புதுமைப்பித்தன் (விமரிசகருக்கு ஒரு வார்த்தை)

இவரது கதைகளில் கதைமாந்தர் சித்திரிப்பு உன்னத நிலையை அடைந்தது. கதைக்கருவிலும் கதைப்பின்னலிலும் தம் சிந்தனையை அதிகம் செலுத்தாமல், பாத்திர வார்ப்பினில் தம் ஆற்றலைக் காட்டியவர். அதனால்தான் இன்றும் அவர் படைத்துவிட்ட பாத்திரங்கள் அவர் கதைகளைப் படிக்கும்போது நம்முன் உயிரோடு உலவுவது போன்று தோற்றமளிக்கின்றன.

இவர் சித்திரித்த கதைமாந்தர்களில், உலக வாழ்க்கையில் நம்பிக்கை இழந்தவர்கள், நண்பரை நம்பி மோசம் போனவர்கள், காதலில் தோல்வி அடைந்தவர்கள், சனாதன தர்மத்தை நிலைநாட்டியவர்கள், வாயில்லாப் பூச்சிகள், சமூகத்தை எதிர்க்கத் துணிந்தவர்கள், எதிர்த்துத் தோல்வியடைந்தவர்கள், எதிர்க்கத் தெம்பில்லாமல் வெம்பிப் போனவர்கள், சமயப் போர்வையில் உலவும் சாத்தான்கள், பிள்ளைக்கனியமுதங்கள் இப்படிப் பலர் உண்டு. கடவுள் கூடப் புதுமைப்பித்தனிடம் ஒரு கதாபாத்திரமாகியிருக்கிறார்

(கடவுளும் கந்தசாமி பிள்ளையும்). புதுமைப்பித்தனுக்கு மிகவும் பிடித்தது இந்தக் கதைதான்!

கதைமாந்தரின் சிந்தனையையே தம் பல கதைகளுக்குக் கருவாக அமைத்து வெற்றி கண்டவர் புதுமைப்பித்தன். பரமசிவம் பிள்ளையின் 'கயிற்றரவை' விடவா வேறு ஒரு சிந்தனைச் சிறுகதை வந்துவிடப் போகிறது? சமுதாயம் எதை எதைக் காட்டக்கூடாது என்று அதுவரை தடையுத்தரவு போட்டு வந்ததோ, அதை உடைத்துக் காட்டியவர் புதுமைப்பித்தன். இப்படி மீறிப் பிறந்தவர்கள்தான் அம்மாளு, ஸரஸு, அலமு, கலியாணி, சாவித்திரி, தெருவோர இருட்டில் தன் கற்பை வியாபாரம் பண்ணுகிறவள், குடிமகன் மருதப்பன், ராமநாதன், நண்பனின் மனைவியையே வேட்கையுடன் நெருங்கி மிருகமாகும் கயவன் - இவர்களெல்லாம் கதைக்குக் கனல் சேர்க்கும் பாத்திரங்கள். பிரசுரிக்கும் நோக்கமே இல்லாமல் பல கதைகளை எழுதிக் கிழித்துப் போட்டதாக அவரே சொல்கிறார். (புதுமைப்பித்தன் கட்டுரைகள், பக். 10).

புதுமைப்பித்தனின் கதைகள் 7 தொகுதிகளாக வெளிவந்துள்ளன. (புதுமைப்பித்தன் கதைகள், புதிய ஒளி, காஞ்சனை, அன்று இரவு, ஆண்மை, விபரீதஆசை, முத்து) தற்போது அவரது வெளிவராத கதைகளும் பிரசுரமாகியுள்ளன. 'சிற்றன்னை' என்ற குறுநாவல் எழுதியுள்ளார். நாடகங்கள் பல எழுதியுள்ளார். மொழிபெயர்ப்புகள் செய்துள்ளார். மணிக்கொடி இதழில் புதுக்கவிதைகள் பலவற்றைத் தொடர்ந்து எழுதியிருக்கிறார். தமிழ்ச் சிறுகதையுலகில் 'யதார்த்தம்' என்கிற நடப்பியல் தன்மையை முதல் முதலாக அறிமுகம் செய்தவர் என்ற பெருமைக்குரியவர் புதுமைப்பித்தன்.

கல்கி

இரா. கிருஷ்ணமூர்த்தி (1899-1954) என்ற இயற்பெயர் கொண்ட கல்கி அவர்கள் சிறுகதையை மக்கள் அனைவரும் விரும்பிப் படிக்கும் ஒரு இலக்கிய வகையாக மாற்றியவர். சிறுகதையை 'வெகுஜன இலக்கிய வகையாக' (popular genre) மாற்றிய பெருமை அவருக்கே உரியது. கல்கியின் கதைகளில் நகைச்சுவை இழையோடும்; எள்ளல் வழிந்தோடும்; குறும்புகள் எட்டிப் பார்க்கும்; வருணனைகள் நம்மோடு பேசும். நீரோடைகள் நிறைந்த காட்டில் சுற்றித்திரிந்த அனுபவத்தை அவரது கதைகளைப் படிப்பவர் பெறுவர்.

கல்கியின் முதல் சிறுகதைத் தொகுதி 'சாரதையின் தந்திரம்' 1931இல் வெளிவந்தது. இரண்டாவது தொகுதியான 'கணையாழியின் கனவு' 1937இல் வெளியானது. கல்கியின் எழுத்துக்களுக்காகவே இதழ்களைக் காத்து நின்று வாங்கிப் படிப்பவர் பலர் இருந்தனர். இதனால் இதழ்களின் விற்பனை பன்மடங்கு பெருகிறது. தொடக்க காலத்தில் ஆனந்த விகடனில் பணியாற்றிய கல்கி, பின்னர் 'கல்கி' என்ற பெயரில் ஒரு பத்திரிகையைத் தொடங்கி தொடர்ந்து நடத்தி வந்தார்.

சிறுகதையின் இலக்கணத்திற்குள் அடங்காதவை என்று கல்கியின் சிறுகதைகளுக்கு ஒரு குறை உண்டு. அது உண்மையே. அவருடைய வேகத்துக்கும், விரிவுக்கும் சிறுகதை இடம் தராததே அதற்குக் காரணம். பொன்னியின் செல்வன், சிவகாமியின் சபதம் போன்ற இவரது வரலாற்று நாவல்கள் இன்றும் பேசப்படுகின்றன.

மௌனி

எஸ். மணி (1907) என்ற இயற்பெயர் கொண்ட மௌனியைச் சிறுகதை உலகிற்கு அறிமுகம் செய்தவர் பி. எஸ். இராமையா ஆவார். மௌனியிடம் படைப்பாற்றல் ஒளிந்திருப்பதை உணர்ந்த பி. எஸ். இராமையா, மௌனியைக் கதைகள் எழுதும்படி தூண்டினார். இதன்படி மௌனியின் முதற் சிறுகதைகள் 1936 முதல் வெளிவரத் தொடங்கின. மௌனியிடம் மிகுந்த ஈடுபாடு கொண்ட க. நா. சுப்பிரமணியம் மௌனியின் கதைகளைத் தொகுத்து 'அழியாச் சுடர்' என்ற தலைப்பில் 1959இல் வெளியிட்டார். 1967இல் க. நா. சுப்பிரமணியம், தருமு சிவராமு ஆகியோர் முன்னுரையுடன் மௌனியின் மற்றுமொரு சிறுகதைத் தொகுப்பு வெளிவந்தது. மீண்டும் 1978இல் க்ரியா பதிப்பகத்தின் வாயிலாக இன்னொரு சிறுகதைத் தொகுப்பு வெளியானது.

இரவுத் துன்பம்

> ..... எங்கிருந்தெல்லாமோ 'சா' குருவிகளின் அலறலும் ஆங்காங்கே எட்டிய வெளியில் புதைந்து கேள்வி பதில்களென விபரங் கொள்ளக் காத்து நின்று ஆந்தைகளின் சீறலும் கேட்டன. இரண்டொருவர் நடமாட்டமும் அந்த அகால வெளியில் வீதிவழியே உலாவி வரும் மௌனத்தைக் குலைக்கா வண்ணம் கேட்டு மறைந்தது. எதிரே, கீழே நடைபாதையில் முடங்கிக் கிடந்த பிச்சைகாரர்கள் அயர்ந்து தூங்கிக் கொண்டிருந்தனர். ..... இரவில் வெகுநேரம் எதிரே தூக்கம் காண அவர்கள் இரைந்து பேசிக் கூசி கொம்மாளமிட்டு இருமி இருமிச் செத்துக் கொண்டிருந்தார்கள் ....எவ்வளவு அமைதியான தூக்கம், விடிவு கொண்டு விழிப்பு வரும் வரையில்...

-மௌனி (தவறு)

மௌனியின் கதைகளைப் பற்றிய திறனாய்வுகள் அதிகமாக உள்ளன. தமிழ்ச் சிறுகதையின் முன்னணித் திறனாய்வாளர்கள் அனைவரும் மௌனியின் கதைகளைத் திறனாய்வு செய்துள்ளனர். 'மௌனி தமிழ்ச் சிறுகதை உலகின் திருமூலர்' என்பார் புதுமைப்பித்தன். 'மௌனியின் கதைகள் தமிழ் இலக்கிய உலகில் தனிப்பெருஞ் சிகரம்' என்று சொல்வார் க. நா. சுப்பிரமணியன். 'மௌனியின் கதைகள் தமிழ்ச் சிறுகதை வளர்ச்சிப் படிகளில் ஒன்றாக

அமைகிறது என்பார் கா. சிவத்தம்பி. 'மௌனியின் அகவவயமான செய்திறன் நிறைந்த கதைப்போக்கை 'மௌனீயம்' என்ற சொல்லால் குறிப்பது பெருத்தமுடையதாகும்' என்கிறார் மா. இராமலிங்கம். உள்ளத்திற்கும் ஆன்மாவுக்கும் இடையே நிகழும் போராட்டங்களை மௌனியின் கதைகள் காப்பியங்களாக்கிக் காட்டின என்பார் கமில் சுவலபில்.

தி. ஜ. ர.

தி. ஜ. ர. என்று அழைக்கப்படும் டி. ஜே. ரங்கநாதன் (1901) அவர்கள் 'சங்கு' இதழில் சிறுகதையாசிரியராக அறிமுகமானவர். 'பணக்காரி குஞ்சிதம்' 'பவுன்செடி' ஆகிய கதைகள் இவ்விதழ்களில் வெளியாயின. கதையை நேரடியாகச் சொல்வதிலும், தெளிவான நடையும், எளிமையான கதைப்பின்னலும் இவர் கதைகள் வாசகர் மனதைக் கொள்ளை கொள்வதற்குக் காரணமாக இருந்தன. 'சந்தனக்காவடி' என்ற இவரது சிறுகதைத் தொகுப்பு இதற்குச் சான்றாகத் திகழ்கிறது.

தி. ஜானகிராமன்

18.6.1921இல் தஞ்சை மாவட்டத்தில் பிறந்த இவர் மண்ணின் மணம் கமழுமாறு கதைகளை எழுத வல்லவர். சிறுகதைகள், நாவல்கள் எனும் இரு இலக்கிய வகைகளிலும் தம் முத்திரையைப் பதித்தவர். இவரது கதைகள் கொட்டு மேளம், சிவப்பு ரிக்ஷா, அக்பர் சாஸ்திரி, பிடிகருணை ஆகிய தொகுப்புக்களாக வெளிவந்துள்ளன. கல்கி, ஆனந்தவிகடன் போன்ற வெகுஜன இதழ்களில் இவரது கதைகள் ஏராளமாக வந்துள்ளன. மனித மனத்தின் பலவீனங்களை நிகழ்ச்சிகளில் உள்ளடக்கி, வெளிப்படையாக ஏதும் கூறாமல் கற்போர் உய்த்துணருமாறு கதை எழுதுவது இவரது தனிச்சிறப்பாகும். இவரது மோகமுள், அம்மாவந்தாள், மரப்பசு ஆகிய நாவல்கள் குறிப்பிடத் தக்கவை.

கு. அழகிரிசாமி

திருநெல்வேலியிலுள்ள இடசெவல் என்ற ஊரில் பிறந்த கு. அழகிரிசாமி (9.6.1923 - 5.7.1970) இதழ்களோடு நெருக்கமான உறவுடையவர். 'சக்தி' மாத இதழின் ஆசிரியராகவும், 'நவசக்தி' நாளிதழின் உதவியாசிரியராகவும் காந்திஜி நூல் வெளியீட்டுக் கழகத்தின் துணை ஆசிரியராகவும் விளங்கியவர். இவருடைய கதைகள் 'அழகிரிசாமி கதைகள்', 'சிரிக்கவில்லை', 'அன்பளிப்பு', 'கற்பக விருட்சம்' ஆகிய தொகுப்புகளாக வெளிவந்துள்ளன. நாடகம், திறனாய்வு, கட்டுரை ஆகியவற்றிலும் இவர் சிறந்து விளங்கியவர். பல மொழிபெயர்ப்பு நூல்களும் எழுதியுள்ளார். 'இவரது கதைகள் மரபு வழிப்பட்டவை, மெள்ளவே இயங்கும் திரைப்படம் போல இவர் கதைகளும் மெல்லவே விரிந்து செல்லும். எனினும் படிப்போரின்

மனத்தில் அது சலிப்பையோ, ஆர்வக் குறைவையோ ஊட்டுவதில்லை' என்கிறார் டாக்டர் மா. இராமலிங்கம். பாத்திரங்களைப் படைப்பதில் இயல்புத் தன்மையையும், நிகழ்ச்சிகளை வருணிப்பதில் நகைச்சுவை உணர்வையும் இவர் கதைகளில் காணலாம்.

> *மானத்தைக் காப்பாற்ற அம்மனின் புடவையைத் திருடிக் கொண்ட பூசாரியின் மனைவி அம்மனிடம் 'ஒனக்குக் காலமெல்லாம் பூசை பண்ணின என் புருசனைக் காப்பாத்திக் குடுக்க ஒனக்குச் சக்தியில்லே; நான் புள்ளை குட்டிகளை வச்சிக்கிட்டு ராப்பட்டினி கெடக்கிறதைக் கண்ணாலே பார்க்கல்லே; கடைசியிலே ஒருமுழத்துணி கூட இல்லாமே அடிச்சிட்டே இப்ப என்னடான்னா கண்ணைக் குத்துறேன், மூக்கைக் குத்துறேன்னு உறுமுறே! - சாமிகிட்டே திருடுகிற கதிக்கு எங்களை ஆளாக்கியிருக்கிறயே, நான் வேறே என்னத்தைக் கெட்டுவேன்? சொல்லு'*
>
> -அக்கினி கவசம்'

அகிலன்

வை. அகிலாண்டம் எனும் இயற்பெயர் கொண்ட இவர் திருச்சி மாவட்டத்தைச் சேர்ந்தவர் (7.2.1932). சிறுகதை, நாவல், நாடகம், கட்டுரை, சிறுவர் இலக்கியம், திறனாய்வு போன்று பல்வேறு வகைகளில் பல நூல்களை எழுதியுள்ளார். இவரது கதைகளில் பலவகைப்பட்ட கருப்பொருள்களைக் காணலாம். குடும்ப வாழ்க்கைச் சிக்கல்கள், கணவன் - மனைவி உளச்சிக்கல்கள், குழந்தைமனச் சிந்தனைகள், வறுமையின் கொடுமை, சமுதாய ஏற்றத்தாழ்வு, தொழிலாளர் பிரச்சினை, பாலியல் சிக்கல்கள் ஆகியவை இவர் கையாண்ட கருப்பொருள்களில் ஆற்றல் வாய்ந்தவைகளாகும். காந்தியத் தாக்கத்தை இவர் எழுத்துக்களில் காணலாம். நல்லதையே எழுத வேண்டும்; அதையும் நல்ல முறையில் எழுத வேண்டும் என்ற கொள்கையுடையவர் இவர். இவரது கதைகளில் ஒரு கலைஞரின் கைவண்ணத்தைக் காணலாம். 'சாந்தி' என்ற இவரது, சிறுகதை இவ்வாறு தொடங்குகிறது:

> **'சாந்தியின் மனம் சாந்தியடையவில்லை'**

அந்தக் கதை இவ்வாறு முடிகிறது:

> **'சாந்தியின் மனம் சாந்தியடைந்தது'**

அந்தக் கதையின் ஒருபகுதி இவ்வாறு அமைந்துள்ளது:

> **'சாந்தி என்ற பெயருள்ள நிகழ்ச்சியால் அந்த வீட்டின் அறை ஒன்று நிரம்பி இருந்தபோது சாந்தி அதே வீட்டின் மாடி வராந்தாவில் தனியாகச் சாந்தியற்றுத் தவித்தாள்'**

அகிலனின் சிறுகதைகள் சக்திவேல், நிலவினிலே, ஆண்-பெண், அமராவதிக் கரையில், செங்கரும்பு, வழி பிறந்தது, மின்னுவதெல்லாம், குழந்தை சிரித்தது, சகோதரர் அன்றோ? ஒருவேளைச் சோறு, நெல்லூர் அரிசி, எரிமலை, சத்திய ஆவேசம், பசியும் ருசியும் ஆகிய 14 தொகுதிகளாக வெளிவந்துள்ளன.

ஜெயகாந்தன்

தமிழ்ச் சிறுகதை உலகில் பெரும் செல்வாக்குப் பெற்ற எழுத்தாளர் ஜெயகாந்தன் (2.5.1934) ஆவார். 'சரஸ்வதி' இதழில் 1954-60களில் இவர் சிறுகதை எழுத்தாளராக அறிமுகமானார். தம்முடைய எழுத்தாற்றல் மூலம் 'சிறுகதை மன்னன்' எனும் சிறப்பினைப் பெற்றார். ஏழை எளியவர்கள், மத்தியதர வகுப்பினர், உயர் குடியினர் என்று அனைத்துத் தரப்பு 'மக்களின் வாழ்க்கைநிலைகளையும் நேரில் பார்ப்பதுபோல எடுத்துக்காட்ட வல்லவர். கதாபாத்திரங்களுக்கேற்ற நடை, வருணனை, காட்சிப் பின்னணி ஆகியவற்றை உருவாக்குவதில் கைதேர்ந்தவர். யாரும் சுட்டிக் காட்டுவதற்குத் தயங்கிய சமுதாயக் குற்றங்களைத் துணிவோடு எடுத்துக்காட்டிய பெருமை இவருக்கு உண்டு. இதனால் தம் கதைகளைப் பற்றி இவரே பெருமைபடக் கூறுகிறார்:

'தமிழ்ச் சிறுகதை உலகில் இந்த அரைநூற்றாண்டுக் காலத்தில் உலகின் தரத்துக்கு உகந்த கதைகளை எழுதித் தமிழையும், தங்களையும் உயர்த்திக் கொண்ட ஒரு சில எழுத்தாளர்கள் உண்டு. அவர்களில் நானும் ஒருவன். இந்த உண்மையை யார் சொன்னபோதிலும் அதுவெறும் புகழ்ச்சி ஆகிவிடாது'

தம் கதைகளைப் பற்றி ஜெயகாந்தன் கூறிய புகழுரைகள் உண்மையே என்பதைப் பின்வரும் திறனாய்வாளர்கள் கூற்றுகளும் உறுதி செய்கின்றன:

'உயிரோட்டமான பேச்சுத் தமிழ்நடை, வலுவான சொற்கள், உணர்ச்சி கலந்த நிகழ்ச்சிப் பின்னல்கள் ஆகியவை ஜெயகாந்தனின் கதைகளில் காணக்கிடப்பவை. 'சிறுகதையின் உருவத்தைவிடப் பொருள்களிலேயே இவர் அதிகம் கவனம் செலுத்தினாலும் இன்றைய தமிழ்ச் சிறுகதையின் போக்கை இவர் கதைகளின் மூலம் நன்கு அறியலாம்'

என்கிறார் டாக்டர் இரா. தண்டாயுதம்

'இலக்கியத் தரமான சிறுகதைகள், சனரஞ்சகமாக அமையமாட்டா' என்ற கருத்துத் தவறானது என்பதைச் சாதனையால் நிறுவியவர் ஜெயகாந்தன். சிறுகதையின் உருவ அமைதியில் ஜெயகாந்தன் கதைகள் மாற்றத்தை ஏற்படுத்த வில்லை. பொருளமைதியில் முக்கியமான ஒரு மாற்றத்தினை

ஏற்படுத்தின. அதுவே அவர் வெற்றிக்குக் காரணமாகவும் அமைந்தது.'

என்பார் கா. சிவத்தம்பி.

ஜெயகாந்தனின் கதைகள் உதயம், ஒருபிடிசோறு, இனிப்பும் கரிப்பும், தேவன் வருவாரா, மாலை மயக்கம், சுமைதாங்கி, யுகசந்தி, உண்மை சுடும், புதியவார்ப்புகள், சுய தரிசனம், இறந்த காலங்கள், குருபீடம், சக்கரம் நிற்பதில்லை ஆகிய 13 தொகுதிகளாக வெளிவந்துள்ளன. இவரது கதைகள் பெரும் விமரிசனத்திற்கு உள்ளானது போல ஜெயகாந்தனும் விமரிசனத்திற்கு ஆட்பட்ட எழுத்தாளர் ஆவார். இவரது பிற்கால எழுத்துக்களில் சில மாற்றங்களையும் முரண்பாடு களையும் பார்க்க முடிகிறது. ஆனால் மனிதன் என்பவன் முரண்பாடுகளின் மொத்த வடிவம் என்ற சித்தாந்தத்தை வைத்துப் பார்க்கும்போது அதுவும் ஒரு எழுத்தாளனின் பரிணாம வளர்ச்சிதான் என்பதை நம்மால் உணர்ந்கொள்ள முடிகிறது!

'நான் கிராமத்திலே பொறந்தவ. டவுனுக்கு வந்தப்புறம் ஜாதியும் ஆசாரமும் அர்த்தமில்லாததுன்னு நன்னா மனசுக்குத் தெரியறது. யார் தைரியமா விடறா, சொல்லுங்கோ! நீங்க யார் எவர்னு தெரியாம 'ஐயோ பாவம், ஒருத்தி மயங்கிக் கிடக்கிறாளே'ன்னு பால் வாங்கிண்டு வந்து தந்தேள்... நானும் சாப்பிட்டேன். இதையே நாலு மனுஷா மத்தியிலே என்னாலே செய்ய முடியுமோ? செய்வேனா! 'நகந்துக்கோ, நகந்துக்கோ'ன்னு தான் சீலம் கொழிச்சிருப்பேன். என்ன காரணம்? என்ன காரணம்னு எனக்கே புரியாத நாலு மனுஷா என்ன சொல்லுவாளோங்கற காரணம்தான். இந்த 'நாலு மனுஷா பயம்' தான் எல்லார்கிட்டேயும் இருக்கு' வேற என்ன காரணம் மண்ணு இருக்கு! இந்த மாதிரி நிராதரவான நெலையிலே இருந்தா அந்த நாலு மனுஷாள்லே மூணு மனுஷா இப்படித்தான் நடந்துப்பா; இல்லேன்னா ஜாதியையும் ஆசாரத்தையும் ஏதாவது ஒரு காரணத்தோட எல்லாரும் மனப்பூர்வமா... நெஜத்துக்கு ஒ;ததுண்டிருந்தா, அது எப்பவோ மாறிப் போயிருக்கும். ஒவ்வொருத்தரும் அதைப் பொய்யா, ஒரு ஒப்புதல் போலியா ஒத்துண்டிருக்கிறதனாலேதான் அது இன்னும் வாழ்ந்துண்டு என்னப்போல ஏழைகளோட கழுத்தை அறுக்கறது'

-ஒரு பகல்நேரப் பாசஞ்சர் வண்டியில்'

ஜெயகாந்தன் தம்முடைய கதைகளுக்கு நீண்ட முன்னுரைகள் எழுதும் வழக்கம் உள்ளவர். இவ்வகையில் தம் கதைகளைப் பற்றிய முதல் விமரிசகராக ஜெயகாந்தன் அமைகிறார். புதுமைப்பித்தனைப் போன்று கதைகள் எழுதிய சூழல், அதில் வரும் பாத்திரங்களின்

தன்மை, கதைப்பொருள் இவற்றைப் பற்றிய தம் சிந்தனையை ஜெயகாந்தன் தம் முன்னுரைகளில் பதிய வைத்துள்ளார்:

எ-டு:

'நான் எப்படித் தரிசிக்கிறேனோ அதை அப்படியே எனது நோக்கில் உங்களுக்குக் காட்ட விரும்பும் முயற்சியே எனது கதைகள். இந்த எனது நோக்கத்தை ஓர் அர்த்தம் என்று கொண்டால் எனது கதைகளை எல்லாம் அந்த அர்த்தத்தின் பல உருவங்கள் என்று கொள்ளலாம்'

- ('புதிய வார்ப்புகள்' - முன்னுரை)

'நான் கண்டதை - அதாவது உலகத்தால் எனக்குக் காட்டப்பட்டதை நான் கேட்டதை - அதாவது வாழ்க்கை எனக்குச் சொன்னதை நான் உலகத்துக்குத் திரும்பவும் காட்டுகிறேன். அதையே உங்களிடம் திரும்பவும் சொல்கிறேன்'

('இனிப்பும் கரிப்பும்' - முன்னுரை)

தமிழ்ச் சிறுகதைகள் உலகத்தரத்தோடு போட்டியிடக்கூடிய அளவுக்கு எல்லைகளை விரித்துத் தந்த பெருமை இவர்களைச் சாரும். தமிழ்ச் சிறுகதை இலக்கியம் இன்றும் பல எழுத்தாளர்களால் வளர்க்கப்பட்டு வருகிறது. இவர்கள் தமிழ்ச் சிறுகதைகளின் புதிய எல்லைகளைத் தொட்டுக் காட்டுகின்றனர். இன்னும் பலர் கணனியுகத்தின் அதிநவீனச் சிந்தனையுடன் கதைகளின் வடிவத்திலும், வெளியீட்டு உத்தியிலும் புதிய சாதனைகளைப் படைத்து வருகின்றனர். இவ்வகையில் பெண்ணின் மன உணர்வுகளை நுட்பமாக வடித்துக்காட்டுவதில் திறம் பெற்ற அம்பை எனும் பெண் சிறுகதையாசிரியர் (வீட்டின் மூலையில் ஒரு சமையலறை), பெண்ணியச் சிந்தனையாளர்களான திலகவதி, சிவகாமி, சோதனைமுறை எழுத்தாளர் ந. முத்துசாமி (நீர்மை), புரட்சிகரச் சிந்தனையாளர் பா. செயப்பிரகாசம் (ஒரு ஜெருசலேம்), மனித உணர்ச்சிகளை வண்ணமயமாக்கிக் காட்டும் வண்ண நிலவன் (எஸ்தர்), புதுமை எழுத்தாளர் திலிப்குமார் (மூங்கில் குருத்துக்கள்), மண்ணின் மணம் கமழ எழுதும் மேலாண்மை பொன்னுசாமி, கி. ராஜநாராயணன், நாஞ்சில்நாடன் (வாக்குப் பொறுக்கிகள்), கல்வியியல் துறைகளைப் பற்றி அதிகம் சிந்திக்கும் பிரபஞ்சன் (பிரம்மம்), வடிவத்திலும் வெளிப்பாட்டு உத்தியிலும் புதிய முயற்சிகளை மேற்கொள்ளும் கோணங்கி (மதினிமார் கதை, உப்புக்கத்தியில் மறையும் சிறுத்தை, பொம்மைகள் உடையபடும் நகரம்) - என்று தமிழ்ச் சிறுகதைப் படைப்பாளர்களின் பட்டியல் பரந்து விரிகிறது.

காலம் செல்லச் செல்ல மனித சமுதாயத்தின் பிரச்சினைகளும் வளர்ந்து கொண்டே உள்ளன. பிரச்சினைகளையே பொருளாகக்

கொண்ட சிறுகதைகள் தொடர்ந்து வாழ்வு பெறுவதில் என்ன வியப்பு இருக்கிறது?

நாவல்

ஐரோப்பியர் தொடர்பால் தமிழுக்குக் கிடைத்த புதிய வடிவம் நாவல். கதை சொல்லும் முறை தொன்றுதொட்டுத் தமிழ்நாட்டில் தொடர்ந்து வந்தது என்றாலும் சிறுகதைக்கான வடிவத்தையும், நாவல் வடிவத்தையும் ஐரோப்பியர்களே நமக்குத் தந்தனர். நாவல் என்பது Novellus என்ற இலத்தீன் சொல்லிலிருந்து பிறந்தது. 'புதியது' என்பது இதன் பொருள். ஆங்கில நாவலை அடியொற்றிப் பிறந்த தமிழ் இலக்கிய வகை 'புதினம்' என்றும் அழைக்கப்படுகிறது.

மாயூரம் வேதநாயகம் பிள்ளை

மாயூரம் வேதநாயகம் பிள்ளை (1826 - 1889) எழுதிய பிரதாப முதலியார் சரித்திரம் (1879) தமிழில் எழுதப்பட்ட முதல் நாவல் என்று கருதப்படுகிறது. ஆனால் நாவலுக்குரிய பண்புகள் இதில் வெளிப்பட வில்லை என்று கருத்துரைப்பாரும் உளர். பொதுவாக வேதநாயகம் பிள்ளையின் எழுத்துக்களில் - சிறுகதையானாலும், கவிதையானாலும், கட்டுரையானாலும் - அறக்கருத்துக்களும் நீதி போதனைகளும் அதிகமாகக் காணப்படும், பிரதாப முதலியார் சரித்திரமும் அறவுரைகளும், அறிவுரைகளும் நிரம்பிய புதினமாகக் காணப்படுவதால், புதினத்தின் சாரம் குறைந்துள்ளது என்று இதை மதிப்பிடுவர்.

மரபினைப் போற்றியெழுதிய மாயூரம் வேதநாயகம் பிள்ளை தம் காலத்தில் இளைஞர்களிடையே அறிமுகமான ஐரோப்பிய கலாச்சாரத்தை விரும்பவில்லை. அது அன்னிய மோகத்திற்கும் அடிமைத்தனத்திற்கும் வழிவகுக்கும் என்று வேதநாயகர் கருதினார். இதன் காரணமாகவே அவரது நாவலில் நீதிபோதனைகள் சற்று தூக்கலாகக் காணப்படுகின்றன எனலாம். பிரதாப முதலியார் சரித்திரத்தில் இடம்பெற்றுள்ள பின்வரும் பகுதி இதற்குச் சான்றாக அமைகிறது:

> *'இங்கிலீஷில் ஜன்மார்க்கமான புஸ்தகங்கள் எத்தனையோ இருந்தாலும் அவைகளை அனந்தையன் வாங்குகிறதும் இல்லை; படிக்கிறதும் இல்லை. லெக்கி, எல். ஸ்டீபன், பெயின், டார்வின், கம்டி, எஸ். மில், ஹெர்பார்ட் ஸ்பென்சர், ஹக்ஸ்லி, ஹியூம், காலின்ஸ், டின்டல், வால்டேர் முதலான வேதவிரோதிகளுடைய கிரந்தங்களை அவன் படித்ததனால் தெய்வம் இல்லை, உலகமே சுகம் என்கிற சித்தாந்தம் உள்ளவனானான்'*

மேற்சுட்டப்பட்ட ஆங்கில சீர்திருத்தவாதிகளும், அறிவியலறிஞர்களும், புரட்சியாளர்களும் எழுதிய நூல்கள், இந்நாட்டில் தொன்றுதொட்டு வருகின்ற நம்பிக்கைகளான தெய்வம், வேதம், பாவ புண்ணியம் இவற்றிற்கு எதிரானது என்று கருதியதால் வேதநாயகம் பிள்ளை இவர்களை வேத விரோதிகள் என்கிறார். மேலும் இந்நாவலுக்கு எழுதிய முன்னுரையில்,

> *'நான் கடவுள்பக்தி புகட்டியிருக்கின்றேன். குடும்பத்திற்கும் சமூகத்திற்கும் செய்ய வேண்டிய கடமைகளையும் வற்புறுத்தியிருக்கிறேன். தமிழில் இம்மாதிரி உரைநடை நவீனம் பொதுமக்களுக்கு இதுவரை அளிக்கப்படவில்லை. ஆகையால் இந்நூல் வாசகர்களுக்கு ரசமானதாகவும் போதனை நிறைந்ததாகவும் இருக்கலாம் எனப் பெருமை கொள்கிறேன்.'*

என்று குறிப்பிடுகிறார். இதிலிருந்து வேதநாயகம் பிள்ளை அவர்கள் நாவல் எழுதிய நோக்கத்தை ஒருவாறு அறிந்து கொள்ளலாம்.

ராஜம் அய்யர்

மதுரைக்கு அருகிலுள்ள வத்தலக்குண்டு எனும் ஊரில் பிறந்த ராஜம் அய்யர் 'கமலாம்பாள் சரித்திரம்' என்ற புகழ்மிகு நாவலை எழுதினார். இது 1893, 94, 95 ஆகிய மூன்றாண்டுகள் 'விவேக சிந்தாமணி' என்ற இதழில் தொடர்கதையாக வந்து 1896இல் நூல் வடிவம் பெற்றது. கலை நோக்கில் பார்த்தால் ராஜம் அய்யரின் கமலாம்பாள் சரித்திரத்தைத்தான் முதல் நாவல் என்று சொல்ல வேண்டும். ராஜம் அய்யர் வேதாந்த விஷயங்களில் ஊறிப் போனவர். விவேகானந்தரைத் தம் குருவாக ஏற்றுக் கொண்டவர். 'பிரபுத்த பாரதா' என்ற இதழின் ஆசிரியராக இருந்தவர். வேதாந்த விஷயங்கள் குறித்து ஆங்கிலத்தில் பல கட்டுரைகளும் நூல்களும் எழுதியவர். எனவே கமலாம்பாள் சரித்திரத்தில் நடைமுறை வாழ்க்கையில் எழும் பல்வேறு சிக்கல்களை நடப்பியல் உணர்வோடு எடுத்துக் காட்டுகிறார். அதற்கு ஆன்மீகத் தீர்வையும் இறுதியில் காட்டுகிறார். இந்நாவலுக்கு 'ஆபத்துக்கிடமான அபவாதம்' என்று இன்னொரு பெயரும் உண்டு.

> *'அந்த வீட்டில் கூடத்திற்கு அடுத்த அறையில் கீழே ஒரு கோரைப்பாய் விரித்து அதன்மேல் ஒரு திண்டு போட்டுச் சாய்ந்துகொண்டு ஒருவர் படுத்திருந்தார். அவர் நித்திரை தெளிந்து எழுந்தவுடன், 'ஆ, சம்போ, சங்கரா' என்று இரண்டு தடவை உரக்கக் கொட்டாவி விட்டு, காலைச் சொரிந்து கொண்டு, 'அடியே, அடி' என்று கூவினார். அப்பொழுது கூடத்தில் இரவிக்கை தைத்துக் கொண்டிருந்த அவரது மனைவி இவர் குரல் காதில் கேட்டவுடன் இரண்டு முறை இருமிவிட்டு மௌனமாய் இருந்தாள்.*

அதற்குள் படுத்திருந்த பிராமணர், 'அடியே, உன்னைத் தானடி அடியே' என்று மறுபடியும் அழைத்தார்.

அதற்கு அவர் மனைவி கோபித்தவள்போலப் பாவனை செய்துகொண்டு, 'இங்கே அடியையும் காணோம், துணியையும் காணோம், அடியாம். அடிக்க வேண்டியதுதான். காசு கொடுத்துச் சந்தையில் வாங்கினாற் போல்தான். இனிமேல் இப்படிச் சொல்லுங்கள். வழி சொல்கிறேன்' என்று பரிகாசமாகச் சொன்னான்.'

-கமலாம்பாள் சரித்திரம்.

இந்நாவலில் நாவலுக்குரிய கலைத்தன்மைகள் மிகுந்து காணப்படுகின்றன. பாத்திரங்களின் உரையாடலில் இயல்பான பேச்சுவழக்கு மிகுந்துள்ளது. முத்துசாமி ஐயர் விரக்தியின் உச்சத்தில் நின்றபோது தன்னுடைய மனைவியைப் பார்த்து, 'அடியே இனிமேல் எங்கேயாவது அவலிடித்தாவது, தட்டுவாணித்தனம் பண்ணியாவது பிழைத்துக்கொள்' என்று சொல்வதும், முத்துசாமி ஐயரிடம் அவர் மனைவி கமலாம்பாளைப்பற்றி, 'அவனோட இத்தனை நாள் ஊரை விட்டு விட்டு ஓடிப்போயிருப்பாள். நான் வரபோதே தெரிந்ததோ, தெரிந்து போச்சு. எங்கேயாவது ரெண்டு பேருமா ஓடிப்போய் விடவேணு'மெனு சொல்லிக் கொண்டிருந்தாள்' என்று சுப்பம்மாள் அபவாதம் பேசுவது இதற்கு நல்ல சான்றுகளாகும்.

கதைமாந்தர்களைக் காட்டும்போது அவர்களுடைய மன உணர்வுகளை வாசகர்கள் இயல்பாக உணருமாறு காட்டியுள்ளதும் கமலாம்பாள் சரித்திரத்தின் வெற்றிக்கு இன்னுமொரு காரணமாகும். இவ்வாறு பலவகைகளில் கமலாம்பாள் சரித்திரம் நாவல் கலைத்தன்மை மிகுந்து காணப்படுகிறது.

மாதவையா

தமிழ் நாவல்களில் புரட்சிகரமான சிந்தனைகளை விதைத்தவர் மாதவையா (1874 - 1924) ஆவார். இவரது நாவல்கள் பெரும்பாலும் சமுதாயச் சீர்திருத்தக் கருத்துக்களின் கொள்கலன்களாகவே விளங்கின. விதவை மறுமணம், பால்ய விவாக எதிர்ப்பு, கலப்புமண ஆதரவு, மனிதர்களுக்கு சமயங்கள் தரும் நெருக்கடிகள் ஆகியவை இவரது நாவல்களில் விவாதப் பொருள்கள் ஆயின. பத்மாவதி சரித்திரம், முத்து மீனாட்சி, கிளாரிந்தா, விஜய மார்த்தாண்டம் ஆகிய இவரது நாவல்களில் பழமைக்கும் புதுமைக்குமான போராட்டங்களைக் காணலாம். இதற்கு பத்மாவதி சரித்திரத்தில் இடம்பெறும் நாராயணனின் மனப்போராட்டம் நல்லதொரு சான்றாகும்.

'நம்முடைய முன்னோர்களைப் போலிருந்துவிட்டால் ஒரு தொந்தரவுமில்லை. இப்பொழுது இந்த இங்கிலீஸ் வாசிக்கப்

போய், அவர்கள் ஏற்படுத்திய அநேக வழக்கங்கள் முற்றிலும் பிசகாக மனத்துக்குத் தோன்றி, அவற்றை விட்டு விட்டுச் சரியானபடி நடப்போமென்றால் நம்மைப் போன்ற கற்றுத் தேர்ந்திராத பந்துக்களாகவுள்ள பெரியவர்கள் தடையாயிருக்கிறார்கள், நம்மைப் பெற்று வளர்த்து இங்கிலீசும் படிப்பித்து விட்ட, மாதா, பிதா, இஷ்டப்படி அவர்களைத் திருப்தி செய்கிறதா? அல்லது நூதனமான படிப்பின் பயனாகநம்முடைய மனத்திற்கு நல்லதாகத் தோன்றியபடி நடக்கிறதா?'

'விஜயமார்த்தாண்டம்' என்ற நாவலில் விஜயமார்த்தாண்டன் புதுமையின் அடையாளமாகவும், சங்கிலித் தேவர் பழமையின் சின்னமாகவும் படைக்கப்பட்டுள்ளதை இவர் காட்டியுள்ள ஆண் - பெண் உறவு நிலைகள் அக்காலச் சூழ்நிலையில் பெரும்புரட்சி என்றே கூறலாம். இவர் எழுதிய 'கிளாரிந்தா' என்ற நாவலில் விதவை மண ஆதரவு, மதமாற்ற நெருக்கடிகள், பால்ய மணக் கொடுமை, உடன்கட்டை எதிர்ப்பு ஆகிய சமுதாய சீர்திருத்தக் கருத்துக்களைக் காணலாம். 'முத்து மீனாட்சி' நாவலும் கண்மூடித்தனமாகப் பெண்களுக்கு இழைக்கப்படும் கொடுமைகளை உடைத்தெறியும் புரட்சிகரமான சிந்தனைகளைக் கொண்டுள்ளது.

சிறந்த ஆங்கிலப் புலமை கொண்ட மாதவையா, Lieut con. Panju, Clarintha, Muthu Meenakshi: The Autobiography of a Brahmin Girl, Thillai Govindan ஆகிய ஆங்கில நாவல்களையும் எழுதியுள்ளார்.

நடேச சாஸ்திரி

தமிழ் நாவல் இலக்கிய வரலாற்றில் நடேச சாஸ்திரியும் (1859 - 1906) குறிப்பிடத்தக்கவர் ஆவார். இந்தப் புதிய முயற்சியில் நடேச சாஸ்திரி, வேதநாயகம் பிள்ளையோ, ராஜமையரோ, மாதவையாவோ பெற்ற வெற்றியைப் பெறமுடியவில்லை. எனினும் முதல் தமிழ் நாவல்கள் வரிசையிலே இதுவும் முக்கியமானதோர் இடம் பெறவேண்டிய நாவல் என்று நடேச சாஸ்திரியின் 'தீனதயாளு' (1902) நாவலைப் பற்றி க. நா. சுப்பிரமணியன் குறிப்பிடுகிறார்.

இவருடைய கதைகளில் மேற்கத்திய தாக்கம் அதிகமாக இருக்கும். டிக்டோனவான் (Dick Donovan) என்ற ஆங்கிலத் துப்பறியும் நிபுணரின் பாணியில் 'தானவன்' என்ற பாத்திரத்தைப் படைத்துள்ளார். 'தானவன் என்ற போலீஸ் நிபுணன் கண்டுபிடித்த அற்புதக் குற்றங்கள்' என்ற பெயரில் துப்பறியும் கதைகள் எழுதினார். 'தீனதயாளு' என்ற இவரது முதல் நாவல் 1900இல் வெளிவந்தது.

நாவல் எழுதுவதற்கு முன் கதைகள் பல எழுதிப் பழக்கப்பட்டவர் நடேச சாஸ்திரியார். தமிழ்க் கதையிலக்கியத்திற்கு இவரது பங்கு பெரிது. 'திராவிட நாட்டுப் பூர்வக் கதைகள்' என்ற தலைப்பில் தமிழ்நாட்டுப் பழங்கதைகள் பலவற்றைத் தொகுத்துத் தந்துள்ளார்

(1886). மதனகாமராஜன் கதைகளை மொழிபெயர்த்துள்ளார் (1886), 'இந்திய நாட்டு நகைச்சுவைக் கதைகள்' என்ற தலைப்பில் 184 கதைகளைத் தொகுத்துத் தந்துள்ளார் (1920), மதிகெட்ட மனைவி (1903), ஸ்ரீமாமி கொலுவிருக்கை (1903), தலையணை மந்திரோபதேசம் (1903) ஆகிய நெடுங்கதைகள் பலவற்றை எழுதியுள்ளார். இந்த அனுபவத்தின் அடிப்படையில் தீனதயாளுவை எழுதிய இவர், அதன் முன்னுரையில் 'நமது தீனதயாளுதான் தமிழில் முதல் நாவல்' என்று கூறுகிறார். தன் எழுத்துக்களின் மீது நடேச சாஸ்திரியாருக்கு இருந்த நம்பிக்கையையே இது காட்டுகின்றது.

பொன்னுசாமி பிள்ளை

தமிழ் நாவல்களை ஆரம்ப கட்டத்திலிருந்து அடுத்த கட்டத்திற்கு எடுத்துச் சென்றவர் பொன்னுசாமிபிள்ளை என்று சொல்லலாம். இவர் கமலாக்ஷி சரித்திரம் (1903), விஜயசுந்தரம் (1910). ஞானசம்பந்தம் (1913), ஞானாம்பிகை (1913), ஞானப்பிரகாசம் (1920), சிவஞானம் (1920) ஆகிய ஆறு நாவல்கள் எழுதியுள்ளார். நாவல்கள் எழுதுவதைத் தவிர இவர் தம் சிந்தனையைப் பிற இலக்கிய வகைகளில் செலுத்தவில்லை. நடப்பியல் தன்மையை இவர் 'உலகானுபவம்' என்கிறார். தம் நாவல்களில் தாம் மக்களிடம் காணும் உலகானுபவத்தைப் பதிவு செய்ய வேண்டும் என்ற ஆர்வம் இவரிடம் அதிகமாக இருந்தது. கமலாக்ஷி கதைக்கு இவர் எழுதிய முன்னுரை இதற்குச் சான்றாக அமைகிறது:

'கௌரவமான துரைத்தன உத்தியோகத்தில் ஒருநாள்சேவை செய்து இப்போது உபகாரச் சம்பளம் பெற்று தேசயாத்திரை செய்து கொண்டிருப்பினும் என் காலத்தை வீணில் கழிக்காமல் சிறுவர் சிறுமிகளின் நன்மையையும் விரோதத்தையும் கருதி உலகானுபவத்தை ஒட்டி இக்கதைகளை எழுதத் துணிந்தேன்'

நன்மைக்கும் தீமைக்கும் நடைபெறுகின்ற போராட்டங்களை இவரது நாவல்கள் எடுத்துக்காட்டியதால், இவரது நாவல்களில் விறுவிறுப்புத் தன்மை அதிகம் காணப்படும் என்பர். பழிபாவத்திற்கு அஞ்சாத திருடர்கள், கொலையாளிகள், நயவஞ்சகர்கள் ஆகிய பாத்திரங்களை அவர்கள் இயல்புக்கேற்பப் படைப்பதில் வெற்றி கண்டவர் இவர். எனவேதான் இவருடைய நாவல்களில் காணப்பட்ட இத்தகுப் பாத்திரங்களும், விறுவிறுப்புத் தன்மையும் இணைந்து இவருக்குப் பின்னால் துப்பறியும் நாவல்கள் தமிழில் தோன்றலாயின. இவர்களுள் ஆரணி குப்புசாமி முதலியார், வடுவூர் துரைசாமி ஐயங்கார், கே. ஆர். ரங்கராஜு ஆகியோரது நாவல்கள் பரபரப்பாக விற்பனையாயின.

வை. மு. கோதைநாயகி அம்மாள்

தமிழ் நாவல் வரலாற்றில் பெண் நாவலாசிரியர்களுக்கும் ஒரு சிறப்பான இடம் உண்டு என்பதை மெய்ப்பித்துக் காட்டியவர்

வை. மு. கோதைநாயகி அம்மாள் ஆவார். ஜனரஞ்சகமான நாவல்களை எழுதுவதில் புகழ்பெற்ற இவ்வம்மையார் பலரையும் - குறிப்பாகப் பெண்களை - தமிழ் நாவல் வாசகர்கள் ஆக்கினார். கையில் எடுத்தாலே மூடி வைக்க முடியாது என்ற அளவுக்கு இவர் நாவல்களில் ரசிப்புத்தன்மை இருந்தது. இதனால் நாவல் வாசகர்களிடையே மிகுந்த வரவேற்பைப் பெற்ற இவர் நூற்றுக்கும் அதிகமான நாவல்களை எழுதினார். இவற்றுள் தியாகக்கொடி (1934), வனக்குயில் (1938), சாமளநாதன் (1930), உணர்ச்சி வெள்ளம் (1940), சாருலோசனா (1929) போன்ற நாவல்கள் குறிப்பிடத்தக்கதாகும்.

வ. ரா.

'அக்கிரகாரத்து அதிசய மனிதர்' என்று அறிஞர் அண்ணாவால் அழைக்கப்பட்ட வ. ராமசாமி ஐயங்கார் சீர்திருத்த சிந்தனைகள் நிரம்பியவர். இவருடைய நாவல்கள் சமுதாயச் சீர்திருத்த நோக்கம் கொண்டவை. பாரதியாரோடும், வ. வே. சு. ஐயரோடும் நெருங்கிய நட்புக்கொண்டிருந்த இவர் விடுதலைப் போராட்டத்திலும் தம்மை ஈடுபடுத்திக்கொண்டவர். தாய்நாட்டைப் போற்றியது போலவே பெண்மையையும் இவர் போற்றினார். இவருக்கு நாவலாசிரியர் என்ற பெயரைப் பெற்றுத் தந்த 'சுந்தரி' என்ற இவரது நாவல் 1917இல் வெளிவந்தது. தொடர்ந்து விஜயம் (1934), சின்னசாம்பு (1942), கோதைத்தீவு (1946) ஆகிய நாவல்களை எழுதினார். இவரது அனைத்து நாவல்களிலும் பெண்களே கதைத் தலைமையை பெற்றிருப்பதும், அவர்களை மையமிட்டே கதைகள் நகர்வதும் தனிச்சிறப்பாகும். 'காந்திய அரும்பில் தழைத்துப் பாரதி கனவில் முகிழ்ந்த பெண்ணுலகு வ. ரா. நாவல்களில் மணம் பரப்ப அவருக்கு இருந்த துணிந்த நெஞ்சமும், உரத்த சிந்தனையும் காரணமாக இருந்தன' என்பார் இராம. குருநாதன்.

> *'இப்போது சுந்தரி ஒன்பது வயதுள்ள சிறுமி; சாதாரணப் பெண்ணல்ல. கைம்பெண். பொற்றாலியோடு எவையும் போம்' என்றார் ஒருவர். அதன் முழு உண்மையையும் உணரக் கூடாத பருவம். இருள் பிரியாத காலம். உலகத்தின் இயற்கை அறியாத வயது. பொம்மையும் பள்ளிக்கூடமும்தான் தெரியும். பிறந்த சத்தத்துக்கெல்லாம் காது கொள்கிற வயது; பொய்த் தூக்கமில்லாத வயது; கிழிந்த மயிலிறகு குட்டி போடும் வயது.*

- வ. ராவின் 'சுந்தரி'

கா. சீ. வேங்கடரமணி

மண்ணின் மணம் கமழும் நாவல்கள் தமிழ் நாவலுக்குப் புதிய பரிமாணத்தைத் தந்தன. இதனைத் தொடங்கி வைத்த பெருமை காந்திய நாவலாசிரியர் என்ற சிறப்பினைப் பெற்ற கா. சீ. வேங்கடரமணி

ஆவார். இவருடைய தேசபக்தன் கந்தன், முருகன் ஓர் உழவன் ஆகிய நாவல்கள் பிறந்த நாட்டின் பெருமையையும், மக்கள் ஒற்றுமையையும் முன்னிறுத்திப் பேசுகின்றன. 'தேசபக்தன் கந்தன்' (1932) நாடு விடுதலைப் போராட்ட வேள்வியில் தன்னை முழுவதுமாக ஈடுபடுத்திக் கொண்ட காலகட்டத்தில் எழுதப்பட்டது. தஞ்சாவூரிலுள்ள தரங்கம்பாடியில் ஆக்கூர் கிராமத்தைக் கதைநிகழ் களமாகக் கொண்டு எழுதப்பட்டுள்ளது. ஆக்கூர் கிராம மக்களின் வாழ்க்கை நிலைச் சித்திரிப்பு விடுதலைப் போராட்டப் பின்னணியில் விளக்கம் பெறுகிறது. குடிப்பழக்கம், நிலத்தகராறு, கள்ளுக்கடை மறியல், விவசாயிகள் போராட்டம், ஜமீன்தார்கள் கொடுமை என்று இவ்வாறு கிராமிய மணம் கமழ இந்நாவல் எழுதப்பட்டுள்ளது.

> *'நாம் நாளெல்லாம் பாடுபட்டா கள்ளுக்குடிக்கக் காலணா சேக்கறது ஆண்டவனுக்கு வெளிச்சம். கள்ளைவிட்டா வேறெ சொகமேதண்ணே நம்பளுக்கு? நம் போன்றவர்களுக்கு பாலுண்டா? பழமுண்டா? நெய்யுண்டா? தயிருண்டா? வீடுண்டா? வாசலுண்டா? கட்டின பொஞ்சாதியும் பண்ணெப்பெண்; பெத்த புள்ளையும் பண்ணெ மாட்டுக்காரப் பயதானே? சேத்திலே செகதிலே கல்லுலே முள்ளுலே அலெஞ்சு திரிஞ்சு எப்பவும் பாடுபட்ற பொறப்பே நம் பொறப்பு. கள்ளெ விட்டா வேறே சொகமேது நமக்கு?*
>
> - தேசபக்தன் கந்தன்.

சங்கரராம்

வட்டார மணம் கமழும் நாவல் வரிசையைத் தொடங்கி வைத்த கா. சீ. வேங்கடரமணிக்குப் பின் சங்கரராமின் 'மண்ணாசை' நாவல் (1940) வட்டார நாவல் வகையின் முழுமையை எய்தியது எனலாம். விவசாயி வேங்கடாசலம் தனக்கென்று இருந்த சிறிய நிலத்தின் மீது கொண்ட பற்றால் வாழ்க்கையில் பல சோதனைகளைச் சந்தித்து நிலத்தை விற்க நேர்ந்து அது மீட்கப்படுவதைக்கூட பார்க்க முடியாமல் இறந்து போவதுதான் கதை. மண்ணாசை, பெண்ணாசை, பொன்னாசை இந்த மூன்றும் இந்நாவலின் முப்பரிமாணங்களாகத் திகழ்கின்றன.

> *தோட்ட தொரவுன்னா சும்மாத்தானா? உயிருக்கு உயிரில்லையா, எங்க பாட்டாரு அரைக்காணி நிலத்தை வித்ததாலே எங்க முப்பாட்டாரு சீதபேதி கண்டு செத்தாரு. வேலி, வரப்புங் கூட உயிரோடு நம்மெக் கண்டு பேசறாப்போல இருக்கே, மாமரங்க நம்ம 'வாவா'ன்னுனிட்டு அளக்கறாப்பல அல்ல இருக்குது. துன்பப்படணுமாம், துன்பம் பட்டா என்ன குடி கெட்டுப் போச்சு'*
>
> - 'மண்ணாசை'

வேங்கடரமணியின் நாவலில் ஆக்கூர் கதைக்களமாக ஆனது போன்று சங்கரராமின் நாவலில் திருச்சி மாவட்டத்திலுள்ள வீரமங்கலம் கிராமம் கதைக்களம் ஆகிறது. பதினோரு நாவல்களையும் பல சிறுகதைகளையும் எழுதியுள்ளார். ஆங்கிலத்தில் கதை எழுதுவதிலும் வல்லவர். இவரது Children of the Cauvery என்ற ஆங்கிலச் சிறுகதைத் தொகுப்பு மிகப் புகழ் பெற்றதாகும்.

ஆர். சண்முகசுந்தரம்

வட்டார நாவல்களுக்குரிய கதைப் பொருளையும் வடிவத்தையும் ஆர். சண்முகசுந்தரத்தின் நாவல்கள் வரையறுத்துத் தந்தன எனலாம். வட்டார நாவல்களின் இலக்கணத்திற்கு இலக்கியமாக இவரது நாவல்கள் அமைந்தன. பெரும்பாலும் இவை கோவை வட்டாரச் சூழலைப் பிரதிபலிப்பனவாகவே அமைந்திருந்தன. 'நான் பிறந்து வளர்ந்த கொங்குநாட்டுக் கிராமத்தையும் அங்கு பழகிய கிராம மக்களையும் உள்ளது உள்ளபடியே எழுத்தில் சித்திரிப்பது என்ற பேரார்வம் எனக்குள் துளிர்த்தது. அந்த ஜனங்களின் விருப்பங்கள், துயர்கள், வேடிக்கை விமரிசைகளை வனப்புடன் தீட்டிவிடத் திட்டமிட்டேன். ஒவ்வொரு சிறு காரியத்தையும் நுட்பமாகக் கவனித்தேன்' என்று தன்னுடைய நாவலில் (1941) தன்னைச் சுற்றியுள்ள மக்களைப் பற்றிய விவரங்களைத் தொகுத்துத் தந்துள்ளதை சண்முகசுந்தரம் ஒப்புக்கொள்கிறார். இத்தகு பாணியே வட்டார நாவல்களின் உயிரோட்டமாகக் கருதப்படுகிறது. இதைப் பின்பற்றித் தமிழ்நாட்டின் ஒவ்வொரு வட்டாரத்தையும் களமாகக் கொண்டு நாவல்கள் எழுந்தன. இப்படி எழுதப்பட்டவைதான் சி. சு. செல்லப்பாவின் 'வாசல்', ராஜம் கிருஷ்ணனின் 'குறிஞ்சித்தேன்', நீல. பத்மநாபனின் 'தலைமுறைகள்', 'சுந்தர ராமசாமியின் 'ஒரு புளியமரத்தின் கதை', ஹெப்சிபா ஜேசுதானின் 'புத்தம் வீடு' ஆகிய நாவல்களாகும்.

ஆர் சண்முகசுந்தரம் அறுபடை (1959), சட்டிசுட்டது (1965), காணாச் சுனை (1965) ஆகிய நாவல்களையும் எழுதியுள்ளார்.

க. நா. சு.

க. நா. சு. என்று அழைக்கப்படுகிற க. நா. சுப்பிரமணியம் நாவலாசிரியரோடு இலக்கியத் திறனாய்வாளராகவும் திகழ்ந்தார். சரளமாக எழுதுவதில் வல்லவர். இவருடைய திறனாய்வு நூல்களும் கதை சொல்லும் தன்மையைக் கொண்டிருக்கும். இவரது 'முதல் ஐந்து தமிழ் நாவல்கள்' என்ற நூல் இதற்கு நல்ல சான்றாகும். பிரசார நாவல்களும், திடுக்கிடும் சம்பவங்கள் நிறைந்த துப்பறியும் நாவல்களும் அற்புத நிகழ்ச்சிகள் மலிந்த புனைவியல் நாவல்களும் மிகுதியாக எழுதப்பட்டு வந்த நாட்களில் ஒரு யதார்த்த நாவலை வித்தியாசமான முறையில் எழுத முயன்றவர்' என்று க. நா. சுவை இலக்கிய விமரிசகர்கள் பாராட்டுவர். இவருக்கு இத்தகுப் பாராட்டைப் பெற்றுத் தந்தவை

பொய்த்தேவு, அசுரகணம் ஆகிய நாவல்களாகும். 'பொய்த்தேவு' யதார்த்த நாவலாக அமைய, 'அசுரகணம்' நன்வோடை உத்தியைப் பயன்படுத்தி வெற்றி பெற்ற நாவலாக அமைந்தது.

> *'மேலக் காவேரியில் தாத்தா வீட்டில் இருந்த இரண்டு வருஷங்களில் நான் சுமார் முந்நூறு நானூறு தமிழ் நாவல்களாவது படித்திருப்பேன் என்று இப்போது எண்ணிப் பார்க்கும்போது தோன்றுகிறது. அத்தனை நாவல்கள் அந்தக் காலத்தில் இருந்தனவா என்று கேட்டால் இருந்த மாதிரித்தான் இருக்கிறது என்று சொல்லுவேன். புதுப்புதுப் புஸ்தங்கள் - பச்சையும் சிவப்பும் நீலமுமான அட்டைகளுடன் பார்க்கக் கண்ணைக் கவர்ந்த புஸ்தகமும் கையுணமாக இருப்பது அந்த நாட்களில் எனக்கு ஏற்பட்ட பழக்கம்தான்; இன்னமும் என்னை விடவில்லை அது. படித்ததை அடிக்கடி ஞாபகப்படுத்திக் கொண்டு சுவைக்கும் பழக்கமும் அப்போது ஏற்பட்டதுதான்.*

-க. நா. சு. முன்னுரை : முதல் ஐந்து தமிழ் நாவல்கள்.

கல்கி

கல்கி என்ற புனைபெயர் கொண்ட ரா. கிருஷ்ணமூர்த்தி (1899-1954) நாவல்களைக் காவியமாக்கிக் காட்டியவர். பண்டைய காப்பியத்தின் இன்றைய வடிவம்தான் நாவல் என்பது கல்கியின் நாவல்களைப் படிப்போர் உணர்வர். இதற்கு எடுத்துக்காட்டுக்களாக விளங்குபவை இவரது சிவகாமியின் சபதம், பொன்னியின் செல்வன் ஆகிய வரலாற்று நாவல்களும் அலை ஓசை, கள்வனின் காதலி முதலிய அரசியல் சமூக நாவல்களும் ஆகும். தமிழில் வட்டார நாவல்களுக்கு சங்கரராம் வழிய மைத்துத் தந்தது போன்று வரலாற்று நாவல்களுக்கு கல்கி வழியமைத்துத் தந்தார். இவரது வரலாற்று நாவல் பாணியைப் பின்பற்றி, அகிலன், ஜெகசிற்பியன், நா. பார்த்தசாரதி, கோவி. மணிசேகரன் ஆகியோர் வரலாற்று நாவல் வகையை வளர்த்தனர். கல்கியின் வரலாற்று நாவல்களில் விறுவிறுப்பும், எதிர்பாராத திருப்பங்களும், ஆர்வ முடிச்சுகள் நிறைந்த கதைப் பின்னலும் அமைந்து நாவல் இலக்கியத்தின் பரிமாணத்தை விரிவு செய்தன. இன்று கல்கியினுடைய 'பொன்னியின் செல்வன்' பல பதிப்புகளைக் கண்டுள்ளது. மீண்டும் மீண்டும் தொடர்கதையாக வந்துகொண்டிருக்கிறது. இவருடைய வரலாற்று நாவல்களில் பார்த்திபன் கனவும், சிவகாமியின் சபதமும் ஏழாம் நுற்றாண்டு பல்லவர் ஆட்சியைப் பற்றியது; 'பொன்னியின் செல்வன்' பத்தாம் நூற்றாண்டு சோழர் ஆட்சியைப் பற்றியது.

ஆங்கில நாவலாசிரியர்களில் டூமாஸ், வால்டேர் ஸ்காட் (A. Dumas, Walter Scot) ஆகியோர் எழுதிய வரலாற்று நாவல்களின் தாக்கம் கல்கியிடம் அதிகம் காணப்பட்டதாகச் சொல்வர்.

விந்தன்

வே. கோவிந்தன் என்ற இயற்பெயர் கொண்ட விந்தன் சமூகப் பொறுப்புணர்வு மிக்க எழுத்தாளராகக் காட்சியளிக்கிறார். ஏழை எளியவர்கள், ஒடுக்கப்பட்டவர்கள், தொழிலாளர்கள், பெண்கள் ஆகியோரை மையமிட்டே நாவல்கள் எழுதினார். இவரது 'பாலும் பாவையும்' 1950ஆம் ஆண்டில் கல்கியில் தொடராக வெளிவந்தது. தொடர்கதையாக வெளிவந்தபோதே பல்லாயிரக்கணக்கான வாசகர் உள்ளங்களைக் கொள்ளை கொண்ட இந்த நாவல் இன்று 11 பதிப்புகளைக் கண்டுள்ளது. சந்தர்ப்பவசத்தால் தன் கற்பைப் பறிகொடுத்த அகல்யாவின் கதை இது.

> 'கற்பு எனப்படுவது ஒருத்திக்குப்பின் ஒருத்தியாக ஒருவன் எத்துணை பெண்களை மணந்தாலும் எப்படி உயிர் வாழ்கிறதோ அப்படியே ஒருவனுக்குப் பின் ஒருவனாக ஒருத்தி எத்தனை ஆண்களை மணந்தாலும் உயிர் வாழவேண்டும். அப்பொழுதுதான் பாலும் பாவையாகாது; பாவையும் பாலாக மாட்டாள்.
>
> - விந்தன் 'பாலும் பாவையும்'

'பால் பாவையாகிவிடுமா? பாவை பாலாகி விடுவாளா?' என்று வாசகர்கள் கேட்கும் கேள்விக்கு 'ஆகமாட்டாள்; ஆகவிடக்கூடாது என்பதே அதற்கு நான் அளிக்கும் பதில்' என்கிறார் விந்தன். வாசகர்களிடையே விழிப்புணர்வை ஏற்படுத்திய நாவல் இது என்பர்.

மு. வ.

கருத்தியல் நாவலாசிரியர் என்று குறிப்பிடப்படும் மு. வரதராசனார் நாவல் எழுதுவதில் வெற்றி பெற்ற ஒரே தமிழ்ப் பேராசிரியர் ஆவார். பிரச்சாரத் தன்மையும், அறக் கருத்துக்களும் இவர் நாவல்களில் மிகுந்திருந்தாலும் வாழ்க்கையில் சில குறிக்கோள்களைப் பின்பற்றி உழைக்க வேண்டும் என்ற உணர்வினை இளைஞர் மனதில் இவை விதைத்தன. இதனால் மு. வ. பாதையைப் பின்பற்றிய இளைஞர் அணி ஒன்று மௌனமாக உருவாகியது. இவர் 15 நாவல்கள் எழுதியுள்ளார். இவற்றுள் மண்குடிசை, அகல்விளக்கு, பெற்ற மனம், கள்ளோகாவியமோ, அல்லி, கரித்துண்டு, நெஞ்சில் ஒரு முள் ஆகியவை குறிப்பிடத் தக்கவைகள் ஆகும். இவரது நாவல்கள் ஒவ்வொன்றும் ஏதேனும் ஒரு வாழ்க்கை நெறியை இளைஞர்களுக்கு அறிவுறுத்துவதாக அமைந்திருக்கும். எளிய நடையில் பலர் உள்ளங்களைக் கொள்ளை கொண்ட நாவலாசிரியர் மு. வ., கதைமாந்தர்களின் கருத்து மோதல்களை இவர் நாவல்களில் பரவலாகக் காணலாம். ஏற்ற

இடங்களில் உவமைகளைப் பொருத்தமாகச் சேர்த்து நாவலுக்குக் கவிதைத் தன்மையை ஏற்றிவிடுவார்.

மு. வ. உவமைகள்

'அதுவரையில் புதிய ஆடைபோல் இருந்த எங்கள் வாழ்க்கை அன்று முதல் கிழிந்த ஆடையைத் தைத்து உடுத்திக்கொண்டது போல் ஆயிற்று.

- கரித்துண்டு.

'நேற்றுப் பிற்பகல் வரைலயில் என் மனம் குளிக்காமல் திரிவதுபோல் இருந்தது. அறவாழி விடைபெற்றுச் சென்றபின் தலைமுழுகித் தூய ஆடை உடுத்தித்திரிவது போன்ற மனநிலை இருந்தது'

- நெஞ்சில் ஒரு முள்

'சுடர்விழி நலமாக இருந்தாள். அவள் பெற்ற பச்சிளங் குழந்தை அவளுக்குப் பக்கத்தில் ஒரு புதிய உலகத்தின் தோற்றம்போல் அமைதியாக இருந்தது.'

- வாடாமலர்

லா. ச. ரா.

லால்குடி ச. ராமாமிருதம் என்ற இயற்பெயர் கொண்ட லா. ச. ரா. (1916) நனவோடை நாவல்களைத் தமிழுக்கு அறிமுகம் செய்த பெருமையைப் பெற்றவர். நாவலின் எழுத்திலும், சொல்லிலும் தொடரிலும், பாத்திரவார்ப்பிலும், பேச்சிலும் கனமான சிந்தனைகளைப் பதிய வைத்துச் செல்பவர். நாவல்களை மறுவாசிப்புக்கு (re-reading) உட்படுத்துதல் என்ற புதிய அணுகுமுறையை இவர் நாவல்களே தமிழுக்குத் தந்தன. 'புத்ரா', 'அபிதா' என்ற இவரது நாவல்கள் இதற்கு நல்ல சான்றுகளாகும். லியோ டால்ஸ்டாய், ஹெமிங்வே, ஜேம்ஸ் ஜாய்ஸ், பிரான்சிஸ் கஃப்கா ஆகிய மேலைநாட்டுக் கதாசிரியர்களின் தாக்கம் தன்னிடம் அதிகம் படிந்திருப்பதாக லா. ச. ரா. கூறுகிறார்.

இவர் நாவல்களை ரசிப்பவர்கள் எவ்வளவு பேர் இருக்கிறார்களோ, அதே அளவுக்கு 'இவற்றில் ஒன்றுமில்லை' என்பவர்களும் இருக்கிறார்கள்! எல்லாம் அவரவர்கள் அறிந்ததற்குத் தக்கபடி! லா. ச. ராவின் படைப்புகளையும் பேட்டிகளையும் கட்டுரைகளையும் பார்த்தால் தம் தொடர்பான எந்தவிமான எதிரொலியையுமே அவர் எதிர்பார்க்கவில்லை என்பதுதான் தெரிகிறது. தம் அனுபவத்தைக் கண்டறிவது, விரிவு செய்வது, அனுபவ சாத்தியங்களைக் கூர்மை செய்வது, அனுபவத்தின் ஆழத்தில் லயிப்பது இவற்றுக்கு அவருக்குக் கருவியாகிறது எழுத்து' என்பார் இலக்கிய விமரிசகர் அபி.

லா. ச. ரா. பற்றி லா. ச. ரா.

'அப்போ என் எழுத்துக்கு இக்கட்டன கட்டம். என்னைத் திட்டிக்கொண்டே என்னைப் படிக்கும் ஒரு வட்டம் உருவாகிக் கொண்டிருந்தது. 'என்னய்யா இந்த மனுஷன், என்னத்தை எழுதறான்? என்னத்தைச் சொல்ல வரான், புரிய மாட்டேன்குது. புரியலியா விட்டுத் தொலைன்னு தூக்கி எறியவும் முடியல்லே. படிச்சு முடிச்சபின் வயித்தை என்னவோ சங்கடம் பண்ணுது. படிச்ச நினைப்பில் நாலுதரம் புரண்டாச்சு. ஆனா தூக்கம் வரல்லே'

- 'சிந்தாநதி' முன்னுரை

எம். வி. வெங்கட்ராம்

உளவியல் சிந்தனை, சமூகத்தின் வாழ்க்கைப் போராட்டம் ஆகியவற்றை இழைத்து நாவல்கள் எழுதியவர் கும்பகோணத்தைச் சார்ந்த எம். வி. வெங்கட்ராம் (1920) ஆவார். இவரது 'வேள்வித்தீ' (1967) நாவல் இவர் சார்ந்த சௌராஷ்டிர இனத்தவர் தம்முடைய நெசவுத் தொழிலில் நேரும் சிக்கல்களை அடிப்படையாகக் கொண்டு எழுதப் பட்டதாகும். அரும்பு, நித்தியகன்னி, ஒரு பெண் போராடுகிறாள், இருளும் ஒளியும் ஆகிய நாவல்களும் எழுதியுள்ளார்.

'அரும்பு - மலர்ச்சி பெற்றவர்களின் கதை அல்ல; மனித அரும்புகள் சிலவற்றைப் பற்றியதுதான் இந்த நாவல். இதில் நடமாடுகிற பாத்திரங்கள் எல்லோரும் பசி, தாகம், ஆசை பாசம் விருப்பு, வெறுப்பு, கோபம், தாபம், பொறாமை உள்ள சாதாரண மக்கள். இவர்களில் யாராவது மலர்ச்சி அடைவார்களா, அதற்குரிய தகுதி யாருக்காவது இருக்கிறதா என்பதை முடிவு செய்வது என். பொறுப்பு அல்ல; எனக்கும் தெரியாது;

-எம். வி. வெங்கட்ராம்

மனிதர்களைத் தின்னும் உணர்வுகளை மையமாக வைத்து அவற்றால் மனிதர்கள் படும் அல்லல்களைத் துல்லியமாகக் காட்டும் கலையில் வல்லவர் எம். வி. வெங்கட்ராம். இவரது 'காதுகள்' செவிப்புலன் குறைபாடு உடையவனின் மன அவஸ்தைகளை சித்திரிக்கும் உளவியல் நாவல். இதில் தொன்மமும், ஃப்ராய்டிசமும் பிணைந்துள்ளன.

சிதம்பர ரகுநாதன்

தொழில் மயமாக்கப்பட்ட சமுதாயத்தில் உழைக்கும் மக்கள் எதிர்கொள்ளும் பிரச்சினைகளை மையமாக வைத்து நாவல்களை உருவாக்கியவர் சிதம்பர ரகுநாதன் (1923). சமுதாயத்தில் பிற பிரிவினரைப் போன்று தொழிலாளர்களுக்கும் வாழ்க்கைச் சிக்கல்கள் நிறைய உள்ளன என்பதைப் பிறர் தெரிந்துகொள்ளுவதற்கும், அதை

உணர்ச்சிமயமாகக் காட்டுவதற்கும் வழியமைத்துத் தந்தவர் சிதம்பர ரகுநாதன். திருநெல்வேலியைச் சார்ந்த இவர் புதுமைப்பித்தனின் நெருங்கிய நண்பராவார். சென்னையிலிருந்த புதுமைப்பித்தன் தன் மன உளைச்சல்களை இவரிடம் கடிதங்கள் வாயிலாகப் பலமுறை தெரிவித்துக் கொண்டதுண்டு. தமிழ்ப் புனைகதை இலக்கியமும் விமரிசனமும் படைப்புக்களையும் பற்றிய புதுமைப்பித்தனின் பல அரிய கருத்துக்கள் அடங்கிய கட்டுரைகளைத் தொகுத்துத் தந்தவர் இவரேயாவார். இவரது 'பஞ்சும் பசியும்' நாவல் (1953) அம்பாசமுத்திரத்திலுள்ள பஞ்சாலைத் தொழிலாளரின் போராட்ட வாழ்வை அனுபவச் சித்திரமாக விளக்குகிறது.

அகிலன்

பி. வி. அகிலாண்டம் எனும் இயற்பெயர் கொண்ட அகிலன் (1922) தமிழ் வாசகர்களிடையே நாவல்களுக்குத் தனி மதிப்பை ஏற்படுத்தித் தந்தவர். மனித மனத்தின் நுண்ணிய உணர்வுகளைத் தன் நாவல்களில் கோலங்களாக்கிக் காட்டியவர். பாவை விளக்கு, நெஞ்சினலைகள், சித்திரப்பாவை, பொன்மலர், எங்கே போகிறோம்? புதுவெள்ளம், சிநேகிதி போன்ற பல சமூக நாவல்களும், வேங்கையின் மைந்தன். வெற்றித் திருநகர், கயல்விழி ஆகிய வரலாற்று நாவல்களும் எழுதியுள்ளார். இவரது முதல் நாவலின் பெயரே 'பெண்' என்பதாகும். 21 வயதில் எழுதப்பட்ட இந்நாவல் கலைமகள் நடத்திய நாவல் போட்டியில் முதல் பரிசைப் பெற்றது. இவரது பெரும்பான்மையான நாவல்கள் கல்கி, கலைமகள் ஆகிய இதழ்களில் தொடர்கதையாக வந்தவையே. ஆண் - பெண் உறவு நிலைகளை நளினமாகச் சித்திரிப்பதில் வல்லவர். இதற்கு இவரது பாவை விளக்கு, சித்திரப்பாவை ஆகிய நாவல்கள் நல்ல சான்றுகளாகும். கலை உணர்வில் ஈடுபாடு கொண்ட பெண்ணும், உடல் உணர்வில் ஈடுபாடு கொண்ட ஓர் ஆணும் கணவன் மனைவியாக வாழ நேர்ந்தால் வரும் சிக்கல்களை மையமாகக் கொண்டது சித்திரப்பாவை. இந்த நாவலே அகிலனுக்கு ஞானபீடப் பரிசைப் பெற்றுத் தந்தது. பாவைவிளக்கு நாவல், தணிகாசலம் என்பவன் சந்திக்கும் தேவகி, செங்கமலம், கௌரி, உமா ஆகிய நான்கு பெண்களுடன் ஏற்படும் அக, புற சிக்கல்களை மையமாகக் கொண்டு எழுதப் பெற்றுள்ளது. இந்நாவல் பெற்ற வெற்றியால் இது திரைப்படமாகவும் ஆக்கப்பட்டது.

நா. பார்த்தசாரதி

தமிழ் நாவல் உலகில் இளங்கோவும் கம்பனுமாக அகிலனும், பார்த்தசாரதியும் விளங்கினார்கள் என்றால் அது மிகையாகாது. இலட்சிய தாகம் கொண்ட எழுத்துக்களையும், பாத்திரங்களையும் படைப்பதில் இவர்கள் இருவரும் மாபெரும் வெற்றி கண்டனர். அகிலனைப் போலவே இவரும் வரலாற்று நாவலிலும், சமூக

நாவல்களிலும் தம் புலமையைக் காட்டியவராவார். மணிபல்லவம், பாண்டிமாதேவி, கபாடபுரம், வஞ்சிமாநகரம் ஆகிய வரலாற்று நாவல்களும், பொன்விலங்கு, குறிஞ்சிமலர், நெஞ்சக்கனல், ஆத்மாவின் ராகங்கள், பட்டுப்பூச்சி ஆகிய சமூக நாவல்களையும் படைத்துள்ளார். இவற்றுள் பொன்விலங்கும், குறிஞ்சி மலரும் தமிழ் நாவல் வரலாற்றில் அழியாத இடம் பெற்ற காவிய நாவல்களாகும். பெரும்பாலும் மதுரையே இவர் நாவல்களின் கதை நிகழ்களமாகக் காட்டுகிறார். குறிஞ்சித் மலரில் வரும் அரவிந்தனும் பூரணியும் வாசகர் மனத்தில் என்றும் அழியாப் பாத்திரங்களாகவே வாழுகின்றனர்.

> *'எல்லையற்ற கருமையாய் மேகங்கள் அடர்ந்து எங்கும் கனத்துக் கிடந்த மையிருட்டினிடையே அவளுடைய பிணம் எரிகின்ற அந்தச் சிதையைத் தேடிச் சென்று மதுரையிலிருந்தே வாங்கி வந்திருந்த மல்லிகைப் பூமாலையையும் மஞ்சட்கிழங்கையும் குங்குமத்தையும் அந்த நெருப்பில் இட்ட பின் மௌனமாகக் கண்ணீர் சிந்தியபடியே நின்றான் சத்தியமூர்த்தி. அந்தச் சிதையிலிருந்து பிதிர்ந்த நெருப்புத் துண்டுகள் இரண்டு அவனுடைய கால்களை முத்தமிடுவது போல வந்து வீழ்ந்து அங்கே சுட்டன. தன்னைப் பொறுத்தவரை உலகத்தின் சந்தோஷமான விநாடிகள் சந்தர்ப்பங்கள் எல்லாம் அன்று அங்கே முடிந்து போய் விட்டதாகத் தோன்றியது அவனுக்கு'*

- பொன்விலங்கு

ஜெயகாந்தன்

சிறுகதை மன்னன் ஜெயகாந்தன் நாவல்களிலும் தன் வெற்றிக் கொடியைப் பறக்கவிட்டவர். ஒரு நடிகை நாடகம் பார்க்கிறாள், சில நேரங்களில் சில மனிதர்கள் ஆகியவை மேல்தட்டு மனிதர்களின் பொய் வாழ்க்கையைத் தோலுரித்துக் காட்டுகின்றன. 'அக்கினிப் பிரவேசம்' என்ற சிறுகதையே 'சில நேரங்களில் சில மனிதர்கள்' எனும் நாவலாக வளர்ச்சி பெற்றது. இந்நாவலின் இரண்டாம் பாகம் போன்று 'கங்கா எங்கே போகிறாள்?' என்ற நாவல் அமைந்தது. தம் நாவல்களில் கதை மாந்தர் உரையாடலுக்கு அதிக முக்கியத்துவம் தருபவர் ஜெயகாந்தன். எந்தக் கதைமாந்தர் எப்படிப் பேசுவார்களோ அப்படியே உரையாடலை அமைத்துக் காட்டுவதில் கைதேர்ந்தவர்.

> *'அவளுக்குன்னு ஒரு 'ஸெல்ஃப்' இருப்பதை நம்ப சமூகத்து ஆம்பிளையாலே தாங்கிக்க முடியலே; அதை அவனாலே ஜீரணிக்க முடியலே.' அந்த வியாதிதான் எனக்கு வந்திருக்கு. இது என்னோட அறிவுக்குப் புரியுது. உனக்கு அந்த 'ஸெல்ஃப்' இருக்கு. அதாவது 'நான் இப்படித்தான்னு ஒரு போக்கு'*

- ஒரு நடிகை நாடகம் பார்க்கிறாள்

ஒரு மனிதன் ஒரு வீடு ஒரு உலகம். பாரிசுக்குப் போ, சினிமாவுக்குப் போன சித்தாள் ஆகிய இவரது நாவல்களும் அதிகம் பேசப்பட்டவை களாகும்.

தி. ஜானகிராமன்

சிறுகதைகளிலும் நாவற்கலையிலும் சிறந்தவர்களுள் தி. ஜானகிராமனும் குறிப்பிடத்தக்கவராவார். அமிர்தம், அம்மா வந்தாள், உயிர்த்தேன், அன்பே ஆரமுதே, செம்பருத்தி, மோகமுள், மலர்மஞ்சம், மரப்பசு, நளபாகம் ஆகிய ஒன்பது நாவல்களை எழுதியுள்ளார். இவற்றுள் 'மோகமுள்' இவரது படைப்பாற்றலை முழுமையாக வெளிப்படுத்தும் ஒரு கலைப்படைப்பாகும். 'அம்மா வந்தாள்' என்பது ப்ராய்டிச பாணியில் ஈடிபஸ் காம்ப்ளெக்ஸ் எனும் மனக்குறைபாட்டை அடிப்படையாகக் கொண்டு பிசகின்றி எழுதப்பட்ட உளவியல் நாவலாகும்.

ராஜம் கிருஷ்ணன்

நாவல்களை எழுதுவதற்கு முன் நாவலுக்குரிய களத்திற்குச் சென்று அங்குள்ள மக்களோடு பழகி, அவர்களது பிரச்சினைகளை உணர்ந்து கொண்டு, அவற்றை நாவலின் மையப் பொருளாக்கி ஒரு சமூக விஞ்ஞானியின் பார்வையில் நாவலைத் தந்தவர் ராஜம் கிருஷ்ணன். அவரது குறிஞ்சித்தேன், அலைவாய்க்கரையில், கரிப்பு மணிகள், கூட்டுக் குஞ்சுகள் ஆகிய நாவல்கள் இதற்குச் சான்றுகளாகும். 'குறிஞ்சித்தேன்' ஊட்டியிலுள்ள படகர் வாழ்க்கையைப் பற்றியது. 'அலைவாய்க் கரையில்' திருச்செந்தூர் கடற்கரையை ஒட்டியுள்ள மீனவர்களின் வாழ்க்கைப் போராட்டம் பற்றியது. 'கரிப்பு மணிகள்' தூத்துக்குடி உப்பளத் தொழிலாளர்களின் வாழ்க்கைநிலை பற்றியது. 'கூட்டுக் குஞ்சுகள்' சிவகாசித் தீப்பெட்டி தொழிற்சாலைகளில் வேலைபார்க்கும் குழந்தைத் தொழிலாளர்கள் நிலை பற்றிய. நாவல்களில் மட்டுமல்லாது தமது சமூக விமரிசன நூல்களிலும் பெண்கள் விழிப்புணர்வு பற்றிப் பேசியுள்ளார். (காலந்தோறும் பெண்). வேருக்கு நீர், முள்ளும் மலர்ந்தது, அமுதமாகி வருக, வளைக்கரம் ஆகியவையும் இவரது குறிப்பிடத்தகுந்த நாவல்களாகும்.

சுந்தரராமசாமி

சுந்தரராமசாமியின் (1931) புளியமரத்தின் கதையையும், ஜே. ஜே. சில குறிப்புகளையும் அறியாத தமிழ் வாசகர்கள். இருக்க மாட்டார்கள். அந்த அளவுக்கு இவை இரண்டும் தமிழ் நாவல் உலகில் பெரும் தாக்கத்தை ஏற்படுத்தின. காலமாற்றம் யந்திரக்கதியில் (ரோடுரோலர் போல) நம்மைப் பின்னுக்குத் தள்ளிவிட்டு அகர வேகத்தில் நடைபெறுவதை அவரது 'புளியமரத்தின் கதை' காட்டுகிறது. ஜோசப் ஜேம்ஸ் (ஜே. ஜே) என்பவனைப் பற்றிய செய்திகளை பாலு என்பவன்

சொல்லிக்கொண்டு செல்வதாக நனைவோட்ட முறையில் அமைந்தது 'ஜே. ஜே. சில குறிப்புகள்' நாவல். மேலைநாட்டு நாவலாசிரியர்களான ஆல்பர்ட் காம்யூ. ஜேம்ஸ் ஜாய்ஸ் ஆகியவர்களின் தாக்கம் இந்நாவலில் அதிகம் காணப்படுகிறது. குறிப்பாக ஜேம்ஸ் ஜாய்ஸின் யூலிசிஸ் (ulysses) என்ற நாவலின் நனவோட்ட முறை இந்நாவலின் பின்பற்றப்பட்டுள்ளது. ஜே. ஜே என்பவன் வளர்ந்தும், அழிந்தும், உயர்ந்தும், சரிந்தும் வந்த நிலைகள் இந்நாவலில் (உண்மைகள் வெளிப்படுகின்ற) ஒரு பைத்தியக்காரனின் உளறல் போல சொல்லப்படுகின்றன. இந்த வகையில் இது அதிகமாகப் பேசப்பட்ட ஒரு நாவலாகும்.

> *'முல்லைக்கல், உள் எழுத்தை நான் மனத்தால் வெறுக்கிறேன். மாட்டுக்குச் சொரிந்து கொடு, அது நல்ல காரியம். ஆனால் மனிதனுக்கு ஒரு போதும் சொறிந்து கொடுக்காதே. சக மனிதனை ஏமாற்றாதே. உண்மையான உன் தடித்தனம் கசங்கி வருந்தச் செய்வதல்ல மனிதாபிமானம், லூக்காவின் மகள் ஏலியம்மாவின் வீணைவாசிப்பை நான் கேட்கச் சென்றிருக்கும்போது அவளுடைய தனி அறையில் வீணையின் கம்பிகள் அதிர்ந்தன. ஏலிக் குட்டியோ எங்களிடம் இருந்தாள். நாங்கள் வேகமாக ஓடி கதவைத் திறந்து பார்த்தபொழுது கம்பிகள் தானாக அதிர்ந்து கொண்டிருந்தன. மேல்மாடி உத்திரத்தில் ஒருதச்சன் ஆப்பை மரச் சுத்தியலால் அறைந்து கொண்டிருந்தான். இதுதான் மனிதாபமானம். எருமைகளுக்கோ கம்பிகள் இல்லை அதிர'*
>
> - ஜே. ஜே. சில குறிப்புகள்.

நீல பத்மநாபன்

நாகர்கோவில் வட்டாரத்தைச் சேர்ந்த இவர் நாஞ்சில் நாட்டு மணம் கமழுமாறு எழுதிய நாவல் 'தலைமுறைகள்' (1963). இந்நாவல் மூன்று தலைமுறைகளைச் சார்ந்தவர்கள் மாறி வருகின்ற காலல்சூழல் நிலையை எவ்வாறு ஏற்றுக்கொள்கிறார்கள் என்பதைக் காட்டுகிறது. 'பள்ளிகொண்டபுரம்' நாவல் (1970) நனவோட்ட முறையில் சொல்லப்பட்டுள்ளது. திருவனந்தபுரம் நகரத்தின் மாட்சியும் வீழ்ச்சியும் அனந்தன்நாயர் என்ற பாத்திரத்தின் வாழ்க்கையோடு இணைத்துச் சொல்லப்பட்டுள்ளது இந்நாவலில் பின்பற்றப்பட்டுள்ள சிறந்த உத்தியாகும்.

இந்திரா பார்த்தசாரதி

நகரத்து எழுத்தாளர்கள் வரிசையில் முன் நிற்பவர் இந்திரா பார்த்தசாரதி ஆவார். பெரும்பாலும் டில்லியையே தன் வாழிடமாகக் கொண்ட இவர் நாவல்களில் இன்றைய நாகரிக உலகில் காணப்படும் மோசடிகள் தோலுரித்துக் காட்டப்படுகின்றன. எனவே இவர்

'அறிவுஜீவி' நாவலாசிரியர் என்று அழைக்கப்படுகிறார். குருதிப்புனல், தந்திரபூமி, சுதந்திரபூமி ஆகியவை இவரது நாவல்களாகும். நாடகத்திலேயே தன் ஆற்றலை நாட்டிய இவரை, நாவலாசிரியராக உயர்த்திக் காட்டியது 'குருதிப்புனல்' (1975) நாவலாகும். 'கம்யூனிஸக் கொள்கையில் ஈடுபாடு கொண்டு உண்மையிலேயே மக்களாட்சி தத்துவத்தின் அடிப்படை நோக்கத்தை எடுத்துக்கூற முற்படும் இளைஞர்கள் தமது சக்திக்கு மிஞ்சிய செல்வாக்கும் ஆதிக்க மனப்பான்மையும் கொண்ட சமூக விரோதிகளுடன் மோதும் நிலையைக் குருதிப்புனல் சித்திரிக்கிறது' என்று சிட்டி சுந்தரராஜனும் கோ. சிவபாதசுந்தரமும் இந்நாவலை மதிப்பீடு செய்கின்றனர்.

தமிழ் நாவல்களில் புதிய வினிம்புகளைத் தொட்டவர்கள் என்று ஜி. நாகராஜன், நகுலன், அசோகமித்திரன், சா. கந்தசாமி ஆகியோரைக் காட்டலாம். இவர்களது நாவல்களில் கருப்பொருளிலும் வடிவத்திலும் 'ஜி. நாகராஜனின் நாளே மற்றுமொரு நாளே' (1974), நகுலனின் 'நாய்கள்' (1974), அசோகமித்திரனின் 'பதினெட்டாவது அட்சக்கோடு' (1977), சா. கந்தசாமியின் 'சாயாவனம்' (1969) ஆகியவை நாவல் வளர்ச்சிக்குப் புதிய பாதையை வகுத்துத் தந்தன எனலாம்.

ஆனாலும் ஜனரஞ்சகமான அழுத்தமும் ஆழமும் இல்லாத பொது வாசிப்பிற்கேற்ற நாவல்கள் மத்தியதர மக்களின் எண்ணங்களுக்கும், ஏக்கங்களுக்கும், ஆசைகளுக்கும் விருந்தாய் ஆயின. எண்பதுகளில் வெளியான பல நாவல்கள் இந்த உண்மையையே தெரிவிக்கின்றன. இந்த வகையில் பாலகுமாரன், வாஸந்தி, இந்துமதி, ரமணிசந்திரன் ஆகியோர் எழுதிய ஏராளமான நாவல்களைக் குறிப்பிடலாம்.

எண்பதுகளுக்குப் பின் தமிழில் சிற்றிதழ்களின் அறிமுகத்தாலும், மேற்கத்திய நாடுகளின் நவீன இலக்கியத் திறனாய்வு அணுகுமுறையின் செல்வாக்காலும் பின் நவீனத்துவப் போக்குகளை (Post-modernism) உள்ளடக்கிய நாவல்கள் எழுதப்பட்டன. கதைப்பொருளிலும், கதை சொல்லும் முறையிலும் புத்தம் புதிய உத்திகள் கையாளப்பட்டன. சாரு நிவேதிதா, முனியாண்டி, தமிழவன், சு. ரா., ச. ராஜநாயகம் போன்றோர் இத்தகு (சோதனை முறையிலான) நாவல்களைத் தமிழுக்கு அறிமுகம் செய்துள்ளனர். சாருநிவேதாவின் 'ஸீரோடிகிரி', 'ஃபேன்சி பனியனும் எக்ஸிஸ் டென்சியலிசமும்', தமிழவனின் 'ஏற்கெனவே சொல்லப்பட்ட மனிதர்கள்' மற்றும் ஜி.கே. எழுதிய மர்ம நாவல், சு. ராவின் 'குழந்தைகள் - பெண்கள் - ஆண்கள்', ச. ராஜநாயகத்தின் 'சில முடிவுகளும் சில தொடக்கங்களும்' ஆகிய நாவல்கள் தமிழ் நாவல்களின் பின் - நவீனத்துவ (அதி-நவீன) போக்கிற்குச் சான்றுகளாளகின்றன.

சாருநிவேதிதாவின் 'ஜீரோடிகிரி'யில் மொழியின் விளையாட்டே நோக்கமாகிறது. பேட்டி, வினாநிரல், பத்திரிகை, ஆவணம், வரலாற்று எழுதியல், நாட்குறிப்பு, கடிதம், விமர்சனக் கட்டுரைகள், தொன்மம், தொலைபேசி உரையாடல், பிராமணர் பேச்சு வழக்கு, சேரி பேச்சு

வழக்கு, தமிழுக்கு அன்னியமான பிறமொழிகள், கவிதைகள், படித்தவன் மொழி, படிக்காதவன் மொழி என்று பல்வேறுபட்ட மொழித் தடங்களின் கூட்டுக் கலவையாக இந்நாவல் அமைந்துள்ளது.

> *'இந்த உலகில் நியாயம் எங்கே இருக்கிறது? இந்தச் சூழலில் நான் எப்படி என் கதாபாத்திரத்தை உருவாக்க முடியும்? கதாபாத்திரத்தையே உருவாக்க முடியாதபோது கதையை எப்படிச் சொல்ல முடியும்?'*
>
> - ஸீரோ டிகிரி.

"ஃபேன்சி பனியனும் எக்ஸிஸ் டென்சியலிசமும்', ஒரு மனிதனின் மனம் அந்த மனிதனுடன் அந்தரங்கமாகப் பேசுவதை நினைப்பதை யெல்லாம் வடிகட்டாத வார்த்தைகளாக்கிக் காட்டுகிறது. அமெரிக்க நாவலாசிரியர் பர்ரோ (Burrow)வின் 'Nacked Lunch' என்ற நாவலின் தாக்கத்தை இதில் காணலாம்.

தமிழவனின் 'ஏற்கெனவே சொல்லப்பட்ட மனிதர்'களும் ஒன்றற்கொன்று தொடர்பற்று பல காட்சிகள் - நிகழ்ச்சிகள் மூலம் ஒரு முழுமையான நாவலைப் படைத்துக் காட்டுகிறது. கிழித்துப் போட்ட பத்திரிகைத் துண்டுகளைக் கொண்டு உருவாக்கப்படுகின்ற 'கொலாஜ்' ஓவியம் போன்று தனித்தனியாகப் பார்க்கும்போது நாவலின் நிகழ்ச்சிகளில் தொடர்பில்லாவிட்டாலும் நாவலை முழுமையாகப் பார்க்கும்போது ஓர் அமைப்புத் தென்படுகிறது. ஒழுங்கமைவு இல்லாததிலிருந்து ஒழுங்கமைவைக் கொண்டு வருவதே இந்நாவலின் நோக்கமாக அமைகிறது. இவரது இன்னொரு நாவலான 'சரித்திரத்தில் படிந்த நிழல்களும்' இதே தன்மையைக் கொண்டுள்ளது.

பல சிறுகதைகள் சேர்ந்து ஒரு நாவலாகிய உணர்வு சு. ராவின் 'குழந்தைகள் - பெண்கள் - ஆண்கள்' நாவலைப் படிக்கும்போது கிடைக்கிறது. மனிதனின் மன விகாரங்கள், வக்கிரங்கள், இருட்டுகள், இடைவெளிகள், அழகுகள், அழுக்குகள் அத்தனையும் புதியதொரு மொழியாடலாக எழுதப்பட்டுள்ளது இதன் சிறப்பாகும்.

ச. ராஜநாயகத்தின் 'சில முடிவுகளும் சில தொடக்கங்களும்' நாவல் வித்தியாசமான எழுத்துமுறைகளைக் கையாண்டு எழுதப்பட்டுள்ளது. இதனை 'பாலிம் செஸ்டு எழுத்து' என்று நாவலின் முன்னுரையில் ச. ராஜநாயகம் குறிப்பிடுகிறார். 'பெயரிடுதல்' என்ற அதிகாரத்தை 'நையாண்டியும் கிண்டலும், கேலியும் செய்வதன் மூலம், இதுவரை நமக்குள் வந்து சேர்ந்து அடர்த்தியாய் அப்பிக் கிடக்கும் அனைத்து வகையான புரிதலையும் ஈவு இரக்கமின்றி மறுதலித்துவிட்டு இக்கணத்தில் வாழக் கோருவதன் மூலம் புதிய புரிதலை நோக்கி நம்மை இட்டுச் செல்ல முயல்கிறது' என்று இந்நாவலைத் திறனாய்வு செய்கிறார் ச. பஞ்சாங்கம்.

இயக்க நாவல்கள்

இயக்கங்களும் இலக்கியங்களும் பிரிக்க முடியாதவை. இயக்கங்களின் வாழ்வுக்கும் வளர்ச்சிக்கும் - நகர்வுக்கும் கூட இலக்கியங்கள் இன்றியமையாதனவாய் அமைகின்றன. இலக்கிய இயக்கமாயினும், சமூக இயக்கமாயினும் அரசியல் இயக்கமாயினும் அவை பரவுவதற்கு இலக்கியங்கள் ஆற்றுகின்ற பங்கு பெரிது. திராவிட இயக்கம் கலைஞர்களால் வளர்க்கப்பட்டது என்பது வரலாற்று உண்மை. அதுபோல விடுதலை போராட்ட இயக்கமும், பொதுவுடைமை இயக்கமும் தமக்கெனச் சிந்திக்கும் எழுத்தாளர்களும் அவைகளைப் பொன்னே போல் போற்றும் வாசகர்களையும் கொண்டுள்ளன.

அரசியல் இயக்கங்கள்

திராவிட இயக்கம்

திராவிட இயக்க நாவல்கள் தமிழ் இலக்கியத்தில் சமூக சீர்திருத்த உணர்வினை ஊட்டுவதில் முன் நின்றன. அறிஞர் அண்ணாவின் ரங்கோன் ராதா, பார்வதி பி. ஏ. போன்ற நாவல்களும் கலைஞர் கருணாநிதியின் இரத்தம் ஒரே நிறம், வெள்ளிக்கிழமை ஆகிய நாவல்களும் குறிப்பிடத்தக்கவைகளாகும். இவர்களைத் தவிர ஏ. வி. பி. ஆசைத்தம்பி, முரசொலிமாறன், எஸ். எஸ். தென்னரசு போன்றோரும் தொடக்கத்தில் திராவிட இயக்கத்தோடு தன்னை இணைத்துக் கொண்டிருந்த கண்ணதாசனும் திராவிட இயக்கச் சிந்தனைகளைத் தங்கள் நாவல்கள் வாயிலாக வளர்ப்பதில் குறிப்பிடத்தக்கப் பணியாற்றியுள்ளனர். கலைஞர் கருணாநிதியின் அண்மைக்கால நாவல்களான பாயும் புலி பண்டார வன்னியன், பொன்னர் - சங்கர், தென்பாண்டிச் சிங்கம் ஆகியவை நாட்டுப்புற வரலாற்று நாவல்கள் என்ற புதிய இலக்கிய வகையைத் தமிழுக்கு அறிமுகம் செய்துள்ளன.

பொதுவுடைமை இயக்கம்

தொழிலாளர் நலனில் அதிக அக்கறை கொண்ட பொதுவுடைமை இயக்கம் அவர்களுக்கு விழிப்புணர்வூட்டவும், வாழ்க்கையை மேம்படுத்தவும் முனைப்புடன் செயலாற்றியது. பொதுவுடைமை இயக்கத்தின் இத்தகுச் சிந்தனையைத் தம் எழுத்துக்களில் பொதுவுடைமை இயக்க எழுத்தாளர்கள் வார்த்தெடுத்தனர். இத்தகு மார்க்சிய சிந்தனை கொண்ட நாவலாசிரியர்களாக சிதம்பர ரகுநாதன், சின்னப்ப பாரதி, ராஜம் கிருஷ்ணன், பொன்னீலன் ஆகியோர் திகழ்கின்றனர். சிதம்பர ரகுநாதனின் 'பஞ்சும் பசியும்', சின்னப்ப பாரதியின் 'தாகம்', 'சங்கம்', 'கரும்பு', இராஜம்கிருஷ்ணனின் 'கரிப்பு மணிகள்', 'அலை வாய்க்கரையில்', பொன்னீலனின் 'கரிசல்' ஆகிய நாவல்கள் பொதுவுடைமைச் சித்தாந்தத்தை வலியுறுத்துகின்றன.

பொதுவுடைமை இயக்கத்தில் தம்மை முழுவதுமாக இணைத்துக் கொள்ளவில்லை என்றாலும் பொதுவுடைமைச் சிந்தனையோடு நாவல்களைப் பல எழுத்தாளர்கள் படைத்துள்ளனர். இவற்றுள் ஜெயகாந்தன், இந்திரா பார்த்தசாரதி ஆகியோர் நாவல்களைக் குறிப்பிடலாம்.

சமூக இயக்கங்கள்

சமூக இயக்கங்களுள் இன்று பெண்ணியமும் தலித்தியமும் அதிகமாகப் பேசப்பட்டு வருகின்றன.

பெண்ணிய நாவல்கள்

சமுதாயத்தில் பெண்களுக்கு உரிய இடம் மறுக்கப்படுகிறது என்ற உணர்வின் பின்னணியில் தங்களுக்குள்ள உரிமையைப் பெறுவதற்காகப் பல்வேறு வழிகளில் பெண்கள் கூட்டாக மேற்கொள்ளும் செயல்பாடுகள் இயக்க வடிவெடுத்துப் 'பெண்ணியம்' என்று அழைக்கப்படுகிறது. இப்பெண்ணியச் சிந்தனையை மக்கள் மத்தியில் வளர்ப்பதற்குத் தமிழ் நாவல்கள் துணைநிற்கின்றன. இத்தகு நாவல்கள் பெண்ணிய நாவல்கள் (Feminist novels) என்று அழைக்கப்படுகின்றன.

ராஜம் கிருஷ்ணன், அம்பை, கிருத்திகா, வாஸந்தி ஆகியோரின் நாவல்கள் பெண்ணியச் சிந்தனையோடு எழுதப்படுகின்றன என்பது குறிப்பிடத்தக்கது. ராஜம் கிருஷ்ணனின் 'சுழலில் மிதக்கும் தீபங்கள்', 'வீடு', 'பெண்குரல்', 'ஆண்களோடு பெண்களும்' என்ற நாவல்களில் பெண்ணியக் குரல் ஓங்கியே ஒலிக்கிறது. 'சுழலில் மிதக்கும் தீபங்க'ளில் இடம்பெறும் ரத்னா, கிரிஜா, 'வீடு' நாவலில் வரும் ரஞ்சனி, 'பெண்குரல்' நாவலின் சுசீலா, 'ஆண்களோடும் பெண்களும்' நாவலில் இடம்பெறும் சசி போன்றோர் பெண்களுக்கு ஏற்படும் குடும்பச் சிக்கல்களுக்கு வழிகாட்டுபவர்களாகப் படைக்கப்பட்டுள்ளனர். திலகவதியின் 'கல்மரம்' நாவலும் இவற்றோடு வைத்து எண்ணப் படுவதற்கு உரியது.

தலித்திய நாவல்கள்

சமுதாயத்தில் ஒடுக்கப்பட்ட மக்களின் குரலாக இன்று தலித்திய நாவல்கள் எழுதப்படுகின்றன. வட்டார நாவல்கள் போன்றும், பெண்ணிய நாவல்கள் போன்றும் தற்போது தலித்திய நாவல்கள் தனி முத்திரை பெறுகின்றன. தலித்திய நாவல்களுக்கென்று சில பண்புகள் உள்ளன. இந்தப் பண்புகளைத் தலித்திய எழுத்தாளர்கள்தான் இயற்கையாகவும் உண்மை உணர்வோடும் சொல்ல முடியும் என்றும், இவர்கள் எழுதுவதே தலித்திய நாவல்கள் என்றும் ஒருசாரார் கூறுகின்றனர். மற்றொரு சாரார், தலித் மக்கள் பிரச்சினைகளையும் உணர்வுகளையும் அவர்களோடு பழகி நன்கறிந்த தலித் அல்லாத பிற எழுத்தாளர்கள் வெளிப்படுத்தினால் அவற்றையும் தலித் நாவல்களாக

ஏற்றுக்கொள்ளலாம் என்றும் வாதிடுகின்றனர். இந்த வகையில் தலித் எழுத்தாளர்களாக இன்று பிரபலம் அடைந்துள்ளோர் சிவகாமி, பாமா, இமயம், ராஜ் கௌதமன், பூமணி, சோ. தர்மன் ஆகியோர்கள் ஆவர். தலித் மக்களது உணர்வுகளை வெளிப்படுத்துகின்ற எழுத்தாளர்களாக கு. சின்னப்ப பாரதி, பி. செல்வராஜ், பழமலய் ஆகியோரைக் கூறலாம்.

பாமாவின் நாவல்கள் தலித் இனமக்களின் உணர்வுகளையும், சொல்லாடல்களையும், வாழ்க்கை அணுகுமுறைகளையும் கொஞ்சமும் பிசகாமல் வரலாற்று ஆவணம் போல் பதிவு செய்கின்றன. இதற்கு அவர் எழுதிய கருக்கு, சங்கதி ஆகிய நாவல்கள் சான்றுகளாகின்றன.

பாமாவின் நாவல்கள் அடக்குமுறைக்கு எதிரான தலித்தியப் பெண்களின் குரலாக ஒலிப்பதால் இவற்றை தலித் பெண்ணிய நாவல்கள் என்று சொல்லலாம்.

> *'பொம்பள கெணக்காவா பேசுரா, தட்டுக் கெட்ட முண்ட, ஓ ராங்கியெல்லாம் குப்பச்சி பட்டியோட வச்சுக்கோ. இங்க காட்டுன ஒற்றே மிதிலே சதம்பிப் போகும் சதம்பி. நாவகம் 'வச்சுக்கோ' கோவமா சொல்லிட்டு வந்ததே சரின்னு ராக்கம்மா முடியப் புடுச்சு இழுத்துப் போட்டு அடிவகுத்துல பாத்து ஒரு எத்து எத்திப் போட்டான். எத்து வாங்குனப் பெறகு ராக்கம்மா எந்துருச்சி சத்தம் போட்டு அலறுனா, கெட்ட கெட்ட வாத்தயா வஞ்சிக்கிட்டு, மோத்தரத்தக்குடி - என்று சொல்லிக்கிட்டே'.*
>
> - (சங்கதி)

இமயத்தின் இரு நாவல்களான கோவேறு கழுதைகள், ஆறுமுகம் ஆகியவற்றில் கலைநயத்தோடு கூடிய தலித் உணர்வுகளைக் காணலாம். 'கோவேறு கழுதைகள்' வண்ணார் இன மக்களின் வாழ்க்கைப் போராட்டத்தை தந்தச் சிற்பம் போல் நுணுக்கமாகக் காட்டுகிறிது.

பூமணியின் 'பிறகு', வெக்கை ஆகிய நாவல்களும் தலித்திய நாவல்களில் பெரிதும் பேசப்படுகின்றவைகளாகும்.

இவ்வாறு 1879இல் தோன்றிய தமிழ் நாவல் இலக்கியம் ஒரு நூற்றாண்டுக் காலத்தைக் கடந்து பல்வேறு பரிமாணங்களைப் பெற்று தொடர்ந்து வளர்ந்து வருகிறது. தொடக்ககால நாவலாசிரியர்கள் உருவாக்கிய பாதையில் காலந்தோறும் பல மாற்றங்கள் ஏற்பட்டன. அறிவுரை நாவல்கள், குறிக்கோள் நாவல்கள், காவிய நாவல்கள், புனைவு நவிற்சி நாவல்கள், அழகியல் நாவல்கள், நவீனத்துவ நாவல்கள், பின் நவீனத்துவ நாவல்கள் என்று இவற்றைக் கதைசொல்லும் அணுகுமுறையில் ஏற்பட்ட வளர்ச்சியின் அடிப்படையில் வரிசைப்படுத்தலாம். கதைப்பொருள்களின் அடிப்படையிலும் இவற்றை சமூக நாவல்கள், வரலாற்று நாவல்கள், துப்பறியும் நாவல்கள், உளவியல் நாவல்கள்,

அறிவியல் நாவல்கள், இயக்க நாவல்கள் என்றும் வகைப்படுத்தலாம். நாவல் ஆராய்ச்சிக்குத் தமிழில் நிறைய களம் உண்டு. காலம்தான் இடந்தர வேண்டும்!

கவிதை

இலக்கியம் என்பது ஒருகாலத்தில் கவிதையாகவே இருந்தது. கவிதை மட்டுமே இலக்கியமாகக் கருதப்பட்டது. கவிதைக்குரிய இலக்கணமே இலக்கியத்திற்கான இலக்கணமாக ஏற்றுக்கொள்ளப் பட்டது. அணிகளுக்கெல்லாம் 'உவமை அணி' தாய் அணியாகக் கருதப்படுவது போல, இலக்கியங்களுக்கெல்லாம் தாயாகக் கருதப்படுவது கவிதையேயாகும். பிற இலக்கிய வடிவங்கள் ஒரு காலத்தில் செல்வாக்கிழந்து போகலாம். ஆனால் கவிதை என்றும் செல்வாக் கிழப்பதில்லை. கவிதை என்றும் இளமையானது. ஏனெனில் அது இனிமையானது!

1756ஆம் ஆண்டிலேயே ஆனந்தரங்கம்பிள்ளையின் நாட்குறிப்பு முதற்கொண்டு இன்றுவரை உரைநடை தன் ஆதிக்கத்தைச் செலுத்தினாலும், கவிதையைப் புறந்தள்ளிவிட இயலவில்லை. கவிதை தனக்குரிய செல்வாக்கோடு இன்றும் தனியாட்சி செலுத்தி வருகிறது.

பாரதியார்

'இக்காலக் கவிதை இலக்கியம்' பாரதியின் வரவோடு தொடங்குகிறது. திருநெல்வேலியிலுள்ள எட்டயபுரத்தில் பிறந்த பாரதி (11.12.1882) தன்னுடைய 39 வயது குறுகிய வாழ்க்கைக்குள் (12.9.1921) உலகப் புகழ்பெற்று 'மகாகவி' என்று அழைக்கப்பட்டார். ஆனால் அவரது இறுதி ஊர்வலத்தில் கலந்து கொண்டோர் இருபது பேர்களே! தமிழ், தமிழர், தமிழ்நாடு, இந்தியா, உலகு என்று தன்னுடைய பார்வையைத் தமிழகம் தாண்டி அகல விரித்துப் பார்த்த முதல் தமிழ்க் கவிஞர் பாரதியாரே ஆவார். தெய்வம், பக்தி, தத்துவம், காதல், வீரம் போன்ற தமிழுக்கு உரிய மரபான பாடுபொருள்களைப் புதிய சிந்தனையோடு தந்தவர் பாரதியார். கண்ணி, சிந்து, கும்மி, பள்ளியெழுச்சி, தசாங்கம் போன்ற பழைய வடிவங்களுக்குப் புது மெருகு ஊட்டியவர் பாரதியார். வாழ்க்கையிலும் சரி, இலக்கியத்திலும் சரி என்றென்றும் புதுமையை விரும்பியவர் பாரதியார்.

தமிழ், தமிழர், தமிழ்நாடு

பிற நாடுகளைப் போல, பிற நாட்டவரைப் போல தமிழும், தமிழரும், தமிழ்நாடும் எல்லா வகைகளிலும் வளர்ச்சிபெற வேண்டும் என பாரதியாருக்கு மிகுந்த ஆவல் இருந்தது. அந்த ஆவலில் தோன்றிய பாடல்கள்தாம் 'தமிழ்', 'தமிழ்த்தாய்', 'தமிழ்ச்சாதி' என்ற தலைப்புக்களில் உருவாயின.

'யாமறிந்த மொழிகளிலே தமிழ்மொழிபோல்
இனிதாவது எங்கும் காணோம்'

என்று பாடிய பாரதியார்,

'சொல்லவும் கூடுவ தில்லை - அவை
சொல்லுந் திறம் தமிழுக்கில்லை;
மெல்லத் தமிழ்இனிச் சாகும் - அந்த
மேற்கு மொழிகள் புவிமிசை ஓங்கும்
என்றந்தப் பேதை உரைத்தான் - ஆ
இந்தவசை எனக் கெய்திடலாமோ'

என்று தமிழுக்கு வரும் பழி, தனக்கு வரும் பழியாக எண்ணிச் செயல்பட்டிருக்கிறார். இதன் விளைவாகத்தான் தமிழுக்குத் தம் கவிதையால் இயன்ற வழிகளில் எல்லாம் புது இரத்தம் பாய்ச்சினார் பாரதியார்.

அதனால்தான்,

சென்றிடுவீர் எட்டுத் திக்கும் கலைச்
செல்வங்கள் யாவும் கொணர்ந்திங்கு சேர்ப்பீர்!

என்று தமிழர்களைத் தட்டியெழுப்புகிறார். சோம்பிக் கிடந்த தமிழர்களுக்கு ஊக்கத்தையும் மன உறுதியையும் தந்தவர் பாரதியார்.

'சென்றதினி மீளாது மூடரே நீர்
எப்போதும் சென்றதையே சிந்தைசெய்து
கொன்ற ழிக்கும் கவலையெனும் குழியில் வீழ்ந்து
குமையாதீர்; சென்றதனைக் குறித்தல் வேண்டாம்
இன்று புதிதாய்ப் பிறந்தோம் என்று நெஞ்சில்
எண்ணமதைத் திண்ணமுற இசைத்துக் கொண்டு'

என்று பாடுகிறார்.

தமிழர்கள் முன்னேற்றம், தமிழ்ப் பெண்களின் முன்னேற்றத்தில்தான் இருக்கிறது என்பதையும், உண்மையான விடுதலை, பெண்களின் சமூக விடுதலையில்தான் இருக்கிறது என்பதையும் தம்முடைய பல பாடல்கள் மூலம் உணர்த்தியவர் பாரதியார். புதுமைப்பெண்கள், பெண்கள் விடுதலைக் கும்மி போன்ற பாடல்களில் இந்த உணர்வினைக் காணலாம்.

சமூக விடுதலை

இந்திய விடுதலைக்கு முதலில் நாம் காணவேண்டியது சமூக விடுதலையே என்பதை பாரதியார் பல பாடல்களில் வலியுறுத்தி யுள்ளார்.

'ஏழையென்றும் அடிமை என்றும்
எவரும் இல்லை ஜாதியில்' (விடுதலை)

'எல்லோரும் சமம் என்பது உறுதியாச்சு' (சுதந்திரப்பள்ளு)

'எல்லோரும் ஓர்குலம் எல்லோரும் ஓர் இனம்
எல்லோரும் இந்நாட்டு மன்னர்'
(எல்லோரும் இந்நாட்டு மன்னர்)

'சாதி இரண்டொழிய வேறில்லை யென்றே
தமிழ்மகள் சொல்லியசொல் அமிழ்த மென்போம்
நீதிநெறி யினின்று பிறர்க்கு உதவும்
நேர்மையர் மேலவர்; கீழவர் மற்றோர்' (பாரததேசம்)

'ஜாதி மதங்களைப் பாரோம் - உயர்
ஜன்மம்இத் தேசத்தினில் எய்தின ராயின்' (வந்தேமாதரம்)

என்று வாய்ப்பு நேரும்போதெல்லாம் சமூக விடுதலையை வற்புறுத்திப் பாடியுள்ளார் பாரதியார்.

வாழ்க்கையில் பல துயரங்களைச் சந்தித்தவர் பாரதி. தம்முடைய இஷ்ட தெய்வமான காளியிடம் தம்முடைய துயரங்களைச் சொல்லி அவர் பலவாறு முறையிட்டதுண்டு. தமக்கு நேர்ந்த துயரம் பிறருக்கு நேரிடக்கூடாது என்றும் இவ்வாறு துயரம் வந்தபோதும், அதைக் கண்டு மனம் கலங்காது உறுதியுடன் எதிர்கொள்ள வேண்டும் என்றும் தனிமனித நல்வாழ்க்கைக்கும் நெறிகாட்டியவர் பாரதியார்.

'மேன்மைப் படுவாய் மனமே! கேள்
விண்ணின் இடிமுன் வீழ்ந்தாலும்
பான்மை தவறி நடுங்காதே
பயத்தால் ஏதும் பயனில்லை' -விநாயகர் நான்மணிமாலை

'அண்டஞ் சிதறினால் அஞ்சமாட்டோம்
கடல் பொங்கி எழுந்தால் கலங்க மாட்டோம்
யார்க்கும் அஞ்சோம் எதற்கும் அஞ்சோம்
எங்கும் அஞ்சோம் எப்பொழுதும் அஞ்சோம்'
- விநாயகர் நான்மணிமாலை

'தேடிச்சோறு நிதந் தின்று - பல
சின்னஞ் சிறுகதைகள் பேசி - மனம்
வாடித் துன்பமிக உழன்று - பிறர்
வாடப் பலசெயல்கள் செய்து - நரை
கூடிக் கிழப்பருவம் எய்தி - கொடுங்
கூற்றுக் கிரையாகிப் பின்மாயும் - பல

வேடிக்கை மனிதரைப் போலே - நான்
வீழ்வே னென்றுநினைத் தாயோ' -யோகசித்தி

'மனதிலுறுதி வேண்டும்
வாக்கினி லேயினிமை வேண்டும்
நினைவு நல்லது வேண்டும்' - உறுதி வேண்டும்

'அச்சத்தை வேட்கைதனை அழித்துவிட்டால்
அப்போது சாவுமங்கே அழிந்துபோகும்' - பாரதி அறுபத்தாறு

என்று பல நிலைகளில் மனிதர்களுக்குத் துணிவைத் தந்து பாரதியார் பாடியுள்ளார்.

பாரதியார் பாடாத பொருள் எதுவும் இல்லையென்று சொல்லலாம். கண்ணில் தட்டுப்பட்டதெல்லாம் பாரதியாருக்குப் பாட்டைத் தந்தன. குயில் (குயிற்பாட்டு), புயல் (புயற்காற்று), தீ (அக்ககினிக்குஞ்சு), மலை (காக்கைக்குருவி எங்கள் ஜாதி), காகம் (காக்கைச் சிறகினிலே), ஆண்டு (தூமகேது வருடம்), வால் நட்சத்திரம் (ஹாலிவால் நட்சத்திரம்) இப்படிப் பல்வேறு பொருட்கள் பாரதியாரிடம் பாடல்களாயின. வெண்பா, விருத்தம் போன்ற மரபுப் பாவடிவங்களோடு, கண்ணி, சிந்து, கும்மி ஆகிய மக்கள் பாவடிவங்களையும் சேர்த்துப் பாடினார். அதற்கு மேலும் சென்று மேலை இலக்கியப் பயிற்சியின் விளைவாக வசன கவிதைகளை அறிமுகம் செய்தார்.

பாரதியாருக்கு மேலை இலக்கியப் பயிற்சி மிகுதியும் உண்டு. அமெரிக்கப் புது மரபுக் கவிஞரான வால்ட் விட்மனின் 'புல்லின் இதழ்கள்' (Leaves of Grass) என்ற கவிதைத் தொகுப்பைப் படித்ததன் விளைவே இவரது வசனகவிதைகள். ஷெல்லியின் மீது கொண்ட ஈடுபாட்டால் 'ஷெல்லிதாசன்' என்று புனைபெயர் சூட்டிக் கொண்டார். கீட்ஸ், வேர்ட்ஸ்வொர்த் ஆகிய ஆங்கிலப் புனைவியல் கவிஞர்களின் தாக்கமும் பாரதியிடம் காணப்படுகிறது.

கவிதைகளோடு, கதைகள் (வேடிக்கைக் கதைகள், நவதந்திரக் கதைகள்), நாவல்கள் போன்ற நெடுங்கதைகள் (சின்னசங்கரன் கதை, சந்திரிகையின் கதை), தத்துவச் சித்திரங்கள் (ஞானரதம்), நாடகங்கள், கட்டுரைகள், மொழிபெயர்ப்புகள் (பகவத்கீதை) ஆகிய பல்வேறு இலக்கியவகைகளிலும் தம் முத்திரையைப் பதித்தவர் பாரதியார்.

கவிஞராக மட்டுமன்றி, இதழாசிரியராகவும் சிறந்த திறனாய்வாளராகவும் பாரதியார் விளங்கியுள்ளார். 1904இல் சுதேசமித்திரன் நிறுவனத்தில் சேர்ந்தார். 1906இல் இந்தியா இதழைத் தொடங்கினார். 1908இல் பாரதியாரின் முதல் கவிதை நூல் 'ஸ்வதேச கீதங்கள்' என்ற தலைப்பில் வெளியானது. அடுத்த ஆண்டிலேயே 'ஜன்மபூமி' என்ற தலைப்பில் இரண்டாவது கவிதைத் தொகுப்பு வெளியிடப்பட்டது. 1912இல் பகவத் கீதை மொழிபெயர்ப்பை வெளியிட்டார். கண்ணன்

பாட்டு, குயிற்பாட்டு, பாஞ்சாலி சபதம் எனும் நீண்ட கதைப் பாடல்களைப் பாரதியார் புதுவையில் இருந்தபோது எழுதினார் (1917). சென்னைக்கு வந்து 1920இல் மீண்டும் சுதேசமித்திரன் ஆசிரியரானார்.

பாரதியின் பாடல்கள் இந்திய மொழிகள் பலவற்றிலும், சிங்களம், ரஷ்யா, ஜெர்மன், செக் உள்பட உலகின் பல்வேறு மொழிகளிலும் மொழிபெயர்க்கப்பட்டுள்ளன.

பாரதிதாசன்

பாரதியைக் குருவாக ஏற்றுக்கொண்ட இவர், கனகசுப்புரத்தினம் என்ற தம் பெயரைப் 'பாரதிதாசன்' என்று மாற்றிக்கொண்டார். சமூகச் சீர்திருத்தக் கருத்துக்கள் நிறைந்த அனல் பறக்கும் கவிதைகளைத் தந்ததால் 'புரட்சிக் கவிஞர்' என்றும், ஆற்றல்மிகு பாடல்களை யாத்தால் 'பாவேந்தர்' என்றும் சிறப்பிக்கப்படுகிறார். (29.4.1891 - 21.4.1965) 'எனக்குக் குயிலின் பாடலும் மயிலின் ஆடலும் வண்டின் யாழும் அருவியின் முழவும் இனிக்கும். பாரதிதாசன் பாட்டும் இனிக்கும்' என்கிறார் தமிழ்த் தென்றல் திரு. வி. க.13 வயதினிலேயே (1904) 'பழங்கலத்திலே பழங்களைத்தான்' என்று தொடங்கும் பாடலைப் பாடி தம் பாப்புனையும் ஆற்றலைக் காட்டினார். ஆனால் பாரதியாரின் சந்திப்புக்குப் பின்னரேயே 'எங்கெங்கு காணினும் சக்தியடா' என்ற பாடலைப் பாடி வெளியுலகிற்குக் கவிஞராக அறிமுகமானார் (1915). 'பாரதியின் கவிதாமண்டலத்தைச் சேர்ந்த கனக சுப்புரத்தினம் பாடியது' என்ற குறிப்புடன் இக்கவிதை வெளிவந்தது.

பாரதியாருடன் கொண்ட தொடர்பால் (1909-1921) விடுதலை இயக்கப் பாடல்கள் பலவற்றைப் பாவேந்தர் பாடியுள்ளார். கதர் இராட்டினப் பாட்டு (1930), தொண்டர் வழிநடைச்சிந்து ஆகியவை இவற்றில் குறிப்பிடத்தக்கவைகளாகும். தொடக்க காலத்தில் இறைவன் அருள் வேண்டியும் 'மயிலம் சுப்பிரமணியர் துதியமுது' (1926) போன்ற பாடல்களைப் பாடினார். பாரதியாரின் மறைவுக்குப் பின்னர் பாவேந்தரின் பாதை மாறியது. தமிழ், தமிழர், தமிழ் இனம், தமிழ்நாடு பற்றிய சிந்தனைகளே அவர் உள்ளத்தை ஆட்கொண்டன. சமுதாயச் சீர்திருத்தக் கவிதைகள் பலவற்றை எடுப்போடும் துடிப்போடும் பாடினார்.

காதல், தமிழ், பெண்ணுலகு, பகுத்தறிவு, இயற்கை, வாழ்க்கை நெறி, பொதுவுடைமை, சமுதாயம், பாரதிப் புலவர், தேசியம் போன்ற பல்வேறு தலைப்புக்களில் பாவேந்தர் பாடிய தனிப்பாடல்கள் நான்கு தொகுதிகளாகத் தொகுத்து வெளியிடப்பட்டுள்ளன. முதல் தொகுதியில் 3 காப்பியங்களும், இரண்டாம் தொகுதியில் 3 சிறுகாப்பியங்களும் இடம்பெற்றுள்ளன.

இவருடைய கவிதைகளில் திருப்பு முனையாக அமைந்தவை சஞ்சீவிபர்வதத்தின் சாரலும், தாழ்த்தப்பட்டோர் சமத்துவப் பாட்டும் ஆகும் (1930). இதைத் தொடர்ந்து 'சுயமரியாதைச் சுடர்' என்ற பாடல் தொகுதியை 1931இல் வெளியிட்டார். வடமொழியில் உள்ள 'பில்கணியம்' காவியத்தைத் தழுவி 'புரட்சிக்கவி' என்ற நெஞ்சையள்ளும் குறுங்காவியத்தை 1937இல் வெளியிட்டார். இதைத் தொடர்ந்து 1938இல் பாரதிதாசன் கவிதைகள்-முதல் தொகுதி வெளியானது. இத்தொகுதி 1941இல் விரிவு பெற்றது. இதனை அடுத்து பாவேந்தர் புகழ் பாடும் 'குடும்ப விளக்கு'த் தொகுதிகள் அடுத்தடுத்து வரலாயின. தொடர்ந்து 'இருண்டவீடு', 'அழகின் சிரிப்பு' ஆகிய உலகம் நோக்கிய கவிதை நூல்கள் (1944) வெளிவந்தன. புதுமைகள் நிறைந்த 'அமைதி' என்ற பேசா நாடக நூல் 1946இல் வெளியிடப்பட்டது. 1948இல் காதலா கடமையா?, கடல் மேற் குமிழிகள் ஆகிய நெடுங்கவிதைகள் வெளியாயின. 1962 வரை புரட்சிக் கவிஞரின் கவிதைப்பணி தொடர்ந்தது. 1964இல் கவிதை ஓய்ந்தது.

பாவேந்தர் நாடகங்கள் பலவும் எழுதியுள்ளார் (சௌமியன், நல்ல தீர்ப்பு, படித்த பெண்கள், பிசிராந்தையார், சேரதாண்டவம்) பழைய காப்பியங்களைப் புதிய சிந்தனையுடன் அணுகியுள்ளார் (மணிமேகலை வெண்பா, கண்ணகி புரட்சிக் காப்பியம்). இசைப்பாடல்கள் பல இயற்றியுள்ளார் (தேனருவி, இசையருவி), இதழ்கள் பலவற்றுக்கு, ஆசிரியராக இருந்துள்ளார் (ஸ்ரீ சுப்பிரமணிய பாரதி கவிதா மண்டலம், முல்லை, குயில்). திரைப்படங்களுக்கு திரைப்பாடல்கள் எழுதியுள்ளார் (பாலாமணி அல்லது பக்காத் திருடன், கவிகாளமேகம், வளையாபதி). பாவேந்தரின் 'பிசிராந்தையார்' என்ற நூலுக்கு அவர் மறைவுக்குப் பின்னர் 1970இல் சாகித்ய அகாதமி பரிசு வழங்கியது.

வாழ்க்கையின் பல ஏற்ற இறக்கங்களைச் சந்தித்தவர் பாவேந்தர், துணிவும், உண்மையை உடைத்துச் சொல்லும் உறுதியும் பெற்றிருந்ததால், பல போராட்டங்களை அவர் சந்திக்க வேண்டியிருந்தது. பாவேந்தருக்கு வாழ்க்கை வேறு, கவிதை வேறு அல்ல. வாழ்க்கையில் கண்டதைக் கவிதையில் சொன்னார். கவிதையில் சொல்லியதை வாழ்க்கையில் கண்டார்!

பாரதி பரம்பரைக் கவிஞர்கள்

பாரதியாருக்குப்பின் அவரது கவிதை நெறியைப் பின்பற்றிக் கவிதை இயற்றும் 'பாரதி பரம்பரை' ஒன்று உருவானது. அதில் பாரதிதாசன் மட்டும் விதிவிலக்கு. பிறர் அனைவரும் பாரதி சென்ற வழியிலேயே நடைபயின்றனர். இவர்களுள் கவிமணி தேசிகவிநாயகம் பிள்ளை, நாமக்கல் வெ. இராமலிங்கம் பிள்ளை, சுத்தானந்த பாரதியார், ச. து. சு. யோகியார் ஆகியோரைக் குறிப்பிடலாம்.

கவிமணி

எளிமை, இரக்கம், கனிவு, அன்பு போன்ற உள்ளத்தின் மென்மையான பண்புகளைக் கொண்டு கவிதை யாத்தவர் கவிமணி ஆவார் (1876 - 1954). பிறர் மனதைப் புண்படுத்தாத எள்ளல், சமூக அங்கதம் ஆகியவற்றையும் இவர் தம் கவிதைகளில் நயமாகப் பயன்படுத்தியுள்ளார். சென்னை மாகாணத் தமிழ்ச் சங்கத்தினர் இவருக்குக் 'கவிமணி' என்ற பட்டத்தை 1940இல் வழங்கினர்.

'தேசிக விநாயகத்தின் கவிப்பெருமை
தினமும் கேட்பது என் செவிப்பெருமை'

என்று நாமக்கல் கவிஞர் இவர் புகழ் பாடுகிறார்.

'உள்ளத் துள்ளது கவிதை - இன்பம்
உருவெ டுப்பது கவிதை
தெள்ளத் தெளிந்த தமிழில் - உண்மை
தெரிந் துரைப்பது கவிதை'

என்று கவிதைக்குக் கவிமணி தந்த விளக்கம் என்றும் நெஞ்சில் வைத்துப் போற்றப்படுகிறது.

'மலரும் மாலையும்' என்ற அவரது கவிதைத் தொகுதி சிறியோர் முதல் பெரியவர் வரை வாய்விட்டுப் படிக்கத்தக்க எளிய சந்தங்களால் அமைந்துள்ளது.

'உள்ளத்தில் உள்ளான் அடி! - அதுநீ
உணர வேண்டும் அடி!
உள்ளத்தில் காண்பாய் எனில் - கோயில்
உள்ளேயும் காண்பாய் அடி!

என்று கடவுள் இருக்குமிடத்தைக் காட்டுகிறார்.

'பாட்டுக் கொருபுலவன் பாரதி அடா! - அவன்
பாட்டைப் பண்ணோடொருவன் பாடினான் அடா!
கேட்டுக் கிறுகிறுத்துப் போனேனே, அடா - அந்தக்
கிறுக்கில் உளறுமொழி பொறுப்பாய், அடா'

என்ற கவிமணியின் கவிதை வரிகளைத் தண்டபாணி தேசிகர் பாட, இசைத்தட்டுகளில் வெளிவந்து தமிழகமெங்கும் புகழ் பெற்றது. பெண்களின் முன்னேற்றம் குறித்து இவர் பாடிய,

'மங்கைய ராகப் பிறப்பதற்கே - நல்ல
மாதவஞ் செய்திட வேண்டும் அம்மா'

என்ற தொடர்கள் இன்றும் பலரால் மேற்கோளாகக் காட்டப்பட்டு வரும் பெருமையை உடையது.

“குழந்தைக் கவிதைகள்’ என்ற புதிய இலக்கிய வகைக்கு வித்திட்டவர் கவிமணியே ஆவார். இவருக்குப் பின்னால் அழ. வள்ளியப்பா, பூவண்ணன், லெனின் தங்கப்பா போன்றோர் குழந்தைப் பாடல்கள் பலவற்றைப் பாடியுள்ளனர். இவரது ‘மலரும் மாலையும்’ என்ற பல்சுவைக் கவிதைத் தொகுதி 1938இல் வெளிவந்தது.

‘கண்ணே! மணியே முத்தந்தா,
கட்டிக் கரும்பே முத்தந்தா,
வண்ணக் கிளியே முத்தந்தா,
வாசக் கொழுந்தே முத்தந்தா’

என்று மழலைச் செல்வத்தைக் கொஞ்சும் பாடல்களும்,

‘தோட்டத்தில் மேயுது வெள்ளைப்பசு - அங்கே
துள்ளிக் குதிக்குது கன்றுக்குட்டி
அம்மா என்குது வெள்ளைப்பசு - உடன்
அண்டையில் ஓடுது கன்றுக்குட்டி’

என்ற பிற உயிர்களிடத்தும் அன்பு செலுத்த வேண்டும் எனும் அறிவுரை தரும் பாடலும் குழந்தை இலக்கியத்திற்கு இலக்கணமாகத் திகழ்கின்றன.

எட்வின் அர்னால்ட் எழுதிய Light of Asia என்ற ஆங்கிலக் கவிதையைத் தழுவி ‘ஆசியஜோதி’ என்ற பெயரில் புத்தரின் வரலாற்றைத் தனக்கேயுரித்தான முறையில் மனங்கசிந்து பாடினார்.

‘வாய் முத்தம் தாராமல் மழலையுரை யாடாமல்
சேய்கிடத்தல் கண்டெனக்குச் சிந்தை தடுமாறுதையா
முகம்பார்த்துப் பேசாமல் முலைப்பாலும் உண்ணாமல்
மகன்கிடக்கும் கிடைகண்டு மனம் பொறுக்குதில்லை ஐயா’

என்று கல்லும் கரையப் பாடவல்லவர் கவிமணி.

சிறந்த மொழிபெயர்ப்புக்கு இவரது உமர்கய்யாம் பாடல்களை எடுத்துக்காட்டுவர். இது பாரசீக ருபாயத் கவிதையை ஆங்கிலத்தில் மொழிபெயர்த்த எட்வர்ட் பிட்ஜெரால்ட் என்பவரது கவிதைகளைத் தழுவி எழுதப்பட்டதாகும். மூலத்தையும் விஞ்சிய மொழிபெயர்ப்பாக இது திகழ்கிறது என்பதற்கு ‘வெயிற்கேற்ற நிழலுண்டு’ என்ற பாடலைச் சான்று காட்டுவர்.

இவரது ‘மருமக்கள் வழி மான்மியம்’ சமுதாய எள்ளலாக அமைகிறது. நாஞ்சில் நாட்டில் அவர் காலத்தில் வழக்கிலிருந்த பலதார முறையைக் கண்டித்து அதன் அவலங்களை இந்நூலில் கவிதையாக வடித்துள்ளார்:

‘தொழுவத்துச் சாணம் வழிக்க ஒருத்தி,
தொட்டித் தண்ணீர் சுமக்க ஒருத்தி,

அடுக்களைச் சமையல் ஆக்க ஒருத்தி,
அண்டையில் அகலாதிருக்க ஒருத்தி,
அத்தனை பேர்க்கும் அடிமை யாயாய்
ஏழைபாவி யானும் ஒருத்தி'

நகைச்சுவை ததும்பப் பாடவல்லவர் கவிமணி. ஒருமுறை சிரங்கு கண்டு துன்புற்றபோது, தம் வேதனையைப் பாடல்களாக வடித்தார். அவற்றில் ஒன்று:

'உண்ட மருந்தாலும் உடல் முழுதும் பூசிக்
கொண்ட மருந்தாலும் குணமிலையே - மண்டு
சிரங்கப்ப ராயா! சினமாரக் கொஞ்சம்
இரங்கப்பா ஏழை எனக்கு!'

வாழ்க்கையின் பல நிலைகளையும் கண்டு அனுபவித்து யாருக்கு எப்படி வேண்டுமோ அவரவர்க்கு அப்படிக் கவிதை தந்தவர் கவிமணி.

நாமக்கல் கவிஞர்

விடுதலை இயக்கப் பாடல்களைப் பாரதிக்குப் பின் மிடுக்குடன் பாடியவர் நாமக்கல் வெ. இராமலிங்கம் பிள்ளை ஆவார் (19.10.1888 - 24.8.1973). காந்தியத்தையும் போற்றிப் பாடல்கள் பல பாடியுள்ளார்.

'சாந்த காந்தி சத்தியத்தின்
சங்க நாதம் கேட்குது
ஆய்ந்து பார்க்கத் தேவை யில்லை
அதிலி ருக்கும் நன்மையை'

என்று காந்திய நெறியைப் புகழ்ந்துள்ளார்.

'கத்தியின்றி ரத்தமின்றி யுத்தமொன்று வருகுது' எனும் புகழ்மிகு பாடலில் அஹிம்சை நெறியை வாழ்த்திப் பாடுகிறார். பாரதியின்பால் மிகுந்த பற்றுடையவர். பாரதியின் பாடலைக் கேட்டு 'தொண்டு கிழவனும் தொடைதட்டி எழுவான்' என்று உணர்ச்சி ததும்பப் பாடியுள்ளார். பெண்மையைப் போற்றிப் பல பாடல்கள் யாத்துள்ளார்:

'தாயாய் நின்று தரணியைத் தாங்கும்
தாரமாய் வந்து தளர்வைப் போக்கும்
உடன்பிறப்பாகி உறுதுணை புரியும்
மகளாய்ப் பிறந்து சேவையில் மகிழும்
அயலார் தமக்கும் அன்பே செய்யும்
பெருமை மிக்கது பெண்ணியல் பாகும்'

தனிக்கவிதைகள் மட்டுமல்லாது, 'அவனும் அவளும்', 'அன்பு செய்த அற்புதம்' ஆகிய கதைப்பாடல்களும், 'மலைக்கள்ளன்' போன்ற நாவல்களும், 'என்கதை' போன்ற உரைநடை நூல்களும் எழுதியுள்ளார்.

திருக்குறளுக்குப் புதிய உரை வகுத்துள்ளார். இவரது கவிதைகள் 'தமிழன் இதயம்', 'சங்கொலி' என்ற பெயர்களில் வந்துள்ளன. கவிஞருடைய புனைவுத் திறம் அவரது 'அன்பு செய்த அற்புதம்' கதைப்பாடலில் உச்ச நிலைக்குச் செல்கிறது. கதைத் தலைவி மங்களத்தின் கூந்தல் அழகைச் சொல்லவரும் கவிஞர்,

'இருட்டைப் பிடித்துக் கம்பியாய் இழுத்து
கம்பியின் இயல்பாம் கடினம் போக்கி
பட்டுநூல் போன்ற பதமுண்டாக்கி
வளைத்து நெளித்து வாசனை பூசி
கருப்புடன் வெகுசிறு நீலமும் கலந்து
சிறந்த கைத்திறச் சித்திரக் காரனும்
சரியாய் அதற்கிணை சாயம் குழைப்பது
முடியா தெனும்படி செய்து முடித்த
அழகுடன் நீண்டது அவளுடைய கூந்தல்'

என்று சொல்லி முடிக்கிறார். கூந்தல் அழகை இவ்வளவு நுண்மையாகவும், நீண்மையாகவும் விளக்கும் இதுபோன்ற வேறு பாடல் தமிழில் இல்லையென்றே சொல்லலாம்.

சுத்தானந்த பாரதியார்

புதுவையிலுள்ள அரவிந்தர் ஆசிரமத்தில் யோகியாக வாழ்ந்த சுத்தானந்த பாரதியார், பன்மொழிப் புலவராவார். தம்முடைய வாழ்நாளில் எண்ணற்ற பாடல்களைப் பாரதி நெறியில் நின்று எழுதிக் குவித்தார். 'கற்பென்று சொல்ல வந்தோம்; அதை இருவர்க்கும் பொதுவில் வைப்போம்' என்ற பாரதியின் சிந்தனையை இவர் மேலும் விரிவுபடுத்துகிறார்.

'காதலின்றி, உள்ளக்
கலப்பின்றி, ஈடின்றிச்
சாதகத்தைப் பார்த்தெமக்குத்
தாலிவிலங் கிட்டிடுவீர்!
ஆணுக்கொரு நீதி;
பெண்ணுக் கொரு நீதியோ?'

இவரது சில கவிதைகளில் தமிழுணர்வு தழைத்திருப்பதைக் காணலாம்.

'எண்ணுறும்போது தமிழையே எண்ணீர்!
இசைத்துழி தமிழையே இசைப்பீர்!
பண்ணுறும்போது தமிழ்ப்பணி தனையே
பழுதறப் பண்ணிஇன் புறுவீர்!

உண்ணும் போதும் உறங்கிடும்போதும்
உயிருளம் துடித்திடும் போதும்
கண்ணினும் அரிய தமிழையே கருதிக்
காரிய உறுதிகொண் டெழுவீர்'

மரபின் சாயல் அதிகமாகப் படிந்திருக்கும் சுத்தானந்தர் பாட்டில் நாட்டுப்புற வடிவங்களையும் பார்க்க முடிகிறது. நரிக்குறத்திப் பாட்டு, படகுக்காரர் பாட்டு ஆகியவை இதற்குச் சான்றுகளாகும். 'பாரத சக்தி மகாகாவியம்' என்பது இவரது மாபெரும் படைப்பாகும். இக்காப்பியத்திற்காக இவர் தமிழ்ப் பல்கலைக்கழகத்தின் ராஜராஜன் விருதினைப் பெற்றார்.

ச. து. சு. யோகியார்

பாரதியுகத்தில் வந்த அருளியல் கவிஞர் (Mystic Poet) என்று இவர் போற்றப்படுகிறார் *(1904-1963)*. 'தமிழ்க்குமரிப் பாடல்கள்' என்ற தலைப்பில் இவரது கவிதைகள் வெளியிடப்பட்டுள்ளன. இவர் எழுதிய கவிதைகள் சிறிதே எனினும் அனைத்தும் சிறந்த கவிதைகள் எனப் போற்றப்படுகின்றன. இவரது கவிதைகளில் தொனிப்பொருள் தோன்றும் என்பர்.

உமர்கய்யாம் பாடல்களை இவர் மொழிபெயர்த்துள்ளார். மேரி மக்தலோனா எனும் கதைப்பாடலை இயற்றியுள்ளார். தமிழ் எழுத்தாளர்கள் பலர் அகலிகைக் கதையை - அவளுக்கு இழைக்கப்பட்ட கொடுமையைக் கண்டு மனம் கொதித்து தங்கள் தீர்ப்பைப் - பல்வேறு கோணங்களில் வழங்கியுள்ளனர். யோகியாரும் தாம் படைத்த 'அகலிகை' கவிதையில், கோதமனின் செயலுக்கும் தீர்ப்புக்கும் வெகுண்டு இராமன் கூறியதாய் பின்வரும் பாடலை அமைக்கிறார்:

'பித்த நெஞ்சம் உற்றாய் நீ;
பெரியவஞ்சம் செய்தாயே
அப்போதே வானர சைக்
காதலித்தா ளாம் அறிந்தும்
மெய்ப்போதே முனிவன் நீ
வேட்டாயோ வேண்டாதாய்?
வானரசன் காதலியாய்
வகைமோசம் செய்தாளாம்,
மானம் அறிந்திலேயே,
மனம்கொண்ட போதினிலே
....
பொய்யன் நீ! வஞ்சன் நீ!
போலிஅறப் போதன் நீ!

காமினி, வளையாபதி ஆகிய இசை நாடகங்களையும் யோகியார் இயற்றியுள்ளார்.

பாரதிதாசன் பரம்பரைக் கவிஞர்கள்

பாரதியாருக்குப் பின் ‘பாரதிபரம்பரைக் கவிஞர்கள்’ அணி ஒன்று உருவானதுபோல, பாரதிதாசனுக்குப்பின் அவர் கவிதை நெறியைப் பின்பற்றும் ‘பாரதிதாசன் பரம்பரைக் கவிஞர்கள்’ அணி ஒன்று உருவானது. பாரதிதாசன் பரம்பரையினர் என 48 கவிஞர்களைக் குறிப்பிடுவர். இவர்கள் பாவேந்தர் நடத்திய ‘குயில்’ ஏட்டில் கவிதை எழுதியவர்களாவர். ஆனால், பாவேந்தர் காட்டிய கவிதைப் பாதையில் தொடர்ந்து கவிதைப் பயணம் செய்த கவிஞர்கள் சிலரே உள்ளனர். அவர்களுள் முடியரசன், வாணிதாசன், சுரதா, பென்னடியான் ஆகியோர் குறிப்பிடத்தக்கவர்கள் ஆவர்.

முடியரசன்

பழைய மரபில் வந்த பாடுபொருட்களைப் புதிய உணர்வோடு பாடிய கவிஞர் என்று இவரைப் போற்றுவர். கே. எஸ். துரைராசு என்ற இயற்பெயர் கொண்ட இக்கவிஞர் காரைக்குடி உயர்நிலைப் பள்ளியொன்றில் தமிழாசிரியராகப் பணியாற்றியவர். தமிழ், இயற்கை, காதல் ஆகியவையே இவர் கவிதைகளில் மீண்டும் மீண்டும் காணப்படும் பாடுபொருட்களாகும். அறநெறியைப் போற்றுதல், நெறி தவறாத வாழ்கை அறிவுறுத்துதல், உயர்ந்த எண்ணங்களை வலியுறுத்துதல் ஆகியவை இவரது கவிதைப் பண்புகளாகும். பூங்கொடி, வீரகாவியம் ஆகிய கவிதைக் காப்பியங்களை இவர் இயற்றியுள்ளார். பூங்கொடி என்பது மொழிப்போர் பற்றியதாகும்.

‘ஆயிரம் பகைதாம் ஆர்ப்பரித் துரினும்
தூவென இகழ்ந்து தோள்வலி காட்டி
எழிலரசோச்சும் தமிழே என்போ’
‘கடல்பொங் கலையில் கறையான் வாயில்
சுடர்எரி நாவில் அழிபடும் ஆற்றில்
தப்பிப் பிழைத்த தமிழே என்கோ’

என்று தமிழின் பெருமையைப் பாடுகிறார்.

பூங்கொடியின் தாய் அருண்மொழியைப் பற்றிக் கூறும்போது

‘பகைஎறி வடிவேல் பைந்தமிழ் காக்கும்
குகைவதி புலிபெறு குலக்கொடி அவளாம்.

என்று புறநானூற்றுப் பாடலை நினைவூட்டுகிறார்.

தமிழில் பிற சொற்கலப்போரை, ‘அமிழ்தம் இனிக்க அச்சு வெல்லம் கலப்போர்’ என்கிறார். ‘வெளியூர் சென்றிருக்கும் கணவனுக்குத் தன் நிலையைக் காதல் மனையாள் சொல்லி வருந்துவதாக ‘முகில் விடு

தூது' பாடியுள்ளார். பாவேந்தர் 'பெண்குழந்தைத் தாலாட்டு' பாடியதுபோல கவிஞர் முடியரசனும் தாலாட்டுப் பாடுகின்றார்.

'வாடப் பலபுரிந்து வாழ்வை விழலாக்கும்
மூடப் பழக்கத்தைத் தீதென்றால் முட்டவரும்
மாடுகளைச் சீர்திருத்தி வண்டியிலே பூட்ட வந்த
ஈடற்ற தோளா! இளந்தோளா! கண்ணுறங்கு!

என்று பாவேந்தர் பாட.

'தமிழ்வளர ஏதும் தடங்கல் வரும் என்றோ
இமைமூட மனமின்றி இருக்கின்றாய் என் கண்ணே
மடங்கல் உரங்காட்டும் மாமன்னர் காத்திடுவார்
தடங்கல் வாராது தம்பி நீ கண்வளராய்'

என்று முடியரசன் பாடுகிறார்.

வாணிதாசன்

புதுவையைச் சார்ந்த வாணிதாசன் (1910-1974), பாரதிதாசன் போன்றே இயற்கையில் அதிக ஈடுபாடு காட்டிய கவிஞர் ஆவார். இவரது கவிதைகளில் இயற்கைப் புனைவுகளின் ஆட்சி மிகுதியும் உண்டு. தமிழச்சி, கொடிமுல்லை, எழிலோவியம், இன்ப இலக்கியம், பொங்கல் பரிசு ஆகிய தலைப்புகளில் இவரது கவிதைத் தொகுதிகள் வெளிவந்துள்ளன. உவமைகள் இவர் கவிதைகளில் ஓடிவந்து ஒட்டிக்கொள்ளும். தலைவியில்லாத வாழ்வைச் சுட்டும் பின்வரும் பாடல் இதற்குச் சான்று:

'நீயில்லாச் சில நாட்கள் வீயில்லாச் சோலை!
நீரில்லா மலர்ப்பொய்கை! நிழலில்லா பாட்டை!
தீயில்லாக் குளிர்காலம்! சீரில்லாப் பாடல்!
திக்கு திசையில்லாச் செழுங்காடு போலாம்'

பாவேந்தர் பரம்பரைக் கவிஞர்களைப் பற்றித் தம் பாடல் ஒன்றில் குறிப்பிடுகிறார் வாணிதாசன்.

'சாவேந்து நாள்வரையில் ஈன்ற அன்னைத்
தமிழ்மொழியை எம் வாழ்வை என்றன்
ஆசான் பாவேந்தர் தமிழ்க்கவிதை முறைபின் பற்றிப்
பாடுகின்ற இளங்கவிஞர் பலர்உள் ளாரே'

சுரதா

'உவமைக் கவிஞர்' எனப் போற்றப்படும் கவிஞர் சுரதாவின் இயற்பெயர் இராசகோபாலன் என்பதாகும் (1921). பாவேந்தர் மீது கொண்ட ஈடுபாட்டினால் தம் பெயரை சுப்புரத்தினதாசன் என்று

மாற்றிக் கொண்டார். இவரது கவிதைகளில் உவமையின் ஆட்சி அதிகமுண்டு. எந்த ஒரு செய்தியையும் உவமை இல்லாமல் இவர் சொல்வதில்லை. தேன்மழை, துறைமுகம், சிரிப்பின் நிழல், சுவரும் சுண்ணாம்பும், அமுதும் தேனும், தொடாவாலிபம், உதட்டில் உதடு ஆகிய கவிதைத் தொகுப்புகளை வெளியிட்டுள்ளார். இவரது கவிதைகளில் காமச்சுவை சற்று அதிகம் என்பர். அமுதும் தேனும், தொடாவாலிபம், உதட்டில் உதடு கவிதைத் தொகுப்புகள் இக்கூற்றினை மெய்ப்பிக்கின்றன. இவை சமுத்திரவிலாசம், விறலிவிடுதூது, காதல் ஆகிய சிற்றிலக்கியங்கள் போன்று அமைந்துள்ளன.

கவிஞர் சுரதா தமது புதிய உவமைச் சிந்தனையைப் பாட்டாகவே காட்டுகிறார்.

'பனி என்பீர், 'நிலா வழிக்கும் வியர்வை' என்பேன்,
பாடையென்பீர் 'கால் கழிந்த கட்டில்' என்பேன்;
கனியென்பீர், 'விதைக் குடும்பம்' என்பேன்; நீலக்
கடலென்பீர், 'மண்மகளின் ஆடை' யென்பேன்'

தமிழ்ஒளி

நாற்பது ஆண்டுகளே வாழ்ந்து என்றும் நினைவில் நிற்கும் அழியாத கவிதைகளைத் தந்தவர். தத்துவம் நிறைந்த இவரது கவிதைகளில் இழையோடும் ஓசையின்பமும், தாளலயமும் சிற்றோடை போல வழிந்தோடும். இத்தகுப் பண்புகளுக்குப் பின்வரும் கவிதை சான்றாகின்றது:

'மொட்டைக் கிளையொடு நின்றுதினம்
பெருமூச்சு விடும் மரமே
வெட்டப்படும் ஒருநாள் வரும்என்று
விசனம் அடைந் தனையோ?
கட்டை எனும்பெயர் உற்றுக்கொடுந்
துயர் பட்டுக் கருகினையோ!
பட்டை எனும் உடை இற்றுக்கிழிந்
தெழில் முற்றும் இழந்தனையே!
காலம் எனும் புயல் சீறி எதிர்க்கக்
கலங்கும் ஒரு மனிதன்
ஓரமிடக் கரம் நீட்டிய போல் இடர்
எய்தி உழன் றனையே!

'காதலில் தோல்வியுற்று வாழ்க்கையிலும் தோல்வியுற்றுக் கால நோய்க்கு இரையாகி இளம் பருவத்தில் வாழ்வை நீத்த அவருடைய உள்ளத்தின் சோகமே 'கண்ணப்பன் கிளிகள்' என்கிறார் கி. வா. ஜ. அவரது வாழ்க்கையில் சோகம் இழையோடிய போதும் குழந்தைகளையும்

தொழிலாளர்களையும் ஒடுக்கப்பட்டோரையும் அவர் மறக்கவில்லை. மழைவரும் சூழலை மழலைக்குப் பின்வருமாறு காட்டுகிறார் கவிஞர் தமிழ்ஒளி:

'மின்னல் மின்னி இடிஇ டித்து
மேகம் வந்தது!
மெல்ல மெல்ல மழைபி டித்து
மிகவும் பெய்தது!
கன்னங் கரிய இருட்டு வந்து
கவ்விக் கொள்ளுது!
காட்டு நரிபோல் ஊளையிட்டுக்
காற்று வந்தது
வேண்டும் வேண்டும் என்று மழை
மீண்டும் கொட்டுது'

தீண்டாமையை எதிர்த்து 'வீராயி' என்ற பெரும்பாடலைப் பாடியுள்ளார். தமிழ் ஒளியின் கவியாற்றலைத் தமிழுலகு சிறிது காலத்திற்கு மட்டுமே பெற முடிந்தது. இது தமிழர்களின் தவக்குறை என்பார் கமில் சுவலபில் (... a promise of greater things to come, unfortunately unfulfilled) விதியோ வினையோ?, கோசலைக் குமரி ஆகியன இவரது கவிதை நூல்களாகும்.

பெருஞ்சித்திரனார்

தனித்தமிழ் இயக்கத்தைத் தலைமை தாங்கி நடத்திய தேவநேயப் பாவாணர் அவர்களின் தலைமாணாக்கராகத் திகழ்ந்தவர் துரை மாணிக்கம் எனும் இயற்பெயர் கொண்ட பெருஞ்சித்திரனார் ஆவார். பேசுவது, எழுதுவது, சிந்திப்பது அனைத்தும் பிறமொழிச் சொல் கலவாத தூய தமிழ் நெறியில் நின்றவர். அரிய கருத்துக்களையும் இனிமையாகச் சொல்லும் கலையில் வல்லவர். 'ஐயை' என்ற தனித் தமிழ்க் காப்பியம் படைத்துள்ளார். தாம் ஆசிரியராக இருந்த தென்மொழி, தமிழ்ச்சிட்டு ஆகிய இதழ்களில் எழில்மிகு பாடல்கள் பல புனைந்தார். இளைஞர்களுக்குத் தென்மொழியில் வந்த பாடல்களும், இளஞ்சிறார்க்குத் தமிழ்ச்சிட்டில் வந்த பாடல்களும் தமிழுணர்வு ஊட்டின. மரபு பிறழாது சுவை குன்றாது பல சுவிதைகளை நூறாசிரியம், கொய்யாக்கனி, எண்சுவை எண்பது, அறுபருவத் திருக்கூத்து, கனிச்சாறு, பாவியக் கொத்து, மகபுகுவஞ்சி ஆகிய நூல்களில் தந்துள்ளார்.

அழ. வள்ளியப்பா

'குழந்தைக் கவிஞர்' என்று போற்றப்படும் அழ. வள்ளியப்பாவின் பாடல்கள் தமிழகத்தின் பட்டி தொட்டிகளில் பயிலும் குழந்தைகள்

கூட அறியும் அளவிற்குப் புகழ் பெற்றவை. கவிமணி அவர்களின் குழந்தைப் பாடல்கள் நெறியைப் பின்பற்றி - எளிமை, இனிமை, சந்தம் நிறைந்த கவிதைகளில் அறிவுரைகளைத் தந்த கவிஞர் அழ. வள்ளியப்பா ஆவார். ஐம்பதிற்கும் மேற்பட்ட கவிஞரின் சிறுவர் பாட்டிலக்கிய நூல்கள் வெளிவந்துள்ளன. இவரது கவிதைத் தொகுப்பு 'மலரும் உள்ளம்' என்ற தலைப்பில் வந்துள்ளது. பாப்பாவுக்குப் பாட்டு, பாட்டிலே காந்தி ஆகியவை குறிப்பிடத்தக்க நூல்களாகும். கவிதையில் ஏதேனும் செய்தி அடங்கியிருக்க வேண்டும் என்பதில் கவனம் செலுத்தினார். தம் கவிதைகள் வாயிலாகக் கல்வியை இளஞ்சிறார் நெஞ்சில் ஊட்டினார். இதற்குப் பின்வரும் பாடல் சான்றாகும்:

'ஞாயிற்றுக்கிழமை நகையைக் காணோம்
திங்கட்கிழமை திருடன் கிடைத்தான்
செவ்வாய்க்கிழமை ஜெயிலுக்குப் போனான்
புதன்கிழமை புத்தி வந்தது
வியாழக் கிழமை விடுதலை ஆனான்
வெள்ளிக்கிழமை வீட்டுக்குப் போனான்
சனிக்கிழமை சாப்பிட்டுப் படுத்தான்
அப்புறம் அவன்கதை யாருக்குத் தெரியும்?'

கவிதை மட்டுமன்றி கதை சொல்வதிலும் வல்லவர் வள்ளியப்பா. இவரது 'நல்ல நண்பர்கள்', 'பர்மாரமணி' ஆகிய கதைகள் சிறுவர்கள் மத்தியில் புகழ் பெற்றவையாகும்.

பட்டுக்கோட்டை கல்யாணசுந்தரம்

'பாட்டுக்கோட்டையைக் கட்டிய பட்டுக்கோட்டை' என்று இவரைப் புகழ்வர். 29 ஆண்டுகளே வாழ்ந்த இவர் (1930-1959). இறவா வரம் பெற்ற பாடல்களை விட்டுச் சென்றார்.

'எத்தனையோ இன்பம் இந்த நாட்டிலே உண்டு
அத்தனைக்கும் பெரிய இன்பம் பாட்டிலே உண்டு'

என்றார். பாமரர்களுக்காகக் கவிதை பாடிய ஒரே கவிஞர் இவர் எனலாம். விவசாயியாக, ஓட்டுநராக, ஆடுமாடு மேய்ப்பவராக, சுரங்கத் தொழிலாளியாக, நாட்டியக் கலைஞராக, பொருள் கூவி விற்பவராக 17 வகையான தொழில்களைச் செய்த அனுபவம் இவருக்கு உண்டு. மக்கள் படும் துன்பங்களைக் காணப் பொறுக்காத இவரது கவிதைகளுக்குப் பொதுவுடைமை நாளேடான ஜனசக்தி வடிகால் ஆயிற்று. 1951ஆம் ஆண்டில் 'படித்தபெண்' திரைப்படத்திற்குப் பாடல் எழுதத் தொடங்கியவர் விரைவில் புகழின் உச்சிக்குச் சென்று 'மக்கள் கவிஞராக'ச் சிறப்புப் பெற்றவர். இவரது பாடல்கள் அனைத்தும் மக்களின் குறைதீர்ப்பதற்கான வழி காண்பதாக அமைந்தன.

அவர்களது மூடநம்பிக்கையை விலக்கி, உண்மையறிவை அவர்களுக்குப் புகட்டுவதாக விளங்கின. பாமரப் பேச்சாகவும், பாட்டாளி மொழியாகவும் இவர் பாடல்கள் வெளிப்பட்டன.

'உச்சி மலையில் ஊறும் அருவிகள்
ஒரே வழியில் கலக்குது
ஒற்றுமை யில்லா மனித குலம்
உயர்வுதாழ்வும் வளர்க்குது'

என்று மனித ஏற்றத் தாழ்வுகளைச் சாடுகிறார்.

'செய்யும் தொழிலே தெய்வம் - அந்தத்
திறமைதான் நமது செல்வம்
வெயிலே நமக்குத் துணையாகும் - இந்த
வேர்வைகள் எல்லாம் விதையாகும்
சாமிக்குத் தெரியும் பூமிக்குத் தெரியும்
ஏழைகள் நிலைமை - அந்தச்
சாமி மறந்தாலும் பூமி தந்திடும்
தகுந்த பலனை...'

என்று ஊக்கத்தை வலியுறுத்திப் பாடுகிறார்.

பட்டுக்கோட்டையார் பாடல்களில் தத்துவங்கள் பல படிந்திருக்கக் காணலாம்.

'இரைபோடும் மனிதருக்கே இரையாகும் வெள்ளாடே
இதுதான்உலகம் வீண்அனுதாபம் கண்டுநீ
ஒருநாளும் நம்பிடாதே'

என்று வஞ்ச நெஞ்ச மனிதரை அடையாளம் காட்டுகிறார். எல்லா வற்றையும் சொந்தம் கொண்டாடும் மனிதன் கடைசியில் எதைச் சொந்தமாகக் கொண்டு போகப் போகிறான் என்பதைப் பட்டுக்கோட்டையார் நயமாக உணர்த்துகிறார்:

'குட்டிஆடு தப்பிவந்தா குள்ளநரிக்குச் சொந்தம்!
குள்ளநரி மாட்டிக்கிட்டா கொறவனுக்குச் சொந்தம்!
தட்டுகெட்ட மனிதர்கண்ணில் பட்டதெல்லாம் சொந்தம்!
சட்டப்படி பார்க்கப்போனால் எட்டடிதான் சொந்தம்'

சாமானிய உவமைகளைப் பயன்படுத்தி கவிஞர் எல்லோர் நெஞ்சிலும் நிறைந்தார்.

பெண்: 'விண்ணில் பிறந்த மின்னல் இறங்கி
மண்ணில் நடந்து வந்தது போல்'

இசை: 'துன்பக் கடலைத் தாண்டும்போது
தோணியாவது கீதம்'

சூரினும் சந்திரனும்: "காலைப் பொன் சூரியனும்
கார் முகிலின் சந்திரனும்
கால மெனும் வண்டியிலே
கடை யாணி ஆகுமடா'

காதல் பார்வை: 'பக்குவம் தவறாத பருவக்
கெண்டை மீன் போல
பளிச் சின்னு துள்ளிடுவே
பாஞ்சி மனசை அள்ளிடுவே'

பட்டுக்கோட்டையார் பாடல்கள் நாடோடி மரபினை நவீன முறையில் வெளிப்படுத்துவதாக ஜீவா மதிப்பிடுகிறார். 'இவருடைய பாடல்கள் - பெரும்பாலும் கிராமியப் பண்பையும் பண்ணையும் தழுவி வந்துள்ளன. உருவங்களைக் காட்டாமல் உணர்ச்சிகளைக் காட்டுகின்றார். கிராமத்துச் சாதாரண மனிதனின் மொழியில் பேசுகின்றார்' என்று குன்றக்குடி அடிகளார் புகழாரம் சூட்டியுள்ளார். இதுதான் பட்டுக்கோட்டையார் பாடல்கள் பெற்ற வெற்றியின் இரகசியம்!

கண்ணதாசன்

தமிழ்க் கவிதையுலகில் 'கவியரசு' என்ற புகழினைப் பெற்ற கண்ணதாசனைத் தமிழ்க் கவிதையுலகின் சாதனையாளர் எனலாம். இவர் பாடாத பொருள் இல்லை; சிறக்காத பாடல் இல்லை. எதைப் பாடினாலும் எப்படிப் பாடினாலும் அவை சுவை உணர்வுக்கு விருந்தாக அமையும். அனுபவங்களே இவருக்குக் கவிதைகளாக உருவாயின.

'தொட்டபின் வம்பு என்றும் சுட்டபின் நெருப்பு என்றும்
பட்டபின் உணர்வு என்றும் என்பழக்க மென்றானேன்'

என்று தம் இயல்பை அவரே பாடுகிறார். இவர் வாழ்க்கையில் பல முரண்பாடுகளைச் சந்தித்தவர். நாத்திகராக இருந்து கடவுளைச் சாடியவர். பின்னர் முழு ஆத்திகராக மாறி 'அர்த்தமுள்ள இந்துமதம்', 'பஜகோவிந்தம்' போன்ற நூல்களை எழுதினார். தொடக்க காலத்தில் திராவிட முன்னேற்றக் கழகத்தில் தீவிரப் பங்கு வகித்தவர். கலைஞர் மு. கருணாநிதியிடம் நிழல்போல் நட்புக்கொண்டிருந்த கவிஞர் கடைசி நாட்களில் அவரைத் தீவிரமாக எதிர்த்தார். எதைப் பற்றியும் கவலைப்படாமல் தன் மனம் சொல்லிய வழியில் பயணமானார். அதனால் தான்,

'புகழ்ந்தால் என்னுடல் புல்லரிக்காது.
இகழ்ந்தால் என்மனம் இறந்துவிடாது'

என்று பாடுகிறார். 'ஒரு கோப்பையிலே என் குடியிருப்பு' என்ற பிரபல பாடலைப் பாடியதால் பரபரப்பாகப் பேசப்பெற்றார். இறுதியில் கண்ணனைத் தஞ்சமடைந்தார்.

தத்துவப் பாடல்கள் என்றால் அது கண்ணதாசன் பாடல்களே எனும் அளவிற்கு இவர் பாடல்கள் புகழ்பெற்றன.

'பிறப்பறக்க மாட்டாமல் பாடிப் புலம்புகின்றேன்
சுற்றறுக்க மாட்டாமல் துயரத்தால் விம்முகின்றேன்'

என்று தம் நிலையைத் தாமே பாடுகிறார். தாம் உயிரோடு இருந்தபோதே 'இருந்து பாடிய இரங்கற்பா' என்று தமக்கு இரங்கற்பா பாடிய விந்தைக் கவிஞர் கண்ணதாசன். இவரிடம் தனிப்பாடல்கள் புதுவிளக்கம் பெற்றன. 'தத்தை தூது செல்லாது' எனும் தகரவார்க்கத் தனிப்பாடலைத் திரைப்படத்திற்கேற்ப எழுதினார். 'அத்திக்காய்' எனும் தனிப்பாடலும் 'வீடுவரை உறவு' எனும் பாடலும் முந்தைய புலவர்கள் பாடிய பாடல்களின் மறு வடிவங்களாகும். எளிய சிறிய உவமைகளை நறுக்குத் தெறித்தாற்போல தன் கவிதைகளில் நயமாக வைத்துச் சொல்வார். 'காலங்களில் அவள் வசந்தம்' எனத் தொடங்கும் பாடல் இதற்கு நல்ல எடுத்துக்காட்டு. அழகின் எல்லையைக் கண்டது போல பல பாடல்கள் பாடியுள்ளார். பெண்ணைப் பற்றிப் பாடும்போது,

'கண்கள் மயங்கும் கண்ணானாள்
பெண்கள் மயங்கும் பெண்ணானாள்
நினைவில் மயங்கும் பொருளானாள்
நிலவில் மயங்கும் இருளானாள்'

என்கிறார்.

'ஜனனம் என்பது வரவாகும் அதில்
மரணம் என்பது செலவாகும்'

என்று பிறப்பையும் இறப்பையும் நடைமுறை உவமை மூலம் இணைத்துக் காட்டுகிறார். 'காவிரித்தாயே கா விரித்தாயே' என்பது போன்று பாடல்களில் சொல் விளையாட்டுக் காட்டுவதிலும் வல்லவர்.

கவிதைகள் மட்டுமல்லாது, தமிழ் இலக்கியப் பரிமாணங்கள் பலவற்றிலும் பயணம் செய்தவர் கவிஞர் கண்ணதாசன். நாவல்கள் பல எழுதியுள்ளார். 'பேனா நாட்டியம்' போன்று சொல்லோவியங்கள் (உரைநடைச் சித்திரம்) பல தீட்டியுள்ளார். அர்த்தமுள்ள இந்துமதம் போன்று விளக்க நூல்கள் பல எழுதியுள்ளார். 'திருப்பாவை' போன்று 'தைப்பாவை' படைத்துள்ளார். ஆட்டனத்தி - ஆதிமந்தி, மாங்கனி போன்ற குறுங்காப்பியங்கள் இயற்றியுள்ளார். தம்முடைய இறுதி நாட்களில் 'இயேசு காவியம்' பாடியுள்ளார். அதன் பாயிரத்தில்,

'மொங்குமாங் கடலில் புகுந்தள வெடுக்க
போயினேன் வெற்றிபெற் றேனா?
பூமியின் தருக்கள் செடிகொடி யோடும்
புல்லினைத் தொகையெடுத் தேனா?

தங்கமொன் றெடுத்துப் பலவகை நகைகள்
தட்டயான் நல்லதட் டானா?
தாய்த்தமிழ் ஆசை வாய்த்தநூற் பற்றுத்
தந்ததால் துணிந்து விட் டேனா?'

என்று தமிழின் மிகுதியையும் தன்னுடைய தகுதியையும் நினைத்துப் பார்க்கிறார். கண்ணதாசன் மறைந்தார்; கவிஞர் மறையவில்லை!

புதுக்கவிதை

தமிழுக்குப் புதுக்கவிதையை அறிமுகம் செய்தவர் பாரதியார். அமெரிக்கக் கவிஞர் வால்ட் விட்மனின் *(1819 - 92)* Leaves of Grass என்ற கவிதைத் தொகுப்பைப் படித்த பாரதியார் அந்தப் 'புதிய கவிதை'யில் (New Poetry) மனதைப் பறிகொடுத்தார். அவற்றைப் போன்றே வசன கவிதைகள் (Free verse) எழுதிப் பார்த்தார். பல புதிய கருத்துக்கள் புதுமையான முறையில் சொல்லப்பட்டன. சாதல் இனிது என்பதைப் பின்வரும் வசன கவிதையில் படிப்படியாக உணர்த்துகிறார்:

'மனிதர் மிகவும் இனியவர்
ஆண் நன்று; பெண் இனிது
குழந்தை இன்பம்
இளமை இனிது முதுமை நன்று
உயிர் நன்று சாதல் இனிது'

உணர்வினை அறிந்து அதைப் போற்றும் வழியைப் பின்வரும் கவிதையில் காட்டுகிறார்:

'உணர்வே நீ வாழ்க
நீ ஒன்று, நீ ஒளி
நீ ஒன்று, நீ பல
நீ நட்பு, நீ பகை
உள்ளதும் இல்லாததும் நீ
அறிவதும் அறியாததும் நீ
நன்றும் தீதும் நீ
நீ அமுதம் நீ சுவை
நீ நன்று நீ இன்பம்'

சக்தியின் இயல்பு எது? என்பதைப் பின்வருமாறு வசனகவிதையில் விளக்குகிறார்:

'சக்தி அடிப்பது துரத்துவது காட்டுவது
பிணைப்பது கலப்பது உதறுவது
புடைப்பது வீசுவது கழற்றுவது

கட்டுவது சிதறடிப்பது தூற்றுவது
ஊதிவிடுவது, நிறுத்துவது ஒட்டுவது
ஒன்றாக்குவது பலவராக்குவது'

பாரதியின் வசன கவிதைகளுக்குப் பின்புலமாக அமைந்த Leaves of grass நூலின் சில கவிதைகளை ச. து. சு. யோகியார் 'மனிதனைப் பாடுவேன்' என்ற தலைப்பில் மொழிபெயர்த்தார். 'புல்லின் இதழ்கள்' நூலுக்கும், பாரதி வசன கவிதைகளுக்கும், இருந்த தொடர்பை தமிழ்ப் புதுக்கவிதையின் திருமூலர் ந. பிச்சமூர்த்தியின் கூற்று இணைத்துக் காட்டுகிறது:

'இப்புதுக்கவிதை முயற்சிக்கு யாப்பு மரபே கண்டிராத வகையில் அமெரிக்கக் கவிஞர் வால்ட் விட்மன் எழுதிய 'புல்லின் இதழ்கள்' என்ற கவிதைத் தொகுப்புதான் வித்திட்டது. அதைப்படித்தபோது கவிதையின் ஊற்றுக்கண் எனக்குத் தெரிந்தது. பின்னர் பாரதியின் வசன கவிதையைப் படித்தபோது என் கருத்து வலுவடைந்தது.

(காட்டுவாத்து, முன்னுரை)

தமிழில் புதுக்கவிதைகளை வளர்த்ததற்கு எழுத்து இதழுக்கு முக்கியப் பங்குண்டு. கிராம ஊழியன், சிவாஜி, கலாமோகினி ஆகிய இதழ்களிலும் புதுக்கவிதைகள் வெளியாயின. ஆனாலும் 'எழுத்து' இதழே புதுக்கவிதையை வேள்வியாகத் தொடர்ந்தது. ந. பிச்சமூர்த்தியுடன், கு. ப. ரா., வல்லிக்கண்ணன் ஆகியோர் இணைந்து புதுக்கவிதை இயக்கத்தைத் தொடங்கினர். எழுத்து இதழில் 1959 முதல் 1962 வரை வெளிவந்த 200 புதுக்கவிதைகளில் 24 கவிஞர்கள் எழுதிய 63 சிறந்த கவிதைகளைத் தேர்ந்தெடுத்து 'புதுக்குரல்கள்' என்ற பெயரில் சி. சு. செல்லப்பா வெளியிட்டார். 1959ஆம் ஆண்டு சனவரி மாதம் வெளிவந்த 'எழுத்து' இதழில் ந. பிச்சமூர்த்தியின் வழித்துணை, காட்டுவாத்து, பெட்டிக்கடை நாராயணன் ஆகிய கவிதைகள் வெளிவந்தன. அது முதல் தமிழில் புதுக்கவிதை கால்கொள்ளத் தொடங்கியது.

ந. பிச்சமூர்த்தி

புதுக்கவிதைகளின் முக்கியப் பண்பான படிமங்களைப் பயன்படுத்தி ஆழம் தந்தவர் ந. பிச்சமூர்த்தி. பூக்காரி என்ற கவிதையில் அன்பும் அஹிம்சையும் போன இடம் தெரியாததைப் படிமக் காட்சியாய் காட்டுகிறார்.

'வானெங்கும் எஃகிறகு
தெருவெங்கும் பிணமலை
பீரங்கிக் குரல்பேசக்
கேட்டதொரு வேறுகுரல்

அன்பும் அஹிம்சையும்
விற்றுவந்தேன் ஆதிமுல்
பூக்காரி பூவைப் போலக்
கண்ணெடுப்பார் யாருமில்லை
எஃகிறகின் உயரம்
தெய்வக்குரல் ஏறவில்லை'

இவர் காட்டும் மழைக் காட்சி வருமாறு:

'மின்னல் சிரித்து
மேகத்தைக் கொளுத்தின
காதலென்னும் நாகம்
குடையோடு சீறிற்று'

இவரது 'தாயும் குஞ்சும்' என்ற கவிதை புதுமை மோகம் கொண்டு வலையில் சிக்கி வாழ்ந்து இறந்த மீன்குஞ்சு போன்ற மனித வாழ்வினைப் படம்பிடித்துக் காட்டுகிறது.

தருமு சிவராமு

'எழுத்து'ப் பத்திரிகையால் வளர்க்கப்பெற்றவர் படிமக் கவிஞர் தருமு சிவராமு. சர்ரியலிச போக்கினை இவர் கவிதைகளில் காணலாம் என்பர். புதுமையும் பழமையும் கலந்த நடையில் கட்டுப்பாடற்ற சிந்தனை ஊற்றெடுத்து வருவதுபோல இவர் கவிதைகள் தோன்றும்.

'தானியங்கி வரவும்
சூடகத் தளிர்க்கை மாதரொடு
சிகரெட் பிடிகை மைந்தரும்
ஊடுற நெருக்கியேற
சேவலே முன்னென் போரும், இல்லை
பெட்டையே முன்னென் போரும், இல்லை
வரிசையே நன்றென் போரும், ஏறுவோரும்.
தேர்ந்ததே தேரினல்லால்
யாவரே தெரியக் கண்டார்?
குழுமினர் துவன்றி முயல,
கால் மிதிப்பன, கை பிடிப்பன,
தோள் இடிப்பன, மயிர் இழுப்பன
பொய்யோ வெனும் இடையோடு
ஐயோவெனும் அரும்பினர்,
கிடைத்தாரென நெறிப்பன
பாடியல் யானைப் பத்தியங் கனமகன்
கூரியல் சாதனை நெருக்கி ஆவன

எல்லாம் வண்டியில் அடுத்த கணம்,
கலைந்த மழையுள, மறைந்த பூவுள
தாங்கிய செங்கை, தலைக்கண் மேலுள,
ஒலித்த வளையுள, ஓய்ந்த விரலுள'

படிமம், குறியீடு, ஆழம், இருட்சி, மருட்சி, இறுக்கம் நிறைந்த சோதனைக் கவிதைகள் பலவற்றை 'எழுத்து' கவிஞர்கள் படைத்தனர். இவர்களுள் பசுவய்யா, வைத்தீஸ்வரன், ஞானக்கூத்தன் ஆகியோரது கவிதைகள் தனித்திறம் பெற்றவையாக விளங்கின.

'நெருக்கித் தள்ளிய கருமை
என்னை மென்று கொண்டிருந்தது'

- எஸ். வைத்தீஸ்வரன் (உதயநிழல்)

'அட! மழையோ
விடாமல்
நிலத்தின் மண்கதவைத்
'திற திற' வென்று
தட்டியுடைத்துப்
பின் உள்பாய்ந்து
ஓயாமல் கற்பழிக்கும்'

- எஸ். வித்தீஸ்வரன் (உதயநிழல்)

பசுவய்யா

புதுக்கவிதைகளில் படிமத்தை மிகுதியாகப் பயன்படுத்தியவர் பசுவய்யா, என்கிறார் சுந்தர ராமசாமி. புதிய சிந்தனைகளைக் காற்றாய்க் கற்பனை செய்து பார்க்கிறார் கவிஞர்.

கதவைத் திற, காற்று வரட்டும்
சிறகை ஒடி
விசிறியின்
சிறகை ஒடி
விசிறிக்குள் காற்று
மலடிக்குள் குழந்தை
கதவைத்திற, காற்று வரட்டும்.
உணவை ஒழி
உடலின்
உணவை ஒழி
உணர்வில் உயிர்
நீருள் நெருப்பு
கதவைத் திற, காற்று வரட்டும்

சிலையை உடை,
என்
சிலையை உடை,
கடலோரம் காலடிச் சுவடு
கதவைத் திற, காற்று வரட்டும்! - காற்று

சமுதாயப் புரட்சி ஒருநாள் 'மீண்டும்' தோன்றும் என்பதைப் பின்வரும் படிமக் காட்சியாகக் காட்டுகிறார்:

'என்றேனும் ஒருநாள்
சூரியன் கரை இறங்கும்
கடலைக் கட்டித் தழுவிப் புணர
பனிக்கட்டி உருகி வழிந்தோட
ஆர்ப்பரித் தெழும் கடல் மீண்டும்
நம் அடிவயிறு குளிரும்'
                              -கல்யாண்ஜி -அடிவயிறு குளிரும் காலம்

மனித மனங்களின் சிறு சிறு சலனங்களைக் கூட கவிதையாக்க முடியும் என்பதற்குக் கல்யாண்ஜியின் பின்வரும் கவிதை சான்று:

'கருப்பு வளையல் கையுடன் ஒருத்தி
குனிந்து வளைந்து
பெருக்கிப் போனாள்
வாசல் சுத்தமாச்சு
மனம் குப்பையாச்சு'

'எழுத்து' உருவாக்கிய புதுக்குரல் கவிஞர்களுக்குப் பின்னர், கோவையை மையமாகக் கொண்டு 'வானம்பாடி இயக்கம்' ஒன்று உருவாக்கப்பட்டது. அப்துல்ரகுமான், மேத்தா, தமிழன்பன், தமிழ்நாடன், சிற்பி, புவியரசு ஆகியோர் கொண்ட அமைப்பு இதன் தோற்றத்திற்கும் வளர்ச்சிக்கும் காரணமாக இருந்தது. ஆண்டுதோறும் இவ்வமைப்பின் சார்பாகக் கவிதை விழாக்கள் எடுக்கப்பட்டன. இதன் புகழ் தமிழ் நாடெங்கிலும் விரைவில் பரவியது. சிறுகதைக்கு 'மணிக்கொடி' போல புதுக்கவிதைக்கு 'வானம்பாடி' என்று பேசப்பட்டது.

ஒரு விடுப்பு விண்ணப்பம்

கே. குப்புசாமி
ஆறாம் வகுப்பு (இ. பிரிவு)   தேதி 15 ஆகஸ்ட் 1983
அரசு மேல்நிலைப் பள்ளி

மதிப்புள்ள வாத்தியாருக்கு...
நேத்து ராத்திரி

என்னோட அப்பாவை
யாரோ சாதிச் சண்டையிலே
அடிச்சிக் கொன்னு எரிச்சிட்டாங்க;
அம்மா உடம்பு சரியில்லாம
தர்ம ஆஸ்பத்திரியில்
படுத்திருக்காங்க;
வேலை தேடி
பட்டணம் போன அண்ணன்
இன்னமும் வீடு திரும்பல;
வயசுக்கு வந்த
என்னோட அக்காவையும்
நாலு நாளா காணலே;
என்னோட டவுசர்
பின்பக்கமும் கிளிஞ்சி போயிடுச்சு
அதனால ஐயா,
இன்று நம் பள்ளியில
நடைபெறும் சுதந்திரதின விழாவில
கொடியேற்ற மந்திரி வரும்போது
என்னால வரமுடியாது!"

இப்படிக்கு
உங்கள் கீழ்படிந்துள்ள மாணவன்
கே. குப்புசாமி
- அறிவுமணி

அப்துல் ரகுமான்

வாணியம்பாடிக் கல்லூரியில் தமிழ்ப் பேராசிரியராகப் பணியாற்றிய அப்துல் ரகுமான் படிமக் கவிஞர் என்று பெயரெடுத்தவர். இவருக்கென்று இரசிகர் குழாம் உள்ளது. சொற்செட்டோடு கூடிய கவிதைகளில் நயம், வருணனை, குறியீடு, படிமம் ஆகியவற்றை அளவாகக் கலந்து கவிதை பாடும் திறம் கொண்டவர். இவரது 'பால்வீதி' கவிதைத் தொகுப்பு மிகுந்த புகழைப் பெற்றது. தேர்தலைப் பற்றிய இவரது கவிதை:

'புறத்திணைச் சுயம்வர மண்டபத்தில்
போலி நளன்களின் கூட்டம்
கையில் மாலையுடன்
குருட்டுத் தமயந்தி' - பால்வீதி

மின்னலைப் பற்றிய படிமக் கவிதை,

'வான உற்சவத்தின்
வாணவேடிக்கை
முகிற் புற்று கக்கும்
நெருப்புப் பாம்புகள்
கறுப்பு உதட்டின்
வெளிச்ச உளறல்
இடிச் சொற்பொழிவின்
சுருக்கெழுத்து'

என்று இரவுக்காட்சி படிமமாக வருகிறது:

'இரவு எறிந்த
எச்சில் இலையின்
நட்சத்திரப் பருக்கையை
நக்கிய சூரிய நாய்
என்னை யேன்
கடித்துத் தொலைக்கிறது'
-பிச்சைக்காரனின் முனகல்

மு. மேத்தா

இனிய எளிய, இறுக்கமற்ற, மென்மையான கவிதைகளைத் தருவதில் புகழ் பெற்றவர். புதுக்கவிதைக்கு இலக்கணம் கூறிய இவர் கவிதை எல்லோராலும் எடுத்துக் காட்டப்படுகிறது:

'இலக்கணச் செங்கோல்
யாப்புச் சிம்மாசனம்
எதுகைப் பல்லக்கு
மோனைத் தேர்கள்
இவை எதுவுமே இல்லாத
கருத்துக்கள் தம்மைத் தாமே
ஆளக் கற்றுக் கொண்ட
புதிய மக்களாட்சி
முறையே
புதுக்கவிதை'

கண்ணீர்ப்பூக்கள், ஊர்வலம், மனச்சிறகு, நந்தவன நாட்கள் ஆகிய இவரது பல கவிதைத் தொகுப்புகள் வந்துள்ளன. இளைஞர்களிடையே மிக அதிகமான வரவேற்பைப் பெற்றதும், பல பதிப்புகளைக் கண்டதும் 'கண்ணீர்ப்பூக்கள்' தொகுதியாகும். அதிலிருந்து சில கவிதைகள்:

'என் இதயத் தோட்டத்தில்
ரோஜாவைப் பயிரிட்டேன்

அறுவடை செய்ய
உன்னை அழைத்தேன்
அரிவா ளோடு
நீ வந்த பிறகுதான்
என்தவறு எனக்குப் புரிந்தது'

பெண்களின் நிலையை அரளிப்பூவைக் காட்டி உணர்த்துகிறார்:

'பூக்களிலே நானும் ஒரு
பூவாய்த்தான் பிறப்பெடுத்தேன்
பூவாகப் பிறந்தாலும்
பொன் விரல்கள்ள தீண்டலையே!
பொன் விரல்கள் தீண்டலையே - நான்
பூமாலையாகலையே'

செருப்பும் இவர் பார்வையில் கவிதையாகிறது. செருப்பை பேட்டி காண்கிறார்:

'தீவிரமாக எதைப்பற்றியாவது
நீங்கள் சிந்திப்பதுண்டா?'
'உண்டு'
'சில தேசங்களையும்
சில ஆட்சிகளையும்
பார்க்கும்போது
மீண்டும் நாங்களே
சிம்மாசனம்
ஏறிவிடலாமா
என்று யோசிப்பதுண்டு'

'நிழல்கள்' என்ற இவரது கவிதை பாவேந்தரின் 'இருள்' (அழகின் சிரிப்பு) எனும் கவிதையை நினைவூட்டுகிறது:

சூரியச் செருப்புச்
சுடுகின்ற பாதத்தில்
ஒத்தடம் கொடுக்கும்
நிழல் ஒற்றர்கள்!
வெய்யில் தாங்காமல்
விரைந்து வரும் காலுக்குச்
சிறிது நேரச்
செருப்புகள்!
வெளிச்சத்தின்
காலடிச் சுவடுகள்!

மண்ணின் மச்சங்கள்

மரத்தின் எச்சங்கள்'

காண்பதன் மூலம் காண முடியாததைக் காட்டுபவன் கவிஞன் என்பதற்கு இவரது பின்வரும் கவிதை சான்று:

'தாங்க முடியாத மகிழ்ச்சியில்
மரம்
தலையாட்டுகின்றதே
பூமிக்கடியில்
வேர்கள்
புல்லாங்குழல் வாசிக்கிறதோ?'

'எல்லோர் சாவையும் தான் கண்டு, தன் சாவைத் தான் காணா கல்லறை' பற்றிய கவிஞரது பாடல்கள் மனிதர்களது விழியைத் திறக்கின்றன:

'தொடக்க விழாக்களுக்குத்
தூதாக வந்தவள்
அடக்க விழாவில்
ஐக்கிய மானதேன்?
ஜனனத்தின் சாட்சியைக்
கைது செய்தது
மரணத்தின் ஆட்சி' (மருத்துவச்சி)

நா. காமராசன்

மதுரை தியாகராசர் கல்லூரியில் தமிழ் படித்த பொழுது இந்தி எதிர்ப்புப் போராட்டத்தில் குதித்துக் கவிஞரானவர். மு. மேத்தா, நா. காமராசன், கா. காளிமுத்து ஆகியோர் கல்லூரித் தோழர்கள். இவரிடம் எளிமையும் உண்டு. சொற்களைக் கோர்த்துக் கோர்த்துச் செல்லும் உரைவீச்சும் உண்டு. எளிமைக்கு எடுத்துக்காட்டு இவர் எழுதிய 'குழந்தைகள்' என்ற கவிதை:

'இன்றைய பள்ளியறை வெளிடும்
ஆண்டு மலர்கள்'
'இரவுக் கரும்பலகையில்
கணவனும் மனைவியும்
கூட்டிக் கழித்துப்
போட்ட கணக்கு'

இவரது 'கறுப்பு மலர்கள்' கவிதைத் தொகுதி படிமங்களைச் சுருக்கியும் விரித்தும் காட்டும் சமூக விமரிசனமாக அமைகிறது:

'உலகத்தின் குழந்தைகளே! மானுடத்தின்
உயிர் வேர்க்கு நீராகும் வேர்வைகளே!
ஓ! எங்கள் உழைப்பாளத் தோழர்களே!
இனிமேல் கவியெல்லாம் சமூகத்தின்
இருட்டறையைச் சுட்டெரிக்கும்! பேசெல்லாம்
இனிமேலே மௌனத்தின் பெரும்பகைவன்,
ஓ! எங்கள் உழைப்பாளித் தோழர்களே!
நீங்களெல்லாம் போராட அழைத்தீர்கள்
நீங்களெல்லாம் என்னை சோசலிஸ்டு ஆக்கினீர்கள்'

'சகாராவைத் தாண்டாத ஒட்டகங்கள்' என்ற பெயரிலும் இவரது மற்றொரு கவிதைத் தொகுதி வந்துள்ளது.

தமிழன்பன்

ஈரோடு தமிழன்பன் என்றழைக்கப்படும் இக்கவிஞரும் தமிழ்ப் பேராசிரியராகப் பணியாற்றியவர். இவரது இயற்பெயர் ஜெகதீசன். அழுத்தமாகவும் ஆணித்தரமாகவும் கவிதைச் சொற்கள் அமைக்க வல்லவர். அதிகமான படிமங்களோ, குறியீடுகளோ, மருட்சியோ இல்லாமல் இவர் கவிதைகள் அறைகூவலாக அமைகின்றன.

ஜனநாயகம் படும்பாட்டை இவரது பின்வரும் கவிதை அதிர்ச்சிச் செய்தியாகத் தருகிறது:

'இரத்தப் புற்று நோய் கண்ட
இந்திய ஜனநாயகத்தின்
கழிப்பிடங்களே கட்சிகள்
கட்சிகளின்
படுக்கை அறைகளில்
கசக்கி எறியப்பட்டது இந்த
ஜனநாயகம்'

வாழ்க்கையையும் மரணத்தையும் ஒப்பிடுகிறார் ஒரு கவிதையில்:

'வாழ்க்கை அந்நிய மொழியில்
மரணம் தாய்மொழியில்'

- மின்மினிக் காடுகளில் ஓர் ஒளிஉலா

அரசியல் அங்கதம் நிறைந்த கவிதைகளை படைப்பதில் கைதேர்ந்தவர்.

'சுதந்திர தேவி!
வெள்ளையனே வெளியேறு
என்றோம்
வெளியேறி விட்டான்

கொள்ளையனே வெளியேறு
யாரைப் பார்த்து
யார் சொல்வது?'
- நடைமறந்த நதியும் திசைமாறிய ஓடையும்

அந்த நந்தனை எரித்த நெருப்பின் மிச்சம், பனி பெய்யும் பகல், தோணி வருகிறது, தீவுகள் கரையேறுகின்றன, ஊமைவெயில், நாமிருக்கும் நாடு ஆகிய தொகுப்புக்களாகவும் இவர் கவிதைகள் வெளிவந்துள்ளன.

சிற்பி

வானம்பாடி இயக்கம் தோன்றுவதற்கு முனைப்பாகச் செயல் பட்டவர் சிற்பி. சிற்பி பாலசுப்பிரமணியம் எனும் பெயர் கொண்ட இக்கவிஞர் தமிழ்ப் பேராசிரியராக இருந்து மரபுக் கவிதைகளில் ஆழங்காற்பட்டு பின்னர்ப் புதுக்கவிதைகளை 'வானம்பாடி' வாயிலாகத் தந்தவர். சூரிய நிழல், சர்ப்ப யாகம், ஒளிப்பறவை, சிகரங்கள் பொடியாகும், மௌன மயக்கம் ஆகிய நூல்களாக இவர் கவிதைகள் வெளிவந்துள்ளன.

இவர் கவிதைகளிலும் அரசியல் அங்கதம் சிரிக்கிறது:

'பரம பதத்துச்
சோபன படம்
எங்கள் தேசம்
அதில்
கட்டங்கள் தோறும்
நச்சுப் பாம்புகள்
காத்துக் கிடக்கின்றன'   - சர்ப்பயாகம்

'நான் யார்?' என்று யுகம் யுகமாகக் கேட்கப்பட்டு வரும் கேள்விக்குக் கவிஞர் சிற்பி பின்வரும் கவிதையில் விடை காண முயல்கிறார்:

'இருளின் தீற்றல்கள்
என்மீது - எனினும்
நீக்கிரோக் குழந்தையின்
வெள்ளரிச் சிரிப்புப் போல்
ஆதிச் சூரியனின்
ஒளித்திவலைகள்
எனக்குள் - எப்போதும்'   - சூரியநிழல்

அறிவியல் உணர்வோடு பல கவிதைகளைச் சிற்பி படைத்துள்ளார். அணுக்குண்டு சோதனையின் அபாயகரமான விளைவை வெளிப்படுத்தும்

கவிதையும் 'காலம்' எனும் கவிதையும், ஹாலிவால் நட்சத்திரம் தோன்றியபோது பாடிய கவிதையும் இதற்குச் சான்றுகளாகின்றன.

மீரா

மீ. ராஜேந்திரன் எனும் இயற்பெயர் கொண்ட இக்கவிஞரும் தமிழ்ப் பேராசிரியராகப் பணியாற்றியவரே. 'ஊசிகள்' எனும் அங்கதக் கவிதைத் தொகுப்பு இவரைப் புதுக்கவிதைப் படைப்பாளராக உலகிற்குக் காட்டியது. இதனைத் தொடர்ந்து கனவுகள் + கற்பனைகள் = காகிதங்கள் என்ற வசன கவிதைப் போக்கில் அமைந்த நெஞ்சைக் கவ்வும் கவிதை நூலை வெளியிட்டார்.

பழைய பண்பாடும் மனித மதிப்புகளும் மாறிவிட்ட காலத்தின் கோலத்தைப் பின்வரும் கவிதையில் காட்டுகிறார்:

'உனக்கும் எனக்கும் ஒரே ஊர்
வாசு தேவ நல்லூர்
நீயும் நானும் ஒரே மதம்
திருநெல்வேலிச் சைவப்பிள்ளைமார் வகுப்பும் கூட
உன்றன் தந்தையும் என்றன் தந்தையும்
சொந்தக்காரர்கள் மைத்துனன்மார்கள்
எனவே செம்புலப் பெயல் நீர்போல
அன்புடை நெஞ்சம் தாம் கலந்தனவே' (ஊசிகள்)

இவருடைய 'கனவுகள் + கற்பனைகள் = காகிதங்கள்' அதிகமாகப் பேசப்பட்ட கவிதைத் தொகுப்பாகும். அதன் காரணம் பின்வரும் கவிதையால் விளங்கும்:

'உனக்கென்ன
ஒரு பார்வையை வீசிவிட்டுப் போகிறாய்
என் உள்ளமல்லவா,
வைக்கோலாய்ப் பற்றி எரிகிறது.

உனக்கென்ன
ஒரு புன்னகையை உதிர்த்து விட்டுப் போகிறாய்
என் உயிரல்லவா
மெழுகாய் உருகி விழுகிறது

உனக்கென்ன
போகிறாய்... போகிறாய்
என் ஆன்மாவல்லவா,
அனிச்சமாய் உன் அடிகளில் மிதிபடுகிறது.

வைரமுத்து

தமிழ்க் கவிதையுலகில் கண்ணதாசனுக்குப் பின் பெரும் வரவேற்பைப் பெற்ற கவிஞர் வைரமுத்து. இவரது கவிதைகள் 'வைரவரிகள்' என்று புகழப் பெறுகின்றன. மிடுக்கான சொற்கள் 'குன்றமொன்று குழைவுற்று இறுகி' வருவதைப் போன்ற தொடர்கள், அனைத்தும் சேர்ந்து அனல் கவிதைகளாகவும் ஆவேசக் கவிதைகளாகவும் இவரிடம் பிறக்கின்றன. சோகத்தைப் பாடினாலும் அங்கு அதை எதிர்க்கும் கோபம் இருக்கும்.

'புதுக்கவிதை என்னும் போர்வாள்
இலக்கண உறையிலிருந்து
கவனமாகவே
கழற்றப்பட்டிருக்கிறது' (திருத்தி எழுதிய தீர்ப்புகள்)

என்று புதுக்கவிதையின் இயல்பைச் சுட்டிக் காட்டுகிறார்.

'1947 ஆகஸ்டு 15' என்ற தலைப்பில் இவர் எழுதிய கவிதை சுதந்திரத்தின் பலனை அம்மணமாய்க் காட்டுகிறது:

'அவன் ஒரு
பட்டு வேட்டி பற்றிய
கனவில் இருந்தபோது
கட்டியிருந்த கோவணம்
களவாடப்பட்டது' (இன்னொரு தேசியகீதம்)

இன்னொரு கவிதையில் அரசியலையும் வியாபாரத்தையும் இணைத்துக் காட்டுகிறார்:

'இந்திய மண்ணில் வியாபாரம் செய்ய வந்தவர்கள்
அரசியல் நடத்தினார்கள்
அரசியல் நடத்த வந்தவர்கள் வியாபாரம் செய்தார்கள்
இரண்டிலும் ... நட்டப்பட்டது மட்டும்
நாம்தானே இந்தியனே!' (திருத்தி எழுதிய தீர்ப்புகள்)

அலுவலகம் செல்லும் மகளிரின் அவலத்தையும் அவசரத்தையும் பின்வரும் கவிதையில் பாடுகிறார்.

'அதோ ஒரு சகோதரி
கோப்புக் கயிறுகள்
முடிச்சிடும் போது
தூளிக் கயிறுகளின் ஞாபகங்கள்!
காலையில்
கடிகாரத்தின் அலாரத்தையும்

குழந்தையின் அழுகையையும்
நிச்சயமாய் அவளால்
நேசிக்க முடியாது
ஆயத்தமாகும் அவசரத்தில்
உன்னை நினைக்கும் பால்கூட
உறைந்து விடுகிறது' - இன்னொரு தேசியகீதம்

இவரது கவிதைகள் பல தொகுப்புகளாக வெளிவந்துள்ளன. 'கவிராசன் கதை' என்ற பெயரில் பாரதியார் வாழ்க்கையை வசன கவிதையில் எழுதியுள்ளார். இவருடைய புகழுக்குத் திரையிசைப் பாடல்களும் காரணமாகின்றன.

புதுக்கவிதைகளின் வளர்ச்சியையும் நீள அகல உயரங்களையும் டாக்டர் இரா. மோகனின் 'புதுக்கவிதை அணிவகுப்பு' எனும் நூல் சான்றுகளோடு எடுத்துக் காட்டுகிறது.

இன்று வெளிவரும் புதுக்கவிதைகள் மீது ஒரு பொதுவான குற்றச்சாட்டு இருக்கிறது. இன்றைய இளைய தலைமுறையினர் புதுக்கவிதையின் ஆற்றலைச் சரியாகப் புரிந்துகொள்ளவில்லையோ என்ற ஐயம் எழுகிறது. இதனால் 'இன்று இதழ்களில் வெளிவரும் பல கவிதைகளில் கவிதையின் உருவம் சிதைந்து காணப்படுகிறது. கவிதைகளுக்குரிய அடிப்படை மூலங்களைக்கூட இழந்துவிட்ட நிலையைக் காணமுடிகிறது' என்று குற்றம் சாட்டப்படுகிறது. (இரா. ரகுபதி, ஆய்வுக் கோவை - 1997/ I ப. 156, இ. ப. த. மன்றம்) இவர்கள் தங்கள் கூற்றுக்குப் பின்வரும் சான்றைத் தருகின்றனர்:

'ஜம்பமாகச் சொல்லிக் கொண்டான் சிகரங்களை நோக்கிய பயணம் சொல்லப் போனால் அவன் சுபாவத்திற்கு சமவெளிதான் சரியான பொருத்தம். காட்ரோஜ் பீரோ, குர்ல் ஆன் மெத்தை, அயன்பாக்ஸ், கேஸ் அடுப்புச் சிலிண்டர், ஃபிரிட்ஜ், கிரைண்டர், குக்கர், மிக்ஸி, பஜாஜ் ஸ்கூட்டர், டிக்ஷெல்ஃப், பிள்ளைகளுக்குக் கான்வென்ட் படிப்பு, மியூஸிகல் வால்கிளாக், கலர் டி.வி., டேப் ரிகார்டர், சோபா செட் எதுவும் குறைச்சலில்லை. ஏகமாய் வசதி. எல்லாம் லக்ஷ்மி கடாட்ஷம். சுகபோகம்தான். புறநகர்ப் பகுதியில் போகன்வில்லா பங்களாவில் புஸ்தகங்கள் பத்திரிகைகள் சிலோன் ரேடியோவிற்கு நடுவில்தான் எப்போதும் அவன்'

இது, இந்தியா டுடே இலக்கியமலரில் (1996-97) வெளிவந்த ஒரு புதுக்கவிதையின் உரைநடை வடிவம். இப்போது கவிதையைப் பார்ப்போம்:

"ஜம்பமாகச் சொல்லிக் கொண்டான்
சிகராங்களை நோக்கிய பயணம்

சொல்லப் போனால் அவன் சுபாவத்திற்கு
சமவெளிதான் சரியான பொருத்தம்
காட்ரோஜ் பீரோ குல்ல்ஆன் மெத்தை
அயர்ன் பாக்ஸ் கேஸ் அடுப்பு
சிலிண்டர் ஃபிரிட்ஜ்
கிரைண்டர் குக்கர் மிக்ஸி
பஜாஜ் ஸ்கூட்டர் புக்ஷெல்ஃப்
பிள்ளைகளுக்கு கான்வென்ட் படிப்பு
மியூசிக்கல் வால் கிளாக்
கலர் டி. வி. டேப் ரிக்கார்டர் சோபாசெட்
எதுவும் குறைச்சலில்லை
ஏகமாய் வசதி
எல்லாம் லக்ஷ்மி கடாக்ஷம்
சுக போகம்தான்
புறநகர்ப் பகுதியில் போகன்வில்லா பங்களாவில்
புஸ்தகங்கள் பத்திரிகைகள்
சிலோன் ரேடியாவுக்கு நடுவில்தான்
எப்போதும் அவன்' (விக்ரமாதித்தன்)

இத்தகுக் கவிதைகளைச் சிந்தனைப் பிறழ்வுகளால் ஏற்பட்ட வடிவம் சிதைந்த கவிதைகள் என்பர். நினைத்ததையெல்லாம் கவிதைகளாக எழுதிவிடுகின்ற இத்தகைய எண்ணச் சிதைவுகளால்தான் புதுக்கவிதைகள் இன்று புற்றீசல் கவிதைகளாக இதழ்களில் எழுதப்பட்டு வருகின்றன. இதனால், புதுக்கவிதைகளை 'ஒளிவீச்சுப் போல அறிவு வீச்சாக அமைவது; உணர்வில் தைக்குமாறு உரைப்பது, கருத்தை நேரே முகத்திலடித்தாற்போல் வெளிப்படுத்துவது' என்று பாராட்டுபவர்கள் கூட.

'பிறமொழிச் சொற்களையும் ஒலியையும் எழுத்தையும் கூட வரம்பின்றிப் புகுத்துவதும் பாலுணர்வில் மூழ்கித் திளைப்பதும் குற்றங்குறைகளையேண எதிலும் காண்பதும் மிகை நடப்பியல் என்ற பெயரால் பச்சையாக எழுதிப் பார்த்துத் தம் அம்மணத்தைத் தாமே பார்த்து மகிழ்வார் போல் மகிழ்வதும் தமிழை ஒழித்துக் கட்டிவிடலாம் என்று நினைத்துக் கொண்டிருப்பவர் அதிகலார்வம் காட்டுவதும் அதன் குறைபாடுகள்'

-தமிழண்ணல்

என்று இன்றைய புதுக்கவிதைகளை விமர்சனம் செய்கின்றர். இந்நிலையில்,

'இந்த உலகத்தைப்
புரட்டி விடக்கூடிய
நெம்புகோல் கவிதையை
உங்களில்
யார் பாடப்போகிறீர்கள்'

என்ற மு. மேத்தாவின் கவிதைதான் நினைவுக்கு வருகிறது!

ஹைகூ கவிதைகள்

புதுக்கவிதையின் அடுத்தகட்ட வளர்ச்சியாக இன்று ஹைகூ கவிதைகள் (Haikai : free linked verse) பரவலாக எழுதப்பட்டு வருகின்றன. ஹைகூ கவிதைகள் பற்றிய திறனாய்வு நூல்கள் பல வெளிவந்துள்ளன. இக்கவிதைகள் பற்றிய ஆய்வுகளும் மேற்கொள்ளப்பட்டு வருகின்றன. ஜப்பானிய ஜென் மதமே (Zen) ஹைகூ கவிதையை உருவாக்கித் தந்தது. ஜென் புத்தமதத்தின் தத்துவங்களைக் குறிப்பாகவும் சிறப்பாகவும் சொல்வதற்கு இவ்வடிவம் உகந்ததாக இருந்தது. மூன்று அடிகளால் ஆன இக்கவிதையின் முதலடியில் 5 சீர்களும், இரண்டாம் அடியில் 7 சீர்களும், மூன்றாம் அடியில் 5 சீர்களும் அமைந்திருக்கும். இக்கவிதைகள் 16, 17ஆம் நூற்றாண்டுகளில் தோற்றம் பெற்றன என்பர்.

ஹைகூ கவிதைகள் தொடக்க காலத்தில் ஹைகை என்று அழைக்கப் பட்டன. ஹைகூவின் ஆற்றலை முதன்முதலில் உலகுக்கு உணர்த்தியர் பாஷோ (Basho : 1944-1694) என்பவராவார். இதற்கு முன்னர் கவிதைச் சரங்களாக இயற்றப்பட்ட ஜப்பானியக் கவிதைகள் ஹொக்கு (Hokku) என்று அழைக்கப்பட்டன. ஹொக்குவும் ஹைக்கையும் இணைந்து காலப்போக்கில் ஹைகூ என்று பெயரினைப் பெற்றது. . பாஷோவின் பின்வரும் கைகூ கவிதை உலகப் புகழ் பெற்றதாகும்:

The ancient pond
a frog leaps in
The sound of the water'

வாழ்க்கைத் தத்துவங்களையும் சமயத் தத்துவங்களையும் உணர்த்துவதற்குப் பயன்பட்ட ஜப்பானிய ஹைகூ வடிவம் இன்று தமிழில் அனைத்துப் பாடுபொருகளையும் ஏற்றுள்ளது. பாரதியார் காலத்திலேயே ஹைகூ பற்றிய சிந்தனை தமிழ்நாட்டில் இருந்தது என்று அறிகிறோம். 'ஜப்பானியக் குட்டிக் கவிதை' என்ற கட்டுரையில் இந்தக் கவிதை வடிவத்தைப் பாரதியார் பாராட்டி எழுதியுள்ளார். ஆனால் அண்மைக் காலத்தில்தான் ஹைகூ கவிதைகள் பரவலாக எழுதப்பட்டு வருகின்றன. 5 + 7, + 5 என்று ஜப்பானிய ஹைகூவில் சீர்கள் பயன்படுத்தப்பட, தமிழ் ஹைகூவில் பல அசைகள் கையாளப்படுகின்றன. இந்த அசையமைப்பும் இல்லாமற்போய் மூன்றடியில் ஏதேனும் ஒரு கவிதை பாடுவது என்ற அளவில் இன்று ஹைகூ எழுதப்படுகிறது!

தமிழில் தொடக்கத்தில் கணையாழி, குயில், நடை, தீபம் ஆகிய இதழ்கள் ஹைகூ கவிதைகளை மொழிபெயர்த்து வெளியிட்டன. அப்துல்ரகுமானின் 'பால்வீதி' தொகுப்பில் (1974) 5 கவிதைகள் சித்தர் பாக்கள் என்ற தலைப்பில் ஹைகூ வடிவத்தில் அமைந்திருந்தன. 1984இல் வெளியான ஓவியக் கவிஞர் அமுதபாரதியின் (அமுதோன்) 'புள்ளிப் பூக்கள்' என்ற தொகுப்பே தமிழன் முதல் ஹைகூ கவிதைத் தொகுப்பு என்ற பெருமையைப் பெறுகிறது. இதனைத் தொடர்ந்து 'காற்றின் கைகள்', 'ஹைகூ அந்தாதி' என்ற தொகுப்புகளை அமுதபாரதி வெளியிட்டார். 1987இல் 142 கவிதைகள் அடங்கிய ஹைகூ தொகுப்பினை 'ஜப்பானிய ஹைகூ' என்ற பெயரில் தமிழ்ப் பேராசிரியர் தி. லீலாவதி உருவாக்கினார். ஹைகூ கவிதைகளைத் தமிழன்பன், தமிழ்நெஞ்சன், தமிழ்மணி, கழனியூரன், கோவைமணி, வீ, உண்ணாமலை ஆகியோர் தொடர்ந்து எழுதி வருகின்றனர்.

'பசித்தவர் எழுச்சி பெறின்
பாறைகளும் உருகும் காணீர்
இரை இழுக்கும் எறும்புகள்' (காற்றின் கைகள்)

எனும் அமுதபாரதியின் கவிதைகள் பாவேந்தரின் 'ஓடப்பராயிருக்கும்' எனத் தொடங்கும் பாடலை நினைவூட்டுகீன்றன.

வயிற்றுப் பிழைப்புக்காகக் கற்பை விற்கும் பெண்களின் அவல வாழ்க்கையையும் அமுதபாரதி தன் கவிதையில் காட்டுகிறார்.

'முகவரி மாறிய மடலில்
எத்தனை யெத்தனை
முத்திரைகள்' (புள்ளிப் பூக்கள்)

பிறைநிலவு பற்றிய இயற்கைப் புனைவுப் பாட்டிலும் சமுதாய ஏழ்மை சுட்டிக் காட்டப்படுகிறது.

'வானமும் ஏழையா?
ஏனிந்த பிச்சைப் பாத்திரம்
நிரம்பாதிருக்கும் பிறை' (ஹைகூ அந்தாதி)

கழனியூரன் கவிதைகளில் அரசியல் அங்கதமும், சமுதாயச் சித்திரிப்பும் பரவலாகக் காணப்படுகின்றன. 'நிரந்தர மின்னல்கள்' என்ற கவிதையில் அரசியல்வாதிகளைக் கண்ணீர்க் குளத்திலும் மீன்பிடிக்கும் செம்பவடவர்களாகக் காண்கிறார். திரைப்பட மோகத்தில் சீரழியும் சமுதாயத்தை,

'உலை அரிசி விற்ற பணத்தில்
பார்த்த படத்தின் பெயர்
பசி' (நிரந்தர மின்னல்கள்)

எனும் கவிதையில் முரண் கருத்தாகக் காட்டுகிறார்.

கள்ள ஓட்டுக் கலாச்சாரத்தைப் பின்வரும் ஹைகூவில் எள்ளி நகையாடுகிறார் தமிழன்பன்:

'ஓட்டுப் போட்டுவிட்டுத்
திரும்பி வந்த பிணம் திடுக்கிட்டது
தனது கல்லறையிலே வேறொரு பிணம்' (சூரியப் பிறைகள்)

கோவை மணியின் 'ஐக்கூ ஐந்நூறு' என்ற நூல் ஹைக்கூ கவிதைகளை அகர வரிசையில் ஆத்திச்சூடி போலத் தருகிறது.

'அழித்தா விடுகின்றோம்
விரட்டி மட்டும் விடுகின்றோம்
சோற்றின் மீது ஈ'
'ஆசையின் தோரணங்கள்
திக்கெல்லாம் காற்றின் போக்கு
ஓர் இடத்தில் முடிச்சு'

என்றவாறு கவிதைகள் இடம்பெற்றுள்ளன.

ஹைகூ கவிதைகளோடு, அக்கவிதைகள் பற்றிய திறனாய்வு நூல்களும் தமிழில் பல வந்து கொண்டுள்ளன. இவ்வரிசையில் 'இதுதான் ஹைகூ' எனும் பேராசிரியர் லீலாவதியின் நூலும், 'ஹைகூ புதிய அறிமுகம்' எனும் எழுத்தாளர் சுஜாதாவின் நூலும் குறிப்பிடத் தக்கன. ஹைகூ கவிதைகள் பற்றிய ஆய்வுகளை கவிஞர் நிர்மலா சுரேஷ் நிகழ்த்தியுள்ளார்.

எழுதப் படிக்கத் தெரிந்த எல்லோரும் புதுக்கவிதை எழுதுவது என்ற நிலை வந்தபோது புதுக்கவிதைகள் புற்றீசல்கள் போலப் பெருக, புதுக்கவிதைக்கு இருந்த மதிப்பும் மானசீகமான காதலும் வாலறுந்த பட்டம் போலக் கீழிறங்கத் தொடங்கியது. இன்று எங்கு பார்த்தாலும் ஹைகூ கவிதைகள். புதுமை மோகம் நல்லதுதான்! அதற்காக எடுத்ததற்கெல்லாம் ஹைகூ பாடுவது என்ற இந்நிலை - இழிநிலை ஆகிவிடக் கூடாது! தமிழ்க் கவிதைகளின் வரலாறு என்பது இன்றோடு முடிந்து விடுவதில்லை என்பதைக் கருத்திற் கொண்டு கவிதைகள் படைப்பதே தமிழை வரலாற்றில் வாழவைப்பதாகும்.

உரைநடை

ஒருவர் கருத்தை மற்றவர் எளிதாக அறிந்துகொள்வதற்கு உதவும் இலக்கிய வகை 'உரைநடை'. இலக்கிய வகைகளில் இது 'எளிய வகை' (simple form) எனப்படுகிறது. இலக்கிய வகைகளின் 'தாய்வகை கவிதை' என்று சொன்னாலும், எல்லா நிலைகளிலும் எல்லா நேரங்களிலும் கவிதையாலேயே கருத்துக்களைப் பரிமாறிக்கொள்ள முடியாது.

பேச்சுநடையே பின்னர் பழமொழி, விடுகதை, முதுசொல் ஆகிய எளிய வகைகள் (பிரெஞ்சு இலக்கிய வகை அறிஞர் ஆண்ட்ரி யோல்ஸ் கூறுவது போல) உருவாகி, பின் அவை கட்டுரை இலக்கியம் (Essays) பேச்சுரை இலக்கியம் (Oratory) என்றெல்லாம் மலர்ந்திருக்க வேண்டும்.

உரைநடை என்பது மிகப் பரந்து விரிந்ததொரு இலக்கிய உணர்த்துமுறை (mode). இதனை இலக்கிய வகை (Genre) என்று சொல்ல இயலாது. ஏனெனில் இது சொல்லும் முறையில் பெயர் பெறுவது. நாவல், சிறுகதை, கட்டுரை போன்ற பல இலக்கிய வகைகளை இது உருவாக்குகிறது. இங்கு தமிழ் உரைநடையின் உருவாக்க மையங்களாக விளங்கிய பெருமக்களின் உரைநடைப் போக்குகள் வாயிலாகத் தமிழ் உரைநடை வளர்ச்சியைக் காணலாம்.

தமிழில் உரைநடை இலக்கியம் காணப்பட்டதற்குத் தொல்காப்பியம் சான்று தருகிறது:

'பாட்டிடை வைத்த குறிப்பினானும்
பாவின் றெழுந்த கிளவியானும்
பொருளொடு புணராப் பொய்மொழியானும்
பொருளொடு புணர்ந்த நகைமொழி யானுமென்று
உரைவகை நடையே நான்கென மொழிப'

(தொல். செய். 171)

'பாட்டிடை வைத்த குறிப்பு' என்பதற்குப் 'பாட்டுக்கு இடையே வைக்கப்பட்ட 'உரைக்குறிப்பு' என்பார் இளம்பூரணர். 'பாவின்றெழுந்த கிளவி' என்பது 'உலக வழக்கில் அன்றாடம் காணப்படும் உரைநடை' என்கிறார். பொருளொடு புணராப் பொய்மொழியும், பொருளொடு புணர்ந்த நகைமொழியும்' கதை இலக்கியங்களைக் குறிப்பிடுகின்றன.

சிலம்பின் 'உரைபெறு கட்டுரை'

தமிழ்உரை நூலுக்கான முதற்சான்று கி. பி. இரண்டாம் நூற்றாண்டில் தோன்றியதாகக் கருதப்படும் சிலப்பதிகாரத்தில் காணப்படுகிறது. பாடல்களின் இடையிடையே இடம்பெற்றுள்ள உரை பெறு கட்டுரை நல்ல உரைநடையில் அமைந்துள்ளது. இதனால் சிலம்பு 'உரையிடையிட்ட பாட்டுடைச் செய்யுள்' என்று அழைக்கப்படுகிறது.

உரைபெறு கட்டுரை

'அன்று தொட்டுப் பாண்டிய நாடு வறுமை எய்தி வெப்பு நோயும் குருவும் தொடர, கொற்கையில் இருந்த வெற்றிவேற் செழியன் நங்கைக்குப் பொற்கொல்லர் ஆயிரவரைக் கொன்று களவேள்வியால் விழா எடுத்துச் சாந்தி செய்ய நாடுமலிய மழை பெய்து நோயும் துன்பமும் நீங்கியது.

இறையனார் களவியல் உரை

கி.பி. 2ஆம் நூற்றாண்டில் நக்கீரரால் உருவாக்கப் பெற்று கிட்டத்தட்ட 9 தலைமுறைகளை வாய்மொழியாகக் கடந்து எட்டாம் நூற்றாண்டில் உரைநடையாகப் பதிவு செய்யப்பட்ட 'இறையனார் களவியல் உரை' தமிழ் உரைநடை வரலாற்றில் பெரிதும் பேசப்படுவது.

இறையனார் களவியல் உரை

'பொழிது நடுவண் ஒரு மாணிக்கச் செய்குன்றின் மேல்
விசும்பு துடைத்துப் பசும்பொன் பூத்து வண்டு துவைப்பத்
தண்தேள் துளிப்பதோர் வெறியுறு நறுமலர் வேங்கை
கண்டாள்; கண்டு, பெரியதோர் காதல் களி கூர்ந்து தம்
செம்மலர்ச் சீறடி மேல் சிலம்பு கிடந்து சிலம்பு புடைப்ப,
அம்மலரணிக் கொம்பர் நடை கற்பதென நடந்து சென்று
நறைவிரி வேங்கை நாண்மலர் கொய்தாள்'

தொல்காப்பிய உரைகள்

கி.பி. 11ஆம் நூற்றாண்டு முதல் 14ஆம் நூற்றாண்டு வரையுள்ள காலம் தமிழ் இலக்கிய வரலாற்றில் உரையாசிரியர்கள் காலம் என்று குறிப்பிடப்படுகிறது. தமிழ் உரைநடையின் பொற்காலம் என்று இதனைக் குறிப்பிடலாம். இலக்கண இலக்கிய உரையாசிரியர்கள் உரைகளிலிருந்து 'உரை மரபுகள்' பல வகுக்கப்பட்டன. இளம்பூரணர், நச்சினார்க்கினியர், பேராசிரியர், பரிமேலழகர் போன்றோர் இலக்கண இலக்கிய உரையாசிரியர்களாகத் திகழ்ந்து உரைவிளக்கினை ஏற்றி வைத்தனர். ஒவ்வொரு உரையாசிரியரும் தத்தமக்கெனத் தனி நெறியைக் கடைப்பிடித்தொழுகியது இவர்களிடையே காணப்படுகின்ற மிக இன்றியமையாத உரைப் பண்பாகும்.

இளம் பூரணர்

எளிய சிறிய இனிய தொடர்களின் தந்தை இளம்பூரணர் ஆவார். இவருக்கு வழங்கப்பட்ட 'உரையாசிரியர்' என்ற சிறப்பே இதனை உணர்த்த வல்லது.

இளம்பூரணர் உரை

'களவென்பது அறம் அன்மையின் அற்றன்று. களவு என்னும் சொற்கண்டுழி எல்லாம் அறப்பால் படாதென்றல் அமையாது. களவாவது பிறர்க்குரிய பொருள் மறையிற் கோடல். இன்னதன்றி ஒத்தார்க்கும் மிக்கார்க்கும் பொதுவாகிய கன்னியரைத் தமர்கொடுப்பக் கொள்ளாது, கன்னியர்தம் இச்சையினால் தமரை மறைத்துப் புணர்ந்து பின்னும் அறநிலை வழாமல் நிற்றலால் இஃது அறமெனப்படும்.

'இளம்பூரணரின் நடை எளிதாயும், பொருளை நேரடியாய்க் கூறுவதாயும் ஆடம்பரமின்றியும் இருக்கிறது' என்பார் ஏ. வி. சுப்பிரமணிய அய்யர் (தமிழ் ஆராய்ச்சியின் வளர்ச்சி, ப. 251).

நச்சினார்க்கினியர்

நச்சினார்க்கினியர் உரை, ஆழமும், அகலமும் உடையது. வடமொழிப் புலமை உடைய இவர், ஆங்காங்கே வடமொழியின் கருத்துக்களையும் வலிந்து சொல்ல வல்லவர். தொல்காப்பியம், கலித்தொகை, சீவகசிந்தாமணி, பத்துப்பாட்டு ஆகிய நூல்களுக்கு உரை வகுத்த இவரை 'உரைத் தலைமையாசிரியர்' எனலும் பொருந்தும். பரந்துபட்ட பல்துறை அறிவோடு உரை வகுத்த இவர் 'உச்சிமேற்புலவர் நச்சினார்க்கினியர்' எனப் பாராட்டப்படுகிறார்.

நச்சினார்க்கினியர் - தொல்காப்பிய உரை

'உருவு திரிந்து உயிர்த்தலாவது மேலும் கீழும் விலங்கு பெற்றும், கோடு பெற்றும், புள்ளி பெற்றும், புள்ளியும் கோடும் உடன்பெற்றும், உயிர்த்தலாம். கி.கீ - முதலியன மேல் விலங்கு பெற்றன. கு. கூ முதலியன கீழ் விலங்கு பெற்றன. கெ. கே. முதலியன கோடு பெற்றன. கா. ஙா முதலியன புள்ளி பெற்றன. அருகே பெற்ற புள்ளியை இக்காலத்தார் காலாக எழுதினார். மகரம் உட்பெறு புள்ளியை வளைத்து எழுதினார். கொ. சோ. ஙொ. ஙோ முதலியன புள்ளியும் கோடும் உடன் பெற்றன.

பேராசிரியர்

பேராசிரியர் உரை செறிவு மிக்கது. தத்துவச் சாயல் கொண்டது. புலமைநெறி உடையது. இதன் பொருட்டே இவருக்குப் 'பேராசிரியர்' என்ற சிறப்பு வந்திருக்க வேண்டும். தொல்காப்பியப் பொருளதிகாரத் திற்கு இவர் வரைந்த உரையே மிகச் சிறந்தது எனப் பாராட்டப் படுகிறது. குறிப்பாக மெய்ப்பாடு, உள்ளுரை உவமம், இறைச்சி ஆகியன பற்றி நன்கு விளக்கியுள்ளார் என்பர்.

பேராசிரியர் - தொல்காப்பிய உரை

கொச்சகம் : ஒப்பினானாகிய பெயர்; ஓர் ஆடையுள் ஒரு வழி அடுக்கியது கொச்சகம் எனப்படும்; ஒரு செய்யுளுள் பல குறள் அடுக்கப்படுவது கொச்சகம் எனப்பட்டது (செய். 114) இக்காலத்தார் அதனைப் பெண்டிர்க்கு உரிய உடை உறுப்பாகிய கொய்சகம் என்று ஆக்கலின் என்பது

திருக்குறள் உரை

உரை எழுதும் நூற்பகுதிகளைத் தம்முள் தொடர்புடையனவாகக் காட்டுதல் பரிமேலழகர் பண்பாகும். இதனைத் திருக்குறளில்

உரைநெறியாகவே பின்பற்றியுள்ளார். ஆய்வு நோக்கில் பிறரது உரைகளையும் கருத்திற் கொண்டு தக்கவற்றை ஏற்றும், தகாதவற்றுக்கு மறுப்பு தந்தும் உரை எழுதுகிறார். மக்கள் வழக்குச் சொற்களையும் தம் உரையில் பதிவு செய்யும் பழக்கம் இவருக்குண்டு. திருக்குறளுக்கும் பரிபடலுக்கும் இவர் உரை எழுதியுள்ளார்.

பரிமேலழகர் - திருக்குறள் உரை

'மீன்கோடற்கு இருக்கும்வழி, அது வந்து எய்தும் துணையும் முன் அறிந்து தப்பாமல் பொருட்டு உயிர் இல்லது போன்று இருக்கும் ஆகலானும், எய்தியவழிப் பின் தப்புவதற்கு முன்பே விரைந்து குத்தும் ஆகலானும், இருப்பிற்கும் செயலிற்கும் கொக்கு உவமையாயிற்று' (கொக்கொக்க...)

வைணவ உரைகள்

கி.பி. 12ஆம் நூற்றாண்டில் இராமனுஜரின் வருகைக்குப் பின்னர் அவர் தோற்றுவித்த வைணவ உரை மரபு தமிழ் உரைநடை வரலாற்றில் புதிய வார்ப்பாக உருவானது. இந்த வைணவ உரைநடை மரபினை வியாக்கியானம் (விரிவுரை) என்பர். உரைகளில் உள்ள எழுத்துக்களைக் கணக்கிட்டு எண்களால் அவற்றுக்குப் பெயர் தந்தனர். இதன் அடிப்படையில் இவ்வுரை நூல்கள் 6000 படி, 9000 படி என்று அழைக்கப்பட்டன. படி என்பது எழுத்துக்களின் எண்ணிக்கையாகும். மெய் எழுத்துக்கள் இல்லாத பிற 32 எழுத்துக்கள் கொண்டது ஒரு படி. ஆறாயிரப்படி என்பது 6000 x 32 எழுத்துக்களைக் கொண்டது. பிள்ளான் நஞ்சீயர், பெரியவாச்சான் பிள்ளை, வடக்கு திருவீதிப் பிள்ளை என்று வைணவ உரைமரபு தொடர்ந்தது. இந்த உரைகள் தமிழும் வடமொழியும் கலந்த மணிப்பிரவாளமாக (மணி + பவளம்) அமைந்திருந்தன. வடக்கு திருவீதிப்பிள்ளை செய்த முப்பத்தாராயிரப்படி ஈடு என்று அழைக்கப்படுகிறது.

திருவாய்மொழி - ஈடு

'கடலிலே புக்க துரும்பானது இரண்டு நிலையிலும் நிலைவின்றியே இருக்கவும், திரைமேல் திரையாகத் தள்ளூண்டு போந்து கரையிலே சேருகிறதில்லையோ? அப்படியே அவனுடைய ஐசுவரியண அலையானது அவனைத் தள்ளாதோ என்னில், இந்த ஐசுவரியம் எல்லாம் நமக்கு வகுத்த சோஷியானவனுடைய ஐசுவரியமென்று நினைத்தால் தானும் அதுவாகச் சேரலாமே. ஆன பின்னர், சம்பந்த ஞானமே வேண்டுவது.

சிவஞான முனிவர்

கி.பி. 18ஆம் நூற்றாண்டில் வாழ்ந்த சிவஞான முனிவரது நூல்கள் தமிழ் உரைநடையின் வளர்முகப் போக்கிற்கு நல்ல சான்றுகளாகும். மறுப்புரைகளாக இவர் எழுதிய இலக்கண விளக்கச் சூறாவளி,

சித்தாந்த மரபு கண்டனக் கண்டனம். ஆகியன விவாதப் போக்குடையன வாக (debate) விளங்கின.

சிவஞான முனிவர் - சூத்திர விருத்தி

(தொல்காப்பியப் பாயிரம் - முதற்சூத்திரம் விரிவுரை)

'பொருளை உணர்த்தும் சொல் பெயர்ச்சொல் எனவும் குணப்பண்பும் தொழிற்பண்பும் ஆகிய பொருட்பண்பை உணர்த்தும் சொல் உரிச்சொல் எனவும், பொருட்புடை பெயர்ச்சியாகிய தொழிற்பண்பின் காரியத்தை உணர்த்தும் சொல் வினைச்சொல் எனவும், பொருளையும் பொருளது புடை பெயர்ச்சியையும் தம்மான் அன்றித் தத்தம் குறிப்பான் உணர்த்தும் சொல் இடைச்சொல் எனவும் பகுக்கப்பட்டன.

இராமலிங்க அடிகள்

தமிழ் உரைநடை வளர்ச்சியில் இராமலிங்க வள்ளலாரின் (1823 - 1874) பங்கும் குறிப்பிடத்தக்கதாகும். இவருடைய ஜீவகாருண்ய ஒழுக்கம், மனுமுறை கண்ட வாசகம் ஆகியன எளிமையும் இனிமையும் நிறைந்த உரைநடை நூல்களாகும். வாழ்க்கை நெறிமுறைகளைப் பற்றிய வள்ளலார் கருத்துக்கள் என்றும் மனதில் வைத்துப் போற்றத்தக்கனவாகும்.

இராமலிங்க வள்ளலார் - ஐந்து பெரும்பாவங்கள்

'கள், காமம், கொலை, களவு, பொய் இவ்வைந்தும் கொடிய துக்கத்தை உண்டு பண்ணும். இவ்வைந்திலும் கொலை விசேச பாவம். எனினும் கள்ளுண்டவனுக்குக் காமம் உண்டாகமலிருக்காது. கொலை செய்யத் துணிவு வராமலிராது. களவு செய்யாமலிரான், பொய் பேச அஞ்சான். ஆகையால் இந்த ஐந்தையும் ஒழிக்க வேண்டியது அவசியம். இதில் ஒன்றை அடைந்தவனானாலும் அவனை மற்றவை தொடாமலிரா'

(திருவருட்பா உபதேசப்பகுதி)

ஐரோப்பியர் வரவு

ஐரோப்பியர் வரவால் தமிழ் உரைநடையில் புதிய கீற்றுகள் புலப்படலாயின. தமிழகத்திற்குச் சமயம் பரப்ப வந்த ஐரோப்பிய மதகுருமார்கள் தமிழ் கற்று, சமய விளக்கம் தருவதற்கு நூல்கள் எழுதினர். இவர்களுள் 17ஆம் நூற்றாண்டில் தமிழகத்திற்கு வந்து திருமலை நாயக்கரின் ஆதரவைப் பெற்று தமிழகத்தில் தங்கி, தமிழ்த் துறவியாகத் தன்னை மாற்றிக் கொண்டு நாற்பதுக்கும் மேற்பட்ட நூல்களை எழுதிக்குவித்த ராபர்ட் - டி - நோபிலி என்ற தத்துவ போதகர்

(1577 - 1656) முதன்மையானவராவார். இவர் எழுதியவற்றுள் தத்துவக் கண்ணாடி, ஞானஉபதேச காண்டம், ஞானதீபிகை, ஏசுநாதர் சரித்திரம், புனர்சென்ம ஆட்சேபம் ஆகிய குறிப்பிடத்தக்க நூல்களாகும். இவரது பல நூல்கள் இன்று கிடைக்கவில்லை என்பர்.

ராபர்ட் - டி-நோபலி உரைநடை

'செவ்வையாய் அம்பு குறியிலே தப்பாமல் படுகிறபோது இலக்குப் பார்த்து புத்திமானாயிருக்கிற யாதாமொருவன் அந்த அம்பை எய்தானென்று நிச்சயிக்க வேணும்; பின்னையும் மரத்தாலே உண்டாக்கப்பட்ட ஒரு ஓடம் துறைக்குச் செவ்வையாகப் போனால் புத்திமானாயிருக்கிற யாதாமொருவன் மரமாகிய சுக்கானைப் பிடித்துச் செவ்வையாய் ஓடத்தை நடத்துகிறானென்கிறதுக்குச் சந்தேகப்பட வேண்டாம். அம்மருவாதியே ஞானமில்லாத அநேக வஸ்துகள் கிரமத்தை அறியாதிருந்தாலும் கிரமந் தப்பாமல் எப்போதும் நடத்துகிறபோது கிரமத்தை அறிந்து கிரமமாக அதுகளை நடத்துகிறவன் உண்டென்கிறதுக்குச் சந்தேகமில்லாமல் அங்கீகரிக்கத்தக்கதாகும்.

-ஞானஉபதேச காண்டம் : 1 : 12

சமயப்பணி ஆற்ற வந்த மற்றொரு ஐரோப்பியரான பெஸ்கி எனும் வீரமாமுனிவர் (1680-1747) தமிழ் உரைநடையில் படைப்பிலக்கியப் பாதையைத் திறந்து வைத்தார். தமிழ்ச் சிறுகதைகளின் முதற்சான்றாகக் கிடைக்கின்ற 'பரமார்த்த குருவின் கதை' இவர் எழுதியதே. ஆற்றைக் கடந்த கதை, குதிரை முட்டை வாங்கின கதை, வாடகை மாடேறிப் பிரயாணம் போன கதை, குதிரை பிடிக்கத் தூண்டில் விட்ட கதை, குதிரைமேல் ஊருக்குப் போன கதை, பிராமணன் சொன்ன புரோகிதக் கதை, குதிரையிலிருந்து விழுந்த கதை, குருவைச் சேமித்த கதை ஆகிய எட்டுக் கதைகள் இதில் சொல்லப்படுகின்றன. வேதியர் ஒழுக்கம், வேதவிளக்கம், பேதகம் மறுத்தல் ஆகிய உரைநடை நூல்களையும் எழுதியுள்ளார்.

பாரதியார்

தமிழ் உரைநடைக்குப் புதிய தெளிவைத் தந்தவர் பாரதியார். கவிதைக்கு இணையாக இவர் உரைநடையில் புதிய வீச்சுக்களைக் காணலாம். பாரதியிடம் உரைநடை பல்வேறு பரிமாணங்களைப் பெற்றது. தென்றலின் மென்மையும், புயலின் வன்மையும், குயிலின் இனிமையும், ஓடையின் ஒழுங்கும், அருவியின் முழக்கமும், மயிலின் அழகும், மடங்கலின் நோக்கும் பாரதியின் உரைநடைக்காவில் ஆங்காங்கே காணலாம். பாரதியின் பல கட்டுரைகள் கதைகள் போன்ற விறுவிறுப்புடனும் அமைந்திருக்கக் காணலாம். கவிதை போன்றே

உரைநடையும் கைவந்த கலையாகப் பரிணமித்ததால், சின்னசங்கரன் கதை, சந்திரிகையின் கதை, ஞானரதம், ஸ்வர்ணகுமாரி, ஆறில் ஒரு பங்கு போன்ற கதை இலக்கியங்களை எழுதலானார். நெஞ்சைக் கொள்ளை கொள்ளும் பாரதியின் உரைநடை குறித்து பெ. தூரன் பின்வருமாறு சொல்கிறார்.

'வேகமும் எளிமையும் நேருக்கு நேரான சம்பாஷணைப் போக்கும் இடையிடையே ஹாஷ்யமும் கலந்து ஒரு புதிய நடையில் பாரதியார் எழுதுகிறார். பேச்சுமொழியை அவர் கையாளுவதில் ஒரு புதிய ஜீவன் இருக்கிறது... அவருடைய உரைநடையில் இறந்துபட்ட சொற்கள் இல்லை. உயிருள்ள வழக்குச் சொற்கள் வலிமையோடு இடம்பெறும்.'

தமிழின் புதிய உரைநடைக்குப் பாரதியாரே இலக்கணம் வகுக்கிறார்.

'தமிழில் வசனநடை இப்போதுதான் பிறந்து பல வருஷமாகவில்லை. தொட்டிற் பழக்கம் சுடுகாடு மட்டும். ஆதலால் இப்போதே நமது வசனம் உலகத்தில் எந்த பாஷையைக் காட்டிலும் தெளிவாக இருக்கும்படி முயற்சிகள் செய்ய வேண்டும். கூடியவரை பேசுவது போலவே எழுதுவதுதான் உத்தமம் என்பது என்னுடைய கட்சி. எந்த விஷயம் எழுதினாலும் சரி, ஒரு கதை அல்லது தர்க்கம், ஒரு சாஸ்திரம், ஒரு பத்திரிகை விஷயம் எதை எழுதினாலும் வார்த்தை சொல்கிற மாதிரியாகவே அமைந்துவிட்டால் நல்லது'

தான் சொன்னது போலவே தன் உரைநடையை அமைத்துப் பிறருக்கு வழிகாட்டினார் பாரதியார். பின்வரும் அவரது உரைநடைப்பகுதி இதற்குச் சான்றாக அமைகிறது.

'எழுதுவது எப்படி?'

பழக்கமில்லாத ஒரு விஷயத்தைக் குறித்து அதாவது ஜனங்களுக்குச் சற்றேனும் பழக்கமில்லாமல் தனக்கும் அதிக பழக்கமில்லாத ஒரு விஷயத்தைக் குறித்து எழுத ஆரம்பித்தால் வாக்கியம் தத்தளிக்கத்தான் செய்யும். சந்தேகமில்லை. ஆனாலும் ஒரு வழியாக முடிக்கும்போது, வாய்க்கு வழங்குகிறதா என்று வாசித்துப் பார்த்துக்கொள்ளுதல் நல்லது. அல்லது ஒரு நண்பனிடம் படித்துக் காட்டும் வழக்கம் வைத்துக் கொள்ள வேண்டும். சொல்ல வந்த விஷயத்தை மனதிலே சரியாகக் கட்டி வைத்துக்கொள்ள

வேண்டும். பிறகு கோணல், திருகல் ஒன்றுமில்லாமல் நடை. நேராகச் செல்ல வேண்டும்.

-பாரதியார்

மறைமலையடிகள்

தனித்தமிழ் இயக்கம் கண்ட மறைமலையடிகளின் (1876 - 1950) உரைநடை ஆழமும் செறிவும் ஒருங்கே உடையதாகும். இவரது நடையினைச் செவ்வியல் நடை எனலாம். கடினமான நடை எனினும் சில கட்டுப்பாடுகளை உடைய நடையாக அது போற்றப்படுகிறது. தொடரமைப்புகளில் கவனம் செலுத்தப்பட்டிருப்பதை இவர் நடையில் காணலாம். நல்ல கலைச்சொற்களை மறைமலையடிகள் அறிமுகம் செய்துள்ளார். (வைட்டமின் - உய்வனவு) முல்லைப்பாட்டு ஆராய்ச்சி, பட்டினப்பாலை ஆராய்ச்சி, தமிழர் மதம், பழந்தமிழர்க் கொள்கையே சைவசமயம், மரணத்தின் பின் மனிதனின் நிலை, மக்கள் நூறாண்டு உயிர் வாழ்வது எப்படி போன்ற முப்பதுக்கும் மேற்பட்ட உரைநடை நூல்கள் எழுதியுள்ளார்.

மறைமலையடிகள் உரைநடை

'இனி உட்கொள்ளும் உணவு தீனிப் பையிற் செல்லுதற்கும் அது வாயின் அகத்தே நன்றாய் அரைத்துக் குழைக்கப்பட்டுப் பின் கீழ் இறங்குமாறு இறைவன் அமைந்திருக்கும் வாயினமைப்பை உற்று நோக்குங்கால், கட்டிப் பொருள் எதனையும் வாயிற் பெய்தவுடன் விழுங்கும் அறிவிலார் செயல் பெரிதும் தீங்கு தருவதென்று உணர்தல் வேண்டும். வாயில் இட்டதனை நன்றாய் அரைத்ததற்குப் பற்களும் அரைக்கப்பட்டதனை குழைத்தற்கு உமிழ்நீரும் அமைக்கப் பட்டிருக்கும் நுட்பத்தை உற்று நோக்கி இறைவன் வகுத்த அந்நுட்பத்திற்கியைய நடப்பவர்கள் நோயாற் பற்றப்படாது திண்ணிய உடம்பு உடையவராய் நெடுநாள் இனிது வாழ்வார்கள்' (பொருந்தும் உணவும் பொருந்தா உணவும்)

திரு. வி. க.

காலத்திற்கேற்ற நடையைத் தந்தவர் திரு. வி. க. (1883 - 1953) ஆவார். உரைநடைகளுள், திரு. வி. க.வின் உரைநடை தனி ஆய்விற்குரியது. அந்நடை தனக்குள்ளேயே பரிணாம வளர்ச்சியை உடையது. தம்முடைய உரைநடையின் வளர்ச்சி குறித்து வாழ்க்கைக் குறிப்பு நூலில் திரு. வி. க. பின்வருமாறு குறிப்பிடுகிறார்:

'என்னுடைய வாழ்க்கையில் மூன்றுவித நடைகள் மருவின. ஒன்று இளமையில் உற்றது. இன்னொன்று சங்க இலக்கியச் சார்பு பெற்றபோது பொருந்தியது. மற்றொன்று பத்திரிகை

உலகை அடைந்த நாளில் அமைந்தது. இறுதியதே எனக்கு உரியதாய், உடையதாய் நிலைத்தது. இந்நடை எளியது. சிறு சிறு வாக்கியங்களால் ஆனது".

இக்குறிப்பின் வாயிலாக அவரது நடை இயல்பினை அறிந்து கொள்ளலாம். இத்தகு எளிய, இனிய, மனங்கவரும் நடையியல்பு கருதி அவர் 'தமிழ்த் தென்றல்' என்று சிறப்பிக்கப் பெற்றார். திரு. வி. க.விற்குப் பின் அவருடைய உரைநடையைப் பின்பற்றி எழுதியவர் பலராவர். முருகன் அல்லது அழகு, சீர்திருத்தம் அல்லது இளமை விருந்து, தமிழ்ச் சோலை அல்லது கட்டுரைத்திரட்டு, பெண்ணின் பெருமை அல்லது வாழ்க்கை விளக்கம், போன்ற மிகச் சீரிய - உயரிய - உரைநடை நூல்கள் பல எழுதியுள்ளார்.

திரு. வி. க. உரைநடை

'எவர் மனம் எச்சமயத்தை நாடுகிறதோ அவர் அச்சமயம் பற்றியொழுகலாம். ஆனால் அவர் பிறர் ஏற்றொழுகும் சமயங்களை நிந்தித்தலாகாது. பிற சமயங்களை நிந்திப்போர், தம் சமயத்தையே தாம் நிந்தித்துக் கொள்வோராவர். நிந்தனை ஆன்ம விளக்கத்துக்கு எப்போதும் துணை செய்யாது, நிந்தனையற்ற மனமே நின்மலமாகும். நிந்தனையின்றித் தம் சமய வழியே நின்றொழுகுவோர், பிற சமயங்களெல்லாம் தம் சமயத்தில் விளங்கும் நுட்பத்தை நாளடைவில் தெளியப் பெறுவர். அத்தெளிவு பன்மை உணர்வை ஒழித்தது, ஒருமைச் சமய உணர்வை நிலைபெறுத்தும்.

- திருமால் அருள்வேட்டல் (முன்னுரை)

ரா. பி. சேதுப்பிள்ளை

இலக்கியத்தைச் சொல்லோவியமாக்கிக் காட்டியவர் ரா. பி. சேதுப்பிள்ளை (1896 - 1961) ஆவார். இவர் உரைநடையில் கவிதைப் பண்பு மிகுந்திருக்கும். எதுகை, மோனை, இரட்டைத் தொடர்கள், அடுக்குச் சொற்கள் அனைத்தும் ஏற்ற இடங்களில் பொருத்தமுற அமைந்து படிப்போர்க்கு இன்பம் தரும். இவரது எழுத்தைப் பற்றி, யோகி சுத்தானந்த பாரதியார், 'செந்தமிழுக்குச் சேதுப்பிள்ளை' என்றே சொல்லலாம். அவர் பேச்சு அளந்து தெளிந்து குளிர்ந்த அருவிப் பேச்சு. அவர் எப்பொருளை எடுத்து விளக்கினாலும் அது மனத்திரையில் சொல்லோவியமாக நடமாடும்' என்று குறிப்பிடுகிறார். வேலும் வில்லும், ஊரும் பேரும், தமிழின்பம், சிலப்பதிகார நூல் நயம், திருவள்ளுவர் நூல் நயம் ஆகிய உரைநடை நூல்களை எழுதியுள்ளார்.

மு. வரதராசனார்

திரு. வி. க. வின் பாசறையில் பயின்ற மு. வ.வின் உரைநடையில் தெளிந்த மனத்தின் இயல்பான தங்கு தடையற்ற கருத்தோட்டத்தைக்

காணலாம். சிறு சிறு தொடர்கள், படிப்போரை உளப்படுத்தும் தொடர்பியல் பண்புகள், எளிய விளக்கங்கள் ஆகியவை இவரது உரைநடையின் இயல்பாகும். தம்மையே எழுத்தாகக் கருதிக் கொண்டு எழுதுபவர். எனவே இவர் உரைநடையில் 'தான் கலந்து' எழுதிய பண்பினைக் காணவியலும். தமிழில் கடித இலக்கிய வகையை அறிமுகம் செய்ததோடு அதற்கு உயரிய இலக்கிய மதிப்பையும் பெற்றுத் தந்தவர். இடைவிடாது பல நூல்கள் எழுதியவர். புதினங்கள் எழுதி வெற்றி பெற்ற தமிழ்ப் பேராசிரியர். தமது கருத்துக்களைப் பிறரிடம் திணிக்காமல், அவர் முன்வைத்து, சிந்திக்கத் தூண்டுவதாக இவரது நடை அமையும். நேருக்கு நேர் உரையாடும் பாங்கு, வினா எழுப்பி விடையளிக்கும் போக்கு, கருத்துக்களை வரிசையாக அடுக்கிச் சொல்லும் முறை ஆகியவை இவரது நடையின் வெற்றிக்குக் காரணங்களாகும். இலக்கிய மரபு, இலக்கியத் திறன், இலக்கிய ஆராய்ச்சி, காந்தியடிகள், பெர்னாட்சா, இளங்கோவடிகள், முல்லைத்திணை போன்ற உரைநடை நூல்கள் பலவற்றை எழுதியுள்ளார்.

மு. வ. உரைநடை

ஒரு மரத்தைப் பார்த்து இது நாற்பதடி உயரம் உள்ளது என்பது அறிவியல்; இது வானளாவி உயர்ந்துள்ளது என்பது கலை. ஒரு கூட்டத்தைப் பார்த்து, இது ஏறக்குறைய நாற்பதாயிரம் மக்களைக் கொண்டது என்பது அறிவியல்; எள் விழ இடம் இல்லாமல் கூடிய கூட்டம் என்பது கலை. தொட்டவுடன் சுருங்கும் இலைகளை உடைய ஒரு செடியைத் 'தொட்டாற் சுருங்கி' என்று குறிப்பது அறிவியல்; என்னைத் தொடாதே' என்று அது கூறுவதாகக் கற்பனை செய்வது கலை - இலக்கியத் திறன்.

(அறிவியலும் கலையும்)

அறிஞர் அண்ணா

உரைநடை இலக்கியத்தில் மறுமலர்ச்சியை ஏற்படுத்திய எழுத்துக்களாக அறிஞர் அண்ணாவின் இலக்கியங்களைக் குறிப்பிடலாம். திரு. வி. க.வின் எழுத்துக்களைப் பின்பற்றி எழுதும் மரபு ஒன்று உருவானது போல அறிஞர் அண்ணாவின் எழுத்துக்களைப் பின்பற்றி திராவிட இயக்க உரைநடை வளர்ந்தது. வானவேடிக்கை போன்று எழுத்துக்களும், சொற்களும், தொடர்களும் பலவாறு தம்முள் கலந்து வண்ணமயமான சொற்களும், தொடர்களும் பலவாறு தம்முள் கலந்து வண்ணமயமான உரைநடை உருவாகியது. இது கண்ணுக்கும் செவிக்கும் கருத்துக்கும் இனிமை தருவதாக அமைந்தது. அறிஞர் அண்ணாவின் நடையில் அடைமொழிகளை அதிகம் காணலாம். எனவே இதனை 'அடையால் அமைந்த நடை' என்பர். கொள்கை விமரிசனம், சமுதாயச் சீர்திருத்தம், பகுத்தறிவு வாதம் ஆகியவை இவரது

நடையில் காணப்படும் பொருட்கூறுகளாகும். நிலையும் நினைப்பும், ஏ, தாழ்ந்த தமிழகமே, ஆரியமாயை என்பன அறிஞர் அண்ணாவின் உரைநடை நூல்களுள் பரபரப்பாகப் பேசப்பட்டவைகளாகும்.

வ. சுப. மாணிக்கம்

சொற்களைச் சிக்கனமாகப் பயன்படுத்தி, உரைநடையைத் தங்க நகை போல கவனமாக உருவாக்கியவர் வ. சுப. மாணிக்கம் (1917 - 1989) ஆவார். இவர் தனக்கென ஒரு உரைநடை மரபை அமைத்துக் கொண்டவர். நடைபற்றி ஆழச் சிந்தித்தவர். ஒருவரது நடைநெறியே அவர் தம் வாழ்க்கை நெறியைக் காட்டும் என்பதற்கு மு. வ., வ. சு. ப. மா. ஆகியோரது எழுத்துக்கள் சான்றுகளாகும். இவரது நடையைத் தூய செந்தமிழ் நடை என்பர். தேனடையைப் பிழிந்து தேனைத் தருவது போல எண்ணத்தில் ஊறிய கருத்துக்களைச் சொற்களாக்கித் தருவார். எனவே இவரது நடையைத் 'தேனடை' எனலாம். திரு. வி. க. போன்று தன் நடையின் இயல்பை இவர் ஓரிடத்தில் குறிப்பிடுகின்றார்.

> *'என் நடை பற்றி ஒரு குறிப்பு : என் எழுத்துக்கள் கட்டளைச் சொற்களால் - கட்டளை நடையால் அமைந்தவை. சொற்பழகுதல் என்ற மிகைக்கு இடமில்லாதவை; செறிவு மிகுந்தவை; வேண்டுங்கால் புதிய சொல்லாக்கங்களும் புதிய சொல் வரவுகளும் புதிய தொடராட்சிகளும் உடையவை. நீண்ட செந்தமிழுக்கு எதனையும் நிறைவாகத் தூய்மையாகச் சொல்ல வல்ல தற்கிழமைத் திறம் உண்டு; அம்மொழித் திறத்தைப் பயன்படுத்தும் பயில்திறம் எழுத்தாண்மையர்க்கு வேண்டும்.'*

(திருக்குறட்சுடர் - முன்னுரை)

முழு நூல்களாகவும், கட்டுரைத் தொகுதிகளாகவும் இவரது உரைநடை நூல்கள் வெளிவந்துள்ளன. வள்ளுவம், தமிழ்க்காதல் (ஆராய்ச்சி), சங்கநெறி, இலக்கியச்சாறு, ஒப்பிலக்கிய நோக்கு, திருக்குறட்சுடர், காப்பியப் பார்வை என்பன அவற்றுள் சில நூல்களாகும்.

வ. சு. ப. மா - உரைநடை

> *'காதல் என்பது இன்பத்தும் பேரின்பம், உணர்ச்சியுள் பேருணர்ச்சி, ஆற்றலுள் பேராற்றல், அடிப்படையுட் பேரடிப்படை, உரிமையுள் எல்லார்க்கும் உரியது, நட்பினுள் இருபாலாரையும் இணைப்பது, கல்வியுட் கசடறக் கற்க வேண்டியது. நாணினுள் நனின நாணுடையது. ஒழுக்கத்துள் விழுமியது. இத்தகைய காதலை ஒவ்வொருவரும் விளங்கிக் கொள்ள வேண்டும்; அதன் வீறுகளையும் மாறுகளையும்*

தெளிந்து கொள்ள வேண்டும்; இணக்கம் பிணக்கங்களை யெல்லாம் புரிந்துகொள்ள வேண்டும்.'

- தமிழ்க்காதல்

தமிழ் உரைநடை சமயப் பணிகளால் வளர்ந்தது. மாதவச் சிவஞான முனிவர், வள்ளலார், ராபர்ட் டி. நோபிலி, வீரமாமுனிவர் போன்றோர் தாம் ஏற்றுக்கொண்ட நெறிகளின் உண்மையையும் நுண்மையும் உணர்த்துவதற்கு உரைநடையைத் துணைக் கொண்டனர். தமிழ் உரைநடை சமூக அரசியல் இயக்கங்களால் வாழ்ந்தது. தோழர் ப. ஜீவானந்தம், திரு. வி. க., அறிஞர் அண்ணா, கலைஞர். மு. கருணாநிதி ஆகியோர் தம் இயக்கக் கொள்கைகளையும் சீர்திருத்தக் கருத்துக் களையும் மக்கள் மத்தியில் கொண்டு செல்வதற்கு அவர்கள் வகுத்த உரைநடை நெறி பெரிதும் கைகொடுத்தது. தமிழ் உரைநடை தமிழ்ப் பணியால் வளம்பெற்றது. மறைமலையடிகள், ரா. பி சேதுப்பிள்ளை, மு. வ., வ. சு. ப. மாணிக்கனார் ஆகியோர் தமிழ் இலக்கியத்தின் ஆழத்தையும் அகலத்தையும் தம் ஆராய்ச்சிக் கட்டுரைகளில் கற்போர் மனங்கொள்ளுமாறு கற்பிப்பதற்கு அவர்களது உரைமரபுகள் காரணமாக இருந்தன. தமிழ் உரைநடை புனைகதை எழுத்துக்களால் புதிய வேகமும் விவேகமும் பெற்றது. ராஜமைய்யர், மாதவையா, கு. ப. ரா, புதுமைப்பித்தன், லா. ச. ரா. ஜெயகாந்தன், அகிலன், நா. பார்த்தசாரதி, சுஜாதா, சுந்தர ராமசாமி, நகுலன், கோணங்கி, ஜெயமோகன், தமிழவன் - என்று தொடரும் படைப்பாளர்களும் தமிழுக்குப் புதிய உரைநடை படைத்தனர்; படைத்து வருகின்றனர்.

எனவே கவிதை போன்றும், காப்பியம் போன்றும், தமிழ் உரைநடையும் ஆழ்ந்த பார்வைக்கு உட்படுத்தப்படுதல் வேண்டும்.

18. புலம்பெயர் இலக்கியம்

பிற நாட்டுத் தமிழ் இலக்கியங்களையே புலம்பெயர் இலக்கியம் என்று அழைக்கின்றோம். இவை புலம்பெயர் தமிழர்களால் எழுதப்பட்டவை. தமிழ் இலக்கிய வரலாறு என்று சொன்னாலும் தமிழர் இலக்கிய வரலாறு என்று சொன்னாலும் அது பிற நாட்டுத் தமிழர்களை நமது உடன்பிறப்புக்களால் - எழுதப்பட்ட இலக்கியத்தையும் சேர்த்துக் குறிப்பதாகவே கொள்ளவேண்டும். தமிழ்நாட்டிலிருந்து பல்வேறு காரணங்களுக்காக அயல்நாடுகளில் சென்று குடியேறி பல தலைமுறைகளாக வாழ்ந்து வரும் தமிழர்கள், தாங்கள் வாழும் மண்ணின் மரபுக்கேற்ப இந்த இலக்கியங்களைப் படைக்கின்றனர். வேற்று நாட்டில் இருந்து கொண்டு தமிழ்நாட்டைப் பற்றி எழுதும் இலக்கியமும், தமிழ்நாட்டில் இருந்து கொண்டு அயல்நாட்டுத் தமிழர்களைப் பற்றி வரைப்படும் இலக்கியமும் புலம்பெயர் இலக்கியம் ஆகா. இந்த வகையில் தமிழ் நாட்டிலிருந்து பல தலைமுறைகளுக்கு முன் இலங்கையிலும், மலேசியாவிலும் சென்று குடியேறிய மக்களின் வாழ்க்கைச் சூழலைப் பின்னணியாகக் கொண்டு அந்நாடுகளில் எழுதப்பட்ட தமிழ் இலக்கியங்களின் வரலாறு இங்குச் சுட்டிக்காட்டப்படுகிறது.

ஈழத்துத் தமிழ் இலக்கியம்

ஈழத்திற்கும் தமிழ்நாட்டுக்கும் இடையே பன்னெடுங்காலமாகப் போக்கும் வரவும் நிலவி வந்தன. இதன் பயனாகத் தமிழ்நாட்டு இலக்கிய வாணர்களின் படைப்புத் தாக்கம் ஈழத்திலும், ஈழத்து இலக்கிய வாணர்களின் இலக்கியத் தாக்கம் தமிழ்நாட்டிலும் இயற்கையாகப் படிந்தது. இந்த இருநாட்டு இலக்கியங்களையும் ஒப்ப வைத்து உற்றுநோக்கும்போது இந்த உண்மையை நாம் உணரலாம். இரு நாட்டிலும் இலக்கிய மாற்றங்கள் சமகாலத்திலும் ஒரே மாதிரியாகவும் நிகழ்ந்துள்ளன.

சங்ககாலத்திலேயே ஈழத்தைச் சார்ந்த ஈழத்துப் பூதன் தேவனார் என்ற புலவர் ஒருவர் தமிழகத்திற்கு வந்து அகப்பாடல்கள் பல பாடியுள்ளார். இவர் பாடியனவாகிய அகநானூற்றில் 3 பாடல்கள் (88, 231, 307), குறுந்தொகையில் 3 பாடல்கள் (182, 343, 360), நற்றிணையில் ஒரு பாடல் (366) ஆகிய ஏழு பாடல்கள் காணப்படுகின்றன.

யாழ்ப்பாணத்தில் 17ஆம் நூற்றாண்டில் வாழ்ந்த அரசகேசரி என்ற புலவர் தமிழ்நாட்டில் திருநெல்வேலிக்கு அருகில் உள்ள ஆழ்வார் திருநகரிக்கு வந்து அங்கிருந்த அட்டாவதானம் இராமானுசக் கவிராயரிடம் கல்வி கற்றார். வடமொழிப் புலமை நிரம்பப் பெற்ற இவர் காளிதாசரின் இரகுவம்சத்தைத் தமிழில் மொழிபெயர்த்தார். இது 2304 பாடல்களை உடையது. இவர் பரராசசேகரன் என்ற மன்னனின் மருமகனாகக் கருதப்படுகிறார். இந்த மன்னன் பெயரில் 'பரராசசேகரம்' என்ற வைத்திய நூல் ஒன்று விருத்தப்பாக்களால் இயற்றப்பட்டுள்ளது.

கி.பி. 17, 18ஆம் நூற்றாண்டுகளில் தமிழகத்தில் நிலவிய இலக்கியச் சூழல் போன்றே ஈழ இலக்கிய ஆக்கம் காணப்பட்டது. சிற்றிலக்கியங்கள் பல புற்றீசல்கள் போல எழுதப்பட்ட நிலை ஈழத்திலும் நிலவியது.

உடுப்பிட்டியைச் சார்ந்த குமாரசாமி முதலியார் (1791 - 1874) என்பவர் பல பதிகங்களையும், கோவை நூல்களையும், ஊஞ்சல் பிரபந்தங்களையும் பாடினார். தமது நண்பர் அருளம்பல முதலியார் மீது 'அருளம்பலக் கோவை' எனும் நூலைப் பாடினார். 1866 - 67இல் யாழ்ப்பாணத்தில் நிலவிய கடுமையான பஞ்சத்தை நெகிழ்ச்சியூட்டும் கீர்த்தனைகளால் இவர் பாடியுள்ளார். பஞ்சத்தின் கொடுமையைச் சொல்லும் ஒரு பாடல் வருமாறு:

'சிங்கையிலங்கை சென்னை சேர சோணோடு பாண்டி
தேசாதேச மெங்குமா மெந்தெய்வமே
கங்கைக்கரை வங்காளங் காசி முதற்றலங்கள்
கலக்கமலக்கமா மெந்தெய்வமே'

சமகால நிகழ்ச்சிகளைச் சமுதாய நோக்கில் பாடிய முதல் ஈழப் புலவர் இவரே என்பார் க. கைலாசபதி.

புராணம், தூது ஆகிய இலக்கியவகைகள் சமயத்தையும் இறைவனையும், தலத்தையும், பாடப் பயன்பட்ட அக்காலச் சூழலில் இதனைச் சமுதாயச் செய்திகளை வெளிப்படுத்தும் முயற்சியில் ஈழப்புலவர்கள் சிலர் ஈடுபட்டனர். அவர்களுள் சுப்பையா என்ற புலவர் குறிப்பிடத்தக்கவர் ஆவார். இவர் 'கனகி புராணம்' என்ற நூலை இயற்றினார். இது அக்காலத்தில் வாழ்ந்த கனகி எனும் தேவரடியாளின்

வாழ்க்கையை அடிப்படையாகக் கொண்டது. இப்பாடல்கள் இனிமையையும் நகைச்சுவையையும் பயப்பன. இது ‘கனகி சுயம்வரம்’ என்றும் அழைக்கப்படுகிறது. அவர் காலத்தில் செல்வந்தர்களின் ஒழுக்கம் மீறிய அவல வாழ்க்கையை அலசும் அங்கதமும், நையாண்டியும் கலந்த நூலாக இதனை சுப்பையா எழுதியுள்ளார்.

பனைமரம் பற்றிய புதிய நோக்கில் ‘தாலபுராணம்’ (தாலி : பனையில் ஒரு வகை) என்னும் சிற்றிலக்கியத்தைக் காசிநாத புலவர் (1796 - 1854) பாடினார். இது கலிவெண்பா யாப்பில் அமைந்தது. இது ‘பனங்காய் பாரதம்’ என்று அழைக்கப்பட்டதாகவும் தெரிகிறது! பனை இலங்கையில் பரவலாகக் காணப்படும் பயன்மிகு மரமாகும். அதனைப் போற்றிப் பாடிய காசிநாத புலவர் உள்ளத்தை நாம் வாழ்த்துதல் வேண்டும்! இதேபோன்று ‘கோட்டுப் புராணம்’ பாடிய வே. இராமலிங்கம் என்பாரும் சமகாலச் சமுதாயத்தைப் பிரபந்தங்களில் பாடிய ஈழப் புலவர்களுள் குறிப்பிடத்தக்கவர் ஆவார். ‘கோர்ட்’ (நீதிமன்றம்) இந்நூலில் ‘கோட்டு’ என்றாகியுள்ளது. ஏழைகளின் வாழ்க்கையில் நீதி மன்றம் எவ்வாறெல்லாம் விளையாடுகிறது என்பதை அவலமாகவும், அங்கதமாகவும் இந்நூலில் ஆசிரியர் காட்டியுள்ளார். கோர்ட்டைக் கூத்துக்களமாகவும், நீதிமன்ற நடுவரைப் பார்வையாளராகவும், வழக்குரைப்போரைக் குரங்காகவும், இவர்களை ஆட்டுவிக்கும் கயிறாக வழக்குகளையும் நூலாசிரியர் சித்திரிப்பது மிகச் சுவைபயப்பதாகும்.

ஈழத்து நாவல் இலக்கியமரபைத் தொடங்கி வைத்தவர் தி. த. சரவணமுத்துப் பிள்ளை ஆவார். இவர் மோகனாங்கி (1895) என்ற நாவலை எழுதினார். தந்தை விடு தூது (1892) என்ற பெயரில் இவர் எழுதிய பிரபந்தம் சமகாலக் காதல் பிரச்சினையை உள்ளடக்கியதாகும். தமிழ்பாஷை என்ற உரைநடை நூலும் எழுதியுள்ளார். தந்தை விடுதூது தற்காலப் பாடல் போல அமைந்திருப்பதற்கு ஒரு சான்று வருமாறு:

‘காட்டிற் பசுங்கிளிபோல்
கோதையரை எப்பொழுதும்
வீட்டிலடைத்து வைக்கும்
விரகிலருக் கியாதுரைப்போம்
பூட்டித் திறந்தெடுக்கும்
பொருளாகக் கருதினரோ
கேட்டார் நகைப்பதுவும்
கேட்டிலரோ பைங்கிளியே
கிஞ்சுகவாய்ப் பைந்தொடிபாற்
கிளத்தாய் பசுங்கிளியே’

இவர் அப்போது சென்னை மாகாணக் கல்லூரியில் (மாநிலக் கல்லூரி) நூலகத் தலைவராக இருந்துள்ளார். மதுரையிலிருந்து 'சைவ உதயபானு' என்ற பத்திரிகையையும் வெளியிட்டு வந்துள்ளார்.

பதிப்பு முதல்வர் சி. வை. தாமோதரம் பிள்ளை அவர்களின் ஆசிரியராக விளங்கிய முத்துக்குமார கவிராயர் (1790 - 1851) பிற்காலப் பிரபந்தங்கள் பலவற்றைப் பாடியுள்ளார். அவற்றுள் சமகாலச் சமூக மாற்றங்களையும் இடையிடையே வைத்துப் பாடி கால உணர்வுக்கு இடம் தந்துள்ளார். ஞானக்கும்மி, யேசுமத பரிகாரம், ஐயனாரூஞ்சல், நடராசர் பதிகம் ஆகிய இலக்கியங்கள் பாடியுள்ளார்.

தூது, காதல் போன்ற இலக்கிய வகைகளிலிருந்து உருவாகிய விலாசம் போன்ற நாடக இலக்கியங்கள் இக்காலத்தில் அதிகமாக எழுதப்பட்டன. பின்னர் விலாசம் என்ற பெயர் மறைந்து இவை நவீன உரைநடை நாடகங்களாயின. இவ்வாறு நாடக நூல்களைச் செய்தவர்களுள் கணபதி புலவர், கந்தப்பிள்ளை, சின்னத்தம்பி, முத்துக்குமாரப் புலவர் ஆகியோர் குறிப்பிடத்தக்கவர்கள் ஆவர்.

இலங்கையின் 'இலக்கியவிளக்கு' எனக் கருதப்படும் ஆறுமுக நாவலர் (1822-1889) இலங்கைத் தமிழ் இலக்கியத்திற்கு நவீன பரிமாணத்தைத் தந்தவராவார். தமிழ் இலக்கியத்தைப் பாடநூல்களில் சேர்க்கும் தகுதியைத் தந்தவர் நாவலர் அவர்களே ஆவார். பாடசாலைகளில் பயிலும் சிறுவர்களுக்காகப் பல்வேறு நிலைகளில் பாலபாடங்கள் உருவாக்கினார். பாலபாடம் 4ஆம் புத்தகத்தில் காணப்படும் 'தமிழ்ப்புலமை' என்ற கட்டுரையில் பின்வருமாறு பாடத்திட்டத்தை அமைத்துக் கொள்கிறார்:

> 'திருவள்ளுவர் குறள், நாலடியார், முதலிய நீதி நூல்களைப்
> பதப்பொருளுடனே கற்றறிந்து கொள்க
> தேவாரம், திருவாசகம், திருவிசைப்பா, திருப்பல்லாண்டு என்னும்
> அருட்பாக்களைப் பண்ணுடன் ஓதவும் பழகிக் கொள்க.
> . . . .

இவ்வாறு பாடத்திட்ட அமைப்பு தொடர்ந்து செல்கிறது. பிள்ளைகள் படிப்பதற்குப் பாடசாலைகள் ஏற்படுத்தினார். நாவலர் எதைச் செய்தாலும் அதில் மக்கள்நலன் எனும் முனைப்பு அடிப்படையாக இருந்தது. அவர் எழுதுவதும், பேசுவதும் அவரைப் போலவே எளிமையாக இருந்தன. நடையில் அதுவரை இல்லாத தெளிவு இருந்தது. 'ஈழத் தமிழ் உரைநடையின் தந்தை' என்று நாவலரைக் குறிப்பிடுவர். நாவலருக்குப் பின் 'நாவலர் மரபு' ஒன்று ஈழத்திலே உருவாயிற்று. இம்மரபில் குறிப்பிடத்தக்கவர்கள்

நா. கதிரைவேற்பிள்ளை, சி. வை. தாமோதரம் பிள்ளை, பொன்னம்பல பிள்ளை, சபாபதி நாவலர் ஆகியோராவார்.

யாழ்ப்பாணத்தில் பிறந்த சி. வை. தாமோதரம் பிள்ளையவர்கள் கல்வியின் பொருட்டுத் தமிழகம் வந்தவர். சென்னைப் பல்கலைக்கழகத்தில் இளங்கலைப் பட்டம் பெற்றார் (1857). புதுக்கோட்டை நீதிமன்றத்தில் நடுவராக இருந்து ஓய்வு பெற்றபின் பழந்தமிழ் இலக்கியங்களைத் தேடிப் படிப்பதும் பதிப்பிப்பதும் இவர் பணியாயிற்று. பல பழந்தமிழ் நூல்களை முதன்முதலில் பதிப்பித்த பெருமை இவரையே சாரும். 1881இல் வீரசோழியம், 1883இல் இறையனார் அகப்பொருள், கலித்தொகை, தணிகைப் புராணம், 1885இல் தொல்காப்பியம் பொருளதிகாரம், 1900இல் தொல்காப்பியச் சொல்லதிகாரம், இலக்கண விளக்கம் ஆகியவற்றை அச்சிலேற்றினார்.

சொற்பொழிவாற்றுவதில் வல்லவர் எனப் புகழ்பெற்றவர் நா. கதிரைவேற்பிள்ளை (1844-1907) ஆவார். அட்டாவதானம், சதாவதானம் ஆகிய கதைகளில் வித்தகர் என்பர். ஆயினும் இவருக்குப் பெரும்புகழைச் சேர்த்தது இவர் உருவாக்கிய அகராதியேயாகும். தமிழ் அகராதிகளில் இதற்குச் சிறப்பிடம் உண்டு. இது இவரது பெயராலேயே 'கதிரைவேற்பிள்ளை அகராதி' என்றும், இடத்தின் பெயரால் 'யாழ்ப்பாண அகராதி' என்றும் அழைக்கப்படுகிறது.

பொன்னம்பல பிள்ளை (1836-1902) ஆறுமுக நாவலரின் மருமகனாவார். நாவலரின் பதிப்புப் பணியை அவர் மறைவுக்குப் பின் இவர் தொடர்ந்தார். இவர் வில்லிபாரதம், மயூரகிரிப் புராணம் ஆகியவற்றுக்கு உரை எழுதியுள்ளார். ஈழப்புலவர் எழுதிய இரகுவம்சத்தை அச்சியற்றினார்.

பிற இலங்கைத் தமிழறிஞர்கள்

சபாபதி நாவலர் (1843 - 1903)

ஆறுமுக நாவலரின் மாணவரான சபாபதி நாவலர் திராவிடப் பிரகாசிகை எனும் நூலால் (1899) பெரும்புகழ் பெற்றவர். இது தமிழ் இலக்கியங்களையும், தமிழ்ப் புலவர்களையும் பற்றிய அரிய செய்திகள் அடங்கிய விமரிசன நோக்கில் அமைந்த ஒரு நூலாகும். யேசுமத சங்கற்ப நிராகரணம், பாரத தாத்பரிய சங்கிரகம், இராமாயண தாத்பரிய சங்கிரகம், திருச்சிற்றம்பல யமக அந்தாதி, திருவிடைமருதூர் பதிற்றுப்பத்தந்தாதி ஆகிய நூல்களையும் இயற்றியுள்ளார்.

வி. கனகசபைப் பிள்ளை [1955 — 1906]

இவர் கல்வித்துறை அலுவலர் குடும்பத்தில் பிறந்தவர். இவருடைய தந்தையார் விசுவநாத பிள்ளை சென்னைக் கல்வித்துறை அலுவலகத்தில்

மொழிபெயர்ப்பாளராகப் பணியாற்றியவர். ஐரோப்பியரான வின்சுலோ பாதிரியாரின் தமிழ் அகராதி உருவாக்கத்திற்குத் துணை செய்தவர். இவரது புதல்வர் கனகசபைப் பிள்ளையும் தமிழகத்திலேயே இளங்கலைப் பட்டம் பெற்று அஞ்சலக அதிகாரியாகப் பணிபுரிந்தார். களவழிநாற்பது, கலிங்கத்துப்பரணி, விக்கிரமசோழன் உலா ஆகியவற்றை ஆங்கிலத்தில் மொழிபெயர்த்துள்ளார். இவர் எழுதிய 1800 ஆண்டுகளுக்கு முற்பட்ட தமிழர் (Tamils 1800 years ago) என்பது மிகவும் புகழ்பெற்ற நூலாகும்.

நாகமுத்து (1868 – 1933)

இவர் 'நாவலாசிரியர் நாகமுத்து' என்று அழைக்கப்படுகிறார். ஈழத்து நவீன நாவல் இலக்கியத்தின் தந்தை என்று இவர் கருதப்படுகிறார். இவர் எழுதிய முதல் நாவல் 'நீலகண்டன் அல்லது ஒரு சாதி வேளாளன்' என்பதாகும். இது சாதி வேற்றுமையைக் கடிந்து எழுதப்பட்ட நாவலாகும்.

நீலகண்டன் அல்லது ஒரு சாதி வேளாளன்

இது, சாதியபிமானமின்னதென விளங்காது தம்மிற்றாழ்ந்த வர்களை யிம்சை செய்பவர்களுக்குப் புத்திபுகட்டும் நோக்கமாகவும், ஏனையோருக்கு நம்மவர்களின் உண்மையான சாதி நிலையின்னதென உணர்த்தும் நோக்கமாகவும், எழுதப்பட்ட ஒரு கற்பனாகதை. அனைவருக்கும் யோகமிருக்குமென வெண்ணி சன்மார்க்கம் சற்போதனை முதலியவற்றைப் பற்றியான்றோர் கூறியிருக்கும் உண்மைகள் ஆங்காங்கே கொடுக்கப்பட்டிருக்கின்றன.

இதே போன்று 'சித்தகுமாரன்' என்ற நாவலையும் இவர் எழுதியுள்ளார்.

துரையப்பாபிள்ளை (1872 – 1929)

'இருபதாம் நூற்றாண்டு ஈழத்து இலக்கிய முதல்வர்' என்றும் 'ஈழத்து இலக்கிய முன்னோடி' என்றும் 'நவீனத்துவத்தின் விடிவெள்ளி' என்றும் பலபடப் பாராட்டப்படுபவர் பாவலர் துரையப்பா பிள்ளை அவர்கள். இவர் யாழ்ப்பாணத்திலிருந்து பணிநிமித்தம் 1894இல் பம்பாய்க்கு குடியேறினார். மூன்று ஆண்டுகளில் மீண்டும் யாழ்ப்பாணம் வந்து சேர்ந்தார். கீதோபதேச கீதரச மஞ்சரி (1901) என்ற பாத்தொகுப்பை வெளியிட்டார். கிறித்தவ சமயத்தை இவர் தழுவினார் எனினும் இந்நூல் சமயங்கடந்த சமரச சமூக நூலாக விளங்குகிறது. இலக்கணங்கள் கூறும் யாப்பிலக்கணத்தைத் தவிர்த்து

மக்கள் உணர்வுக்கு விருந்தளிக்கும் இசைப்பா வடிவங்கள் நாடினார். இவரை,

விரையப்பா டுஞ்சீர் மிகப்படைத்த - தேவர்

துரையப்பா பிள்ளையெனும் தோன்றல்

என்று பரிதிமாற்கலைஞர் புகழ்ந்துரைத்துள்ளார்.

நாடக இலக்கியத்திலும் பாவலர் முன்னோடியாகத் திகழ்ந்தார். தமிழ் நாடக நெறியையும் ஆங்கில நாடக நெறியையும் இணைத்து 'சகலகுண சம்பன்னன்' என்ற நாடகத்தை இயற்றினார். 'எங்கள் தேச நிலை' 'சுவதேசகும்மி' 'சிவமணிமாலை' ஆகிய நூல்களை எழுதியுள்ளார்.

விபுலானந்த அடிகள் [1892 – 1947]

இராமகிருட்டிணர் நெறி பற்றியொழுகிய விபுலானந்த அடிகள் தமிழிசை வரலாற்றில் புதிய அத்தியாயத்தை உருவாக்கிய 'யாழ்நூலை'ச் செய்த பெருமை படைத்தவர். இவ்வியாழ் நூல் பலவகைகளில் சிறப்புடையது. பண்டைய தமிழிசை நுணுக்கத்தை மிக விரிந்த அளவில் வெளிப்படுத்திய முதல் நூல் இதுவேயாகும். இந்நூலை உருவாக்க, இவரது இலக்கிய, சமய, தத்துவ, நுண்கலை அறிவுத் திறன்கள் இவருக்குக் கைகொடுத்தன. பிளாட்டோவின் Poeties நூலைப் 'பாவலர் விருந்து' என்ற பெயரில் மொழிபெயர்த்துள்ளார். மதங்க சூளாமணி என்ற நடன - நாடக இலக்கண நூலைச் செய்துள்ளார். இலங்கைப் பல்கலைக்கழகத்திலும் அண்ணாமலைப் பல்கலைக்கழகத்திலும் தமிழ்ப் பேராசிரியராக அணி செய்தவர்.

தனிநாயக அடிகளார் [1913 – 1980]

தமிழ் இலக்கியத்தின் பெருமையை உலகோர் அறிந்து பாராட்டுவதற்குப் பெருங் காரணமாக இருந்தவர் தனிநாயக அடிகளார் ஆவார். கிரேக்கம், இலத்தீன், ஜெர்மன், ஆங்கிலம் போன்ற பலமொழி வல்ல தமிழறிஞரான இவர் பல நாடுகளுக்குச் சென்று தமிழாய்வு செய்யும் அரிய வாய்ப்பினைப் பெற்றவர். அந்த வாய்ப்பினைத் தமிழ் இலக்கிய ஆய்வின் வாழ்வுக்கும் வளர்ச்சிக்கும் பயன்படுத்திக் கொண்டார். பாரிஸ், இலண்டன், ஜெர்மனி முதலிய நாடுகளிலுள்ள நூலகங்களிலும் அருங்காட்சியகங்களிலும் பாதுகாத்து வைக்கப்பட்டுள்ள அரிய தமிழ் நூல்களையும், ஏட்டுச் சுவடிகளையும் பற்றிய செய்திகளைத் தமிழ்கூறு நல்லுலகிற்கு வழங்கிய பெருமை இவருக்கு உரியது. பிறமொழி இலக்கியங்களோடு தமிழ் இலக்கியங்களை ஒப்பிட்டு ஆராய்ந்தால்தான் தமிழின் உண்மையான பெருமையை நாம்

உணர இயலும் என்ற ஒப்பிலக்கிய உணர்வோடு ஆய்வுகளைச் செய்து நூல்களாக வெளியிட்டவர். இவர் எழுதிய தமிழ்த்தூது, ஒன்றே உலகம், Nature in Tamil poetry (Landscape and Poetry) ஆகிய நூல்களில் தமிழை உலக அரங்கிற்கு உயர்த்த வேண்டும் என்ற அடிகளாரின் வேட்கையைக் காணலாம். Tamil Culture என்ற ஆராய்ச்சி இதழைத் தோற்றுவித்தார். உலகத்தமிழ் ஆராய்ச்சி மன்றம் (IATR) உருவாவதற்கு முனைப்பாகச் செயலாற்றினார். உலகத்தமிழ் ஆராய்ச்சி மாநாடு முதன் முதலாக கோலாலம்பூரில் நடப்பதற்குக் காரணமாக இருந்தார்.

க. கைலாசபதி

'கலாநிதி க. கைலாசபதி' என்று அனைத்துத் தமிழர்களாலும் அன்போடு அழைக்கப்படும் இச் சிந்தனையாளர் நவீன தமிழ் இலக்கிய ஆய்வில் புதிய போக்குகளைக் காட்டினார். இங்கிலாந்திலுள்ள பர்மிங்ஹாம் பல்கலைக்கழகத்தில் Tamil Heroic Poetry என்ற ஆய்வினைச் செய்தார். இது ஆக்ஸ்போர்டு பல்கலைக்கழகத்தின் வெளியீடாக வந்துள்ளது. புறநானூற்றுப் பாடல்களையும், கிரேக்கக் காப்பியங்களான இலியட், ஒடிசியையும் ஒப்புநோக்கி ஆராய்ச்சி செய்தார். இவ்வாராய்ச்சியின் விளைவாகப் புறநானூற்றுப் பாடல்களும் பண்டை கிரேக்கப் பாடல்கள் போல வாய்மொழிப் பாடல்களின் பண்பினைக் கொண்டுள்ள என்றும், இதனால் புறானூற்றுப் பாடல்கள் வீரநிலைக்காலப் பாடல்கள் என்றும் முதன்முதலாக நிறுவினார்.

தமிழ்நாவல் ஆய்வில் இவர் பங்கு பெரிது. பொதுவாக ஆய்வுகள், எழுத்துக்கள் ஆகியவை சமூகம் சார்ந்தனவாகவே இருக்க வேண்டும் என்று வலியுறுத்துவார். இவரது திறனாய்வுகளில் மார்க்சியத் தன்மை காணப்படும். எனவே கல்வித்துறை சார்ந்த மார்க்சியத் திறனாய்வாளர் என்று குறிப்பிடப் பெறுகிறார். 'தமிழ் நாவல் இலக்கியம்', 'சமூகவியலும் இலக்கியமும்' ஆகியவை நாவல் குறித்த இவரது திறனாய்வு நூல்களில் குறிப்பிடத்தக்கவையாகும். யாழ்ப்பாணப் பல்கலைக்கழகத் தமிழ்ப் பேராசிரியராகப் பணியாற்றியவர்.

கா. சிவத்தம்பி

கலாநிதி கைலாசபதி அவர்களின் மரபில் இன்று தமிழ் இலக்கிய ஆய்வுகளைத் தொடர்ந்து வருபவர் கா. சிவத்தம்பி ஆவார். இவரது 'Drama in Ancient Tamil Literature' என்ற நூல் தமிழில் இருந்த பண்டைய கலைக்குழுக்கள் பற்றிய அரிய விரிந்த ஆய்வாக அமைந்துள்ளது. இது NCBH நிறுவன வெளியீடாக வந்துள்ளது. தமிழில் இலக்கிய வரலாறு எனும் நூலில் இதுகாறும் எழுதப்பெற்ற தமிழ் இலக்கிய வரலாற்று நூல்களை ஆராய்ந்து தமிழ் இலக்கிய வரலாறு எழுதியலுக்குப் புதிய

நெறியை வகுத்துள்ளார். இலக்கியத்தின் எந்தப் பகுதியையும் தீவிர ஆய்வுக்கு உட்படுத்தி வரும் இவர் சென்னைப் பல்கலைக்கழகம், மதுரை காமராசர் பல்கலைக்கழகம், தமிழ்ப் பல்கலைக்கழகம் ஆகியவற்றின் அழைப்பிற்கேற்ப விருந்துச் சொற்பொழிவுகள் பல நிகழ்த்தியுள்ளார். பல தமிழகப் பல்கலைக்கழகங்களில் இருந்துள்ளார். சிறப்புநிலை வருகைப் பேராசிரியராகவும் உள்ளார்.

புனைகதை இலக்கியம்

ஈழத்தில் புனைகதை இலக்கியத்தை வளர்த்தவர்களுள் சிவபாத சுந்தரம், டொமினிக் ஜீவா, டேனியல், எஸ். பொன்னுத்துரை, செ. கணேசலிங்கம் ஆகியோர் குறிப்பிடத்தக்கவர்கள் ஆவர்.

சிவபாதசுந்தரம் தமிழகத்தோடு மிகுந்த தொடர்புடையவர். சிறுகதைகளின் விமர்சனத்திலும் ஆழங்காற் பட்டவர். 'தமிழ்ச் சிறுகதைகளின் வளர்ச்சி' என்ற நூலை பெ. கோ. சுந்தரராசனுடன் இணைந்து எழுதியுள்ளார். டொமினிக் ஜீவா, தமிழகத்திலுள்ள முற்போக்கு எழுத்தாளர்களுடன் ஒப்பிடக் கூடியவர் ஆவார். இவரது பாதுகை, தண்ணீரும் கண்ணீரும் போன்ற சிறுகதைத் தொகுதிகள் குறிப்பிடத்தகுந்தனவாகும்.

எஸ்.பொன்னுத்துரை 'புதுமை எழுத்தாளர்' என்று போற்றப்படுகிறார். இருநூறு சிறுகதைகளுக்கு மேல் எழுதியதாகக் கூறப்படும் இவர் கதைகள் அதுவரை கூறப்படாத மனிதனின் உளவியல் - உடலியல் சிக்கல்களை மையமாகக் கொண்டு எழுதப்பட்டன என்பர். இவற்றுள் 'வீ' என்ற சிறுகதைத் தொகுதியும் 'தீ' என்ற புதினமும் புகழ்பெற்றவை களாகும்.

செ. கணேசலிங்கத்தின் சிறுகதைகளும் நாவல்களும் சீர்திருத்தச் சிந்தனைகளைக் கொண்டவை. புரட்சிகரமான கருத்துக்கள் அவற்றில் சொல்லப்பட்டிருக்கும். வர்க்கப் போராட்டத்தையும், வாழ்க்கைப் போராட்டத்தையும் இவர் கதைகளில் காணலாம்.

மலேசியத் தமிழ் இலக்கியம்

மலேசியா (Malaysia) என்பது முன்பு மலேயா என்று அழைக்கப்பட்டது. இங்கு வழங்குவது மலாய்மொழியாகும். இந்நாட்டின் அரசாங்க மதம் இஸ்லாம். மலேயா, சுமத்ரா, ஜாவா ஆகிய தீவுக்கூட்டங்கள் அமைந்த பகுதி பண்டைத் தமிழ் இலக்கியங்களில் சாவகம் என்று குறிப்பிடப்படுகிறது. இதன் வாயிலாகத் தமிழகத்திற்கும் மலேயா அடங்கிய சாவகத் தீவுப் பகுதிகளுக்கும் நீண்ட காலமாகத் தொடர்பு இருந்து வந்ததை அறிய முடிகிறது. இராஜராஜசோழன்,

அவன் மகன் இராஜேந்திர சோழன் காலத்தில் மலேயா தீவுப் பகுதிகள் சோழர் ஆட்சியோடு இணைந்திருந்தது.

தமிழகத்திற்கும் மலேயாவிற்கும் ஈராயிரம் ஆண்டுகளாக இருந்த தொடர்புகள் அகழ்வாராய்ச்சிகள் மூலம் நிரூபணம் செய்யப்படும் இன்றைய நிலையில் கடந்த 200 ஆண்டுகளுக்கு முன் அங்கு குடியேறத் தொடங்கிய தமிழர்கள் தங்களுக்கென்று இலக்கியத்தை உருவாக்கத் தொடங்கினர். மலேயாவில் குடியேறியவர்கள் பெரும்பாலும் (95%) ரப்பர் தோட்டங்களில் பணியாற்றக் கொண்டு செல்லப்பட்டவர்கள். எனவே முதல் மலேசியத் தமிழ் இலக்கியம் ரப்பர் தோட்டத் தொழிலாளர்களின் இன்னலைச் சொல்லும் வாய்மொழிப் பாடல்களாக உருவானது.

'கரடிகள் புலிகள் வாசம் செய்யும்
மலாய் நாட்டிலே - பெண்கள்
கட்டிய புருஷனை விட்டுப் பிரிந்து
கலங்குகிறாள் மண்மேட்டிலே'

என்று ஒரு பெண்ணின் சோகம் இங்குப் பாடலாகிறது.

பிழைக்க வந்த இடமாயினும், இன்னல் தந்த களமாயினும் மலையக நாட்டைத் தமது சொந்த நாடாகவே கருதி அங்குக் குடியேறிய தமிழர்கள் தமக்கென சொந்த இலக்கியத்தை உருவாக்கத் தலைப்பட்டனர். இந்திய விடுதலைக்கும் (1947) மலேசியா விடுதலைக்கும் (1957) இடைப்பட்ட காலப்பகுதியில் இது வளமாக வளர்வதற்கான சூழல்கள் தோன்றின.

மலேசியத் தமிழ் இலக்கியத்தை வளர்த்ததில் முன் நின்றவை பத்திரிகைகளே. 1924இல் அங்குத் தமிழ்ப் பத்திரிகைகள் வெளியாகத் தொடங்கின. செய்திகளை மட்டுமே வெளியிட்டு வந்த பத்திரிகைகள் 1950 முதல் மலேசிய எழுத்தாளர்களின் சிறுகதைகளை வெளியிடத் தொடங்கின; சிறுகதைப் போட்டிகளை நடத்தின. சிறுகதை எழுதும் முறையைப் பற்றிய பாடங்கள் ஞாயிறு சிறப்பு மலர்களில் வெளியாயின. இவற்றுள் தமிழ்நேசன், தமிழ்முரசு ஆகிய பத்திரிகைகள் குறிப்பிடத் தக்கனவாகும். பத்திரிகைகளின் சார்பாகத் தமிழ் சிறுகதைப் பயிற்சி வகுப்புகள் நடத்தப்பட்டன.

1952 முதல் 1957 வரை 'தமிழ் நேசன்' பத்திரிகைக்கு ஆசிரியராக கு. அழகிரிசாமி பணியேற்ற பின்னர் சிறுகதையின் வேகமான வளர்ச்சி தொடங்கியது. மலேசியச் சிறுகதைகள், மலேசியப் பிரச்சினைகளையே கருப்பொருள்களாக எடுத்துக்கொண்டன. இத்தகுச் சிறுகதைகளை

சி. வடிவேலு, ரெ. கார்த்திகேசு, மு. அன்புச்செல்வன், எம். குமரன், சை. பீர்முகமது போன்றோர் எழுதி வருகின்றனர். இச்சிறுகதைகளில் மண்ணின் மணம் கமழ்கிறது என்பர்.

'மலேசியத் தமிழ் இலக்கியத்தில் இன்று முன்னணியில் நிற்பது சிறுகதைதான் என்று தயங்காமல் கூறலாம். வாரத்திற்குச் சுமார் பதினைந்து சிறுகதைகள் அங்கு வெளிவருகின்றன. மலேசிய விடுதலைக்குப் பிறகு வெளிவந்த தமிழ் நூல்களில் பெரும்பகுதி சிறுகதைத் தொகுப்புக்கள்தாம்'

எனும் பேராசிரியர் இரா. தண்டாயுதத்தின் குறிப்பு (தற்காலத் தமிழ் இலக்கியம், ப. 117) மலேசியத் தமிழ் இலக்கியத்தில் சிறுகதைகளின் செல்வாக்கினைச் சுட்டுகிறது.

கவிதை இலக்கியத்தில் சிறுவர்க்கான பாடல்களே முன்னிலை வகிக்கின்றன. சிறுவர் பாடலாசிரியர்கள் சிங்கை முகிலன், பரிதி ஆகியோர் முன்னோடிகளாக திகழ்ந்தனர். சிறுவர் இலக்கியம் தழைக்க கோ. சாரங்கபாணி, தம்முடைய தமிழ் முரசு இதழின் வாயிலாகப் பெரும்பணி ஆற்றியுள்ளார். சிறுவர் இலக்கியத்தை வளர்க்க மாணவர் பூங்கா, சிறுவர் மலர், மாணவன், அன்னை, திருமகள் ஆகிய இதழ்கள் வெளிவந்தன என அறிகிறோம்.

மலேசியக் கவிஞர்களின் கவிதைத் தொகுப்புகள் பல நூல்களாக வெளிவந்துள்ளன. சுவாமி ராமதாசரின் 'உரிமை முழக்கம்'. மறைமுடி வல்லத்தரசு பாடியுள்ள 'இன்ப மலேசியா', இரா. பெருமாள் இயற்றியுள்ள 'போர்முழக்கம்' ஆகியவை உணர்வும், ஊற்றமும் நிரம்பப் பெற்றுள்ளன. முரசு நெடுமாறன் கவிதைகள் இயற்றுவதுடன், கவிதை ஆய்வுகளும் நடத்தி வருகிறார்.

19. இணையத் தமிழ்

தகவல் தொடர்புப் புரட்சியின் இன்றைய வரவு இணையம், இணையத்தினால் உலகம் விரல் நுனியில் அடங்கி விடுகிறது. இணையத்தின் வழியாக என்னென்ன கிடைக்கும் என்பதைக் காட்டிலும் என்னென்ன கிடைக்காது என்று சொல்வது எளிது. இணையம் என்பது இன்றைய உலகத் தகவல்களின் திறவுகோலாகக் கருதப்படுகிறது. இணையத்தின் வழியாக அருகிலிருப்பவருடன் கணனி வாயிலாகப் பேசமுடியும்; அதே சமயத்தில் அமெரிக்காவில் உள்ளவருடனும் பேச முடியும். ஒரே நேரத்தில் உலகின் பல பாகங்களில் இருக்கும் இலட்சக்கணக்கானவர்களுக்கு நாம் தகவல்களைத் தரமுடியும். இன்று உலகில் 150 நாடுகளில் சுமார் 10 கோடிப் பேர் இணைய அமைப்பைப் பெற்றுள்ளனர் என்று புள்ளிவிவரம் ஒன்று கூறுகிறது.

இவ்வாறு நினைத்துப் பார்க்க முடியாத அளவுக்குத் தகவல் பெருவிளைவை (Information Explosion) ஏற்படுத்தியுள்ள இணையத்தின் பயன்பாட்டினைத் தமிழ்மொழி அதிகமாகப் பெற்று முன்னணியில் நிற்கிறது. இந்திய மொழிகளிலேயே இணையத்தின் வசதியை முழுவதுமாகப் பயன்படுத்திவரும் மொழி, தமிழ்மொழியாகும். உலகிலேயே முதன்முதலாக இணையத்தின் வழி தமிழ் இலக்கியத்தைக் கற்பிக்கும் முயற்சியைக் கலைஞர் கருணாநிதி அவர்கள் தமிழக முதல்வராக இருந்தபோது தமிழ்நாடு அரசு தொடங்கியுள்ளது குறிப்பிடத்தக்கதாகும். இவ்விலக்கியக் கல்வி சான்றிதழ், பட்டயம், பட்டம் ஆகிய மூன்று நிலைகளில் தமிழ்மொழி அறிந்தோர்க்கும், தமிழ்மொழி அறியாத பிறருக்கும் ஒலி - ஒளி ஊடகங்களின் வழியாகக் கற்றுத் தரப்படுகிறது. இதற்கென்று இணையப் பல்கலைக்கழகம் (Virtual University) ஒன்றைத் தமிழ்நாடு அரசு உருவாகியுள்ளது. கற்ற தமிழர்கள் அனைவரும் இனி கணிப்பொறி வைத்துக்கொள்ளக்கூடிய காலம் வெகுதொலைவில் இல்லை. காலத்தின் கட்டாயம் தமிழர்களையும் இணையத்தையும் பிரிக்க முடியாதபடி இணைத்து வைத்துள்ளது.

இணையம் இல்லாமல் இனி இலக்கிய ஆய்வு இல்லை எனக்கருதும் காலம் வந்துவிட்டது. நல்ல வேளையாக இணையத்தில்

உலக அளவில் என்னென்ன முன்னேற்றங்கள் உண்டோ அத்தனையும் தமிழ் இணையத்தில் உண்டு. உலகெங்கும் வாழ்கின்ற கோடிக்கணக்கான தமிழர்கள் தங்களுக்குள் தொடர்பு கொள்வதற்காகக் கிட்டத்தட்ட பதினைந்து வருடங்களுக்கு முன்பிருந்தே தமிழ் இலக்கியங்களை - சங்க இலக்கியம் முதல் தற்கால இலக்கியங்கள் வரை - கணிப்பொறி வலையத்தில் (www) ஏற்றத் தொடங்கிவிட்டனர். இதனால் தமிழ் இலக்கியம் பற்றிய தகவல்களை மிகப் பரந்த அளவில் இணையத்தின் உதவி கொண்டு நாம் அறியவியலும்.

தமிழுக்கு இணையத்தை அறிமுகம் செய்தவர்கள் புலம்பெயர் தமிழர்களே ஆவர். சீனாவுக்கு அலுவல் நிமித்தம் சென்றிருந்த சிங்கப்பூர் தமிழர் நா. கோவிந்தசாமி அவர்களின் முயற்சியால் 15 ஆண்டுகளுக்கு முன்பு முதல் தமிழ் இணையதளம் உருவானது. தமிழின் முதுமையையும் புதுமையையும் தம்மிடம் கேட்டறிந்த சீன நண்பர் 'தமிழைப்போல் பழமையும் சிறப்பும் உடைய எங்கள் மொழி போல ஏன் உங்கள் தமிழையும் இணையத்தில் ஏற்றி உலகம் முழுவதும் பரவும் வகை செய்தல் கூடாது?' என்று தம்மிடம் வினவியதன் வாயிலாகவே இணையத்தில் தமிழை ஏற்றும் முயற்சியைத் தான் தொடங்கியதாக நா. கோவிந்தசாமி குறிப்பிடுகிறார். அந்த முயற்சிக்குப் பிறகு இணையத் தமிழில் பல வளர்ச்சிகளைக் கண்ட சிங்கப்பூர் வாழ் தமிழர்கள் தங்களுக்கென்று - தாம் பிறருடன் தொடர்பு கொள்வதற்காகப் பல இணைய தளங்களை உருவாக்கிக் கொண்டனர். தொடர்ந்து ஈழம், கனடா, நார்வே, பிரான்சு, ஜெர்மனி இங்கெல்லாம் வாழ்கின்ற தமிழர்கள் தங்கள் பயன்பாட்டிற்கென சில இணைய தளங்களை உருவாக்கினர்.

இணையதளத்தைப் பயன்படுத்திய தமிழர்கள் அவரவர்க்குத் தக்கபடி பல அடிப்படைகளில் விசைப்பலகையைப் பயன்படுத்தினர். இதனால் தகவல் பரிமாற்றத்தில் குறைபாடு நிலவியது; குழப்பம் சூழ்ந்தது. ஒரு பிரிவினர் அனுப்பும் செய்தியைப் பிற பிரிவினரால் அறிய இயலாத நிலை ஏற்பட்டது. இச்சிக்கலைக் களைவதற்காக உலகத் தமிழர்கள் அனைவரும் பயன்படுத்தத்தக்க ஒரே மாதிரியான விசைப்பலகையைத் தரப்படுத்தி உருவாக்க வேண்டும் என்று தமிழக அரசு முனைந்து செயல்பட்டது. இதன் விளைவாகப் புதிய நூற்றாண்டில் - 2000இல் பன்னாட்டுத் தமிழறிஞர்களையும், கணிப்பொறி வல்லுநர்களையும் அழைத்து எல்லோரும் ஏற்றுக்கொள்கிற வகையில் தரப்படுத்தப்பட்ட விசைப்பலகையைத் தமிழக அரசு அறிமுகம் செய்தது. இது தமிழ் இணையத் தகவல் பரிமாற்றத்தில் ஒரு மைல்கல்லாகும். இணையத்தகவல் பரிமாற்றத்தில் எழுந்துள்ள அண்மைக்கால முன்னேற்றங்களையும் பயன்படுத்திக் கொள்வதற்கான பொது மாநாடு ஒன்று 'இணையம் - 2001' என்ற பெயரில் 2001 ஆகஸ்டுத் திங்களில் சிங்கப்பூரில் கூடியது. இவ்வாறு பலவழிகளிலும் இணைய

வசதிகளைப் பயன்படுத்திக்கொள்வதில் தமிழ் தலைமை தாங்கி நிற்பதை அறியலாம்.

இணையத்தில் இதழ்கள் கிடைக்கின்றன. சிறுகதைகள், நாவல்கள், கவிதைகள், விமர்சனக் கட்டுரைகள் வருகின்றன. அகராதிகள், நூற்பட்டியல்கள், நிகண்டுகள் ஆகியவை உள்ளன. மொழிபெயர்ப்புகள், ஆய்வுக் கட்டுரைகள், ஆய்வு விவரங்கள் அனைத்தையும் பார்க்கலாம். நவீன இலக்கியம், பக்தி இலக்கியம், சங்கம் இலக்கியம் - ஆகிய எல்லாவற்றையும் பற்றிய தகவல்கள் விரல் நுனியில் வந்து விழுகின்றன! இத்தகவல்கள் கிடைக்கின்ற சில இணைய தளங்களின் முகவரிகள் வருமாறு:

1. பெர்கலியிலுள்ள கலிஃபோர்னியா பல்கலைக்கழகத்தின் தமிழ் இணையதளம்:

   http : // tamil berkeley edu/Research / Research html

2. கவிஸ் நாட்டிலுள்ள முனைவர் கே. கல்யாணசுந்தரம் உருவாக்கியுள்ள தமிழ் இணையதளம்:

   http :: // www intamm / lit / literature 3.html

3. இன்தாம் நூல் வெளியீட்டு நிறுவனம் உருவாக்கியுள்ள நவீன தமிழ் இலக்கியம் பற்றிய இணைய தளம் :

   http : // www intamm / lit / literature 3. html

4. சிங்கப்பூர் தேசியக் கல்வி நிறுவனம் தமிழ்வழிக் கல்வியை அளிப்பதற்காக உருவாக்கிய இணைய தளம் : (NIE - Diploma Programme - Tamil lit.)

   http : // 155.69.74.17.8000 / www nie / ITT web / Diplo / Dip Ed / AS / TLitt.html

இப்படி உலகெங்கிலுமுள்ள பல தமிழ் இணைய தளங்கள் நமக்கு வேண்டிய தகவல்களைத் தருகின்றன. இவற்றுள் குறிப்பிட்டுச் சொல்லக்கூடியவை சங்க இலக்கிய ஆய்வினைச் செய்வோர்க்குப் பயனாகும் பல இணைய தளங்களாகும்.

பெர்க்கலியிலுள்ள கலிபோர்னியப் பல்கலைக்கழகம் உருவாக்கி வைத்துள்ள தமிழ் இணையத்தளத்தில் சங்க இலக்கியம் பற்றிய பல்வேறு ஆய்வுக் குறிப்புகள் காணக் கிடைக்கின்றன. ஏற்கெனவே குறிப்பிட்டுள்ள கலிபோர்னியா பல்கலைக்கழகத்தின் இணைய முகவரியைப் பயன்படுத்தி, அத்தளத்தினுள் நுழைந்தால்,

   Berkeley home page
   University of California - Tamil chair (Research - classes)

என்ற அந்த வலையப்பக்கம் (web site) தொடங்குகிறது.

'பண்டைத் தமிழ் இலக்கியங்களும் அவற்றையொத்த சமஸ்கிருதப் பாடல்களும், (The Poems of Ancient Tamils : Their milieu and their Sanskrit Counterpart) குறித்து ஜியார்ஜ் ஹார்ட் எழுதியுள்ள ஆராய்ச்சியுரை இரண்டு பகுதிகளாக வடிவமைத்துத் தரப்பட்டுள்ளது.

Part I : The milieu of the Ancient Tamil Poem

- அறு இயல்களாக அமைந்த இந்த முதற்பகுதியைத் தொடர்ந்து 7, 8, 9, 10ஆவது இயல்கள் அடங்கிய இரண்டாவது பகுதி உருவாக்கப்படுள்ளது.

Part II : Ancient Tamil Poetry and Indo-Aryan Parallels

- இதனைத் தொடர்ந்து இன்றியமையாத ஆராய்ச்சிக் குறிப்புகள் அடங்கிய இரு பின்னிணைப்புகள் தரப்பட்டுள்ளன.

Appendix I : 'An analysis of the Metre and Rhyme of the first 25 poems of the Sattasai

Appendix II : The Occurance of Tamil themes in Indo-aryan

இந்த வலையப்பக்கத்தை மேய்பவர்களுக்குப் (browsing) பல ஆய்வுக் குறிப்புகளும் அவற்றுக்கான விளக்கங்களும் கிடைப்பது உறுதி. குறிப்பாகப் பண்டைத் தமிழ் இலக்கியத்திற்கும் சமஸ்கிருத இலக்கியங்களுக்கும் இடையே ஒப்பீடு காணவிழைவோர்க்கும் பண்டைத் தமிழ் இலக்கியத்தை 'இந்தியவியல்' (Indology) நோக்கில் ஆராய்ச்சி செய்ய விழைவோர்க்கும் இந்த இணையப் பக்கம் (web page) ஊற்றுக் கண்ணாகத் திகழ்வதை அறியலாம்.

இதுதவிர tamil. berkeley. edu என்ற முகவரியில் சங்க இலக்கிய எட்டுத்தொகையில் அகநானூற்றுப் பாடல்கள் முழுவதும் தமிழில் கிடைக்கின்றன. திருக்குறளும் முழுவதுமாக உள்ளது. பிற எட்டுத் தொகை நூல்களும் தொல்காப்பியமும் அவர்கள் பட்டியலில் காணப்படுகின்றன.

மற்றொரு முகவரியான irdu.our.edu.sgயில் சங்க இலக்கியம் பற்றிய எல்லாத் தகவல்களும் கிடைக்கிறது. இந்த இணையதளத்தில் நுழைந்தவுடன்,

'This page will give a broad view of Sangam Tamil Literature for the viewers. English translation will be used if available'

என்ற அறிமுகம் தரப்படுகிறது. இதற்குப் பின்னர் எட்டுத்தொகை நூல்கள் ஒவ்வொன்றையும் பற்றிய அறிமுகமும் அவற்றில் உள்ள பாடல்களும் நமக்குக் கிடைக்கின்றன. எட்டுத்தொகை, பத்துப்பாட்டில் அடங்கியுள்ள நூல்கள் ஒவ்வொன்றுக்கும் அவர்கள் தந்துள்ள மொழிபெயர்ப்பு ஆய்வின் எல்லை விரிந்து வருவதை நமக்குக் காட்டுகிறது.

எ-டு:

1. Narrinai	The Excellent Love settings
2. Kuruntogai	The Collection of short poems
3. Ainkurunuru	Five hundred short poems
....	
9. Kurincipattu	The Mountain song
10. Porunararruppadai	The Guide for war bards
11. Sirupanarruppadai	The Short Guide for the bards with lute

இவ்வாறு எட்டுத்தொகை, பத்துப்பாட்டு நூல்களின் பெயர்கள் தரப்பட்டுள்ளன. கவிஸ் நாட்டிலுள்ள கே. கல்யாணசுந்தரம் சங்க இலக்கியத்திற்கென பின்வரும் இணையத்தளத்தை உருவாக்கியுள்ளார்:

http : // www.geocities.com/athens/5180/sangam.html

இந்தத் தமிழ் இணைய தளத்தில் தனிநாயக அடிகளாரின் Landscape and Poetry என்ற சங்க இலக்கிய ஒப்பீடு நூல் கிடைக்கிறது. மேலும் சங்க இலக்கிய ஆய்வினை மேற்கொள்வதற்கான விரிவான நூற்பட்டியல் ஒன்று இடம்பெற்றுள்ளது. இதனை மின்நூலகம் (E-Library) என்று அழைக்கின்றனர்.

Project Madurai என்ற பெயரில் புறநானூறு முழுவதையும் E - text எனப்படும் மின்வரி வடிவத்தால் இணையதளத்தில் ஏற்றியுள்ள முயற்சியும் அண்மைக்காலத்தில் செய்யப்பட்ட சங்க இலக்கிய மின்தொகுப்புத் திட்டங்களுள் குறிப்பிடத்தக்கதாகும். இதனைத் திருச்சியிலுள்ள கி. ஆ. பெ. விசுவநாதம் மேல்நிலைப் பள்ளியைச் சார்ந்த தமிழாசிரியர்கள், பாதிதாசன் பல்கலைக்கழகத்தின் எரியந்துறை முன்னாள் இயக்குநர் முனைவர் வாசுதேவன் அவர்களின் தொழில்நுட்ப ஆலோசனையைப் பெற்று இணையத்தளத்தில் ஏற்றியுள்ளனர். இதன் முகவரி வருமாறு:

http : // www.tamil.net / project madurai

இதற்கு 'மதுரை தமிழ் இலக்கிய மின் தொகுப்புத் திட்டம் (1999 - 2000)' என்று பெயரிட்டுள்ளனர். இதனைப் படிப்பதற்கு http : // www.tamilnet/tscii என்ற இணைய முகவரிக்குச் சென்று மின் எழுத்துக்களைத் தமிழ் எழுத்துக்களாக இறக்குதல் (download) வேண்டும். இவ்வாறு இலக்கியங்களையோ பிற தகவல்களையோ இணையத்தில் ஏற்றுவதற்கு (enter) STC என்ற முறையைப் (STC : Standards for Tamil Composing) பயன்படுத்துகின்றனர். tscii என்பது tamil standard code for information interchange என்பதன் சுருக்கமாகும். எல்லா மொழியினரும் தத்தம் மொழியில் தகவல் பரிமாற்றத்தைப் பிற

மொழியினர்க்குத் தருவதற்கு ஏற்படுத்தப்பட்ட பொதுவான முறைதான் scii என்பது.

இவ்வாறு தமிழ் இலக்கிய ஆய்வுக்கு உலகெங்கிலும் உள்ள நூலகங்களில் சேகரித்து வைக்கப்பட்டுள்ள நூல்களையும் அந்நூல்களில் அடங்கியுள்ள தகவல்களையும் இணையத்தின் வாயிலாகப் பெற்றுக் கொள்வது தமிழ் இலக்கிய ஆய்வுக்கு மிகப் பெருந்துணையாக அமைகிறது. ஒப்பிலக்கிய ஆய்வை நிகழ்த்துவோர்க்கும், நவீன இலக்கியத் திறனாய்வு அணுகுமுறைகளில் ஈடுபட்டிருப்போர்க்கும், பிறதுறை சார்ந்த தமிழ் ஆய்வுகளை நிகழ்த்துவோர்க்கும் இணையம் 'இரண்டாவது வழிகாட்டி'யாக அமையவல்லது. இணையத்தில் பொதுநூலகங்கள் உள்ளன Internet Public Library : http // www.ipl.org); கவிதைக் காப்பகங்கள் உள்ளன (Internet Poetry Archieves:http:// sunsite,une,euu.dykkipoetry/home.html), பெண்ணியம் தொடர்பான நூல்கள் கிடைக்கின்றன (http : // almond. srr. cs . cmu. edu / afs / cs . cmu. edu / user / nmbt / www / women / celebration.html) இசை ஆய்வுகள் பற்றிய விபரங்கள் கிடைக்கின்றன. (http ; // wwwmusic.indiana.edu)

இலக்கிய ஆய்வுக்கு மட்டுமல்லாது கல்வியைத் தரவும், தேர்வுகளை நடத்தவும், அவற்றின் வழியாகப் பட்டங்களை வழங்கவும் இன்று இணையம் ஒரு வாயிலாக அமைந்துள்ளது. இவ்வாறு உருவானதுதான் தமிழ் இணையப் பல்கலைக்கழகம் (Tamil virtual University). இதனுடைய இணைய முகவரி http : // www.elcotcom என்பதாகும். 1999ஆம் ஆண்டு நவம்பர் 9ஆம் நாளில் தமிழக முதல்வர் கலைஞர் மு. கருணாநிதி தலைமையில் கணிப்பொறி வாயிலாக உவகெங்கிலுமுள்ள தமிழர்களுக்குத் தமிழ்மொழி - இலக்கியக்கல்வி அளிப்பதற்கான திட்டம் உருவாக்கப்பட்டது. இது 12.1.2000 இல் அரசாணை எண் 3இன் வாயிலாக நடைமுறைப்படுத்தப்பட்டது. தமிழ் இலக்கிய வரலாற்றில் பொன்னெழுத்துக்களால் பொறிக்கப்பட் வேண்டிய இந்த 'இணைய வழி இலக்கியக்கல்வி' இந்தியா, இலங்கை, மலேயா, சிங்கப்பூர், ஆஸ்திரேலியா, தென்னாப்பிரிக்கா, மொரீசியஸ், இங்கிலாந்து, சுவிசர்லாந்து, கனடா, அமெரிக்கா, பிரான்சு ஆகிய நாடுகளில் வாழும் தமிழர்க்கும் தமிழர் அல்லாதவர்க்கும் வழங்கப்படுகிறது.

இவ்வாறு தகவல்களை அறிவதற்கு - நினைத்துப் பார்க்க முடியாத அளவுக்கு வசதிகளைக் கொண்ட இணையத்தைப் பயன்படுத்துபவர் தொகை இன்று பெருமளவில் அதிகரித்துள்ளது. இந்தியாவில் தகவல் தொடர்புச் சாதனங்கள் பலவற்றைப் பயன்படுத்துவோர் மாதந்தோறும் எவ்வளவு தொகையைச் செலவிடுகின்றனர் என்பதை ஒரு புள்ளி விவரம் காட்டுகிறது (Computers Today : Feb. 2001):

1. தொலைக்காட்சி   ரூ. 129/-
2. செய்தித்தாள்   ரூ. 109/-

3. இதழ்கள் ரூ. 110/-
4. இசைத்தட்டுகள் ரூ. 140/-
5. ஒளிப்பேழைகள் ரூ. 146/-
6. வீடியோ விளையாட்டு ரூ. 143/-
7. மற்றவை ரூ. 141/-
8. இணைய மேய்ச்சல் (Internet Browsing) ரூ. 442/-

இணைய தளத்திற்கு உள்ளே சென்று தகவல்களைப் பெறுவதற்கு, அதன் முகவரிகளே திறவுகோல்களாக உள்ளன. ஒவ்வொரு முகவரியும் அடிப்படையான மூன்று பகுதிகளைக் கொண்டுள்ளது.

எ-டு:

http : // www	intamm / lit /	literature 3.html
கணனிமொழி	இடம்/நபர்	தகவலின் பெயர்
(protocol)	(path)	(document name)

இந்த முகவரிகளைப் பயன்படுத்தி இணையதளத்திற்கு உள்ளே செல்ல வேண்டுமென்றால் தேடிப் பொறிகளின் (search machinery) துணை நமக்கு வேண்டும் yahoo, syfi., rediff google போன்றவை தேடிப் பொறிகளுக்கு எடுத்துக்காட்டுக்களாகும். இவற்றைச் சீரான தகவலக வழிகாட்டிகள் (URL: Uniform Receiver Locator) என்றும் கூறுவர்.

எ-டு:

http : // www. yahoo.com

http : // www/rediff. mail.com

இது அஞ்சலக முகவரி போலச் செயல்பட்டு நமக்கு வேண்டிய தகவல் தளத்திற்கு நம் ஆணையைக் (command) கொண்டு சேர்க்கிறது.

தமிழ் இலக்கியத்தின் வளர்ச்சி என்பது தகவல்களை அறிவதோடு மட்டும் நின்றுவிடாது தகவல்களைத் தருவதிலும் அக்கறை காட்டுவதில்தான் உள்ளது. எனவே கற்றறிந்த தமிழர்கள் அனைவரும் இனி தங்களுக்கென்று இணைய தளங்களை உருவாக்குவதற்குரிய முயற்சிகளில் ஈடுபடவேண்டும். கணிப்பொறி மொழியைப் பயன்படுத்தி இணையதளத்தை உருவாக்குவதற்கு http (hypertext transmission protocol) என்ற உரைத் தொடர்பு விதிமுறையைப் பயன்படுத்தத் தெரிந்துகொள்ள வேண்டும். இந்த http யைப் பயன்படுத்த HTML என்ற (Hyper Text Meta Language) மீஉரைத் தொடர்பு மொழியைத் துணைக்கொள்ள வேண்டும். இவ்வாறு தமிழர்கள் தங்கள்

இலக்கியத்தின் வாழ்வுக்கும் வளர்ச்சிக்கும் இன்னும் கடுமையாக உழைக்க வேண்டியுள்ளது.

அறிவியல் தொழில்நுட்பம் அதிவேகமாக வளர்ந்துள்ள மேலை நாடுகளில் இலக்கிய ஆய்வுகளும் திறனாய்வுகளும் செயற்கை அறிவு (Artifical Intelligence) எனும் கணிப்பொறி மூளையைப் பயன்படுத்திச் செய்யப்படுகின்றன. மனிதனிடம் உள்ள இயற்கை அறிவினை (NI : Natural Intelligence) இயந்திரங்கள் புரிந்துகொண்டு (decode) அதனைச் செயற்கை அறிவாக (Al : Artificial Intelligence) மாற்றுவதற்கு http, HTML என்ற கணிப்பொறித் தொடர்பு மொழிகள் பயன்படுத்தப்படுகின்றன. இவ்வாறு மனிதர்கள் பேசும் மொழியைக் கணிப்பொறிகள் புரிந்துகொள்ளும் மொழியாக மாற்றுவதற்குரிய செயல்பாடுகள் 'இயற்கை மொழிமாற்றாக்கம்' (NLP : Matural Language Process) என்று அழைக்கப்படுகின்றன. இது கிட்டத்தட்ட 'ரோபாட்'கள் புரிந்து கொள்வதற்கேற்ப நம் கட்டளைகளை வடிவமைத்துத் தருவது போன்றதாகும். இதன்படி உருவாக்குகின்ற கட்டளைகள் 'மொழியியல்-உளவியல் மாதிரிகள்' (Linguistic Psychological Models) என்று அழைக்கப்படுகின்றன. இத்தகு மாதிரிகளை உருவாக்குவதில் அமெரிக்காவிலுள்ள மிச்சிகன் தொழில்நுட்ப நிறுவனம் (MIT) முன்னிலை வகிக்கிறது.

பிரெஞ்சுக் கட்டமைப்பியல், குறியியல், சசூரின் மொழியியல் கோட்பாடுகள், ரோமன் - யாக்கோப்சனின் தகவல் - தொடர்பியல் கொள்கைகள், ப்ராப் கோட்பாடுகள் ஆகியவை பொருண்மையில் நோக்கில் (semantics) கணிப்பொறி வாயிலாக இலக்கிய மொழியியல் ஆய்வாக நிகழ்த்தப்பட்டு வருகின்றன. இந்த வகையில் மேலை நாடுகளில் இலக்கியக் கொள்கைகள் பற்றிய ஆய்வுகளும் இலக்கியத் திறனாய்வுகளும் கணிப்பொறி வாயிலாகச் செய்யப்படுகின்றன. இவ்வாறு இலக்கியம் குறித்த தகவல்களைத் தருவதற்கும் பெறுவதற்கும் மட்டுமல்லாது ஒருபடி மேலே சென்று இலக்கிய ஆய்வுகளையும் நிகழ்த்துவதற்குரிய களமாக இணையதளங்கள் இயங்கி வருகின்றன. இத்தகுச் சூழலில் இணைய வாய்ப்புக்களை இணையற்ற அளவுக்குப் பெற்றுள்ள தமிழர்கள் இத்தருணத்தை நன்கு பயன்படுத்திக் கொள்ளுதல் வேண்டும்.

செவிப் புலனின் முதலிடத்தை ஒருகாலத்தில் ஓலைச்சுவடிகள் எடுத்துக்கொண்டன; ஓலைச்சுவடிகளின் செல்வாக்கினைப் பிற்காலத்தில் காகிதங்கள் பறித்துக்கொண்டன; இன்று காகிதங்களின் ஆட்சியைக் கணிப்பொறிகள் காலாவதியாக்குகின்றன. அறிவியல் தொழில்நுட்ப வளர்ச்சியோடு தமிழ் இலக்கிய ஆய்வும் இணைந்து பயணம் செய்வதற்கு இணையத்தமிழே உகந்த வழியாகும்!

20. தமிழும் சாகித்ய அகாதெமி இலக்கிய விருதுகளும்

சாகித்ய அகாதெமி என்பது இந்திய அரசால் 1952இல் ஏற்படுத்தப் பட்ட அரசியல் மற்றும் அரசு சாராத தற்சுதந்திரமான இலக்கிய அமைப்பாகும். இந்தியாவில் பேசப்படும் ஆங்கிலம் உள்ளிட்ட 24 மொழிகளில் எழுதப்படும் இலக்கிய ஆக்கங்களை ஊக்குவிக்கும் அமைப்பாக இது செயல்பட்டு வருகிறது. இதன் ஒரு பகுதியாக ஆண்டுதோறும் இலக்கிய விருதுகளை அந்தந்த மொழியில் எழுதப்படும் சிறந்த இலக்கியத்திற்கு இந்த அமைப்பு வழங்கி வருகிறது. சாகித்ய அகாதெமி வழங்கும் இலக்கிய விருதுகளின் விவரம் வருமாறு:

1. சாகித்ய அகாதெமி விருது
2. பாஷா சம்மேளனம் விருது
3. மொழிபெயர்ப்பு விருது
4. பாலசாகித்ய புரஸ்கார் விருது
5. யுவ புரஸ்கார் விருது.

1. சாகித்ய அகாதெமி விருது

இந்திய மொழிகளில் ஒவ்வொரு ஆண்டும் வெளிவரும் சிறந்த இலக்கிய ஆக்கத்திற்கு இவ்விருது வழங்கப்படுகிறது. தொடக்கத்தில் ரூ.5000/-ஆக இருந்த விருதுத் தொகை 2009ஆம் ஆண்டு முதல் ரூ.1,00,000 ஆக உயர்ந்துள்ளது. இவ்விருது 1955ஆம் ஆண்டு முதல் வழங்கப்பட்டு வருகிறது.

2. பாஷா சம்மேளன விருது

இந்திய மொழிகளில் எழுதப்படும் உயரிய இலக்கியப் படைப்புக்கு ஆண்டுதோறும் பாஷா சம்மேளனம் விருது வழங்கப்படுகிறது. பாராட்டுப் பத்திரத்தோடு ரூ.1,00,000 பரிசுத்தொகை இவ்விருதில் அடங்கும். சாகித்ய அகாதெமி விருது போல ஒவ்வொரு மொழியிலும்

எழுதப்படும் சிறந்த இலக்கியத்திற்கு இவ்விருது வழங்கப்படுவதில்லை. ஒட்டுமொத்தமாக இந்திய இலக்கியத்திற்குச் சிறப்புப் பங்களிப்புச் செய்த படைப்பு தேர்ந்தெடுக்கப்பட்டு அந்தப் படைப்புக்கு பாஷா சம்மேளனம் விருது வழங்கப்படுகிறது. ஓர் ஆண்டில் ஒரு விருதோ அல்லது 2, 3 விருதுகளோ வழங்கப்படலாம். ஓராண்டில் எந்த நூலும் பரிந்துரைக்கப்படவில்லை என்றால் அந்த ஆண்டில் பாஷா சம்மேளன விருது வழங்கப்படுவதில்லை. இவ்விருது 1996 முதல் வழங்கப்பட்டு வருகிறது.

தமிழில் 1999இல் பேராசிரியர் ச.வே. சுப்பிரமணியன் அவர்கட்கும், 2013இல் பேராசிரியர் க. மீனாட்சிசுந்தரம் அவர்களுக்கும் பாஷா சம்மேளனம் விருது வழங்கப்பட்டுள்ளது.

3. மொழிபெயர்ப்பு இலக்கிய விருது

இந்திய மொழிகளில் எழுதப்பட்ட இலக்கியத்தைப் பிற இந்திய மொழியில் சிறப்பாக மொழிபெயர்த்துள்ள நூலுக்கு இவ்விருது வழங்கப்படுகிறது. 1989 முதல் ஆண்டுதோறும் வழங்கப்பட்டு வரும் இவ்விருதுக்கு முதலில் ரூ.10,000 வழங்கப்பட்டது. இவ்விருதுத் தொகை 2000-ஆம் ஆண்டு முதல் ரூ. 50,000 ஆக உயர்த்தப்பட்டுள்ளது.

4. பால சாகித்ய புரஸ்கார் விருது

ஒவ்வொரு மொழியிலும் சிறந்ததாகத் தேர்ந்தெடுக்கப்படும் குழந்தை இலக்கியத்திற்கு பாலசாகித்ய புரஸ்கார் விருது வழங்கப்படுகிறது. விருது வழங்கப்படும் ஆண்டுக்கு முந்தைய 5 ஆண்டுகளுக்குள் எழுதப்படும் நூல் இவ்விருதுக்குப் பரிசீலிக்கப்படுகிறது. சான்றாக 2015ஆம் ஆண்டுக்கான விருதுக்கு 2009 முதல் 2013 வரை எழுதப்பட்ட குழந்தை இலக்கிய நூல்கள் தேர்வு செய்யப்படுகின்றன. இவ்விருது 2010 முதல் வழங்கப்பட்டு வருகிறது.

5. யுவபுரஸ்கார் விருது

32 வயதுக்குள் உள்ள இளைய எழுத்தாளருக்கு 2011ஆம் ஆண்டு முதல் இவ்விருது வழங்கப்படுகிறது. இதுவும் பாஷா சம்மேளன விருதுபோல் ஒட்டுமொத்த இந்திய மொழிகளிலும் சிறந்த இளைய தலைமுறை எழுத்தாளருக்கு வழங்கப்படுகிறது. ஓர் ஆண்டுக்கு ஒருவிருதோ, 2, 3 விருதுகளோ அறிவிக்கப்படுகின்றன.

சாகித்ய அகாதமி விருதுபெற்றோர்

1995	தமிழ்இன்பம் - ரா. பி. சேதுப்பிள்ளை
1956	அலைஓசை - கல்கி கிருஷ்ணமூர்த்தி
1958	சக்ரவர்த்தி திருமகன் - ராஜாஜி
1961	அகல் விளக்கு - மு. வரதராசன்
1962	அக்கரைச் சீமையில் - 'சோமு'
1963	வேங்கையின் மைந்தன் - அகிலன்
1965	ஸ்ரீ இராமானுஜர் - பி. ஸ்ரீ
1966	வள்ளலார் கண்ட ஒருமைப்பாடு - ம. பொ. சி.
1967	வீரர் உலகம் - கி. வா. ஜா.
1968	வெள்ளைப் பறவை - சீனிவாச ராகவன்
1969	பிசிராந்தையார் - பாரதிதாசன்
1970	அன்பளிப்பு - கு. அழகிரிசாமி
1971	சமுதாயவீதி - நா. பார்த்தசாரதி
1972	சிலநேரங்களில் சிலமனிதர்கள் - ஜெயகாந்தன்
1973	வேருக்குநீர் - ராஜம் கிருஷ்ணன்
1974	திருக்குறள் நீதிஇலக்கியம் - க. த. திருநாவுக்கரசு
1975	தற்காலத் தமிழ் இலக்கியம் - இரா. தண்டாயுதம்
1977	குருதிப்புனல் - இந்திரா பார்த்தசாரதி
1978	புதுக்கவிதையின் எதிர்காலம் - வல்லிக்கண்ணன்
1979	சக்தி வைத்தியம் - தி. ஜானகிராமன்
1980	சேரமான் காதலி - கண்ணதாசன்
1981	புதிய உரைநடை - மா. ராமலிங்கம்
1982	மணிக்கொடிக்காலம் - பி. எஸ். ராமையா
1983	பாரதி: காலமும் கருத்தும் - தொ. மு. சி. இரகுநாதன்
1984	ஒரு காவிரியைப்போல - லக்ஷ்மி
1985	கம்பன்: புதிய பார்வை - அ. ச. ஞா.
1986	இலக்கியத்துக்கு ஒரு இயக்கம் - க. நா. சு.
1987	முதலில் இரவு வரும் - ஆதவன்
1988	வாழும் வள்ளுவம் - வா. செ. குழந்தைசாமி

1989	சிந்தாநதி	- லா. ச. ரா.
1990	வேரில் பழுத்த பலா	- சு. சமுத்திரம்
1991	கோபல்லபுரத்து மக்கள்	- கி. ராஜநாராயணன்
1992	குற்றாலக்குறிஞ்சி	- கோவி. மணிசேகரன்
1993	காதுகள்	- எம். வி. வெங்கட்ராம்
1994	புதிய தரிசனங்கள்	- பொன்னீலன்
1995	வானம் வசப்படும்	- பிரபஞ்சன்
1996	அப்பாவின் சிநேகிதர்	- அசோகமித்திரன்
1997	சாய்வு நாற்காலி	- தோப்பில் முகம்மது மீரான்
1998	விசாரணை கமிஷன்	- சா. கந்தசாமி
1999	அலாபனை	- அப்துல் ரகுமான்
2000	விமர்சனங்கள், மதிப்புரைகள், பேட்டிகள்	- தி. க. சிவசங்கரன்
2001	சுதந்திர தாகம்	- சி. சு. செல்லப்பா
2002	ஒரு கிராமத்து நதி	- சிற்பி பாலசுப்பிரமணியன்
2003	கள்ளிக்காட்டு இதிகாசம்	- வைரமுத்து
2004	வணக்கம் வள்ளுவ	- தமிழன்பன்
2005	கல்மரம்	- திலகவதி
2006	ஆகாயத்துக்கு அடுத்த வீடு	- மு. மேத்தா
2007	இலையுதிர் காலம்	- நீல. பத்மநாபன்
2008	மின்சாரப்பூ - மேலாண்மை பொன்னுசாமி	
2009	கையொப்பம்	- புவியரசு
2010	சூடிய பூ சூடற்க	- நாஞ்சில் நாடன்
2011	காவல் கோட்டம்	- சு. வெங்கடேசன்
2012	தோல்	- டி. செல்வராஜ்
2013	கொற்கை	- ஜோடி குரூஸ்
2014	அங்காடி	- பூமணி
2015	இலக்கிய சுவடுகள்	- அ. மாதவன்

துணைநூற்பட்டியல்

அ. பொது நூல்கள்

1. ஆழ்வார்கள் வரலாறு (2 பகுதிகள்), கே. ஆர். கோவிந்தராஜ முதலியார், அல்லயன்ஸ் சென்னை, 1967.

2. இருபதாம் நூற்றாண்டுத் தமிழ் இலக்கியம், மா. இராமலிங்கம், என்.சி.பி.எச். சென்னை, 1999.

3. ஈழத்தில் தமிழ் இலக்கியம், கா. சிவத்தம்பி, தமிழ்ப் புத்தகாலயம், சென்னை, 1978.

4. உரையாசிரியர்கள், மு. வை. அரவிந்தன், மணிவாசகர் நூலகம், சிதம்பரம், 1977.

5. கிறிஸ்தவப் புலவர்கள், என். கே. வேலன், சை. சி. நூ. கழகம், சென்னை, 1978.

6. சங்க இலக்கியம் (எட்டுத்தொகை), இரா. தண்டாயுதம், தமிழ்ப் புத்தகாலயம், சென்னை, 1978.

7. சங்க இலக்கியம் (பத்துப்பாட்டு), இரா. தண்டாயுதம், தமிழ்ப் புத்தகாலயம், சென்னை, 1978.

8. சித்தர் பாடல்கள், கு. அருணாசலக் கவுண்டர், பூம்புகார் பிரசுரம், சென்னை, 1978.

9. சிற்றிலக்கியச் செல்வம், ந.வீ. செயராமன், இலக்கியப் பதிப்பகம், சென்னை, 1981.

10. சிற்றிலக்கிய வளர்ச்சி, சண்முகம் பிள்ளை, மு. மணிவாசகர் நூலகம், 1981.

11. தமிழ் ஆராய்ச்சியின் வளர்ச்சி (ஓர் விமரிசன நூல்), வி. சுப்பிரமணிய ஐயர், அமுத நிலையம், சென்னை, 1971.

12. தமிழ்க காப்பியங்கள், கி. வ. ஜகந்நாதன், அமுத நிலையம், சென்னை, 1955.

13. தமிழ்ச் சிறுகதைகள் ஒரு மதிப்பீடு, ச. செந்தில்நாதன், என்.சி.பி.எச். சென்னை, 1967.

14. தமிழ்ச் சிறுகதை முன்னோடிகள், இரா. தண்டாயுதம், தமிழ்ப் புத்தகாலயம், சென்னை, 1972.

15. தமிழ் நாவல் இலக்கியம், க. கைலாசபதி, பாரி நிலையம், 1968.

16. தமிழ் நாவல் நூற்றாண்டு வரலாறும் வளர்ச்சியும், பெ. கோ. சுந்தரராஜன் (சிட்டி), கோ. சிவபாத சுந்தரம், கிறிஸ்தவ இலக்கியச் சங்கம், சென்னை, 1977.

17. தமிழ்நூல் தொகுப்புக் களஞ்சியம், சுந்தரசண்முகனார், மணிவாசகர் பதிப்பகம், சிதம்பரம், 1990.

18. தமிழில் சிறுகதையின் தோற்றமும் வளர்ச்சியும், கா. சிவத்தம்பி, பாரி நிலையம், சென்னை, 1967.

19. திருக்குறள் நீதி இலக்கியம், க. நா. திருநாவுக்கரசு, சென்னைப் பல்கலைக்கழகம், 1971.

20. நாவல் வளம், இரா. தண்டாயுதம், தமிழ்ப் புத்தகாலயம், சென்னை, 1975.

21. பக்தி இலக்கியம் - ஓர் அறிமுகம், ப. அருணாசலம், தமிழ்ப் புத்தகாலயம், சென்னை, 1973.

22. பத்தொன்பதாம் நூற்றாண்டுத் தமிழ் உரைநடை வளர்ச்சி, அ. மு. பரமசிவானந்தம், தமிழ் எழுத்தாளர் கூட்டுறவுச் சங்கம், சென்னை, 1966.

23. புதுத் தமிழ் முதல்வர்கள், சாலை இளநதிரையன், தமிழ்ப் புத்தகாலயம், சென்னை, 1972.

24. விடுதலைக்குப் பின் தமிழ் நாவல்கள், தி. பாக்கியமுத்து (பதிப்பு) கிறிஸ்தவ இலக்கியச் சங்கம், 1974.

ஆ. இலக்கிய வரலாற்று நூல்கள்

1. அடைக்கலசாமி, எம். ஆா., தமிழ் இலக்கிய வரலாறு, சை. சி. நூ. கழகம், சென்னை, 1982

2. ராமையா, மா.இ., மலேசியத் தமிழ் இலக்கிய வரலாறு, புரட்சிப் பண்ணை, சேலம், 1978.

3. இறையரசன், பா., தமிழ் இலக்கிய வரலாறு, பூம்புகார் பதிப்பகம், சென்னை, 1997.

4. உவைஸ் ம. மு., பி. அஜ்மல்கான், இஸ்லாமியத் தமிழ் இலக்கிய வரலாறு (3 தொகுதிகள்) ம. கா. பல்கலைக்கழகம், மதுரை, 1986, 1990, 1994.

5. கோவிந்தசாமி, மு., இலக்கியத் தோற்றம், பாரி நிலையம், சென்னை, 1960.

6. சதாசிவப் பண்டாரத்தார், தி. வை., தமிழ் இலக்கிய வரலாறு (13, 14, 15ஆம் நூற்.) அண்ணாமலைப் பல்கலைக்கழகம், 1977.

7. சபாபதி நாவலர், திராவிடப் பிரகாசிகை எனும் தமிழ் வரலாறு, சை. சி. நூ. கழகம், 1960.

8. சிவத்தம்பி, கா, ஈழத்தில் தமிழ் இலக்கியம், தமிழ்ப் புத்தகாலயம், சென்னை, 1978.

9. 'தமிழில் இலக்கிய வரலாறு : எழுதியல் ஆய்வு', என். சி. பி. எச்., சென்னை.

10. சுப்பிரமணியன், ச. வே, தமிழ் இலக்கிய வரலாறு, மணிவாசகர் பதிப்பகம், 1999.

11. செல்வநாயகம், வி. தமிழ் உரைநடை வரலாறு, கும்பகோணம், 1957.

12. தமிழண்ணல், புதிய நோக்கில் இலக்கிய வரலாறு, மீனாட்சி புத்தக நிலையம், மதுரை, 1984.

13. துரைசாமி பிள்ளை, ஒளவை சு. சைவ இலக்கிய வரலாறு, அண்ணாமலைப் பல்கலைக்கழகம், 1958.

14. தேவநேயன், ஞா., தமிழ் இலக்கிய வரலாறு, நேசமணி பதிப்பகம், காட்டுப்பாடி, 1979.

15. பிள்ளை, கா. சு. இலக்கிய வரலாறு : பாகம் I, ஆசிரியர் நூற்பதிப்புக் கழகம், சென்னை, 1968 (6ஆம் பதிப்பு)

16. இலக்கிய வரலாறு : பாகம் II, ஆசிரியர் நூற்பதிப்புக் கழகம், சென்னை, 1953 (4ஆம் பதிப்பு).

17. மீனாட்சிசுந்தரன், தெ. பொ., தமிழ் இலக்கிய வரலாறு (சங்ககாலம்), சர்வோதய இலக்கியப் பண்ணை, மதுரை, 1981.

18. வரதராசன், மு., தமிழ் இலக்கிய வரலாறு, சாகித்ய அகாதெமி, 1998.

19. விமலானந்தம், மது. ச., தமிழ் இலக்கிய வரலாற்றுக் களஞ்சியம் (இரு தொகுதிகள்), மணிவாசகர் பதிப்பகம், சென்னை, 1987.

20. வேலுப்பிள்ளை, ஆ., தமிழ் இலக்கியத்தில் காலமும் கருத்தும், என். சி. பி. எச்., 1985.

இ. ஆங்கிலத்தில் எழுதப் பெற்ற தமிழ் இலக்கிய வரலாற்று நூல்கள்.

1. Asher, R.E., Some Landmarks in the History of Tamil Prose, University of Madras, 1972.

2. Jesudasan, C & H., A History of Tamil Literature, YMCA, Calcutta, 1961.

3. Meenakshisundaram, K., The Contribution of European Scholars to Tamil, University of Madras, 1974.

4. Meenakshisundaram, T. P., History of Tamil Literature, Annamalai University, 1965.

5. Rajaram, The History of Tamil Christian Literature, Christian Literary Society, Madras, 1958.

6. Sivathampy, K., Literary History in Tamil (a historical analysis) Tamil University, Thanjavur, 1986.

7. Vaiyapuripillari, S., History of Tamil Language and Literature, NCBH, 1988.

8. Zvelebil, Kamil Vieth, Tamil Literature, Harrassowitz, Wiesbadan, 1974.

○